अभिप्राय

भूमीशी नाते जुळलेले आनंद यादव, त्याच प्रतिमांच्या आधारे आपला लेखनोदेश स्पष्ट करतात. जीवनातील विविध अनुभवांच्या धारदार अवजारांनी एका ओसाड, आडरानावरच्या जमिनीचे नापीकपण घालविलं आणि ती सर्जनोत्सुक केली. समृद्धी आणि संपन्नता सन्मुख घडविली.

दैनिक लोकमत, ५-८-१९९०

व्यक्तिमत्त्वाचं रोपटं बहरावं म्हणून परिस्थितीच्या मातीची मशागत करताना, संकटाचं तण उपटून फेकताना आलेले कडू-गोड अनुभव सहज सुलभ शब्दात मांडण्याचा यशस्वी प्रयत्न लेखकाने केलेला आहे.

दैनिक लोकमत, ७-८-१९९०

ओघवती भाषा, उत्तम वर्णन शैली, अनेक लहान मोठ्या व्यक्ती, त्यांची कधी कधी न समजणारी वागणूक, पुस्तकाची छपाई सगळंच चांगलं जमल्यामुळं एक चांगलं पुस्तक वाचल्याचं वाचकाला समाधान मिळतं.

दैनिक तरुण भारत, १२-८-१९९०

'नांगरणी' या आत्मकथनात वास्तवतेचे भान कोठेही सुटलेले नाही. अनुभवाच्या मुशींतून फुलत जाणाऱ्या कथनाची निवेदनशैली ओघवती व वातावरणानुरूप आहे. सुंदर मुखपृष्ठ व मलपृष्ठावरील 'नांगरणी म्हणजे काय' याचे काव्यसदृश केलेले विवेचन, हीदेखील 'नांगरणी'ची सौंदर्यस्थळे.

दैनिक लोकमत, ७-१०-१९९०

एक अतिशय वाचनीय शैलीतलं हे आत्मचरित्र वाचताना खाली ठेववत नाही, तसं शिक्षणाची संधी दुर्मीळ असणाऱ्यांना वाटणारं शिक्षणाचं अप्रूप आणि शहरी सुसंस्कृत घरातील मुलांसाठी हे गृहीतच धरल्याने त्याचा वाटणारा कंटाळा यातलं अंतर अंतर्मुख करतं हे खास!

केसरी, २ डिसेंबर १९९०

'नांगरणी'च्या आधीचे
'झोंबी' व नंतरचे
'घरभिंती आणि 'काचवेल'
हे खंड प्रकाशित झालेले आहेत.

नांगरणी

आनंद यादव

मेहता पब्लिशिंग हाऊस

Please contact us at **Mehta Publishing House,** Pune.
Email : production@mehtapublishinghouse.com
Website : www.mehtapublishinghouse.com

NANGARNI by ANAND YADAV

नांगरणी : आनंद यादव / आत्मचरित्र

Email : author@mehtapublishinghouse.com

© स्वाती आनंद यादव

प्रकाशक : सुनील अनिल मेहता, मेहता पब्लिशिंग हाऊस,
१९४१, सदाशिव पेठ, माडीवाले कॉलनी, पुणे - ४११०३०.

अक्षरजुळणी : इफेक्ट्स, २१/६ब, आयडिअल कॉलनी, कोथरूड, पुणे ३८.

मुखपृष्ठ : बुवा शेटे

प्रकाशनकाल : ऑगस्ट, १९९० / जुलै, १९९१ / ऑगस्ट, १९९४ /
जानेवारी, २००१ / ऑक्टोबर, २००४ / मार्च, २००७ /
सप्टेंबर, २००९ / नोव्हेंबर, २०११ / मार्च, २०१४ /
पुनर्मुद्रण : जुलै, २०१७

P Book ISBN 9788177665178
E Book ISBN 9789386454348
E Books available on : play.google.com/store/books
www.amazon.in/b?node=15513892031

दूधगंगा, पंचगंगा आणि मुठा
या महाराष्ट्र-मातांस
आणि त्यांना
अखंड जीवन देणाऱ्या पश्चिम-सागरास...

'नांगरणी'मधील 'मी'ची (आनंदची) शैक्षणिक व नोकरीची वर्षे

१) एस.एस.सी. (११वी) मे १९५५ (कागल)

२) कॉलेजचे पहिले वर्ष (F.Y.) जून १९५५ ते मे १९५६ अखेर (रत्नागिरी)

३) कॉलेजचे दुसरे वर्ष (Inter) जून १९५६ ते मे १९५७ अखेर (कोल्हापूर)

४) कॉलेजचे तिसरे वर्ष (Jr.B.A.) जून १९५७ ते मे १९५८ अखेर (कोल्हापूर)

५) कॉलेजचे चौथे वर्ष (Sr.B.A.) जून १९५८ ते मे १९५९ अखेर (कोल्हापूर)

६) एम.ए.चे पहिले वर्ष (Jr.M.A.) जून १९५९ ते मे १९६० अखेर (कोल्हापूर)

७) एम.ए.चे दुसरे वर्ष (Sr.MA.) जून १९६० ते मे १९६१ अखेर (पुणे)

टीपा : अ) जानेवारी १९६० ते मार्च १९६१ अखेर पुणे आकाशवाणी केंद्रावर 'Script-writer cum Assistant to the Producer' या जागेवर नोकरी केली.

ब) मराठी-संस्कृत विषयांचा प्राध्यापक म्हणून २० जून १९६१ रोजी रयत शिक्षण संस्थेच्या पंढरपूर येथील 'पंढरपूर कॉलेज'मध्ये नोकरीवर रुजू होण्यासाठी कागलहून पंढरपूरला १९ जून १९६१ ला प्रयाण.

चार शब्द

एस.एस.सी. पर्यंतचा माझा शिक्षणकाल 'झोंबी'मध्ये आला आहे. त्यानंतरचा एम.ए.ची पदवी मिळेपर्यंतचा काळ 'नांगरणी' मध्ये आहे.

'झोंबी'मधील मध्यवर्ती संघर्ष हा प्रामुख्याने रुढीपरंपरांच्या स्वाधीन झालेले आणि दारिद्र्याच्या गर्तेत सापडलेले माझे वडील आणि मी यांच्यामधील आहे. व्यक्तीव्यक्तींमधील हा संघर्ष असल्यामुळे त्याला ठळक मूर्त रूप प्राप्त झाले. वडिलांचा पिंडधर्मही त्याला काही अंशी कारणीभूत आहे. पण एस.एस.सी. नंतर मी घरातूनच निघून गेल्याने आणि एम.ए.चे शिक्षण होईपर्यंत जवळजवळ घराबाहेरच राहिल्याने 'नांगरणी'तील संघर्षाचे स्वरूप 'प्रतिकूल परिस्थितीच्या विरोधात मी' असे अमूर्त राहिले आहे. परिस्थिती ही अमूर्त स्वरूपातच व्यक्तीला घेरून असते. तिच्याशी संघर्ष करणे म्हणजे शक्य असेल तर त्या परिस्थितीला वाकविणे किंवा तिला टाळणे किंवा तिच्यातून वाट काढणे होय. असा संघर्ष हा एका अर्थी आपला आपल्याशीच असतो. आपल्यावर आपणच नियंत्रण ठेवणे, उधळणाऱ्या तरुण मनाला सतत लगाम घालणे, स्वतःला नवे वळण लावणे, परिस्थितीवर स्वतः परिश्रमपूर्वक मात करणे, त्या-त्या वेळच्या वासना-विकारांवर विजय मिळविणे, सोसणे, असे त्याचे स्वरूप असते.

त्यामुळे हा काळ माझ्या मानसिक, बौद्धिक, सांस्कृतिक फुलणीचा आणि घडणीचाही मानावा लागतो. या काळात मला जो विकासासाठी आणि स्वतः घडण्यासाठी संघर्ष करावा लागला, त्याचे स्वरूप प्रामुख्याने आंतरिक होते. 'झोंबी'तील बाह्य संघर्षाच्या तुलनेने ते सूक्ष्म होते.

या विकासकाळात मला भेटणारी, माझ्यावर संस्कार करणारी, मला सहाय्य करणारी माणसे सामाजिक, सांस्कृतिक दृष्ट्या वेगळ्या आणि माझ्यापेक्षा वरच्या स्तरातील व वर्गातील होती. अशा सुशिक्षित, संस्कारयुक्त व्यक्तींशी होणारा संघर्ष (व्यक्तींसह) मी टाळू शकत असे. अशा व्यक्ती समाजात टाळता येणे शक्य असते. पण कौटुंबिक संघर्षात व्यक्ती कुटुंबातीलच असल्याने तिला टाळता येणे शक्य नसते. म्हणून त्या संघर्षाचे स्वरूपही वेगळे असते. प्रसंगी ते निकराचे असते. 'झोंबी'त ते तसे आले आहे.

ग्रामीण परिसर सोडून मी शिक्षणासाठी निरनिराळ्या शहरांत राहिलो. तरीही

घर सुटले नव्हते. त्याची माझ्याशी जोडलेली नाळ तशीच राहिली; पण मी घराबाहेर असल्याने तिने नवे रूप धारण केले.

कॉलेजजीवनात वैचारिक वाचन बरेच झाले. अनेक विचारी व्यक्ती भेटल्या. त्यांचा परिणाम होऊन माझ्या स्वभावात एक चिंतनशील प्रौढपणाही हळूहळू येत गेला.

वरील सर्व कारणांमुळे 'झोंबी'पेक्षा 'नांगरणी'चे लेखन काहीशा वेगळ्या प्रकृतीचे झाले आहे. या काळात माझी प्रकृती प्रामुख्याने आत्मशोधाची, स्वतःला जाणीवपूर्वक घडवणाऱ्याची होती आणि आत्मजाणिवांच्या प्रकाशात इतरांचे संबंध आपल्याशी कोणत्या प्रकारचे आहेत, हे पाहणाऱ्याचीही होती.

'नांगरणी'तील आंदोलने ही, आपल्या कुटुंबासह आपल्याला माणसासारखे जगता यावे म्हणून खालच्या सामाजिक स्तरातून वरच्या सामाजिक स्तरात जाऊ पाहणाऱ्या संवेदनशील तरुण मनाची आहेत. कदाचित ही आंदोलने आत्मोद्धार करू पाहणाऱ्या किंवा माणसात येऊ पाहणाऱ्या प्रत्येक तरुण मनाचीही कमी-अधिक फरकाने होऊ शकतील.

'झोंबी'ला वाचकांनी अलोट प्रतिसाद दिला. त्यांनी 'झोंबी'नंतरच्या कालपटावरील साहित्यकृतीची अतीव जिज्ञासेने मागणी केली; म्हणून 'नांगरणी'चे लेखन झपाट्याने झाले. आज ते प्रसिद्ध होत आहे. ही 'नांगरणी' त्यांच्यासाठीच आहे.

'नांगरणी'चे लेखन करत असताना जुना पत्रव्यवहार पाहावा लागला. त्या पत्रव्यवहारावरून दिसून आले की, माझी बहीण धोंडूबाई हिचे लग्न मी महाविद्यालयात शिकत असताना झाले आहे. वस्तुस्थिती अशी असल्याने तिच्या लग्नाचा 'झोंबी'त अनवधानाने आलेला उल्लेख 'झोंबी'च्या दुसऱ्या आवृत्तीतून वगळला आहे. 'नांगरणी'त तो विस्तृतपणे आला आहे.

'नांगरणी'चे लेखन करताना 'झोंबी'च्या वाचकवर्गाने मला लेखनासाठी प्रचंड आत्मविश्वास दिला. माझी कन्या कु. कीर्ती हिच्याशी लेखनकाळात मी सदैव चर्चा करीत होतो. तिने हे संपूर्ण लेखन वाचून मला काही महत्त्वाच्या सूचना केल्या. माझे मित्र प्रा. कमलाकर दीक्षित, डॉ. सुधाकर भोसले आणि प्रा. गणेश देशमुख यांनीही हे लेखन वाचून 'नांगरणी'ला आकार आणण्यास मोलाची मदत केली. चर्चा वगैरेच्या स्वरूपात इतरांचीही मदत झालेली आहेच. या सर्वांचा मी कृतज्ञ आहे.

जुलै १९९० **आनंद यादव**

एक

एस.एस.सी.चा रिझल्ट घेऊन मळ्याकडं जावं लागलं.

सगळी खालच्या आवडात सड वेचत होती. तिथं जाऊन सगळ्यांना पास होऊन वर्गात तिसरा नंबर आल्याचं सांगितलं.

आई म्हणाली, ''बरं झालं. तुझ्या शिक्षणाची आता कटकट मिटली. आता कुठंतरी झटक्यासरशी नोकरी बघ. घरात चार पैसं यायला लागू देत. तुझ्यासाठी सगळ्या घरादारानं खस्ता खाल्ल्यात. त्येच्या तोंडात आता तुझ्या हातचा घास पडू दे.''

''करू या. जाऊ द्यात चार दीस.''

''आता चार दीस नि कशाला घालवत बसतोस? रातचं तुझ्या मास्तराकडं जा. म्हणावं, 'आता नोकरीचं वय झालंय. मला कुठंतरी नोकरीला लावून द्या.''' सडांचा ढीग करत दादा म्हणाला. सातवी पास झाल्यावर ''अजून नोकरीचं वय न्हाई. अठरा वरसं पुरी व्हावी लागत्यात; म्हणून नाईक मास्तरांनी सांगितलंय.'' असं मी दादाला जे सांगितलं होतं; ते त्यानं पक्कं ध्यानात ठेवलं होतं.

मी तसाच थोडा वेळ उभा राहिलो.

''हुबा ऱ्हाऊ नगं. कामाची कापडं घालून ये जा. अजून सड येचायचं पडल्यात. आटंगं रान पसरलंय नजरं म्होरं. कवा व्हायचं हे?''

''हां!'' मी चाललो. मन खट्टू झालं. वाटलं होतं; थोडं तरी कौतुक होईल.

''आणि येताना काड्याची पेटी घेऊन ये. ढीग पेटवून देऊ या.''

''बरं.''

इलाज नव्हता. माझ्याजवळही नव्हता नि त्यांच्याजवळही नव्हता. ज्याच्या त्याच्या पाठीमागं काम लागलेलं. पोटाचा खड्डा तरीही भरत नव्हता. त्यांच्या ताटातल्या अपुऱ्या भाकरीतला कोरकोरभर तुकडा उचलून मी माझ्या पोटात ढकलला होता नि शिकलो होतो. आता त्यांच्या तोंडात माझ्या नोकरीतनं एक एक घास तरी पडायला पाहिजेच होता.

मित्रांच्या संगतीत पास झाल्याच्या आनंदात दोन रात्री बऱ्या गेल्या. खडतर परिस्थितीत शिकलो नि तरी पास झालो, याचं त्यांना कौतुक वाटलं.

आबाजीनं आपली एस.एस.सी.ची पुस्तकं दिली होती, ती परत केली.

काहीतरी करून थोडे पेढे आणले. आईच्या सांगण्यावरनं ते गावातल्या पाचसात तालेवार मंडळींना वाटले. मी एस.एस.सी. पास झाल्याचं त्यांना कळावं, त्यांच्या ओळखीपाळखीनं, वशिला-वटकणानं नोकरी मिळावी, अशी तिची, माझी इच्छा.

तिसऱ्या दिवशी भटगल्ली शेजारी राहणाऱ्या रामगोंड पाटील या मित्राकडं गेलो. त्यानं सांगितलं, "आज रात्री आम्ही सगळे मिळून हेडमास्तरांच्याकडं 'पुढं काय करायचं' त्याचा सल्ला घ्यायला जाणार आहोत. तू पण चल."

मला पालवी फुटल्यागत झालं. सगळी ब्राह्मण मुलं सल्ला घ्यायला जाणार होती... कुणाला काय, कुणाला काय सांगत्यात ते ऐकावं; आपल्यालाबी उपयोगी पडंल. मलाबी काय तरी सांगतील. सगळी परिस्थिती पुन्ना एकदा त्येंच्या म्होरं मांडावी. त्यातनं काय वाट निघाली तर निघाली.

मी होकार भरला.

रात्री त्यांच्याबरोबर गेलो. साताठ मुलं होती. सगळ्यांत पाठीमागं मी बसलो. मास्तर सगळ्यांच्या स्वप्नांना आकार कसा देता येईल, हे सांगत होते. सायन्सला जाता येईल, गणित घेऊन एम.एस्सी. होता येईल, डॉक्टर होता येईल, इंजिनिअर होता येईल, वडील वकील आहेत, तर एल.एल.बी. कर. वडिलांच्या व्यवसायाचा फायदा उठवता येईल; असं काही सांगत होते. मुलं मनोभावे ऐकत होती. उत्तेजित होत होती.

मी मागं राहिलो. माझी अडचण वेगळी होती. मी थोडक्यात सगळं सांगितलं. अशा गरिबीत शिक्षण घेण्यासाठी काय करता येईल, म्हणून विचारलं.

"अशा परिस्थितीत आता दुसरा काही मार्ग नाही. तू आपला कुठंतरी नोकरी पाहा. शाळेत शिक्षक म्हणून, कारकून म्हणून, कुठंतरी हिशोबनीस म्हणून नोकरी मिळू शकेल. कॉलेजचं शिक्षण फुकट कुठंच होऊ शकणार नाही. सगळी कॉलेजेस शहरात असतात. तिथं राहण्याचा, जेवणाचा फार मोठा प्रॉब्लेम असतो. तुझ्याजवळ तर एक दमडीही असणार नाही."

"होय." मी शुद्ध बोलण्याचा प्रयत्न करीत होतो.

"ठीक आहे. खूप शिका. अधूनमधून जरूर भेटा. मोठे व्हा, नाव कमवा. मात्र शाळेला विसरू नका." असं सगळ्यांना म्हणून वक्तशीर वागणारे हेडमास्तर जेवायला उठले. त्यांच्या उठण्याबरोबर आम्ही बाहेर पडलो.

घराकडं परतलेली मुलं मित्रांबरोबर उत्साहानं आपल्या ध्येयाविषयी चर्चा करू लागली. भविष्यातली आपली रूपं मनासमोर आणू लागली... मी मात्र त्यांच्या मागोमाग एका लुकड्या कारकुनाचं चित्र मनावर ओझ्यासारखं वागवत मुकाट चाललो.

मास्तरांचा मनोमन थोडा रागही आला... मास्तर, मी कारकून व्हावं, असं तुम्ही कशाला सांगायला पाहिजे? कुठंच काय न्हाई मिळालं तर पोटापाण्यासाठी कारकूनबी हुईन. मळ्यात जन्मभर मरण्यापेक्षा कारकुनी कितीतरी बरीच. पर चार वाटा शिक्षणासाठी दावल्या असतासा, 'कुणाला तरी सांगतो' म्हणाला असतासा तर जिवाला बरं वाटलं असतं.

...त्या अंधारात काळ्या मातीच्या चिखलागत झालेला माझा चेहरा कुणाला दिसत नव्हता.

प्राथमिक शाळेतल्या नाईक मास्तरांच्याकडं गेलो नि त्यांनी जिल्हा शिक्षण बोर्डाकडं अर्ज करायला सांगितलं.

मी तो केला. दादाला ते सांगितलं. आता लौकरच नोकरी मिळेल अशी त्याला आशा लागली.

गल्लीत विष्णोबा सणगरांची खोली होती. आबाजीचे ते थोरले बंधू. बेचाळीसच्या क्रांतीतले छोटे कार्यकर्ते. तुरुंगवास भोगून बाहेर पडलेले. त्यांच्याकडं भरपूर वर्तमानपत्रं येत असत. त्यात 'नवयुग', 'भूदान', 'साधना', ही साप्ताहिकं आणि 'पुढारी', 'सकाळ', 'लोकसत्ता', ही दैनिकं असत. त्यांच्या वाचनाचं वेड मला अतोनात लागलं.

गल्लीतल्या पोरांत आता बसवत नव्हतं. बऱ्याच जणांनी सातवीतनं शाळा सोडलेली. दोघातिघांनी हायस्कुलात एकदोन वर्षं शिकून सोडलेली. आबाजी-तुकाराम हे दोघेही हायस्कूल शिक्षणातनं मुक्त झालेले. आता गल्लीतलं माझ्या वारगीचं शिकणारं कुणीच नव्हतं. मीच एकटा एस.एस.सी. झालेला. पोरं सिनेमा, गप्पाटप्पा, खाणंपिणं, यांत रमून जात. रात्री बसून असंच काहीबाही बोलत... मला पुढं कसं शिकता येईल, मिळाली तर नोकरी करून शिकता येईल का, कोल्हापूरला नोकरी मिळाली तर शिक्षण घेता येईल का, याचा ध्यास लागलेला... हे नोकरीचं कसं जमणार? राक्षसी प्रश्न पडलेला. एकटा एकटा विचार करत बसत होतो.

रिझल्ट लागून पंधरा-वीस दिवस गेल्यावर मनात एक निर्णय झाला. कॉलेज सुरू व्हायच्या आधीच कुठंतरी कोल्हापुरात नोकरी मिळवायची... म्हंजे मग कॉलेज सुरू झाल्यावर नेमानं शिकाय जाता येईल.

मी कोल्हापूरला नोकरी हुडकायला गेलो. भालजी पेंढारकर, बाळ गजबर यांनी तयार केलेले सिनेमे मी पाहिले होते. त्यांतली त्यांनी उभी केलेली ध्येयवादी माणसं पाहून या माणसांबद्दल मला ओढ निर्माण झालेली. ही माणसं अशीच ध्येयवादी असतील, असं वाटे. त्यांच्या सिनेमांतल्या सज्जन माणसांसारखीच माझी फरफट होत होती. शिक्षणासाठी माझी चाललेली धडपड आणि झालेली दशा त्यांना सांगावी नि सिनेमा-स्टुडिओत कुठंही, कसलीही बिगार कामं करावीत आणि कॉलेज

शिकावं, असं वाटत होतं.

स्टुडिओच्या दारात जाऊन दहा वाजताच उभा राहिलो. उभ्या गजाचं मोठं फाटक बंद. त्याला असलेला छोटा दिंडी-दरवाजा अर्धवट उघडा. फाटकाच्या आत पहारेकऱ्याची चौकी. त्या चौकीत मिश्यावाला, खाकी पोलिसी पोशाख केलेला तगडा पहारेकरी.

फाटकाच्या बाहेरनं मी विचारलं, ''भालजी पेंढारकरांस्नी भेटायचं हाय.''

''कशाला भेटायचं हाय?'' त्यानं माझ्या फाटक्या अंगाकडं निरखून बघत विचारलं.

''मी परगावास्नं आलोय. नोकरीसाठी चौकशी करायची हुती.''

''नोकरी न्हाई मिळायची हितं.''

''त्यांस्नी एकदा भेटून तरी इचारतो.''

''अहो भेटून काय इच्चारता? मला ठावं हाय. रोज छप्पनजण अशी नोकरी मागाय येत्यात. त्यांस्नी 'नोकरी न्हाई' म्हणून बाबा वाटंला लावत्यात. बघतोय न्हवं मी?''

''मला नुसती गाठ तरी घेऊ द्या. मी कॉलेजचा विद्यार्थी हाय. शिक्षणासाठी म्हणून मला नोकरी पाहिजे. मी कुणी बाकीच्या माणसांसारखा पोटासाठी नोकरी मागाय आलो न्हाई. माझ्या अंगात थोडी कलाबी हाय. नकला, नाट्यछटा, गाणी, अभिनय मी करतोय. त्यांस्नी माझा उपयोग हुईल. मलाबी शिक्षणाला मदत हुईल.''

''आता कॉलेजात शिकता तर हिकडं कशाला येता? दुसरीकडं कुठंतरी नोकरी बघा. सिनेमाचा नाद भिकारचोट हाय. जल्माचं वाटुळं हुईल ह्येनं.''

मी एकदम टरकलो... काय ह्यो माणूस! हितंच खातोय नि हितंच घाण करतोय!

''मला नुसतं भालजी बाबांस्नी भेटू तरी द्या.'' मी जरा नेट लावून म्हणालो.

''वाट्टेल त्येला भेटायला परवानगी न्हाई. त्यांस्नी घराकडं गेल्यावर भेटा. आता मला आत सोडता येणार न्हाई.''

पहारेकऱ्याच्या मी खूप मिणत्या केल्या. जसजसा मी त्याला आर्जवं करू लागलो तसतसा तो जास्तच चिडत गेला नि ''तीन दीस जरी बसलास फाटकात तरी आत सोडणार न्हाई.'' म्हणाला.

मी निराश झालो. मनात विचार केला की सुट्टी झाल्यावर किंवा काहीतरी निमित्तानं भालजी बाहेर येतील; तेव्हा त्यांना भेटावं; म्हणून वाट बघत बसलो.

नटनट्या येत होत्या, जात होत्या. सकाळी अकरा ते पाचपर्यंत बसलो. पण भालजी कधी आले नि कधी गेले याचा पत्ताच लागला नाही. उदास होऊन सहाच्या सुमाराला परत फिरलो... दुसरीकडं कुठंतरी बघावी. हितं बसून काय फायदा हुईल,

असं दिसत न्हाई.

पत्ता काढून बाळ गजबरांच्या घरी गेलो. ते औटडोअर शूटिंगसाठी कुठंतरी गेले होते. रात्री येणार होते. कधी येतील ते सांगता येणार नव्हतं. म्हणून भाई माधवराव बागल यांच्याकडं गेलो.

त्यांनी आस्थेनं आत बोलावून घेतलं. त्यांना माझी सविस्तर हकिकत सांगितली. ''नकला, नाट्यछटा, अभिनय करतो, गाणी म्हणतो, चित्रं काढतो, या क्षेत्रात पुढं जावंसं वाटतंय,'' असंही त्यांना सांगितलं. त्यांनी 'पुढं जाण्याविषयी' भरपूर प्रोत्साहन दिलं. आपली पन्नासभर चित्रं दाखवली. आपण कलासाधना कशी केली हेही सांगितलं. मला वाटू लागलं 'हा चांगला माणूस हाय, समाजाविषयीच्या उद्धाराच्या तळमळीनंच हे फुडारी झालं असलं पाहिजेत.'

मी हळूच नोकरीचा विषय काढला. ''कुठंबी, कसलीबी नोकरी मिळाली तरी चालंल. कुणालाबी तुम्ही चिठी द्या. मी त्येंच्याकडं जाऊन काम मागतो नि माझं शिक्षण पुरं करतो.''

ते बोलता बोलता आकसल्यासारखे झाले. ''एकदम अचानक मी तुम्हाला कशी चिठ्ठी देणार? मी चार ठिकाणी अगोदर चौकशी करतो. तुम्ही असं करा ना; जूनमध्ये कॉलेज चालू झाल्यावर माझ्याकडं या. आपण कुठं काय जमतं की काय ते बघू.''

मी त्यांना परोपरीनं आताच नोकरी मिळणं कसं जरुरीचं आहे, ते सांगितलं. पण त्यांनी 'नंतर या' चा सूर पुन: पुन्हा आळवला... सौजन्यानं मला वाटेला लावण्यासाठी तो होता, याचा मनोमन अनुभव आला. रात्रीच्या काळोखात मी बाहेर पडलो.

परत असंच गावाकडं जाणं नको वाटत होतं... नुसत्या दोन माणसास्नी तर भेटणं झालं. नोकरीचा तर पत्त्याच न्हाई. रातच्या रात हितंच वस्तीला -हावं नि सकाळी उठून गजबरसाहेबाकडं लौकर जावं, म्हंजे ते भेटतील. मग परत येऊन शाहूपुरीच्या दुकानात कुठं कारकून म्हणून नोकरी मिळती का बघावं.

मी दत्ताजीराव देसाईंच्या घराकडं गेलो. माझ्या शिकण्याच्या धडपडीची त्यांना कल्पना होती. ते आमच्या गावीच आतापर्यंत राहात होते. पण गेल्या दोनतीन वर्षांपासनं अधूनमधून कोल्हापुरास येऊन राहात होते. त्यांच्या एकुलत्या एका मुलीचं तिथं शिक्षण चाललं होतं.

त्यांना जुन्या रयताचा मुलगा आला म्हणून बरं वाटलं. एस.एस.सी. पास झाल्याचं ऐकून आणखी बरं वाटलं. घरची सगळी चौकशी केली. कोल्हापुरात शाहू महाराजांनी अनेक बोर्डिंगं काढल्याची माहिती त्यांनी दिली. थोड्या पैशांत तिथं राहण्याजेवण्याची व्यवस्था करण्याचा प्रयत्न करू, म्हणून सांगितलं. पण ते 'थोडे पैसे' तरी कसे मिळवायचे, हा माझ्यापुढं प्रश्न होता. त्यासाठी मला थोडी तरी नोकरी

कोल्हापुरात मिळायला पाहिजे होती; हेही मी त्यांना सांगितलं. त्यांनी शाहूपुरीतल्या तीन चार अडत्यांची नावं मला देऊन त्यांना भेटायला सांगितलं. रात्री जेवायला घातलं. झोपायला सोप्यात जागा दिली... माझा उत्साह वाढला. त्यांच्या ओळखीनं काहीतरी होईल, असं वाटू लागलं. मी सुखानं झोपी गेलो.

सकाळी लौकर उठून बाळ गजबर यांच्याकडं गेलो.

"आहेत, आत्ताच उठलेत. काय काम आहे?" एका बाईनं दार उघडून विचारलं.

"मी गजबर साहेबांच्या गावचा हाय; कागलचा. मला त्यांस्नी थोडं भेटायचं हाय. काही काम मिळतं का चौकशी करायची हाय."

आतून कुणीतरी दुसऱ्या बाईंनी माझं बोलणं ऐकलं.

"एक तासानं या, म्हणावं." त्यांनी आतून त्या बाईंना सांगितलं. त्या बाईनं तेच मला सांगितलं.

"बरं." म्हणून मी पायऱ्या उतरून गेलो.

घरासमोरच एका बाजूला एका बंद दुकानाच्या फळीवर जाऊन बसलो.

तासाभरानं पांढरेशुभ्र कपडे घातलेली एक व्यक्ती दार उघडून बाहेर जायला निघाली. मी तडकाफडकी उठून तिकडं धाव घेतली.

"रामराम. गजबरसाहेब आपणच न्हवं?"

"हो."

"मला आपल्याला थोडं भेटायचं हुतं."

"काय काम आहे?"

"दोन मिंटं घरात बसू या काय? मला हुब्या हुब्या सांगता यायचं न्हाई." ...सगळी कहाणी त्यांना समजून सांगावी असा मनात विचार होता.

"मी गडबडीत आहे. चटकन काय ते कामाचं बोला. घरात बसता यायचं नाही. रंग द्यायचं काम चालू आहे."

"मी कागलचा."

"ते ठीक आहे. पुढं बोला." ते उभ्याउभ्याच बोलू लागले.

"मला काय तरी काम मिळालं तर हवं हाय. काम करून मला कॉलेजचं शिक्षण पुरं करायचं हाय. परिस्थिती फार बिकट हाय."

"मी कुठलं काम देऊ?"

"तुमच्या स्टुडिओत द्या. घरकामसुद्धा मी करीन."

"माझा स्टुडिओ नाही. घरात काम करायला पूर्वीच नोकर ठेवलेत. तुम्ही कुठंतरी शिक्षणसंस्थांत नोकरी शोधा. तिथं तुम्हांला काम मिळेल." ते पायऱ्या उतरून गाडीकडं गेलेही.

मी त्यांच्याकडं बघत उभा राहिलो. पाठीमागचं घराचं दार झाकलं गेलं. गाडीचंही तसंच. दोन्ही कानांवर आवाजाचे दोन दणके.

माझ्या जन्माला शिव्याशाप देत मी परत फिरलो. चालत चालत शाहूपुरीत गेलो. दत्ताजीराव देसायांनी ज्या चार दुकानदारांची नावं दिली होती; त्यांच्याकडं गेलो. तिथंही कमीअधिक फरकानं तोच अनुभव आला. शेंगा, गूळ यांची सुगी संपली होती. एरवी गजबजणारी शाहूपुरी निवांत झालेली दिसत होती. त्यामुळं अडत दुकानांतलीही कामं संपली होती. अडत्यांना कारकून-मापाड्यांची गरज नव्हती. शिवाय "असलं काम करायला अगोदर शिकलं पाहिजे. एखाद्या अडत्याकडं सीझन साधून दोन वर्षं फुकट उमेदवारी केली पाहिजे. तिसऱ्या वर्षी मग चार पैसे मिळतील. असं उक्त्या माणसाला काम मिळणार नाही या लायनीला." म्हणून एका शेठजींनी सल्ला दिला.

ज्यांच्याकडं नोकरी, निदान काहीतरी काम मिळेल, असं मला वाटत होतं, त्यांची माझ्याजवळची नावं आता संपली होती. हताश होऊन मी परत फिरलो.

बारा मैलांचा प्रवास चालत केला. दुपारी तीनचारच्या सुमाराला कागलात येऊन पोचलो. मनाला टाके घालून पुन्हा मळ्यात कामाला लागलो.

◆

दोन

जूनचा पहिला पंधरवडा गेला. कॉलेजेस वीस जूनला सुरू होणार होती. माझा जीव तळमळत होता; पण काहीच करता येत नव्हतं. काहीसा निराश होऊन गेलो होतो.

विष्णोबांच्या खोलीवर देशाविषयी, समाजातल्या अनेक प्रश्नांविषयी गंभीरपणे चर्चा चाले. मला ती चर्चा खूप ऐकावीशी वाटे. त्यांच्या बोलण्यातनं आपले प्रश्न सुटायला मदत होईल, असं वाटत होतं. चर्चा करणारी माणसं कार्यकर्ती असल्यामुळं ही समाजाचे प्रश्न सोडवतील, अशी मनोमन खात्री वाटत होती. तिथं येणाऱ्या दैनिकां-साप्ताहिकांत अशाच प्रश्नांविषयी विचार मांडलेले असत. ते वाचून जीव गंभीर होत चाललेला. एका बाजूला गोवामुक्ती आंदोलनाविषयीच्या बातम्या आणि चर्चा भरपूर येत होत्या. त्यात तरुण भाग घेत होते. त्यांचे पराक्रम भान हरपून वाचत होतो.

दुसऱ्या बाजूनं भूदानाची विनोबांची चळवळ जोरात चालली होती. 'भूदान' आणि 'साधना' ही दोन साप्ताहिकं वाचून माझं मन त्या चळवळीकडं ओढ घेऊ लागलं. ...माझ्या घरचं दारिद्र्य, मजुरी, कष्ट, दुसऱ्याच्या मळ्यावर राबवून दुसऱ्याची धन करणं, हे ह्याच चळवळीनं टळेल, असं वाटू लागलं. विनोबांची गांधीजींच्यासारखी साधी राहणी. त्यांचं मैलोन्मैल पायी चालणं, गरीब भूमिहीन माणसासाठी जमीन मागून घेऊन त्याला देऊ करणं, हाच गरिबी नाहीशी करण्यावरचा खरा उपाय, असं वाटू लागलं. विनोबांच्या साध्या राहणीमुळं, आचारविचारांमुळं ते जवळचे वाटू लागले... शिक्षण न्हाई मिळालं तर न्हाई. आपूण विनोबांकडं जाऊ. त्येंच्यागत आजन्म ब्रह्मचारी ऱ्हाऊ. नगंच ते लगीन. पोराबाळांचं नुसतं लेंढार. देशात लोकसंख्या रग्गड झालीया. तिलाच आदूगर सुखानं खायला मिळत न्हाई. त्यात आपल्या ढीगभर पोरांची भर कशाला? आपूण विनोबांस्नी त्येंच्या कार्यात मदत करू. चळवळीत जन्मभर ऱ्हाऊ.

वाचन वाढत होतं. विष्णोबांकडची भूदानावरची पुस्तकं वाचून काढू लागलो. तिथं येणाऱ्या लोकांना मनात येणारे प्रश्न विचारू लागलो. त्यांना माझ्या ध्येयाबद्दल कौतुक वाटू लागलं.

बापूसाहेब सुतार नावाचे भूदान-कार्यकर्ते विष्णोबांच्याकडं अधनंमधनं येत होते.

चर्चा करत होते. मी त्या मांडी घालून, दोन्ही हातांची घडी घालून, कोपर मांडीवर ठेवून, मान पुढं झुकवून ऐकायला बसे. शब्द नि शब्द प्यावासं वाटे.

सुतारांच्या ते लक्षात येई. बोलता बोलता ते मधूनच माझ्याकडं बघत. माझे बालबोध प्रश्न समजून घेत. त्यांची उत्तरं मला समजतील अशा पद्धतीनं देत.

ते असेच गप्पा मारून बाहेर पडले. मीही त्यांच्याबरोबर बाहेर पडलो. त्यांच्याबरोबर अंधारात चालू लागलो.

''तुम्हांला कुठं जायचंय?'' त्यांना मला सहज विचारलं.

''तुमच्याबरोबरच यायचं हाय.''

''कुठं?''

''कुठं न्हाई; थोडं बोलायचं हाय.''

''चला, आपण बोलत बोलत जाऊ. निकमसाहेबांच्याकडं मला जायचं आहे. त्यांचं घर आलं की तुम्ही परता.''

''बरं.''

''बोला.''

''मला विनोबांच्याकडं जावंसं वाटतंय.''

''का?''

''त्यांचं कार्य, विचार मला पटतात. त्या कार्याला वाहून घ्यावंसं मला वाटतंय, त्यांच्यासारखं ब्रह्मचारी व्हावंसं वाटतंय.'' मी जास्तीत जास्त शुद्ध बोलण्याचा प्रयत्न केला.

''असं?'' त्यांना आश्चर्य वाटलं.

''हां! मला त्यांच्याकडं तुम्ही पाठवू शकाल काय?''

''घरी परवानगी मिळेल का तुमच्या?''

''मी पळून जावं म्हणतो. माझे आईबा अडाणी हाईत. त्यांना ह्यातलं कायबी कळणार न्हाई. घरात दारिद्र्य भरपूर हाय. त्येच्यावर 'भूदान' एवढाच एक उपाय मला वाटतो. हे कार्य तुम्ही म्हणता तसं तरुण वर्गानं मनावर घेऊन केलं पाहिजे. मी तरुण हाय. मला विनोबांकडं पाठवून द्या.'' शुद्धाशुद्ध जसं सुचेल तसं भडाभडा बोलत होतो.

ते थोडे चकित झाले. ''पुढील आठवड्यात मी पुन्हा कागलला येतो आहे. आपण सगळे बसू. विचार करून काय ते ठरवू. तुम्हीही पूर्ण विचार करून ठेवा. दौलतराव निकम इथं आहेत, त्यांच्याजवळही हा प्रश्न काढा. विचार चांगला आहे, पण सर्वानुमते काय ते ठरवू. भूदानात सचोटीचे तरुण कार्यकर्ते हवेच आहेत.''

मी होकार दिला. निकमसाहेबांचं घर जवळ आलं. परतण्यासाठी मी निरोप घेतला.

मधे आठ दिवस गेले.

मळ्याकडनं आलो नि चहा पिऊन विष्णोबांच्या खोलीवर गेलो. निकमसाहेब आणि बापूसाहेब सुतार रविवारची वर्तमानपत्रं वाचताना दिसत होते. विष्णोबा तोंडात पानाचा तोबरा धरून वाचतावाचता काहीतरी बोलत होते. मी सगळ्यांना नमस्कार करून बसलो.

"या जकाते. तुमचीच वाट बघत होतो." निकमसाहेब बोलले.

"बापूसाहेब सुतारनी तुमच्याविषयी मला सांगितलं. नंतर मी विष्णोबांनाही तुमच्याविषयी विचारलं. सगळी माहिती मिळवली. तुम्ही काय पळून जाणार भूदानात?" त्यांनी मला प्रश्न केला.

निकमसाहेबांच्या त्या एकाएकी आलेल्या प्रश्नानं मी जरा येडबडून गेलो.

"पळून असं न्हाई. पण जावंसं वाटतंय. घरच्यांनी लावून दिलं न्हाई तर त्यांस्नी न जुमानता जावंसं वाटतंय."

"नाही; पण तुम्ही काहीतरी कॉलेजचं शिक्षण घेण्याचा विचार आहे, असं अगोदर विष्णोबांना म्हणत होता."

"व्हय."

"म्हणजे शिक्षणाचा विचार तुम्ही सोडून दिलेला दिसतोय. निदान तुमच्या त्या विचारात फारसा दम नाही, असं दिसतंय. लगेच तो तुम्ही बदलूनही टाकलात."

"न्हाई; त्यो पक्का हाय."

"असं?"

"हां!"

"कितपत पक्का आहे? शिक्षण घ्यावंसं खरोखरच वाटतंय का?"

"हां!"

"कशासाठी?"

"बऱ्याच कारणांसाठी घ्यावंसं वाटतंय. पर ते का घ्यायचं मला नीटसं सांगाय जमायचं न्हाई." मी थोडासा गांगरल्यासारखा झालो.

"न जमायला काय झालं? आम्हांला काय तुमच्याकडनं व्याख्यानाची अपेक्षा नाही. तुमच्या मनात नेमकं काय आहे ते कळलं तरी पुरे. तुम्ही तर हुशार विद्यार्थी आहात, असं विष्णोबा सांगत होते."

"...." मी गप्पच बसलो. काय बोलावं सुचेना.

"मला तर असं वाटतंय, तुम्हाला आईवडिलांना मदत करायला किंवा शेतात कष्ट करायला नको वाटत असावं. म्हणून तुम्ही शिक्षण घेण्याच्या निमित्तानं पळवाट काढत आहात."

"न्हाई, न्हाई. तसं मुळीच न्हाई." मला शब्द फुटले. "उलट आईवडिलांचे,

माझ्या भावंडांचे कष्ट मला बघवत न्हाईत. रातध्याड ती मळ्यात मरमर मरत्यात. तरी त्यास्नी सुखाचा दीस बघायला मिळत न्हाई. एवढी राबणूक करूनबी धड त्येंच्या पोटात घास पडत न्हाई. सालअखिरीला मळ्याच्या मालकाचीच सगळी भर करावी लागती. म्हणून; आपलं डोसकं चालतंय तर आपून शिकावं, ह्या ढोर-कष्टातनं आपल्याबरोबरच सगळ्या घरादाराला बाहीर काढावं, असं वाटतंय.''

''तुम्हाला शेतीत योजनापूर्वक कष्ट करूनही घरादाराला सुखाचे दिवस आणता येतील. कारकुनाची नोकरी घरादाराला बाहेर काढायला पुरी पडत नाही. नोकर माणसाला आपल्या प्रपंचाचं करेपर्यंतच नाकी नऊ येतात.''

''आमची स्वत:च्या मालकीची थोडी जरी जमीन असती तर तुम्ही म्हणता तसंबी करून बघितलं असतं. हितं सगळी राबणूक मालकाच्या फाळ्याची भर करण्यात जातीय. राबायचं नि मालकाची धन करायची, असं झालंय हितं. त्यात पुन्ना दलालाकडनं लागवडीला, कष्टापाण्याला आगाऊ पैसे घेतलेलं असत्यात. त्येला अठरा ते वीस टक्के व्याज द्यावं लागतंय. सुगीच्या टायमाला उरलंसुरलं त्येच्या घरात जातंय. आमच्या हातात शेवटाला कष्टाचं खुरपंच. सगळं अवघड होऊन बसलंय. दादा अडाणी. कोर्टकचेऱ्यांत त्येला कायबी कळत न्हाई, आणि अडाणी माणसाला तिथं कुणी इचारतबी न्हाई. सगळी फसीवत्यात. एखाद्या वकिलाच्या घराकडं जरी गेलं, तरी शिकलेल्या माणसालाच खुर्ची मिळती. अडाणी आपला बसतो भुईवर न्हाई तर वळचणीला. हे सगळं नको वाटतंय. ह्येच्यावर उपाय म्हणून शिकावंसं वाटतंय.''

''असं?''

''हां! शिकलो तर ह्या जगात आपल्यालाबी किंमत येईल, कुणी फसीवणार न्हाई, असं वाटतं. शेतकऱ्याला कवा मालक लुबाडतोय, तर कवा दलाल लुबाडतोय. कवा पाऊसपाणी आलं न्हाई तर दुस्काळ लुबाडतोय. जन्मभर आमची लुबाडणूकच चाललेली दिसतीया. नोकरी केली तर ती थोडीतरी चुकंल, असं वाटतंय. निदान थोडंतरी कायमचं उत्पन्न म्हैन्याच्या म्हैन्याला घरात येत ऱ्हाईल, असंबी वाटतंय.''

''खरं आहे ते. पण हे सगळं तुम्ही चिकाटी लावून, अभ्यास करत, पास होत गेलात, पदवीधर झालात तरच होईल; नाही का?''

''मी चिकाटी लावीनच. मी हुशार हाय. चिकाटीनं अभ्यास करतोय. पर्तेक वर्सी पास हुतोय, हे हायस्कूलमधल्या नि प्राथमिक शाळेतल्या मास्तरांस्नीबी ठाऊक हाय. वाटलंच तर तुम्ही त्यास्नी विचारून बघा. ते भेटल्यावर मला अजूनबी सांगत्यात; 'हुशार हाईस. खूप शीक. तुझ्या घरादाराचं कल्याण हुईल.'''

''असं सगळेच शिक्षक सगळ्याच विद्यार्थ्यांना सांगत असतात हो. असं

प्रोत्साहन दिलं की विद्यार्थी जास्त अभ्यास करतात, त्यांना शिक्षणाविषयी प्रेम वाटतं, शिक्षकाविषयी त्यांच्या मनात सद्भाव निर्माण होतो; म्हणून शिक्षक असं बोलतच असतात.''

"ते खरं असलं तरी माझ्या बाबतीत तेवढं खरं न्हाई. एवढ्या हालाखेलात कधीतरी हायस्कूलला जाऊनबी मी हायस्कूलमधी एसेसीला तिसरा आलोय. मला बऱ्याच विषयांत डिस्टिंक्शनचे मार्क्स मिळाल्यात. मी सातवीला कसाबसा शंभरभर दिवस गेलो नि तालुक्यात पैला आलो. मी कविता करतोय, चांगले निबंध लिहितोय, माझी चित्रकला चांगली हाय, मी नकला-नाट्यछटा उत्तम करतोय, माझं पाठांतर नि स्मरणशक्ती चांगली हाय– माझे हे सगळे गुण माझ्या शिक्षकांस्नी माहीत हाईत. म्हणून मला ते शीक म्हणत्यात.''

"पण शिकून तर तुम्ही नोकरीच करणार म्हणता. नोकरीत असल्या गुणांना फारसा वाव नसतो. भ्रमनिरास होईल तुमचा.''

"पण मी नोकरी धरणार ती माझ्या गुणांस्नी वाव मिळंल अशीच.''

"कोणती नोकरी करावीशी वाटते तुम्हाला?''

"बी.ए., एम.ए. झालो तर हायस्कूलमधी शिक्षक, न्हाई तर कॉलेजात प्राध्यापक हुईन म्हणतो.''

"प्राध्यापकच का? वकील, कलेक्टर, सिव्हिल जज्ज वगैरे होणार नाही का? ह्या तर मोठ्या पगाराच्या नि मानाच्या नोकऱ्या आहेत.''

"असतील; पण मला तिकडं जायचं न्हाई. प्राध्यापक होण्यात माझा दुहेरी फायदा हाय. एक तर ह्या नोकरीत रोज दोनचार तास शिकवलं की माणूस मोकळा हुतो. ह्या मोकळ्या टायमात मला वाचन करता येईल. लेखनबी करायला उसंत मिळंल. वाचायची मला खूप आवड हाय. थोरामोठ्यांची पुस्तकं वाचावीत असं वाटतंय.''

"तसं बाकीच्यांनाही वाटतंयच. त्यात विशेष ते काय?''

"बाकीच्यांस्नी एखादी गोष्ट समजायला उशीर लागतो. मला ती चटकन समजती. ती चटकन समजण्यासाठी, लक्षात राहण्यासाठी मला काही युक्त्या सुचतात. त्या बाकीच्यास्नी सुचत न्हाईत. आपल्याला ज्या नव्या मार्गानं एखादं ज्ञान चटकन हुतं; ते मार्ग विद्यार्थ्यांस्नी सांगावंत, असं वाटतं. शिक्षक न्हाईतर प्राध्यापकाची नोकरी धरली तर त्यात ते दोन्हीबी फायदं हाईत.''

"पण प्राध्यापक झाल्यावर तुम्हाला नकला, नाट्यछटा, नाटकं वगैरे करता येणार नाहीत. त्यात भाग घेता येणार नाही. तुमच्या या गुणांना वाव मिळण्यासाठी नट, सिनेस्टार वगैरे व्हावं, असं नाही का वाटत? अलीकडच्या खूप तरुणांना असं वाटतंय.''

"मला न्हाई वाटत. ते गुण माझ्याजवळ असले तरी त्यात नुसत्या अभिनयाला पाठांतरालाच वाव असतो. आपल्याला जे काय नवं कळलंय ते विद्यार्थ्याला किंवा समाजाला सांगाय त्या कलेत कुठं वाव हाय? वि. स. खांडेकरांस्नी पुस्तकं लिहून जे सांगता येतं, ते काय चंद्रकान्त-सूर्यकान्त ह्या नटांस्नी सांगता येणार हाय?"

"म्हणजे तुम्हाला चंद्रकान्त-सूर्यकान्त होण्यापेक्षा वि. स. खांडेकर होणं आवडेल, असं दिसतंय."

"हां! साहित्यवाचनात माझं मन खूप रमतं. माणसाच्या जीवनाविषयी त्यात खूप कळतं."

"म्हणून काही झालं तरी शिक्षण हे घ्यायचंच, असा तुमचा पक्का इरादा आहे तर?"

"हां!"

"आता एवढं जर तुमच्या मनात पक्कं होतं, तर मग सुतारांच्या जवळ भूदानात जाण्याची इच्छा कशी काय प्रदर्शित केली?"

"गावात कॉलेज हुतं, ते गेलं कोल्हापूरला. कोल्हापुरात माझी कायबी सोय न्हाई. घरची ही अशी गरिबी. दादा तर परिस्थितीनं गांजून गेलाय. 'नोकरी कर' म्हणतोय. मला तर शिक्षणाची ओढ अतोनात लागलेली. कोल्हापुरात नोकरी हुडकली तर कुठं मिळत न्हाई. ती बघत शिकण्याची इच्छा हुती. पण ती काय मिळंल असं वाटत न्हाई. म्हणून कॉलेज शिक्षण न्हाई; निदान विनोबांच्या सहवासात न्हाऊन खूप शिकता येईल, असं वाटलं. त्येंचा भूदानाचा विचार मला पटलाय. माझ्या घरच्या गरिबीवर तेवढाच एक उपाय दिसतोय. मला किरकोळ कसलीबी नोकरी लागली तर चार पैसे मिळतील. पण सगळं राडीत रुतलेलं घरदार तेवढ्यानं वर येणार न्हाई. उलट मीबी त्या राडीत रुतत जाईन. मग कॉलेजचं शिक्षण न्हाई; निदान भूदान चळवळीचं शिक्षण घ्यावं, विनोबांसारखं जगण्याचा प्रयत्न करावा, जन्मभर लग्न करू नये, ब्रह्मचारी न्हावं. ह्या असल्या गरिबीत पोराबाळांना जन्म देऊ नये, असं वाटलं."

"आणि ह्या दोन्हीपैकी एकही मिळालं नाही तर?"

"न्हाई तर मग निकमसाहेब, माझ्या जल्मात जगण्यासारखं काय हाय? शिक्षण नसलं की माणूस नि जनावर ह्यात काय फरक न्हातोय? माझ्या आईबाऽचं मी बघतोयच की! तसं जगणं माझ्या नशिबी येऊ नये, असं वाटतंय. त्यापेक्षा मेलेलं बरं!"

निकमसाहेबांच्या सगळ्याच प्रश्नांचा मारा मला अनपेक्षित होता. मी त्यानं बेजार झालो. त्यांच्या निर्भीड नि काहीशा धारेवर धरणाऱ्या प्रश्नांना उत्तरं देता देता मेटाकुटीला आलो. तरीही उत्तरं देत होतो. माझ्यामधल्या शिक्षण घेण्याच्या

प्रामाणिकपणावर त्यांचा सूक्ष्मसा अविश्वास असावा, म्हणून ते मला आडवेतिडवे छेडत आहेत, असं वाटत होतं. त्यात माझा नकळत अपमान होतोय, अशीही माझी समजूत झाली. मुळातच माझा भावनाप्रधान स्वभाव. तरीही मी माझ्या भावना आवरून धरत होतो. पण तो बांध अनावर होऊन फुटला. मला रडू कोसळलं. खाली मान घालून मी मुकाट अश्रू ढाळू लागलो.

निकमसाहेब एकदम गंभीर झाले. "रडू नका. मरणाचा वगैरे काही विचार करू नका. मी मुद्दाम तुम्हाला प्रश्न विचारले. तुमची आच किती मोठी आहे, ते समजून घ्यावं, म्हणून. आपण करू या काहीतरी तुमच्या शिक्षणाची व्यवस्था." त्यांचा आवाज एकदम खाली आला.

"रत्नागिरी जिल्ह्यात आप्पासाहेब पटवर्धनांचं भूदान-कार्य मोठं आहे. कोकणचे गांधी म्हणून त्यांना ओळखलं जातं. रत्नागिरीला त्यांनी सर्वोदय छात्रालय स्थापन केलं आहे. तिथं तुम्हाला राहता येईल. तिथं कॉलेज आहे. कॉलेजचंही शिक्षण घेता येईल. तिथं सर्वोदयातली चांगली कार्यकर्ती मंडळी आहेत. त्यांच्या मदतीनं तुम्हाला कॉलेजची फी माफ होईल, असे प्रयत्न करता येतील. वेळ मिळेल तेव्हा आप्पांच्या सहवासात राहून भूदान-चळवळीविषयी, सर्वोदय तत्त्वज्ञानाविषयीही माहिती मिळेल. तुम्ही रत्नागिरीला जाऊ शकाल का? जाणार असाल तर आम्ही पत्रव्यवहार करतो." बापूसाहेब सुतार यांनी मला सगळं समजून सांगितलं.

"मी जातो. मी कुठंबी जायाला तयार हाय... मला जेवण मोफत मिळेल?" मी डोळे पुसत विचारलं.

"हो. तिथं काही कामं करावी लागतील. कोणत्याही प्रकारच्या कामाला तुम्ही नकार देता कामा नये. अगदी भंगीकामसुद्धा करावं लागेल. सगळीच कामं समान प्रतिष्ठेची समजली जातात सर्वोदयात."

"मी तेबी करीन." कॉलेजचं शिक्षण चालू होणार या कल्पनेनं मला अतिशय आनंद झाला.

निकमसाहेब म्हणाले, "आणखी एक गोष्ट लक्षात ठेवा. ब्रह्मचारी वगैरे राहण्याची प्रतिज्ञा आत्ताच करू नका. भावनेच्या भरात आता त्याचं काही वाटणार नाही. अजून तुम्ही लहान आहात. पायरीपायरीनं सगळं जीवन समजून घ्या. सर्वोदय, भूदान हेही समजून घ्या. ग्रॅज्युएट व्हा. मग मनाच्या परिपक्व अवस्थेत वाटलं तर तशी प्रतिज्ञा करा. आता तूर्त भूदान आणि सर्वोदय समजून घेत घेत कॉलेज-शिक्षण घ्या. एकदम चौथ्या पायरीवर उडी मारण्याचा प्रयत्न करू नका."

"बरं."

"बाकीची सगळी तयारी करून ठेवा. सुतार पत्रव्यवहार करतील. कॉलेजेस सुरू झाली आहेत. तुम्हाला येथून लौकरच निघावं लागेल. विष्णोबा, आता तुम्ही

यांच्या घरी सगळं कसं सांगायचं ते पाहा. त्यांना पाठवण्याची कशी व्यवस्था करायची ते करा.'' निकमसाहेबांनी विष्णोबांना सांगितलं.

"ते माझं मी बघतो. तुम्ही त्याची काळजी करू नका. सगळ्या गल्लीनं सांगितल्यावर रत्नाप्पा काही सगळ्यांच्या शब्दाबाहेर जाणार नाही.'' विष्णोबा.

"ठीक आहे. आम्ही उठतो. बराच वेळ झाला.'' असं म्हणून सुतारांबरोबरच निकमसाहेब उठले.

मी घराकडं गेलो. विष्णोबाही खोली बंद करून जेवायला गेले.

आर्द्राचा पाऊस झाला नि आम्ही पेरण्या आटपून घेतल्या. मळ्यातली सगळी कामं आवरली होती. सुतारांच्या पत्राची मी चातकागत वाट पाहात होतो. पंधरा दिवस झाले तरी पत्र नाही. विष्णोबाही चिंतेत पडले.

"येईल, येईल. पत्रोत्तर यायला उशीर झाला असेल. शेवटी तीही एक संस्था आहे. संस्थेत एखाद्या गोष्टीचा निर्णय व्हायला उशीर लागतो. त्यानंतर मग पत्र. बघू आणखी दोनतीन दिवस वाट. नाही तर मग तूच कोल्हापूरला सर्वोदयाच्या जिल्हा-कार्यालयात जाऊन ये.''

"बरं.'' मी चिंतेत पडलो.

निकमसाहेबही आठ दिवसांपूर्वीच आपल्या खेड्यावर पेरण्या आटोपून घेण्यासाठी गेले होते... आपल्या नशिबातच शिक्षण नसावं. उगाच कशाला जिवाला कातर लावून घ्यायचा?

जून संपून जुलैचे चारपाच दिवस संपून गेलेले. मन खट्टू होऊ लागलं.

पाचव्या दिवशी शेवटी सुतारांचं पत्र कोल्हापुराहून आलं. माझी व्यवस्था झाली होती. विष्णोबांना आलेल्या पत्रात रत्नागिरीच्या छात्रालयाच्या व्यवस्थापकांना देण्यासाठीही एक पत्र होतं. माझा आनंद मनात मावेनासा झाला. दरम्यान निकमसाहेब आपल्या गावच्या पेरण्या आटोपून परत आले होते. त्यांना जाऊन ही बातमी सांगितली.

ते म्हणाले, "आता लौकरात लौकर तुम्ही रत्नागिरीला जा. कॉलेजं सुरू झाली आहेत. बरोबर ताट, वाटी, तांब्या आणि अंथरूण-पांघरूण घ्या.''

"ते घेतो. पर रत्नागिरीला जायला माझ्याजवळ एकबी पैसा न्हाई.''

"वडिलांकडनं मागून घ्या. कुणाकडनं तरी उसने पैसे आणून द्या म्हणावं.''

"साहेब, आईदादाला मी ही बातमी सांगितली तर ते मला जाऊच देणार न्हाईत. ते आक्रोश करून जीव देतील. त्यास्नी मी एस.एस.सी. झाल्यावर नोकरी करतो म्हणून वचन दिलंय. म्हणून तर त्येंनी मला कशीबशी एस.एस.सी. व्हायला परवानगी दिली होती. आता ते जीव गेला तरी मला परवानगी देणार न्हाईत.''

"मग तुमचा विचार काय आहे?''

"माझ्या मनात त्यास्नी बिनसांगताच निघून जायचा विचार हाय. मी गेल्यावर

दोन तीन दिवसांनी माझा मामा त्यास्नी सगळं सांगल. तशी मी व्यवस्था करतो.''

''आणि मग तुम्ही रत्नागिरीला आहात हे कळल्यावर तुम्हाला न्यायला ते आले म्हणजे?''

''न्हाई येणार ते. माझा दादा नि आई कोल्हापूर-निपाणीच्या पलीकडं कुठंच गेली न्हाईत. रत्नागिरीला ती एवढ्या लांब कधीच येणार न्हाईत. मी पत्रातनं त्यास्नी सगळं समजून सांगीन. गाव सोडून पंधरावीस मैलापलीकडं जायची त्येंची छाती हुणार न्हाई. ठार अडाणी माणसं हाईत ती.''

''ठीक आहे. मला त्यात कुणी दोषी धरणार नाहीना?''

''कुणी न्हाई. उलट थोडे दिवस गेल्यावर तुम्हीबी त्यास्नी चार शब्द सांगून त्येंची समजूत काढा. माझ्या कॉलेजशिक्षणाचे फायदे त्यास्नी समजून द्या. तुमचं ऐकतील ते.''

''ठीक आहे. मी ते पाहीन. पण मग तुम्ही खर्चाचं काय करणार?''

''तीच तर अडचण झालीया आता.''

''बघ काहीतरी प्रयत्न करून. तुमचे मामा आहेत म्हणता, तर त्यांच्याकडून मागून घ्या.'

''बघतो प्रयत्न करून.'' मी उठलो.

दोन दिवस प्रयत्न केले, पण नुसते सात रुपये जमले. मामानं फक्त पाच रुपये दिले. आबाजीनं एक रुपाया दिला. माझ्याजवळ एक रुपाया होता. आईला तर सांगण्याची सोय नव्हती. सगळी तयारी गुपचूप करत होतो. विष्णोबांना सगळी परिस्थिती सांगितली. त्यांनी माझ्या हितचिंतकाकडून एक एक रुपाया पट्टी काढायचं ठरवलं. त्यात त्यांनीच पुढाकार घेतला. सगळ्या गल्लीला माझी परिस्थिती आणि शिक्षणाविषयी चाललेली धडपड माहिती होती. घरात माझ्या आईवडिलांना याचा पत्ता लागू द्यायचा नाही अशी शपथ विष्णोबांनी प्रत्येक पट्टी देणाऱ्या माणसाला घातली. माझ्या चुलत चुलत्यानं म्हणजे गोपातात्यानं आनंदानं दोन रुपये दिले. निकमसाहेबांनी दोन रुपये घातले. कुणी आठ आणे दिले, कुणी चार आणे दिले. बावीसभर रुपये जमले. कोल्हापूर-रत्नागिरी सहा रुपये तिकीट होतं. सदा सणगराचा पाहुणा रत्नागिरीला होता; त्यामुळं सदाला ते माहीत होतं. कागल कोल्हापूर सहा आणे तिकीट. तेवढं देऊन पंधरा-साडेपंधरा रुपये माझ्याकडं उरणार होते. तेवढ्यावर मला रत्नागिरीतला वर्षभर सगळा खर्च करायचा होता. काय होईल ते होईल; म्हणून मी जायचा निर्णय घेतला.

सल्फेटचं एक छोटं पोतं आणून उसाला घातलं होतं. ते घरात मोकळं पडलं होतं, मी ते मळ्यात नेऊन धुऊन काढलं. आडवं कातरून सुतळीनं शिवलं. त्याच्या दोन भक्कम पिशव्या केल्या. पत्ता कुणालाच नव्हता.

घरात वस्तीला राहिलो नि सकाळी उठून मळ्याकडं गेलो. मिरच्या भांगलायला म्हणून सगळीच मळ्याकडं आली होती.

मी जेवलो नि आईला म्हणालो, ''आई, मी गावात जाऊन हजामत करून येतो.''

''ये जा.''

नऊदहा महिन्यांचा गुबगुबीत छोटा दौलत कड्ट्यावर बांधलेल्या पोत्याच्या झोळीत गडद झोपला होता. त्याच्या गोबऱ्या गालाचे हळूच दोन मुके घेतले. तरीही तो गडद झोपलेला. भानावर आलो नि तसाच गावाकडं सुटलो.

घराकडं आलो नि एका पिशवीत माझं वस्तीचं घोंगडं आणि आईची जुनीपानी झालेली एक चादर सुरळी करून घातली. दुसऱ्या पिशवीत सिनेमा, कविता लिहिलेल्या माझ्या वह्या घातल्या. काय थोडी पुस्तकं उपयोगी पडतील, असं वाटलं होतं ती घातली. घरात माझं नाव असलेला एक तांब्या होता; तो, एक वाटी आणि ठेवणीतलं घर म्हणून असलेलं पितळेचं एक ताट घेऊन दुसऱ्या पिशवीत भरलं. किल्ली शेजारी ठेवून बाहेर पडलो.

किल्ली देता देताच शेजारी सांगितलं, ''कोल्हापूरला नोकरी मिळणार हाय; तिच्यासाठी गेलाय म्हणून सांगा.''

तसाच मनाचा धडा करून कोल्हापूरला गेलो नि तिथनं दुपारी तीनची रत्नागिरी गाडी पकडली. गाडी सुटेपर्यंत तरी कुणी आपणाला परत न्यायला आलं नाही; म्हणून सुटकेचा श्वास टाकला.

सुतारांनी रत्नागिरीच्या छात्रालय-प्रमुखांना द्यायला दिलेलं पत्र माझ्या छातीवरच्या कुडत्याच्या खिशात उबीला होतं. कॉलेज शिकायला मिळणार याची मनासमोर अनेक स्वप्नं तरळू लागली.

कोल्हापूर मागं पडलं नि समोरचा रस्ता अनोळखी वाटू लागला. क्षणभर गलबललं. अंग थरथरलं. एकाएकी थंडी वाजल्यागत झालं म्हणून उजवा पाय डाव्या पायावर हळूच उचलून घ्यायला गेलो तर पायातनं पायताण निसटून खाली पडलं... भुईचालीचं रानदांडगं पायताण. डावा हात खाली घालून ते उजव्या पायात सरकवण्याचा प्रयत्न केला तर कळलं की त्याला चिखलाचा पेंड डसला आहे.

तो काढू लागलो तर हातात बारक्या लाडवा एवढी चिकट काळी माती आली... पायाला चिकटून आलेली मळ्यातली माती, गावी जाणाऱ्या आईबाऽच्या मागं लागून एखादं चेंगट पोरगं बरोबर यावं तशी आलेली. ही काय आपली संगत सोडत न्हाई, असं दिसतंय.

...असू दे ही माती. आपल्याबरोबर काळ्या मातीच्या ह्या ढेकळाची आता आपूण भावली करू. कान, डोळं, डोकं कोरून तिला झकास घडवू. शिकून परत

आल्यावर मळ्याच्या बांधावर तिला बसवू नि रानाला सांगू, ''तुझ्याच मातीची बरं ही. तरी तुझ्यापेक्षा वेगळी. तुझ्या मातीचं काय काय करायला येतंय बघ हे.'' रानाला हासू फुटंल!...

कल्पनेनं मारलेली एक चिमुकली उडी. तरी डोळे पाणावून आले. मनाला मोटारीइतक्याच भावनेचा आवेग आलेला. मी नकळत हमसू लागलो... या मातीला भाजून पोळून निघाल्याशिवाय हिची मूर्ती होणार नाही, असं स्वतःशीच म्हणू लागलो.

◆

तीन

पश्चिमेच्या दिशेनं डोंगराडोंगरातनं वळणं घेत गाडी सारखी पळत होती. मला आई-दादांपासनं, माझ्या गावापासनं, ओळखीच्या माणसांपासनं लांब लांब पळवून नेत होती. त्याचा घरात कुणालाही पत्ता नव्हता.

...आईदादाला फसवून मी पळून चाललोय. "गरिबी हाय. पोटापाण्याला काय न्हाई. नोकरी बघ. पोराबाळांच्या तोंडात तुझ्या कमाईचा घास पडू दे." असं ते म्हणत हुतं. मी होकार भरला हुता. आईदादाचं ह्यात कायबी चूक न्हाई. मी 'हूं हूं' म्हणून नुसती हूल दिली. फसवून पत्त्या न्हाई ते बाहीर पडलो... मी पळून गेल्याचं आईला कळल्यावर तिचा जीव हंबरडा फोडंल. निदान तिला तरी मी आदूगर सगळं सांगाय पाहिजे हुतं. पर ती दादाला सगळं सांगल नि मला अटकाव करंल म्हणून भ्याच्या पोटी मी सांगितलं न्हाई. भणीभावंडं आता आईभवतीनं गराडा घालून रडणार... त्यात पुन्ना शिर्पा, मामा, गोपातात्या, आबाजी येगयेगळं सांगणार. म्हंजे आणखी गोंधळ...

मला रत्नागिरीला न्यायला कुणी येऊ नये, म्हणून मी एक नाटक रचलं होतं. सुतारांचं पत्र आल्यावर मी हळूच मामाकडं गेलो होतो. मी शिकावं असं त्याच्याही मनात होतं. म्हणून मी त्याच्यापुढं मदतीचा हात पसरला. त्यानं आपल्या कुवतीनुसार मला पाच रुपये दिले. त्याला मी सांगितलं की मी पुण्याला कुठंतरी शिकायला गेलोय म्हणून सांगायचं. मामाला शेठजींच्या इंजनाचे स्पेअर पार्ट्स आणण्याच्या निमित्तानं पुणं-मुंबई फिरायला मिळालं होतं. लग्नाअगोदर तो कामाधामानिमित्त निपाणी-कोल्हापूर परिसराबाहेर बराच फिरला होता. त्यामुळं आई त्याला घेऊन मला हुडकायला येईल, अशी भीती वाटत होती. म्हणून मी मामाला सांगितलं, "मी रत्नागिरीला शिकायला जातोय, पर आईला ते कळू देऊ नगं. मी पुण्याला गेलो असं सांग. आणि पुणं लई लांब हिकडंतिकडं पसरलंय, मलाबी त्यात त्यो कुठं गावायचा न्हाई, म्हणून सांग. म्हंजे ती तिकडं जाणार न्हाई."

ज्याच्याबरोबर मी रोजगाराला जात होतो, तो मांगाचा शिर्पा माझा दोस्त होता. रोज सांजचं तो आमच्या घराकडं गप्पा मारायला येत होता. तीन इयत्ता शिकून त्यानं शाळा सोडलेली. त्याला मी सांगितलं, "शिर्पा, मी शिकायला रत्नागिरीला जातोय. पर पंधरा दिसांतनं एकदा तरी कार्ड तू मला टाकायचं. रोज रातचं घराकडं यायचं.

शिवाबरोबर गप्पा मारायच्या. घरात काय काय चाललंय, माझी हुडकाहुडक करणार हाईत काय, मळ्यातली पिकंपाणी कशी हाईत, ते खडान्‌खडा मला कळवायचं. त्येचा पत्त्या घरात लागू द्यायचा न्हाई. आणि सांगायचं मी म्हंबईला शिकायला गेलो असीन म्हणून. मग तिकडं कुणी जाणार न्हाई.''

गोपातात्याला मी 'गोव्याच्या मुक्तिआंदोलनात गेलो असणार' म्हणून सांगायला सांगितलं होतं, तर आबाजीला 'मिळंल तिथं शिक्षण घ्यायला जातो,' म्हणून निघून गेलाय, असं सांगायला सांगितलं होतं. थोडे दिवस गेल्यावर विष्णोबांनी आणि निकमसाहेबांनी त्यांची समजूत काढावी, असं ठरलं होतं. पण मामा, शिर्पा, आबाजी, गोपातात्या यांना मी काय सांगितलंय याचा पत्ता विष्णोबांना आणि निकमसाहेबांनाही मी लागू दिला नव्हता. सगळ्यांना मी कमीअधिक प्रमाणात फसवलं होतं. गोंधळून टाकलं होतं. मी सुरक्षित राहावं, मला न्यायला कुणी येऊ नये, माझं शिक्षण व्हावं, म्हणून मी हे सगळं नाटक रचलेलं.

गाडी वेगानं चालली होती. दिवसभर वाटेवरची गावं घेत नुसती पळतेच आहे, असं वाटत होतं. आतापर्यंत मी गावापासनं बारापंधरा मैलांच्या परिसरात हिंडत होतो. अर्ध्यापाऊण तासापलीकडं गाडीत बसता येत नव्हतं. आता चांगला सहा तास प्रवास होणार होता. पाऊस तर बाहेर धोधो पडलेला. डोंगरांतून वाटेच्या उतारावर पांढरेशुभ्र पाण्याचे ओहळ वाहताना दिसत होते. उंचावरून खाली कुणीतरी साखरेची पांढरीशुभ्र पोती ओततंय नि ती साखरच वाहतेय, असं वाटतेलं. पावसाच्या दाट धारांमुळं भोवतालचा निसर्ग अंधुक झाला होता. झाडं धूसर दिसत होती. पावसात ती शांत उभी राहून न्हात होती. गूढ वाटत होती. मधूनच एखादा ढग समोरच्या झाडांना घसटून, त्यांच्यावरून हळुवार हात फिरवत जातो आहे, धुवांधार पावसात त्यांना धीर देतो आहे, असं वाटत होतं. जांभाच्या दगडांचा आणि लाल मातीचा रस्ता धुऊन स्वच्छ झाला होता. त्यावरचं पाणी कावळ्याच्या डोळ्यासारखं स्वच्छ दिसत होतं. हे सगळं नवं नवं बघावं असं वाटत होतं. मधूनच घराची आठवण होऊन हुरहूर लागत होती.

...कितीतरी लांब आलो होतो, तरी गाडी नुसती घोंगावत, डोंगर ओलांडत लांब लांब पळतच होती. माझा वाटणारा मुलूख कितीतरी दूरवर गेला होता.

रत्नागिरी शहर केवढं मोठं आहे, त्यात आपणास सर्वोदय छात्रालय कसं सापडणार, रात्री नऊ वाजता गाडी तिथं पोचणार, कोकणातला मुसळधार पाऊस रात्री तिथं असणार, अशा परिस्थितीत कसं हुडकून काढायचं ते, म्हणून मधूनच काळजी वाटत होती. रात्री सातच्या पुढं बाहेरचं दिसेनासं झाल्यावर मी ह्याच काळजीनं आत आत धास्तावून गेलो होतो.

बराच वेळ गेल्यावर पुढच्या बाकावर एकट्याच बसलेल्या एका गृहस्थांना

विचारलं, ''रत्नागिरी अजून किती लांब हाय?''

त्यांनी घड्याळाकडं पाहिलं. ''आताशा सव्वाआठ वाजले आहेत. अजून पाऊण तास लागेल. म्हणजे वीस एक मैल तरी असणार. तुम्हाला रत्नागिरीला जायचंय?''

''होय. मी कोल्हापुराहून रत्नागिरीला शिकायला चाललोय.''

''कोल्हापुराहून?''

''हां.''

''अहो, कोल्हापुरात शिक्षणाची सोय चांगली आहे. बरीच मुलं रत्नागिरीहून कोल्हापूरला जातात.''

''माझ्या घरची परिस्थिती बिकट हाय. माझी सोय रत्नागिरीच्या छात्रालयात करण्यात आलीय; म्हणून मला तिकडं जावं लागतंय. मी पहिल्यांदाच रत्नागिरीला जातोय... फार मोठं हाय का हो शहर?'' मी जास्तीत जास्त ब्राह्मणी पद्धतीनं बोलण्याचा प्रयत्न करीत होतो.

''तसं मोठं नाही. पण कोकणातलं मोठं शहर म्हणता येईल.''

''मला आता कसं सापडायचं सर्वोदय छात्रालय ह्या अंधारात कुणास ठाऊक?''

''सापडेल. तशी काय फार अडचण येणार नाही. मी दाखवीन तुम्हांला... कुणाला भेटायचंय?''

''छात्रालयाच्या व्यवस्थापकांना. पण ते आता ऑफिस बंद करून घराकडं गेले असतील, तर पंचाईत हुयाची.'' मी काळजीत पडलो होतो.

''तुम्ही असं करा; माझ्याकडे चला. रात्री माझ्याकडं झोपा. सकाळी उठून माझा धाकटा भाऊ तुम्हांला छात्रालयाकडं घेऊन जाईल.''

''चालेल. फार बरं हुईल.'' मी जवळ जवळ त्यांच्या गळ्यात पडल्यासारखं बोललो.

नऊ सव्वानऊच्या दरम्यान गाडी स्टँडला लागली नि मी पहिलं पाऊल रत्नागिरीच्या तांबड्या ओल्या भूमीवर ठेवलं.

उतरलो तर एक अपशकुन झाल्यागत वाटलं. पाऊस कमी झालेला होता. चार पावलं चालल्यावर मला घुसमटत असल्याची जाणीव झाली. हवेत दिवसभराच्या पावसानं गारठा निर्माण होण्यापेक्षा वातावरण थोडं ऊबदार, कुंद असल्यागत वाटू लागलं.

मी पुढं चालणाऱ्या देवधरांना म्हणालो, ''हवेत उकाडा असल्यासारखं वाटतंय न्हाई?''

''नाही. रत्नागिरीची हवा ही अशीच. समुद्राकाठची दमट हवा. मुंबईला जशी असते, तशीच इथं आहे. तरीही ह्या पावसाळ्यात बरी वाटते. उन्हाळ्यात नुसतं

उघडं होऊन बसावं लागतं. तरी घामाच्या धारा असतातच.''

"असं?'' मला काळजी वाटू लागली.

मी मुकाट होऊन त्यांच्या मागोमाग जाऊ लागलो. एवढा पाऊस झाला होता, पण स्टँडवर, गावात चिखल दिसत नव्हता. काळी चिकण माती नावाला दिसत नव्हती. सगळी जांभाची तांबडी फळफळीत माती. त्यामुळं गावाकडच्यासारखे पाय चिखलत नव्हते. खळखळत वाहणाऱ्या रस्त्यावरच्या पाण्यातून स्वच्छपणे चाललो होतो. पण नाक दाबून धरल्यागत मधनं मधनं वाटत होतं. घरात गेल्यावर जास्तच जाणवू लागलं... बघावं दोनतीन दीस ऱ्हाऊन; न्हाईतर जावं परत. असल्या हवंत आपूण गुदमरून मरीन... आंथरुणावर पडता पडता विचार आला.

बरोबर असावी म्हणून एक भाकरी आणली होती. 'घराची लक्ष्मी' म्हणून शिंक्यावर पहिली एक भाकरी ठेवण्याची आईची जुनी सवय. मला ती अशी उपयोगी पडली होती. ती खाऊन खाली घोंगडं आंथरून नि वर चादर पांघरून घेऊन मी झोपलो.

रात्रभर झोप आली नाही... लांबलांब एकटा एकटा आलोय, घर लांब लांब गेलंय, माझं हितं कुणी कुणी न्हाई, आपूण वनवासी गोसावी झालोय– मनात खोलवर एक परिणाम झाला होता. त्यातनं परत गावाकडं जायला हे नुसत्या दमट हवेचं कारण पुरं झालं होतं. आत आत व्याकुळ होत होतो.

सकाळी सातलाच देवधरांच्या घरातनं बाहेर पडलो. लौकर उठून सगळं आवरून घेतलं. देवधरांच्या धाकट्या भावालाही सगळं आवरून किराणा मालाचं दुकान उघडायला जायचं होतं. मला छात्रालयात पोचवून तो तसाच पुढं जाणार होता. पाऊस उघडला होता.

देवधरांच्या भावाबरोबर बाहेर पडलो नि एक गोष्ट लक्षात आली की आज सूर्य दक्षिणेला उगवलाय. पूर्वेला सगळं सामसूम आहे. सगळी दिशाभूल झाली होती. सगळं शहर दाट झाडीत असल्यागत दिसू लागलं. उंच उंच नारळी-पोफळी पावसाच्या पाण्यानं स्वच्छ होऊन आपले तुरे आकाशावर झुलवीत बसल्या होत्या. चिक्कू, आंबा यांचे वृक्ष सगळीकडं पसरलेले. रस्त्याच्या दोन्ही बाजूंनी, घरांच्या अंगणात, परसात झाडंच झाडं. सगळी माती स्वच्छ, नाजूक तांबडी, गोंडस गोरी. झाडीतून डोकावणारी घरंही या मातीतूनच वर आल्यागत तांबडी दिसणारी. जांभा दगडांची. छपरांवर बंगलोरी तांबडी कौलं. त्यांना भरपूर उतार... ह्या सुंदर गावात आपण शिक्षण घेणार. तीनचार वर्षं राहणार.

रस्त्यानं जाता जाताच मला गाव आवडू लागलं. कोल्हापुरात मी फिरलो होतो. त्यामुळं माझी शहराची कल्पना वेगळी झाली होती. शहरात घरांची, इमारतींची, माणसांची, दुचाकी नि चार चाकी वाहनांची गर्दीच गर्दी असते. डांबरी रस्त्यावरनं

स्वच्छ कपड्यांतली, केसं राखलेली, भांग पाडणारी माणसं सारखी इकडं-तिकडं जाताहेत, भिकारी दिसताहेत, असं असलं म्हणजे शहर, असं वाटे. पण रत्नागिरीत त्यातलं काहीच दिसत नव्हतं. हे शहर असूनही नेमकं उलटं दिसत होतं. घरं झाडीत लपलेली, रस्ते गल्ल्यांसारखे लहान, माणसांची, वाहनांची गर्दी नाही. बरीच माणसं घामटसामट दिसणारी. पण मला हे बरं वाटलं... रस्ते आपले रस्तेच आहेत. माणसांचे लोंढे वाहून नेणारे ओढेनाले नाहीत, याचा आनंद झाला.

मी उल्हसित होऊन देवधरांच्या बरोबर चाललो होतो.

छात्रालय आलं नि आम्ही त्याच्या अंगणात शिरलो. चौकशी केली तर छात्रालयाचे व्यवस्थापक शेजारच्याच छोट्या घरात राहतात, असं कळलं. त्यांच्याकडं मला सोपवून धाकटे देवधर निघून गेले.

मी दिलेली चिट्ठी व्यवस्थापकांनी तक्क्याला टेकून वाचली. स्थूल, गोरं अंग. पन्नाशीच्या आसपासचं वय. छातीवर काळेभोर केस, मनगटांवर, पायांच्या पिंढऱ्यांवरही तसेच. खादीची अर्धी पँट घालून उघडे तसेच बसले होते. डोक्याला मात्र किंचित टक्कल पडलेलं. चिट्ठी वाचून त्यांनी आपल्या भेदक नजरेनं माझ्याकडं पाहिलं. अतिशय सावध अशी ती निळ्या-हिरव्या डोळ्यांची नजर वाटली. मी किंचित हासलो.

मला समोर बसायला सांगून काहीशा कोरडेपणानं त्यांनी माझी चौकशी केली. घरची परिस्थिती विचारून घेतली. जेवढं विचारलं तेवढंच मी सांगितलं.

"ठीक आहे. सुखरूप पोचल्याचं घरी पत्र पाठव. बापूसाहेब सुतारांना कळव. कालच्या प्रवासानं थकला असशील. आज विश्रांती घे. विद्यार्थ्यांची ओळख करून घे."

"जी." मी मान हलवली.

"बैस. मी विद्यार्थ्यांच्या सेक्रेटरीला बोलावून घेतो." ते उठून बाहेर अंगणात गेले. अंगणातून त्यांनी छात्रालयाच्या खिडकीकडं तोंड करून हाक मारली, "अरे आबा."

"आऽ!" खिडकीतून एक गोरपट चेहरा दिसला.

"अरे, जरा खाली ये. नवा विद्यार्थी आला आहे."

आबा खाली आला. त्याची ओळख करून दिली.

"तुकारामच्या खोलीत ह्याची व्यवस्था कर. दोघेही कॉलेजच्या पहिल्याच वर्षाला आहेत. एकत्र अभ्यास करतील." गुरुजी.

"ठीक आहे." आबा.

मी आबाबरोबर छात्रालयात गेलो. खालच्याच खोलीत माझा बिस्तरा ठेवला. सगळ्या मुलांच्या ओळखी करून घेतल्या.

छात्रालयाची इमारत म्हणजे मुंबई राज्याचे पहिले मुख्यमंत्री बाळासाहेब खेर यांचं रत्नागिरीतील माडीचं घर. तसं मोठं घर होतं. खाली एक मोठा हॉल होता. त्याच्यावर तेवढाच मोठा हॉल. हॉलच्या पाठीमागं दोन्ही बाजूंना दोन खोल्या. मधून जिना. खाली शेवटी स्वैपाकघर. त्याला लागूनच हॉल व स्वैपाकघर यांच्यामधे कोठी घर. पुढं छोटं अंगण. मागं भरपूर मोठं परस. आणि परसात आड आणि पाणी साठवण्याची डोण. नारळी, पोफळी, आंबे, चिक्कू, केळी यांची परसभर झाडं. आमसोलं ज्याची करतात ती रातंब्याची झाडं होती. आडाच्याभोवतीनं धुणं, आंघोळ यांची व्यवस्था केलेली. दोन डोणी नि दोन पाथरी असलेल्या. परसाच्या शेवटच्या टोकाला दोन गोपुरीपद्धतीचे संडास. जिन्याखाली दोन सशक्त पुरुषांनी ओढावं असं प्रचंड जातं. रातंबा, चिक्कू, सुपारी यांची झाडं टक लावून पाहिली. आयुष्यात प्रथमच ती पाहात होतो.

छात्रालयात पंचवीसभर विद्यार्थी. खालच्या मोठ्या हॉलमध्ये जेवणाची व्यवस्था. वरच्या हॉलमध्ये हायस्कूलच्या बहुतेक सर्व विद्यार्थ्यांनी थोडी थोडी जागा व्यापून बिस्तरा ठेवलेला. आबा इंटरला असल्यामुळं त्याला स्वतंत्र छोटी खोली. शिवाय तो सेक्रेटरी होता. आम्हा दोघांत खालची छोटी खोली. एस.एस.सी. ला असलेल्या चार विद्यार्थ्यांनाही दोघांत एक अशा दोन खोल्या वाटून दिलेल्या. एका खोलीत अडगळीचं सामान– अशी सगळी मुख्य इमारतीची मांडणी होती. मला हे सगळं नवीन होतं. बाहेर कधीच राहिलो नव्हतो. विद्यार्थ्यांचं बोर्डिंग तर प्रथम बघत होतो.

आंघोळ करून मी माझ्या खोलीत एकटा बसलो. हायस्कूलची मुलं जेवणं उरकून हायस्कूलला गेली होती. कॉलेजला गेलेले आबा, तुकाराम पावणे बारापर्यंत परतणार होते. मग जेवणार होते. मी त्यांची वाट बघत थांबलो होतो. सकाळी आल्याआल्या मला सगळ्यांबरोबर भिजवलेले शेंगदाणे आणि गूळ यांचा नास्ता मिळाला. सकाळच्या या खाण्याला नास्ता म्हणतात, हे मी लक्षात ठेवलं. उद्यापासनं आपूणबी 'नास्ताच' म्हणायचं असं मनाशी ठरवलं.

पत्र लिहीत होतो. अंगानं काहीसा जाडजूड असलेला एक मुलगा वरच्या खोलीतून खाली माझ्याकडं आला. चेहरा उतरलेला दिसत होता.

"नमस्कार. मी शरद जोशी. मी तिकडचा राजापूरकडचा. माझा एक भाऊ भालचंद्र जोशी कोल्हापुरास असतो. तुम्ही कोल्हापुरचेऽऽ?"

"हां." मी गप्पच बसलो.

थोडा वेळ गेल्यावर तो म्हणाला, "कोल्हापुराहून कधी आलेत?"

मी म्हणालो, "काय?" माझ्या ऐकण्यात काहीतरी चूक झाल्यासारखं मला वाटू लागलं.

"नाही म्हटले, कोल्हापुराहून कधी आलेत?"

"कोण?"

"दुसरं कोऽण, तुम्हीच होऽ."

"हां हां. मी व्हय काल रात्री आलो." कोल्हापुरी सूर.

तो माझ्याकडं बघून किंचित हसला. 'आलेत' या शब्दाचा वापर माझ्या गावाकडं तिसऱ्या व्यक्तींना उद्देशून होत होता. त्यामुळं मला वाटलं हा मुलगा तिसऱ्याच कुणाची चौकशी करतोय की काय; म्हणून मी क्षणभर बुचकळ्यात पडलो. पण त्यानं 'तुम्हीच हो' म्हटल्यावर डोक्यात प्रकाश पडला.

तो काहीसा आजारी असल्यामुळं हायस्कूलला न जाता विश्रांती घेण्यासाठी छात्रालयात राहिला होता. चौकशी करून थोड्या गप्पा मारून तो निघून गेला. त्याच्याशी बोलताना मला सारखं बिचकल्यागत वाटत होतं. त्याचे शब्दांचे उच्चार वेगळे वाटायचे. शब्दांचे काही प्रत्यय वेगळे, क्रियापदांची काही रूपं वेगळी. एखादा शब्दही वेगळा. मधूनच त्याचं बोलणं मला कळेनासं होई. मी गडबडून जाऊ लागलो. मी बोललो की तो हसू दाबत ऐकत होता. माझ्या लक्षात आलं की हा माझ्या बोलण्याला हसतोय. म्हणून मी त्याच्याशी फार कमी बोललो. नुसता 'हूं हूं' म्हणू लागलो. तो गेल्यावर वाटू लागलं की आपल्याला आपली भाषा आधी सुधारली पाहिजे, न्हाईतर आपलं हासं हुणार! मला नसता घोर लागून राहिला.

पावणेबाराच्या सुमारास आबा आणि तुकाराम आले. त्यांच्याबरोबर जेवलो. आबा गंभीर प्रकृतीचा. थोडासा वडीलधारा वाटणारा. जेवता जेवता त्यानं आस्थेनं चौकशी केली आणि तो अभ्यासासाठी आपल्या खोलीत निघून गेला. तुकाराम बोलका. काहीसा गंमतीनं बोलणारा. कॉलेजमधल्या गंमती सांगणारा. कोल्हापुरास एकदा दोनदा येऊन गेलेला. त्याला शिकायला कोल्हापुरास जायचं होतं. त्या भागात त्याचे दोन पाहुणे होते. त्यामुळं त्याला कोल्हापुरची भाषा माहिती होती. ती भाषा बोलणारी माणसं त्याला प्रेमळ वाटत होती... मला हायसं वाटलं. घटकाभरातच मी त्याच्याशी खुल्या मनानं बोलू लागलो.

तंबोऱ्याच्या आवाजानं गाणं जसं सतत भरून राहिलेलं असतं, पण तंबोरा मात्र कुणाच्याच ध्यानात किंवा नजरेत येत नाही, तसा एक परका वाटणारा आवाज मी आल्यापासून रत्नागिरीत कायमचा भरून राहिलेला मला जाणवत होता. काल रात्रभर तो जाणवला. दुपारी जरा झोप काढून उठलो तरी सारखा कानात दबकेपणानं घुमू लागला होता.

"तुकाराम, हा आवाज कसला सारखा येतोय?"

"खंऽऽय?"

"जरा कान देऊन ऐक बघू, हे काय घुसऽऽघुसऽऽसारखं होतंय पाहा."

"ती माऽऽऽ? ती गाज आसा." मालवणी शब्द त्याच्या तोंडात येत होते.

तोही प्रथमच सावंतवाडीहून रत्नागिरीला शिकायला आला होता.

"गाज म्हंजे काय?"

"तो समुद्राचा आवाज आसा."

"एवढ्याजवळ समुद्र हाय हितं?"

"ह्यो काय, हयसरच तर आसा. ही आपली टिळक आळी संपल्यावर सामको बंदररोड लागता. यक फर्लांगावर तर समुद्र आसा."

"मला समुद्र बघायचाय." माझी जिज्ञासा एकदम उसळली.

"मेल्या! शिरा पडला तुझ्या तोंडार ता. आजून समुद्रय बघलंस नाय तू?"

"न्हाई ना. कोल्हापुराकडं समुद्र न्हाई. तू आगगाडी कधी बघितलीस काय?"

"नाऽय."

"मग तसंच हाय बघ. मला आगगाडीचं कौतुक न्हाई, तर तुला समुद्राचं कौतुक न्हाई."

"चल मरे मग माज्या बांगडा. आत्ताच दाखवतंय समुद्र. सगळी रत्नागिरी आपण हिंडान येऊया." त्यानं हातातलं पुस्तक टाकून दिलं.

"व्यवस्थापक काय म्हणतील?"

"मेल्या, त्येंका 'व्यवस्थापक' काय म्हणतंस? 'गुरुजी' म्हण. गुरुजी आसत ते."

'मेल्या' ही त्याची खास लकब.

"हां. गुरुजी."

"ते आता त्येंच्या कॉलेजवर गेलेले आसत. सांजच्याक पाच वाजता आयले तर येतीत. नाही तर सहासात वाजतले त्येंका. चल आपण जावया."

गुरुजी ट्रेनिंग कॉलेजवर प्राध्यापक होते, हे मला माहीत नव्हतं. आम्ही दोघे आबाला सांगून बाहेर पडलो. संध्याकाळी पाचपर्यंत परतण्याचं कबूल केलं.

समुद्राचं दर्शन झालं. माझे हात जोडले गेले. डोळे मिटून मी नमस्कार केला. नजरेसमोर नुसतं पाणीच पाणी. नजरेच्या शेवटच्या टप्प्यावर पाण्याचाच निळानिळा पर्वत झाल्यासारखं दिसत होतं. तो पर्वत नि आकाश एकमेकांत मिसळून गेलं होतं. समुद्राच्या निमित्तानं पृथ्वी आकाशात मिसळली होती. पाण्याचं नातं पृथ्वीशी नि आकाशाशीही दृढ होतं.

...आजवर भूगोलाच्या पुस्तकात वाचलेला अरबी समुद्र आता प्रत्यक्ष पाहात होतो... सबंध महाराष्ट्राला ढगांतून पाऊस देणारा हाच पश्चिम महासागर. ह्याच महासागरानं रोज वेगवेगळ्या आकारात दिसणाऱ्या, आभाळातील ढगांची किमया केलेली. हे ढग माझ्या मळ्यावर आले होते. त्यांनी माझ्या पिकांवर पाऊस पाडला होता. मळ्यात पाणी पाणी केलं होतं. पिकांना जीवदान दिलं होतं. उन्हाळाभर मला

करावी लागणारी कामं थांबवली होती नि मला शाळेला पाठवलं होतं. माझी नांगरणी, कुळवणी हळुवार व्हावी म्हणून पहिला पाऊस पाडून माती मऊ केली होती. दिवाळी अखेर माझी विहीर भरली होती. त्या भरल्या विहिरीच्या मोटा मी डुबूक डुबूक भरून भराभर मारल्या होत्या. बैलांना त्या ओढताना त्रास पडत नव्हता. चार पावलं ओढल्या की डोणीत ओतल्या जात होत्या. बैलांना उत्साह वाटत होता. माझ्या विहिरीत आलेल्या याच समुद्राचं पाणी मी प्यालो होतो. ह्याच समुद्राच्या पाण्यानं वाढलो होतो. त्यात आंघोळी करून कष्ट विसरलो होतो... बाऽसागरा, मी तुझ्या पोटचा धडपडणारा मासा. तुझ्याच सळाळत्या पाण्यावर पोसलेला. तुझं पाणी रक्तात असलेला. तुला नमस्कार...

मी पाण्यात उतरलो. पुढं पुढं गेलो. लाट आली नि माझ्या पायांना, पावलांना कुरवाळून गेली. मी कुडचाभर पाणी घेतलं. जिभेवर तीर्थासारखं ठेवलं. खारं खारं होतं तरी संजीवनी औषधासारखं आनंदानं घेतलं. डोळे भरून लांब लांब पाहू लागलो... आता ह्या पाण्याच्या पलीकडं अरबस्थान, माझ्या पायांना स्पर्शणारं हे पाणी अरब-भूमीलाही आता स्पर्शत असणार. माझ्या पावलांचा स्पर्श परदेशी पोचविणारं हे तीर्थ. मातृभूमीच्या पश्चिम सीमेवर मी उभा... माझ्या लहानशा गावापासनं किती लांब लांब आलोय. मी एकटा; पण हा समुद्र माझं संरक्षण करील. त्यानंच आजवर पोषण केलंय.

पावसाळी आभाळात कबुतरासारखे असंख्य ढग सोडणारा तो महासागर मला जुन्या जुन्या मूळ पूर्वजांसारखा वाटू लागला. त्याला बघून डोळे भरून आले... शिकलो नसतो, एस.एस.सी. पास झालो नसतो, तर जन्मभर गावातली विहीर नि पाण्याचं एवढं एवढंसं तळं बघत बसणं नशिबात आलं असतं. जन्मभर आईदादानं पंचगंगेपलीकडे काही बघितलं नाही. मंथन करून देवांनी चौदा रत्नं काढलेला रत्नाकर मी शिक्षणामुळं बघू शकलो...

माझ्या डोळ्यांत बघता बघता पाणी आलं.

''मेल्या, रडूक काय झाला रे?'' तुकाराम हसत हसत म्हणाला, ''समुद्र बघणं म्हंजे काय जगातलं कधीच बघूक न मिळालेलं आश्चर्य नाय. छऽऽल. रड्या खंयचो.''

मी ठिकाणावर आलो.

थोडा वेळ तसंच बसून आम्ही परतलो. रत्नागिरीच्या मुख्य रस्त्यानं इकडंतिकडं बघत हिंडून छात्रालयाकडं निघालो. सावरकरांचं पतितपावन मंदिर बघितलं. लोकमान्य टिळकांचं कोकणातलं जुनं घर बघितलं. घर तर आमच्या छात्रालयाच्या समोरच होतं. तिथं टिळकांचा अर्धपुतळा बसवलेला. म्हणून या आळीचं नाव 'टिळक आळी' हे मला कळलं. पुतळ्यापाशी क्षणभर थांबून मी घराच्या अंगणातली

पावसाळी माती ओल्या गंधासारखी कपाळाला लावली. ज्यांची चरित्रं वाचून बालपणी स्वातंत्र्यासाठी मन स्वाभिमानी झालं त्या टिळक-सावरकरांच्या पायधूळमातीत माझे पाय उभे आहेत. मला स्फुरण चढल्यासारखं झालं. छात्रालय हेही बाळासाहेब खेरांचं घर. त्या घरात मीही वावरणार, अभ्यास करणार, याचा आनंद झाला. महापुरुष अंगात संचारल्यासारखं झालं. मनात मोठमोठ्या विचारांचे मासे खेळू लागले. विनोबाजींच्या सर्वोदयात मी आलोय. त्याच्या उदात्त मांडीवरच मी आता डोकं टेकणार. मी आता काही झालं तरी शिकणार, मोठा होणार. मनात जे काही आहे ते पुरं करून घेणार.

भारल्यासारखा होऊन मी खोलीत एकटाच बसलो होतो. सामुदायिक सूतकताईची वेळ झाली म्हणून तुकाराम आपला चरखा घेऊन वर गेला होता.

प्रार्थनेची वेळ झाली म्हणून गुरुजी आपल्या घरातून छात्रालयासमोरच्या अंगणात आले. माझ्या खोलीत दिवा बघून मला त्यांनी हाक मारली, "अरे आनंदाऽ." प्रेमळ उच्चार.

"जी गुरुजी."

"प्रार्थनेची वेळ झाली; वरती चल. एकटाच काय खाली बसला आहेस?"

"न्हाई जी. हा काय येतोय."

त्यांच्याबरोबर प्रार्थनेसाठी वरती गेलो. वरती वेगळं दृश्य दिसलं. मुलं हॉलच्या भिंतीला टेकून बसली होती. त्यांच्या हातांत साधे हातचरखे गुर्रगुर्र फिरत होते. भराभर सूत निघत होतं नि सर्रकन चातीवर गोळा होत होतं. मुलं कताई करता करता मोकळेपणानं गप्पा मारत होती. गुरुजी आल्यावर सगळी गप्प झाली. तरी खालच्या आवाजात बोलू लागली. प्रत्येकानं गंजीफ्रॉक आणि खादीची अर्धी चड्डी घातलेली. माझ्याच अंगावर फक्त विजार आणि कुडतं. गुरुजीही फक्त हाफपँट घालूनच वरती आलेले... गांधी-विनोबाजींच्या विचारांचं प्रत्यक्ष आचरण इथं होत होतं... मी आता ह्यांच्यातलाच एक होणार.

सात वाजता प्रार्थना झाली. भगवद्गीतेतल्या दुसऱ्या अध्यायातील स्थितप्रज्ञाची लक्षणं. संस्कृतमध्ये प्रार्थना म्हटली गेली. मी ती ऐकत गप्प बसलो. गुरुजींनी मला आपल्याजवळ बसवून घेतलं होतं. मला सगळ्यांनी आपली ओळख करून दिली. मला माझी ओळख करून देण्यास सांगितलं. घरची माहिती, कोल्हापुराहून रत्नागिरीस शिकायला का आलो, ध्येय काय आहे, कुठवर शिकण्याची इच्छा आहे, हे सगळं सांगण्यास सांगितलं.

सकाळपासनं भारल्यासारखा झालो होतो. माझी सगळी ओळख करून दिली... सगळी मुलं तोंड हाताखाली दाबून धरून ऐकत होती. पण माझ्या ते काही मिणमिणत्या उजेडात लक्षात आलं नाही. कुणीतरी एका टोकाला अंधारात खुकू केलं.

मग माझ्या लक्षात सगळा प्रकार आला. माझा उत्साह हवा जाणाऱ्या फुग्यासारखा आकसून गेला. मी दोन वाक्यांतच मग गप्प बसलो. बोलण्याची इच्छा मेली.

नंतरच्या बौद्धिकात गुरुजींनी मी कसा ध्येयवादी मुलगा आहे ते सांगितलं. मग त्यांनी माझ्या 'बोलण्याच्या' निमित्तानं घाटावरच्या बोलीभाषेचा एक नमुना सर्वांना ऐकायला मिळाल्याचंही सांगितलं. मराठी भाषेच्या कशा अनेक पोटभाषा आहेत, आपली कोकणी भाषा हीही एक पोटभाषाच कशी आहे, आपण त्यांना हसू नये, आपल्याच मातृभाषेच्या लेकीसुनांना आपण हसल्यासारखे ते कसे होईल, हेही सांगितलं. माझ्या पक्केपणी लक्षात आलं की, ही मुलं माझ्या भाषेला बेसुमार हसतात. मी हिरमुसून गेलो.

रात्री सर्वांबरोबर जेवलो. नुसता भात आणि आमटी. पण आमटी रुचकर होती. ती भातात घेतल्यावर चवदार लागत होती. ओल्या नारळाचं भरपूर खोबरं घातलं होतं. सकाळी जेवताना मला वाटलं होतं की भातात मीठ नाही. चुकून घालायचं राहिलं असेल. पण रात्रीही भातात मीठ नव्हतं. मी मनोमन खूणगाठ बांधली की, कोकणात भातात मीठ घालण्याची पद्धत नाही. म्हणून ताटात मीठ वाढण्याची प्रथा आहे. आणखी एक आनंद झाला. सकाळी आणि रात्री भरपूर भात खायला मिळाला. मी तर त्या रात्री आजवरच्या साऱ्या जन्माचा भात खाऊन घेतला. कोकणात नुसता भात खायला मिळतो, याचा प्रत्यक्ष अनुभव आला. आजवर गावाकडं नुसतं आमटी-भाकरी, कण्या-भाकरी, भाजी-भाकरी असं खावं लागे. आणि कधी तर पक्वान्नासारखा घासभर भात आई ताटलीत घाली. बहिणींना तर तो आठवड्यातनं एकदा मिळाला तर मिळाला, नाही तर नाही, अशी अवस्था होती. त्यामुळं गावाकडं भात म्हणजे नुसतं सोनं होऊन जात होतं. आता तो भरपूर खायला मिळणार याचा मला मनोमन आनंद झाला. एक एक सुखद धक्का बसत चालला होता. गावाबाहेरच्या जगाची ओळख होत होती. अंड्यातनं नुकत्याच बाहेर पडलेल्या पिलासारखी अवस्था झालेली.

रात्री जेवण झाल्यावर गुरुजींनी मला एकट्याला घरी बोलावून घेऊन सगळं विचारलं. माझ्या लक्षात एक गोष्ट आली की छात्रालयाचा आणि कॉलेजचा तसा संबंध काही नाही. दोन्ही संस्था वेगळ्या आहेत. त्यामुळं माझ्या मनात फीचा साप सळसळू लागला.

"मग गुरुजी, मला फी माफ हुणार न्हाई?"

"असंच काही नाही. छात्रालयाचा विद्यार्थी आहे म्हटल्यावर थोडी तरी फी-सवलत मिळू शकेल. पण सगळीच मिळेल याची खात्री नाही. तरीही आपण सगळी फी माफ होईल यासाठी प्रयत्न करू. मी एक तुला चिठ्ठी लिहून देतो. प्राचार्यांना ती दे."

"जी."

"आणि 'जी' वगैरे म्हणू नको. बाकीची मुलं जशी बोलतात तसं बोलण्याचा प्रयत्न कर."

"जी."

"पुन्हा 'जी' म्हटलंस."

"न्हाई जी. आता न्हाई म्हणणार." मी पुन्हा चूक झाली म्हणून ओशाळलो.

गुरुजी हसू लागले. "हळूहळू जाईल तुझ्या तोंडातून. पण भाषा सुधारण्याचा प्रयत्न कर."

"बरं."

मी गुरुजींची चिठ्ठी घेऊन परत आलो. रात्री बसून मीही माझी सगळी माहिती प्राचार्यांसाठी लिहून काढली.

सकाळी उठून सगळं आवरून कॉलेजला गेलो. उठल्यापासनं मनात एकसारखी धुक-धुक होती. प्राचार्य फी माफ करतील की नाही? नाही केली तर पैसे कुठले भरायचे? कदाचित मग परतही जावं लागेल... शेरातली माणसं गोरगरिबांचा इचार करत न्हाईत. कोल्हापुरात मदत मागत शाळा-कॉलेजातनं हिंडताना आपल्याला ह्योच अनुभव आलाय. आतापतोर होरपळलेलं मन पुन्ना तव्यात टाकून बघायचं. तवा तापलेला असंल तर आता त्येची नुसती राख हुणार. थंड असंल तरच आपलं निभावणार... देवा, आतापतोर सगळं माझं जमवत आणलंस, तेवढं फीचंबी आता जमवून टाक. माझा आता तुझ्यावरच भरोसा.

प्राचार्य ऑफिसात आले नव्हते. प्राध्यापक इकडून तिकडं जात-येत होते. त्यांच्या अंगातले कोट, बूट, पँटा, इस्त्रीचे शर्ट बघून मी काहीसा गांगरून गेलो. असल्या माणसांचा अनुभव मला कोल्हापुरात हिंडताना चांगला आला नव्हता. जणू तीच माणसं आता नवं रूप घेऊन कॉलेजातनं हिंडत आहेत, असं वाटू लागलं. प्राचार्यांच्या ऑफिसवरची पितळी पाटी नि तिच्यावर रनिंग लिपीत कोरलेली वेटोळे घेत पुढं जाणारी प्रिन्सिपॉल 'वाय. डी. भावे' अशी लपेटदार इंग्रजी अक्षरं बघून वाटत होतं की, प्रिन्सिपॉलचं मनही असंच सापागत वळवळत वेडंवाकडं चालणारं असणार. आपली तर ना ओळख ना पाळख. कोण देणार आपल्याला फुल फ्रीशिप?

प्राचार्य येताना दिसले. मिटलेली छत्री त्यांच्या हातात. आवाज न करणारे पायात बूट. बंद गळ्याचा फिकट तपकिरी रंगाचा कोट आणि त्याच रंगाची कडक इस्त्री केलेली पँट. बारीक अंगयष्टी. सात्त्विक वाटणारा अबोल चेहरा. किंचित बारीक दिसणारे डोळे. कानांच्या दिशेनं तिरकस मागे टाकलेले केस. तरी उजव्या बाजूनं एक बट पुढं आलेली. तोंडात बहुतेक वेलदोडा किंवा सुपारी असावी. तोंड हलत होतं.

ते ऑफिसमध्ये जातानाच मी दोन्ही हातांनी नमस्कार केला. ते आत गेले.

थोडा वेळ गेल्यावर 'मी आत येऊ का?' म्हणून त्यांना विचारलं... हातातल्या दोन्ही चिठ्ठ्या द्यायच्या नि गप्प उभं राहायचं, असं ठरवून मी आत गेलो.

"येस?" म्हणून त्यांनी प्रश्न केला.

मी दोन्ही चिठ्ठ्या त्यांना दिल्या. त्यांनी त्या मन लावून वाचल्या. "ठीक आहे. मी तुम्हाला अर्धी फी माफ करण्याची शिफारस करतो."

"अर्धी फीही माझ्याकडनं भरायला होणार नाही, सर."

"बघा प्रयत्न करून."

"जमणारच न्हाई, सर. मला पैसे देणारं कुणीच न्हाई."

"ठीक आहे. फी-सवलत मिळावी, म्हणून अर्ज करा. त्यासंबंधीची नोटीस लागेल पुढील आठवड्यात. मग बघू. तूर्त ॲडमिशन घ्या वीस रुपये भरून. उरलेले पैसे फी-सवलत मिळाल्यावर भरा."

"माझ्याकडं सर, आत्ता तेराच रुपये हायेत."

सर थोडे त्रस्त झाले.

"उद्यापर्यंत त्याचे वीस रुपये करा नि उद्या ॲडमिशन घ्या. वीस रुपयांवर ॲडमिशन देण्याविषयी फॉर्मवर लिहून देतो." त्यांनी तसं लिहून दिलं नि फॉर्म परत दिला. दोन्ही पत्रं आपल्याकडं ठेवून घेतली.

मी मुकाट्यानं बाहेर आलो... आता सात रुपये आणायचं कुठनं? मोठा प्रश्न पडला. त्या चिंतेत तासाला जाऊन बसलो.

रात्री सगळं गुरुजींना सांगितलं. गुरुजींनी सात रुपये देण्याचं कबूल केलं आणि 'गावाकडं पत्र पाठवून पैसे मागवून घे. आणि नंतर मला दे,' अशी सूचना दिली.

एक अडचण संपली नि तिच्यातनं दुसरी उगवली. गावाकडं सगळ्या गल्लीनं पट्टी काढून बावीसभर रुपये जमवून दिले होते. आता पुन्हा त्या लोकांना कळवून पट्टी काढता येणं शक्य नव्हतं. घराकडं तर पत्रच पाठवता येणं शक्य नव्हतं आणि गुरुजींना 'मी घरातनं पळून आलोय' हे कसं सांगायचं, आपलं हितं हासं हुईल. पळून येणाऱ्या मुलाला हितं कुणी थारा देणार नाही, असं वाटू लागलेलं.

दोन दिवस मी कुचंबत राहिलो आणि निर्लज्ज होऊन पुन्हा मदतीसाठी निकमसाहेबांना पत्र पाठवलं.

कॉलेजमध्ये नाव घालून रोज नेमानं जाऊ येऊ लागलो. एकदाचं आपलं कॉलेज सुरू झालं, याचा आनंदही झाला. पण त्याच्यावर चिंतेची सावली पडली. तो काळवंडला.

◆

चार

चार दिवसांत मला सूत कातायला येऊ लागलं. प्रार्थनेसाठी मी स्थितप्रज्ञाची लक्षणं पाठ करून घेतली. नियमाप्रमाणं पहाटे पाच वाजता उठू लागलो. छात्रालयानं सांगितलेली कामं वेळच्या वेळी मोठ्या उत्साहानं आवरू लागलो. स्वैपाक, झाडलोट, पाणी भरणं, झाडांना पाणी घालणं, धान्य निवडणं, संडास साफ करणं, हे विद्यार्थ्यांनाच करावं लागे. सकाळचा किंवा संध्याकाळचा तासादीडतासाचा वेळ त्यात जात असे. मला त्याचं काही वाटत नव्हतं. गावाकडं दिवसभर कामं करूनही रात्री पोटभर खायला मिळेल की नाही, याची चिंता होती. आता इथं तासाभराच्या कामात दोन वेळेला पोटभर खायला मिळत होतं. आणि ही कामंही शेतातल्या ढोर-कामांच्यापुढं अगदी किरकोळ, जाता जाता करण्याजोगी होती. त्यांच्यासाठी रक्त-घाम आटवावा लागत नसे. माझा उत्साह बघून गुरुजींना बरं वाटत होतं. बाकीची बरीच मुलं चुकारतट्टूसारखी कामं टाळत असत किंवा मनापासनं नीट करत नसत. गुरुजी किंवा सेक्रेटरी ती त्यांच्याकडनं पुन्हा नीट करून घेत.

आठवडाभर गेल्यावर माझ्या ह्या उत्साहाचं थोडं थोडं हासं होऊ लागलं. त्यात भर म्हणजे हायस्कूलची वरच्या वर्गातली मुलं सूतकताईच्या वेळी माझ्याभोवतीनं सूत कातायला बसत. गप्पा मारत. मला मुद्दाम काहीतरी गावाकडची माहिती कावेबाजपणानं विचारत नि बोलायला लावत. मी बोलू लागलो की माझ्या कोल्हापुरी बोलीला नि तिच्या उच्चारांना सगळे मिळून हासत. ही गोष्ट माझ्या लक्षात आली होती. हळूहळू ही मुलं 'ओऽ घाटी' म्हणून हाक मारू लागली होती. मी त्यांना सांगू लागलो की "मी घाटावरचा न्हाई. की क्वोल्लापूरचा हाये."

"अहो, कोल्हापूर घाटावरच हाये ना?"

"घाटावर न्हाई. घाटाच्या पलीकडं हाये. 'घाटावरचा माणूस' म्हंजे आमच्या क्वोल्लापुराकडं कोकण्या माणूस असतो."

"क्वोल्लापुराकडं का?"

"व्होय व्होय."

मुलं एकदम हासली.

नेमकी ती माझ्या कोणत्या उच्चारांना हासतात, हे मी मनोमन हेरून ठेवू लागलो. त्या त्या शब्दांचे उच्चार कष्टपूर्वक बदलू लागलो. हळूहळू त्यांच्यासारखं

कोकणी हेल काढून, शब्दातलं शेवटचं अक्षर ओढून, तसंच 'कुठं' चा 'कुठेऽ' असा उच्चार करून बोलू लागलो. माझी गावाकडची बोली प्रयासानं जिभेआड ढकलू लागलो. प्रयत्नपूर्वक शब्दांवर लक्ष ठेवून शुद्ध बोलू लागलो. तरीही माझं बोलणं कोल्हापुरी आहे, हे सगळ्यांना ओळखू येत होतं. हळूहळू प्रगती होत होती. टिंगल कमी कमी होत होती. दिवस मागे पडतील तशी मैत्री होऊ लागली होती नि माझ्या भाषेचं त्यांना काही वाटेनासं होऊ लागलं होतं.

कपड्यांच्या ओढाताणीमुळं आणखी एका अडचणीत सापडलो होतो. पावसाळा जोरात सुरू होता. तरी थंडी वाजत नव्हती. गावाकडं या दिवसांत रात्री गारठा पडायचा, तसा इथं पडत नव्हता. त्यामुळं आंथरूण-पांघरूणाची चिंता नव्हती. एका घोंगड्या-चादरीवर माझं भागत होतं. दिवसभर मी उघडाच बसून वाचन नि सूतकताई करत होतो. पण कॉलेजला जाताना कपडे कमी पडू लागत. धुतलेले कपडे बाहेर पाऊस असल्यानं लौकर वाळत नसत. शिवाय दोन्हीही सदरे जुने झाले होते. कोपरावर, छातीवर विरघळले होते. विजारी पण तशाच झाल्या होत्या. सांभाळून सांभाळून वापरत होतो. जोरकस बडवू शकत नव्हतो किंवा जास्त पिळू शकत नव्हतो. नवे कपडे करायला जवळ एक पैसाही नव्हता.

एक संधी चालून आली.

गुरुजी म्हणाले, ''आनंदा, तुला खादीचे कपडे शिवले पाहिजेत. छात्रालयाचा तसा नियम आहे. निदान दोन सदरे नि दोन हाफ पँटा शिवून घे.''

मी खाली मान घालून गप्प उभा राहिलो.

''काही अडचण आहे का?''

''गुरुजी, घरची परिस्थिती फारच बिकट आहे.''

''तुला मी एक मार्ग सांगतो. मी तुला छात्रालयातर्फे दोन सदरे, दोन पँटा शिवून देतो. तू सूत कातून छात्रालयाला देशील? किती सूत कातावं लागेल त्याचा हिशेब करून तुला मी सांगतो. पण त्यासाठी तुला जादा तास सूतकताई करावी लागेल.''

''मी करीन. मी रोज तीन तीन तास सूत कातीन. मला कॉलेज सकाळीच असतं. दुपारी मी मोकळाच असतो.''

''ठीक आहे. रात्री तुला मी हिशेब करून सगळं सांगतो.''

आबा आणि तुकाराम शनिवारी संध्याकाळी आणि रविवारी सकाळी खाकी ड्रेस घालून, काळे जाड बूट घालून कुठंतरी जात.

''तुकाराम, कुठं चाललास?''

''एन.सी.सी. परेडला. दिसत नाही का ड्रेसवरून?''

''हा ड्रेस कॉलेजकडून मिळतो?''

"होय." तुकाराम मधूनच माझ्याशी नागरी भाषेत बोले.

"परेड झाली तरी तो तुझ्याकडंच असतो; म्हणून म्हटलं."

"असणारच. अरे, वर्षभर तो आता माझ्याकडंच राहणार. त्याच्या इस्त्रीसाठी, स्टार्चसाठी, धुलाईसाठी आम्हांला पैसे मिळतात. शिवाय नास्तापाणीही मोफत मिळतं. येणार का तू एन.सी.सी.त?"

मी तात्काळ होकार भरला. मला वाटलं प्राथमिक शाळेतल्या स्काऊटसारखा हा प्रकार असेल. शनिवार-रविवारी तरी हे कपडे आपल्याला घालायला मिळतील. आपल्या कपड्यांना तेवढीच विश्रांती मिळेल. शिवाय इस्त्री-स्टार्चसाठी नि धुलाईच्या साबणासाठी आणायला पैसे मिळतील. आपण गावाकडच्यासारखं तांब्यात कोळसं घालून इस्तरी करायची. साबणानं आपलेही कपडे धुता येतील. बरं आहे हे.

मी एन. सी. सी. त प्रवेश घेतला. महिनाभर परेडला गेलो. मला पोशाख वगैरे सगळं मिळालं.

पण परेड शिकवायला मिलिटरीचे लोक येऊ लागले. ते बंदूक कशी धरायची, 'हमला' कसा करायचा, झटकन रायफल घेऊन पालथं कसं पडायचं, गोळी कशी चालवायची, हे शिकवू लागले नि माझ्या काळजाचं पाणी होऊ लागलं.

खेड्यातनं आलेल्या माझ्या मनाला ह्या सगळ्या प्रकारचा दाट संशय येऊ लागला... हे एन.सी.सी. चं शिक्षण म्हंजे मिलिटरीचं शिक्षण हाय. आपल्याला ते देणार नि लढाईचा प्रसंग आला तर आपल्याला लढाईवर धरून न्हेणार. तिथं लढायला लावणार. आपल्याला हे जमणार न्हाई. शत्रू कुणीबी असला तरी त्येला गोळी घालून ठार मारणं आपल्याला हुणार न्हाई. तिथं मरणारी माणसं आपल्याला बघवणार न्हाईत. आणि एकदा हे शिक्षण आपण घेतल्याची नोंद जर का सरकारी कागदपत्रांत झाली तर आपल्याला 'न्हाई' म्हणता येणारच न्हाई. असतील तिथनं आपल्याला धरून न्हेतील. नकोच हे आपल्याला. आपल्याला समाजकार्य करायचं हाय, हडेलहप्पी न्हाई...

महिनाभर गेल्यावर आणि गुरुजींनी खादीचे कपडे शिवून दिल्यावर मी एन.सी.सी.चे मुख्य असलेल्या फाटकसरांच्याकडं गेलो नि माझं नाव कमी करून घेतलं. माझे गुडघे अधू आहेत. एन.सी.सी.च्या परेडमुळं ते फार फार दुखतात, मग मला दोनचार दिवस चालताही येत नाही, असं कारण त्यांना सांगितलं. हे कारण मला तुकारामनं सांगायला सांगितलं होतं. मुळे नावाचा कुणी विद्यार्थी ह्याच कारणानं एन.सी.सी. सोडून गेल्याचं त्याला माहीत होतं. एन.सी.सी.तनं मोकळा झालो नि सूतकताई जोरात करू लागलो.

वर्गात बसताना पहिल्याच आठवड्यात एक गोष्ट लक्षात आली. रा. वा. चिटणीस हे प्राध्यापक मराठी विषय शिकवीत होते. वि. स. खांडेकरांची

‘उल्का’ कादंबरी आणि श्री. म. माटे यांचे ‘उपेक्षितांचे अंतरंग’ ही दोन्ही पुस्तकं ते शिकवीत.

चिटणीस सर वर्गात आल्याबरोबर माझ्या ध्यानात आलं की अरे, ही व्यक्ती कागलात चिक्कारदा आलीय... गुळवणी वकिलांच्या हितं ह्यांस्नी आपण बघिटलंय. ह्यांस्नी तसं सांगून वळख करून घेटली पाहिजे.

आपल्या कागलातली व्यक्ती ह्या रत्नागिरीत आपल्याला दिसतीय याचा मला आनंद झाला. पण मी लगेच त्यांची ओळख करून घेतली नाही. त्यांचे थोडे मराठीचे तास होऊ दिले. त्यांचा स्वभाव कसा काय आहे, ते बघून घेतलं नि मग त्यांची ओळख करून घेतली... सर स्वभावानं शांत आणि सुजन वाटत होते.

“सर, कागलचे गुळवणी वकील तुमच्या माहितीचे आहेत?”

“हो. माझे ते मेव्हणे. त्यांना माझी बहीण दिली आहे. पुष्कळ वेळा मी तिथं येतो. तुम्ही कागलचे?”

“होय. गुळवणी वकिलांचा मुलगा प्रभाकर हा माझा मित्र. तो नि मी एका वर्गात होतो.”

“बरं. छान.”

“सर. तुम्ही मराठी चांगलं शिकवता. मला ते आवडतं. मला मराठी विषयाची खूप आवड आहे. मी काही कविताही केल्या आहेत.”

“वा! वा! छान.”

“तुम्ही माझ्या कविता बघता? मला तुमचं मार्गदर्शन पाहिजे.”

“जरूर. तुम्ही तुमची वही घेऊन घरी या. आपण बसून कविता वाचू.”

“ग्रामीण कविता आहेत. ‘उपेक्षितांचं अंतरंग’ ज्या लोकांवरचं आहे, त्या लोकांच्या कविता आहेत.”

“मग तर फारच छान. तुम्ही आजच घरी या.”

पत्ता घेऊन मी त्यांच्या घरी गेलो. कविता वाचल्यावर खूप चर्चा झाली.

हळूहळू खूप नवीनवी माहिती त्यांनी सांगितली. बा. सी. मर्ढेकर, मंगेश पाडगावकर, पु. शि. रेगे, विंदा करंदीकर, सदानंद रेगे, इंदिरा संत, शरच्चंद्र मुक्तिबोध यांच्या कविता त्यांनी वाचण्यास सांगितल्या. ‘सत्यकथा’ मासिक नेमानं वाचण्यास सांगितलं.

आपल्या संग्रहातील अनेक पुस्तकं मला ते वाचायला देऊ लागले. त्यांच्यावर चर्चा होऊ लागल्या. ‘सत्यकथे’तील कथा, कविता, ललित लेख यांची भाषा, त्यातील अनुभवविश्व मला भुरळ पाडू लागलं. मी ते कोळून पिऊ लागलो. ते शब्द, शैली आत्मसात करण्याचा प्रयत्न करू लागलो... ग्रामीण कवितांबरोबरच तशा प्रकारची नागर कविताही लिहू लागलो.

आता माझी संध्याकाळ बहुतेक चिटणीससरांबरोबर जाऊ लागली. त्यांचा लळा लागला. तेही खादी वापरीत. राहणी साधी. कुटुंबवत्सल. आपल्या छोट्या मुलाला घेऊन ते समुद्रावर फिरायला जात. कधी संध्याकाळी चक्कीवर दळण घेऊन जात. भाजी आणायला जात. पत्रं टाकायला जात. त्यांच्याबरोबर मीही गप्पा मारत मारत जाई. साधेपणामुळे मला ते आवडू लागले. आपुलकीनं वागवत. अभ्यासिकेत बसून पुस्तकं वाचायला सांगत. चांगल्या वाचनाच्या अभावी उपाशी पडलेल्या मनाला वाचनाचं वेड लागलं. मिळतील त्या नवकथा, नवकविता, ललित लेख, वैचारिक लेख मी अधाशासारखा वाचू लागलो.

मला ते घरच आवडू लागलं. चिटणीस वहिनी प्रेमळ होत्या. मुलं अंगाखांद्यावर येऊ लागली. आतापर्यंत कुठल्याही ब्राह्मणाघरी ओसरी-सोपा यांच्या आत मला प्रवेश मिळाला नव्हता. कुणी त्या घरात 'बसा' म्हणालं नव्हतं. सरांनी सगळं घर मला सहजपणे मोकळं केलं. सहजपणे मला ते लहान मित्रासारखे 'अहो, जाहो'ने वागवू लागले. हायस्कूलच्या माझ्या शिक्षकांनी मला कधी हा मान दिला नव्हता. आता एक कॉलेजचा प्राध्यापक मला 'अहो, जाहो' म्हणतोय, हे बघून माझ्यातली न्यूनगंडाची भावना हळूहळू जाऊ लागली. आपणही कुणीतरी बऱ्यापैकी आहोत, असं वाटू लागलं. आपलं कुणीतरी या कॉलेजमध्ये आहे, याची मनातील भावना दृढ झाली. 'लांबवर येऊन या मुलखात पोरके झालो आहोत' असं जे वाटत होतं, ते कमी कमी होऊ लागलं.

"जकाते, तुम्ही तुमची ग्रामीण कविता प्रिन्सिपॉल भावेंना दाखवा. तुम्हांला माहीतच असेल की ते मराठीतील एक मोठे नवकवी आहेत. मर्ढेकरांच्या तोडीच्या कविता ते लिहीत आहेत."

"मला भीती वाटते त्यांची."

"भिण्याचं काही कारण नाही. सज्जन आहेत. तुम्ही त्यांना भेटलात, कविता दाखविल्यात तर तुम्हांला आणखी चांगलं मार्गदर्शन मिळेल. तुमची कविता प्रसिद्ध व्हायलाही मदत होईल."

"मी बघतो भेटून."

एक दिवस मनाचा हिय्या केला. कवितांची वही घेऊन कॉलेजवरच गेलो. त्यांच्याकडं कुणी नाहीसं बघून त्यांच्या खोलीत घुसलो, धडधडत्या अंत:करणानं नमस्कार करून म्हणालो, "सर, मी आनंद जकाते. एफ. वाय.च्या वर्गात आहे. मी काही ग्रामीण कविता केल्या आहेत. तुम्ही बघाव्यात अशी इच्छा आहे. चिटणीससरांनीही मला त्या तुम्हांला दाखवायला सांगितल्या आहेत."

टक लावून त्यांनी क्षणभर माझ्याकडं पाहिलं. गोऱ्यापान डाव्या हातात लाल रंगाचं पेन घेऊन ते झरझर हिरव्या शाईत काहीतरी लिहीत होते. ते लेखन थांबवून

माझ्याकडं असं बघत राहिले की, या मुलाला परवानगी न घेता अचानक आल्यामुळं रागवावं की याला 'ठीक आहे; पाहीन मी तुझ्या कविता. वही ठेवून जा,' असं म्हणावं, असा ते विचार करीत असावेत, असं वाटलं.

त्यांच्या चेहऱ्यावर क्षणभरानं हास्य उमललं. त्यांनी माझ्याकडं बघून दुसरा पर्याय निवडला. मी वही ठेवून खूष होऊन परत फिरलो. मग लक्षात आलं की ते तंद्रीत काहीतरी लिहीत होते. त्या तंद्रीतून बाहेर पडताना त्यांना प्रयास झाले असावेत.

'उपेक्षितांचे अंतरंग' वाचताना आपल्या गावाकडची माणसं भेटल्यागत होई. 'बन्सीधर' नि आपण यांत काही फरक नाही, असं वाटे. त्यातल्या उपेक्षित स्त्रिया आईसारख्या वाटत होत्या. आई नेमके तेच हाल गावाकडं सोसत होती. ते वाचताना भावंडांच्या आठवणींनी माझं मन गजबजून येऊ लागलं. 'उल्का' वाचताना तिच्या 'नायका'सारखं आपण ध्येयवादी व्हावं, सर्वोदयात राहून समाजसेवा करावी, लग्नाच्या झंझाटात न पडता एकटं एकटं राहून कार्य करावं, गरिबांसाठी काही करावं, असं वाटे. चांगली पुस्तकं वाचताना मनाला सारखे असे हेलकावे बसत.

दिवस चालले होते. शेताकडचं काम नाही. नुसतं घरात बसून सावलीचं काम करायचं. खायला दोन्ही वेळेला साधं असलं तरी पोटभर मिळत होतं. घरच्या कटकटी थांबल्या होत्या. भरपूर वाचायला मिळत होतं. अनेक दिवसांची तहान-भूक भागत होती. रत्नागिरीची हवा आता सवयीची झाली होती. लग्नाला आलेल्या कुणब्याच्या पोरीसारखा छात्रालयाच्या घरात बसून राहात होतो. सर्वांचा परिणाम मनावर शरीरावर होत होता. जिवाला समाधानाचे दिवस आले होते. शेतकामात कष्टणाऱ्या अंगावरचा जळकेपणा निघून चालला होता. त्वचेचा मूळचा गव्हाळ-गोरपट रंग दिसू लागला होता. तोंडावर रया येऊ लागली होती. तीन दिवसांनी मिळायची ती आता रोज आंघोळ मिळत होती. गरमागरम पाणी मिळत होतं. गावाकडं जो अर्धवट जळक्या लाकडासारखा दिसत होतो तो आता मी माणसांत येऊ लागलो होतो. छात्रालयातील मुलांमध्ये मिसळण्याजोगा, त्यांच्यातीलच एक वाटण्याजोगा झालो होतो. माझं मलाच खरं वाटेना इतका मी बरा दिसत होतो. आतबाहेर कायाकल्प होत होता.

खादीचा हाफ शर्ट आणि हाफ पँट घालण्यात, तसलीच गांधी टोपी घालण्यात अभिमान वाटू लागला. या पोशाखात मी कॉलेजला जाऊ लागलो.

कॉलेजात उशिरा आल्यामुळं अभ्यासाकडं गंभीरपणे वळलो होतो. वर्गात बेंचच्या एकूण चार रांगा. त्यांतील एक मुलींची. उरलेल्या तीन रांगांतील पहिले तिन्ही बेंच रिकामे पडलेले असायचे. विशेषत: प्राध्यापकांच्या टेबल-खुर्चीसमोरचा बेंच हमखास मोकळा असे. त्यावर मी जाऊन बसे.

प्राचार्यांचा इंग्रजी कवितेचा तास सोडला तर वर्गात नेहमी प्राध्यापक शिकवताना गडबड, बडबड चालू असे. पाठीमागच्या बेंचवर बसून काही मुलं नसते उद्योग करीत. समोरच्या मुलांना वाळूचे खडे मारत. प्राध्यापकांची नजर चुकवून मुलींवर कागदी बाण फेकत. निरनिराळे आवाज काढत. प्राध्यापकांच्या शिकवण्याला चित्रविचित्र टिंगलवजा प्रतिसाद देत. यातच तास चाललेले असत. एफ.वाय.च्या वर्गाची कॉलेजच परीक्षा घेणार, कॉलेजच मुलांना पास करणार, त्याशिवाय वरचे वर्ग भरणार नाहीत, याची टारगट मुलांना धाडशी जाणीव होती. त्यांना अभ्यासाची फिकीर नव्हती. 'कॉलेजलाईफ एन्जॉय करण्याची त्यांची स्वप्नं' या रूपानं फळाला येत होती.

माझ्या स्वभावाला हा प्रकार मानवण्यासारखा नव्हता. मी मधे किंवा मागे बसलो तर शेजारपाजारच्या मुलांच्या चाळ्यांत किंवा बडबडीत माझं लक्ष प्राध्यापकांच्या शिकवण्याकडं लागणं कठीण होऊन जात होतं. ते काय शिकवतात हे नीट ऐकूही येत नव्हतं. ती मुलं नोट्सही काढू देत नसत. शिवाय त्यांच्या खोड्यांत सामील नाही झालो तर मग त्रास देऊ लागत. त्यांच्यासारखंच वागणं भाग पाडत. त्यामुळं मी सर्वांत पुढं बसणं पसंत करू लागलो. पुढच्या बेंचवर मनाची एकाग्रता चटकन होऊ शके. सगळा वर्ग डोळ्यांआड पाठीमागं राही. त्या बेंचवर कुणी खोड्या करणं शक्य नसे. प्राध्यापकांचं बोलणं स्पष्ट ऐकायला येई. याचा परिणाम मी वर्गात त्याच बेंचवर बसण्यात झाला.

मुलींच्या समूहात एक मुलगी होती. एस.एस.सी.ला ती पहिल्या पन्नास विद्यार्थ्यांत आलेली. अभ्यासू, बुद्धिमान, स्मरणशक्ती चांगली असलेली. धीट मुलं तिला काही म्हणाली तर त्यांना लगेच प्रत्युत्तरं देणारी. स्वत:चं मत नोंदवायला उत्सुक असलेली. वर्गात एखाद्या प्राध्यापकानं विषयाच्या संदर्भात एखादा प्रश्न विचारला तर लगेच उत्तर देणारी. त्यामुळं सगळ्या वर्गाचं लक्ष वेधून घेणारी.

गांधी टोपी नि खादीचे कपडे घालून, एकटाच बेंचवर असलेला, फक्त प्राध्यापकांच्या शिकवण्याकडं लक्ष असलेला, पंधरा मिनिटांच्या सुटीतही एकटाच काहीतरी वाचत बेंचवर बसणारा, उशिरा ॲडमिशन घेतलेला हा मुलगा कोण, अशी जिज्ञासा तिच्या मनात माझ्याविषयी निर्माण झाली असावी.

खरं तर तिच्या मनात एक स्पर्धात्मक शंका निर्माण झाली होती. तिला मनोमन वाटत होतं की आपल्या तुलनेनं वर्गात कुणी हुशार असू शकत नाही. अशा वेळी हा मुलगा ज्या अर्थी इतका लक्षपूर्वक ऐकतो, इतक्या नोट्स भराभर घेतो, आत्तापासूनच सुट्टीतसुद्धा वाचत बसतो, त्या अर्थी हा आपणाशी स्पर्धा तर करणार नाही ना, असा किंतू उशिरा आलेल्या मला नवख्याला पाहून तिच्या मनात आला होता.

कॉलेजवरून एकटाच घरी परत चाललो होतो. ग्राउंडवरच्या दुसऱ्या पायवाटेनं तीही तिकटीवर आली. तिकडून ती आणि इकडून मी एकदमच मुख्य रस्त्याला लागलो.

"नमस्ते. आपण जकाते काय?" तिनं विचारलं.

"होय, नमस्ते."

"मी..."

"मला माहिती आहे तुमचं नाव."

"असं? ते कसं काय बुवा?" तिच्या जिज्ञासू प्रश्नात तिनं एक उत्तर गृहीत धरलं होतं... आपण एस.एस.सी.त पहिल्या पन्नासात आलो आहोत, वर्गात प्रसिद्ध आहोत, आपली हुशारी सर्वांना माहीत आहे, कॉलेजमध्ये आपण आकर्षणाचा एक प्रमुख विषय आहोत याची जाणीव तिला होती. त्यामुळं मला ती माहीत असली पाहिजे, असं तिला वाटत होतं.

पण मी सहज म्हणालो, "रोलकॉलच्या वेळी तुमचं नाव घेतात ना. ज्या नावाच्या वेळी तुम्ही प्रेझेंट म्हणता तेच तुमचं नाव."

"पण काय हो, मी कोणत्या नावाच्या वेळी प्रेझेंटी देते, इकडं तुमचं बरं एवढं बारीक लक्ष?"

"कारण काहीच नाही. माझ्या शेजारीच तुम्ही पुढच्या बेंचवर बसता. सरही पुष्कळ वेळा तुमचं नाव घेऊन तुम्हाला प्रश्न विचारतात. तुम्ही उत्तरंही लगेच उभी राहून देता, म्हणून लक्ष जातं."

"असं होय?"

तिनं मग माझी तपशिलात जाऊन बरीचशी चौकशी केली. मी प्रांजळपणे उत्तरं दिली. या सगळ्यांतून मी तिचा प्रतिस्पर्धी नाही ना, याची ती चाचपणी करत होती. माझ्या हे स्पष्टपणे लक्षात येत होतं. पण तिला तसं बोलून दाखवण्याइतका उद्धटपणा माझ्याजवळ नव्हता. मी ते प्रश्न सरळपणानं घेऊन साधी-सिधी उत्तरं देत होतो. या चाचपणीबरोबर माझा साधेपणाही तिच्या लक्षात आला असावा.

कॉलेज सुटल्यावर तुकाराम-आबा मागं रेंगाळले होते. मी एकटा पुढं आलो होतो. खोलीत एकटाच थोडा वेळ बसलो. सुशिक्षित मुलीबरोबर सविस्तर दोघेच बोलण्याचा तो माझ्या आयुष्यातला पहिलाच प्रसंग होता. तिनं आपण होऊन माझी चौकशी करावी, या कल्पनेनं मन सुखावून गेलं. फुलल्यासारखा झालो. डोळे मिटून पडून राहिलो... तिचा हसरा चेहरा, जिज्ञासू, मोठ्या वाटणाऱ्या डोळ्यांची चंचल उघडझाप, दोन वेण्या असल्या तरी कानांमागचे सुटे मोकळे राहिलेले केस मिटल्या डोळ्यांसमोर दिसू लागले. केसांच्या कुरळेपणाची चेहऱ्याभोवतालची मांडणी लक्ष वेधून घेऊ लागली. पुन:पुन्हा मोहक पद्धतीनं मान हलवून बोलण्याची तऱ्हा

नजरेसमोर नाचू लागली. किणकिणत्या बारीक घंट्यांसारखा आवाज कानांत घुमू लागला... मुलींनी माझ्याशी कधी बोलावं, अशी कधी माझी अपेक्षाही नव्हती, त्यांचं जग वेगळं होतं नि माझं जग वेगळं होतं.

...आताही मी माझ्या वाटेनं मुकाट्यानं चाललो होतो. ती आपण होऊन बोलली... म्हंजे मुलींनी माझ्यासंगं बोलावं इतका मी माणसात आलोय. चार पोरांगत मी आता दिसत असीन. माझं पैलंचं जळकं अंग आता नक्कीच सुरवाडलंय. माझी मळकी कापडं आता गेल्यात, धुतलेली पांढरीधोट कापडं अंगावर आल्यात. अशी कापडं गावाकडं घालून हिंडलो तरी आता तिथल्या हायस्कूलच्या पोरी माझ्यासंग बोलणार न्हाईत. त्यांस्नी माहीत हाय की मी मूळचा कावळाच हाय; बगळ्याची नुसती कापडं घालून आलोय... बरं झालं आपूण कागल सोडलं ते. आपला त्यो अवतार कागलातच ऱ्हायला. आता आपूण माणसांत येऊन पडलोय. चार माणसागत आपल्याला ऱ्हायला मिळतंय. म्हणून मुली माझ्यासंगं बोलत्यात. आता आणखी पोरी बोलतील... असंच आपून आता ऱ्हायलं पाहिजे...

मनाचं तारू दोन दिवस समुद्रावर सैरभैर भरकटत होतं. संध्याकाळ झाली की बंदरावर एकटा जाऊन किनाऱ्याच्या वाळूत बसत होतो. वावभर अंतरावर लाटा येत होत्या. लांबून धावत येताना दिसत होत्या. फेसाचं पांढरंशुभ्र हास्य करत होत्या. हेलकावणारं पाणी कुरळ्या केसांसारखं वाटत होतं... पाडगावकर, इंदिरा संत यांच्या भावभऱ्या कविता वाचून मन अधिकच काव्यात्म नि उत्कट संवेदनाशील होत चाललं होतं. कवितांतील भावना आसपासच्या वास्तवात जगायला मिळतील का ते बघत होतो. कवितांतील प्रतिमांना भोवतालच्या नारळी-पोफळीत, समुद्रात, आभाळात, ढगांच्या सांज-रंगात पाहात होतो. एक नवाच 'मी' माझ्यातून ऊमलू लागला होता.

■

पाच

गावाकडनं शिर्पा आणि आबाजी यांची पत्रं येत होती. आबाजी सगळ्या गोष्टी सविस्तर कळवत होता. मनासमोर घरचं सगळं चित्र उभं राहात होतं. पहिले दोन दिवस घरात कुणी माझी चौकशी केली नाही. शेजारणीनं सांगितल्याप्रमाणं आईला वाटलं; मी असेन गेलेला नोकरीच्या शोधासाठी कोल्हापूरला. कदाचित मी कोल्हापुरात थांबणार असेन म्हणून चादर नेली असेल. पण दुसऱ्या दिवशी रात्री दादाला कळलं की माझं वस्तीचं घोंगडं घरातही नाही नि मळ्यातही नाही. तेव्हा दोघांना संशय आला. आईला वाटलं घोंगडं मळ्यात आहे नि दादाला वाटलं ते घरात आहे. दोन दिवस गेल्यावर तिसऱ्या दिवशी उठून आईनं आबाजीजवळ चौकशी केली.

"आबाजी, दोन दीस झालं आन्दा कुठं गेलाय?"

"मला काय म्हायती न्हाई. एखाद्या वक्ती कोल्हापूरलाबी गेला असंल. मला काय सांगिटलं न्हाई त्येनं."

"कोल्हापूरला गेला नसंल त्यो. वस्तीचं घोंगडं नि चादर घेऊन गेलाय. त्येची कापडंबी घरात न्हाईत."

"खरं?" त्यानं प्रथम आश्चर्य व्यक्त केलं. मग आठवल्यासारखं करून म्हणाला, "...त्यो शिकायला म्हणून कुठंतरी गेला असणार. मला म्हणत हुता; कुठंबी जाऊन मी शिक्षण पुरं करणार. महाराष्ट्रातली सगळी शेरगावं पालथी घालीन. तिथं नोकरी मिळाली तर करीन. नोकरी बघत बघत कॉलेज शिकीन. जिथं मिळंल तिथं शिकीन, म्हणत हुता."

आईला आबाजीनं सांगितलेलं हे बोलणं माझं होतं. मी काय बोललो हे आबाजी सांगत असताना तिकडं तिनं दुर्लक्ष केलं नि आबाजीला म्हणाली, "आबाजी, खरं सांग. तुला तुझ्या आईबाऽची शप्पत हाय. तुला त्यो सांगितल्याबगार जात न्हाई. जिकडं शिकणार असंल तिकडं शिकू दे त्यो. पर आम्हांस्नी निदान कुठं शिकतोय त्येचा पत्त्या तरी असू दे."

आबाजी बावचळला. घुटमळून क्षणभर गप्प बसला. दुहेरी अडचणीत आला. त्याला आईबापाची शपथ घातलेली. दुसऱ्या बाजूनं आई मला शोधायला जाईल याविषयी त्याला वाटणारी भीती आईनं दूर केली. त्यामुळं क्षणभर त्याला वाटलं की सांगून टाकावं. पण तो सावरला. आता त्याला माझ्या सुरक्षिततेपेक्षा त्यानं पहिल्यांदा

जे सांगितलं त्याला चिकटून राहणं योग्य वाटलं. नाही तर तोच खोटा पडणार होता.

मी आणि त्यानं सगळं ठरवून, मी त्याच्या मदतीनं गावाबाहेर पडलोय, असं आईला वाटेल याची त्याला भीती वाटू लागली. कारण नसताना आपण त्यात गुरफटू असं वाटू लागलं.

"न्हाई, आन्दाची आई. मला त्यो कुठं गेलाय हे म्हायती असतं तर लगीच सांगितलं असतं. आणि असं कुणाला सांगून त्यो जायाचा न्हाई. त्येलाबी तुम्ही हुडकायला येशील हे भ्या हायच की. याउप्पर जर का त्येचं पत्तरबित्तर आलं तर तुम्हाला मी सांगतोच."

आई रडवेलं तोंड करून परतली.

त्या दिवशी रात्री तासरातीला शिर्पा घरी गप्पा मारायला गेला होता. पडदीला टेकूनच पायावर पाय घालून बसला होता. त्याच्याबरोबर शिवा नि बाकीची पोरं 'मी कुठं गेलो असेन' याविषयी बोलत बसली होती.

घरात कसं काय वातावरण आहे, याची चाहूल घेण्यासाठी मामा घराकडं आला.

आल्या आल्या तो आईला म्हणाला, "आन्दाचं काय पत्तर-बित्तर?"

"न्हाई. तुला सांगून गेलाय काय त्यो?" आईनं झटकन विचारलं.

"पुण्याला जातो म्हणून गेलाय. गेल्याबरोबर पत्तर लिवतो म्हणाला हुता. यील उद्यापरवापतोर."

आई एकदम ओरडली, "वाद्या, तूच माझ्या लेकाला पुण्याला घालीवलंस. तू माझं वाटूळं कराय बसलाईस."

"कसं काय?"

"तुला त्यो सांगून गेलाय. तू त्येला फूस दिली असणार. तसं नसतं तर त्यो गेला त्याच दिवशी तू मला सांगाय आला असतास. आज दोन दीस होऊन गेल्यावर सांगाय आलाईस. लईच माझ्या मायेचा भाऊ असतास तर माझ्या लेकाला पुण्याला जाऊ दिलं नसतंस. त्येची समजूत काढली असतीस नि माझ्याकडं घेऊन आला असतास."

"तोंडाला यील ते उगंच बोलू नगंस. आन्दा काय आता न्हन्नू बाळ न्हाई माझ्या सांगण्यानं जायाला. त्येच्या त्यो मतानं गेलाय. 'मी गेल्यावर दोन दिवसांनी आईला सांग; मी पुण्याला गेलोय नि पत्तर लिवतोय म्हणून. लगीच सांगू नगं. माझा हुडका काढत येतील. मला शिकायचं हाय म्हणून मी जातोय.' अशी ताकीद देऊन गेलाय. म्हणून मी आज सांगाय आलोय. आता पुण्यासनं त्येचं पत्तर आलं की लीव त्येला काय लिवायचं ते. न्हाई तर जाऊन आण तुझ्या तू लेकाला."

मधेच शिर्पा म्हणाला, ''मला वाटतंय आनंदराव म्हंबईला गेलं असणार. मला ते सारखं म्हणायचं की 'मी आता म्हंबईलाच शिकायला जाणार.' पर मला वाटायचं; जवळ पैसा ना अडका. कुठलं जात्यात म्हंबईला. उगंच काय तरी मनातलं नुसतं बोलत्यात झालं, असं वाटत हुतं.''

''माझा ल्योक धाई दिशांनी उधळला गंऽऽ बाईऽऽ!'' म्हणून आईनं रडायला घातलं. माझ्या आठवणी काढून मोठ्यानं रडू लागली. तिचं रडू ऐकून शेजारपाजारच्या बायका पटापटा घरात आल्या.

मळ्याकडनं घराकडं येणाऱ्या गोपातात्याला हे दिसलं नि त्यो घरात आला. त्याला बघून आईनं हंबरडा फोडला. ''दाजीबा, माझा ल्योक पुण्याम्हंबईकडं त्वांड घेऊन गेलाऽहोऽ. त्येला तुम्ही जाऊन आणाऽऽ. त्येला काय शिकायचं ते ह्या कोल्हापुरात शीक म्हणावं. माझा ल्योक माझ्या नजरं म्होरं आणाऽ.''

''आता सुचतंय व्हय हे, तुझ्या आयला तुझ्या. पैलंच त्येची समजूत काढून कोल्लापुरात शीक, म्हणाला असतासा न्हवरा-बायकूंनी तर असा पर्संग कशाला आला असता ह्यो?''

''चुकलं माझं. मी तुमचं आता पाय धरतो; खरं त्येला तेवडं आता हुडकून आणा.''

''कुठं जाऊ आता त्या पुण्याम्हंबईत? मला काय म्हायती हाय त्या शेरगावाची?''

''ह्या लिंगाप्पाला घेऊन जावा.'' मग आई मामाला म्हणाली, ''एवढं तुझ्या भणीसाठी कर, बाबा. पाय धरतो मी तुझं.''

मामा म्हणाला, ''खुळी का काय. पुणंम्हंबई म्हंजे बारकी गावं वाटली काय तुला? माणसांचा दरया हाय त्यो. ईसईस मैल पसरल्यात ती गावं. कुठं हुडकायचा त्येला त्यात? पत्तर आल्यावर बघू म्हणं.''

''तुला सांगून गेलाय काय त्यो?'' गोपातात्यानं मामाला विचारलं.

''व्हय, पुण्याला जातो म्हणून गेलाय. तिथनं पत्तर लिवतो म्हणालाय. अजून तर काय पत्तर आलं न्हाई.''

''तारा, मग गप्प बस. आठवड्याभरात पत्तर यील त्येचं. मग काय करायचं ते बघू म्हणं.''

सगळी जिकडची तिकडं पांगली. गोपातात्या नि मामा एकदम बाहेर पडले. बायका आपापल्या घरी गेल्या.

जेवणवक्तीला दादा घराकडं आला. त्यानं दारात पायताण काढता काढताच आईला सांगितलं, ''आगं, आन्द्या रत्नागिरीला गेलाय म्हणं.''

''कोण म्हणतंय?''

''मला सणगराचा इष्णूबा म्हणत हुता. रडारड चाललेली बघून त्यो हिकडं

यायला निघाला हुता. वळणावर त्येची माझी गाठ पडली. 'कालेजात शिकाय गेलाय. त्येची पोटापाण्याची ऱ्हाण्याखाण्याची सगळी सोय झालीया म्हणं. उगच आरडावरडा करू नका म्हणाला.''

''खरं कोणचं म्हणायचं हे? कोण म्हणतंय पुण्याला तर कोण म्हणतंय रत्नागिरीला. शिर्पा म्हणतोय म्हंबईला. चला बघू त्या इष्णूबाकडं. खरं काय ते मला कळू दे. माझ्या ध्यायीला आग लागल्यागत झालीया.''

सगळं लटांबळ मग विष्णोबाच्या खोलीवर गेलं. विष्णोबांनी सगळं सुधरून सांगितलं नि रत्नागिरीला कुणी जायचं नाही, याची ताकीदही दिली.

...गावाकडची सगळी पत्रं वाचून मनासमोर असं चित्र उभं राहात होतं. मदतीसाठी निकमसाहेबांना जे पत्र पाठवलं त्यात ह्यासंबंधी सगळी विचारणा केली होती. मी भीतीपोटी कागलात काय काय घरगुती उद्योग करून आलो होतो, हेही त्यांना क्षमायाचना करत लिहिलं होतं.

माझ्या पत्रानंतर नवव्या दिवशी त्यांचं पत्रं आणि दहाव्या दिवशी वीस रुपयांची मनिऑर्डर आली होती. त्यात आईदादानं दहा रुपये घातले होते आणि दहा रुपये पुन्हा बाजारपेठेतनं मित्रांकडून निकमसाहेबांनी वर्गणी म्हणून काढली होती. त्यांनी सगळं सविस्तर लिहिलं होतं. आईवडिलांची समजूत निघाल्याचंही सांगितलं होतं. मला हायसं वाटलं. शेवट गोड झाला होता.

आईदादाला मी त्यानंतर सविस्तर पत्र लिहिलं. सगळी हकिकत सांगितली नि पत्रोत्तरासाठी पत्ता लिहिताना सांगितलं की या पत्त्यावर तुम्ही कुणीही येऊ नये. त्याचा काही उपयोग होणार नाही.

कसंबसं का असेना, घर सुरळीला लागलं. माझी मनोमनीची चिंता मिटली. मी पुन्हा पळून गेलो, हे कळताच आई वासरू चुकलेल्या गाईसारखी सर्व महाराष्ट्र सैरावैरा हंबरत फिरेल, मला शोधून काढील अशी भीती सारखी वाटत होती. तसं काही घडलं नाही, याचं बरं वाटलं.

निकमसाहेबांचे पैसे आल्याबरोबर गुरुजींचे पैसे भागवले. केस वाढले होते, ते कापून घेतले. देवधरांच्या दुकानात जाऊन कागद वह्या घेतल्या. आठनऊ कार्डे घेऊन ठेवली. पावसात चालताना पायताण तुटून गेलं होतं. अनवाणीच चालत होतो. ते लावून घेतलं. दोनतीन रुपये ऊब म्हणून जवळ ठेवले. अगदी अडचणीच्या वेळीच त्यांचा उपयोग करायचा म्हणून पिशवीच्या तळात ठेवून टाकले.

रोजच्या वापरात पैशांची काहीच गरज पडत नव्हती. सकाळी भिजवलेले शेंगदाणे, डाळ, पोहे गुळाबरोबर खायला मिळत होते. प्रत्येकाला वाटून दिले जात होते; ते कधीही खावेत, अशी मोकळीक होती. चहाचं व्यसन वाईट म्हणून चहा-कॉफी मिळत नसे. कुणीही हॉटेलात ती पिऊ नये अशी गुरुजींची आज्ञा होती. मी

ती काटेकोर पाळण्याचा प्रयत्न करीत होतो. कधी कधी तुकारामला चहा पिण्याची तलफ येई. त्यामुळं क्वचित तो मला हॉटेलात घेऊन जाई. आपल्यातला थोडा चहा देई तेवढाच. मग कधी तो चिटणीससरांच्या घरी अधूनमधून इतर कुणी लोक आले असतील तर त्यांच्याबरोबर मिळे. मी तो पिताना संकोचून जाई. शरमून जाई नि घशाखाली सोडून देई.

छात्रालयात आठ आठ दिवसांनी कामाची पाळी बदलत होती. दोन दोन विद्यार्थ्यांना एक एक काम विभागून दिलं जात असे. छात्रालयातील दोन्ही गोपुरी संडासांच्या आधारानं नि बागेतल्या पालापाचोळ्याच्या आधारानं सोनखत तयार केलं जात असे. संडाससफाईची पाळी आली की विद्यार्थी नाराज होत. पाण्यानं रोज संडास धुवावा लागत असे. साठलेली घाण उघडी करून तिच्यावर पालापाचोळा टाकावा लागत असे. तो थर पूर्ण केला की पुन्हा संडासाचे उपकरण बसवावं लागत असे. बसवण्यापूर्वी ते धुऊन घ्यावं लागे. हे सगळं करताना विद्यार्थ्यांच्या कोवळ्या जिवावर येई. ब्राह्मण विद्यार्थी तर खूपच नाराज होत. मानसिक तयारी करावी लागे. अशा वेळी तो नास्ता वगैरे प्रथम खाऊन घेई. मग संडाससफाई करी. त्यानंतर आंघोळ करी नि उद्योगाला लागे. तरीही दिवसभर काही त्या हातांनी खावं असं वाटत नसे. उलट स्वैपाकाची पाळी ही रोज सकाळी संध्याकाळी जवळ जवळ दीड-पावणेदोन तास खाऊन टाकत असे. ती इतर कोणत्याही पाळीपेक्षा वेळखाऊ पाळी होती. झाडणं, दळणाचं धान्य निवडणं, पाणी भरणं यांसारखी कामं एकदा अर्धापाऊण तास केली की दिवस निभावत असे.

मला एक गोष्ट दिसून आली की संडासपाळी ही कुणालाही नको असली तरी ती रोज फारच थोड्या वेळात आवरणारी गोष्ट आहे. उरलेला वेळ मला माझ्यासाठी इतर कामात घालवता येण्यासारखा आहे. म्हणून मी ज्याच्याकडं संडाससफाईचं काम आहे, त्याला माझं काम देत असे. मी एकटा संडाससफाई करत असे. जन्मभर गुराढोरांचं शेणमूत भरलं. गावाकडचं घर तर हगणदारीकडंलाच. त्यामुळं रोज परड्याकडनं म्हशी घेऊन जातायेता ती पार करावी लागत होती. त्याचा मानसिक फायदा मला संडाससफाई करताना होऊ लागला. खऱ्या अर्थानं मी सर्वोदयी झालो. गांधीजींच्या तत्त्वानुसार माझ्या हातून आरोग्यसेवा घडू लागली नि सगळ्याच प्रकारचं काम समान योग्यतेचं मानण्याचा आदर्शही मी घालून दिला. ज्यांना अशा कामाची सवय नसते किंवा जे शारीरिक कामच कधी करत नाहीत अशांसाठी हे समानतेचं तत्त्व होतं, हे माझ्या सहज ध्यानात येऊन गेलं.

बरेच दिवस माझं हे काम सुरळीत चाललं होतं; पण हळूहळू एक गोष्ट घडली. बारीकसारीक कारणावरनं छात्रालयातील विद्यार्थ्यांत कुरबुरी होत. मीही त्यात हळूहळू सापडत गेलो. माझी ज्याच्याशी कुरबूर होई तो माझ्याविषयी माझ्यामागं मित्रांबरोबर

बोलताना माझा उल्लेख 'आपल्या छात्रालयाचा भंगी' असा करी. मला बघून मित्रांना 'जातो; जरा संडासात भर टाकून येतो. सेवा करणारे जय्यत तयार असताना हयगय का करा?' असं तो म्हणे. संडासला निघून जाई.

...मन खट्टू होऊन जात होतं. पण काही करता येत नव्हतं. खाली मान घालून सकाळी सफाई करायला गेलो की सूडबुद्धीनं कुणीतरी वाट्टेल तशी उपकरणावरच घाण करून ठेवलेली असे. त्यामुळं पुढंपुढं मलाही हे काम नको नकोसं वाटू लागलं. मी माझ्या वाटणीला येतील तीच कामं क्रमानुसार करू लागलो.

कॉलेज संपवून घरी आलो की जेवण करून प्रथम डोणीवर जाऊन कपडे धूत असे. उलट आबा-तुकाराम विश्रांती घेत. तीनसाडेतीन वाजता उठून कपडे धूत. माझा जेवल्याबरोबर लगेच कपडे धुण्याचा हेतू फार वेगळा होता. हायस्कूलची मुलं आपले कपडे घाईघाईनं सकाळी धूत, त्याच घाईनं आंघोळ करत, पाळीची कामं करून टाकत. जेवत नि अकरा ते पाच हायस्कूलला जात. त्यांच्या या गडबडीत त्यांचा धुण्याचा किंवा अंगाचा साबण पुष्कळ वेळा डोणीवर, इकडं तिकडं दगडावर, बाजूला विसरून राहिलेला असे. मला तर कोणत्याही साबणासाठी पैसे खर्चणं शक्य नसे. म्हणून मी ही वेळ निवडली होती. ह्या वेळेत कुणाच्याही विसरलेल्या साबणानं मी माझे कपडे भराभर धुऊन काढत होतो. पुष्कळ वेळा साबणाचे बारके बारके तुकडे तिथंच पडलेले असत. ते गोळा करून मी वापरत होतो. तुकडे एकत्र दाबून साबणाचा मुटका करत होतो नि तोच साबण पुरवून पुरवून वापरत होतो. एक कपडा धुताना झालेल्या फेसात दुसरा कपडा भिजवून बडवत होतो. अंगाचा साबण मात्र मी कधीच अंगाला लावला नाही. एक तर आजवर मी अंगाचा साबण कधी वापरला नव्हता. त्याची मला गरजही कधी भासली नव्हती. चिपेनं अंग घासून आंघोळ करण्याची कुणब्याची परंपरा मी चालवीत होतो. दुसरं असं, तो साबण लावला तर त्याचा अंगाला वास येणार होता. त्या वासावरनं मी कुणाचा साबण अंगाला लावलाय, याचा पत्ता लागला   असता.

सूतकताई करता करता विद्यार्थ्यांशी गप्पागोष्टी होत. ह्या गप्पागोष्टींत सूर लागला की विद्यार्थी आपल्या गावाकडच्या गोष्टी सांगत. आपले आईवडील कसे प्रेमळ आहेत, भावंडं काय काय करतात, याविषयी ते बोलत. घराकडच्या गंमतीजमती सांगत. मीच तेवढा एकटा देशावरचा होतो. बाकीची सगळी कोकणातली मुलं. त्यांचे आईवडील त्यांना अधूनमधून भेटायलाही येत. त्यांना खाऊचे डबे आणत. घरवेडी मुलं आईवडील परत जाताना रडत. त्यांची इच्छा शिक्षण सोडून देऊन गावाकडं येण्याची असे. आईवडील आणि गुरुजी त्यांची समजूत काढत. चार दिवस मग ती उदास होऊन वागत. पुन्हा छात्रालयात रमून जात. घराकडच्या आठवणी उत्साहानं सांगत.

माझ्याजवळ सांगायला अशा काहीच आठवणी नव्हत्या. आईदादाविषयी चांगलं सांगण्याजोगं माझ्याजवळ काही नाही, याचं वाईट वाटे. मी ज्या परिस्थितीत रत्नागिरीला शिकायला आलो ती परिस्थिती मी संपूर्ण लपवून ठेवली होती...

एकदा नकळत घराकडच्या आईदादांच्या काल्पनिक आठवणी सांगितल्या... माझ्या लहानपणापासनं मी शिकून मोठा साहेब व्हावं, असं त्यांना कसं वाटतं, मी शाळेला जाऊ लागलो त्यावेळी दसऱ्याला त्यांनी मला साहेबासारखा पांढराशुभ्र कोट, तशीच एक पँट नि बूट कसा आणला होता, त्या पोशाखात माझ्या एकट्याचा फोटो कसा छान काढला आहे, मी सातवी पास व्हावं म्हणून आईदादांनी जोडीनं कसा नरसोबाच्या वाडीच्या दत्ताला नवस केला होता, तो फेडण्यासाठी आम्ही तिघेही कसे गेलो होतो, तिथं कृष्णा नदीत पाय घसरून मी कसा बुडत होतो, आईनं मला पदर देऊन कसं वाचवलं, मी रत्नागिरीला येताना त्यांना किती किती वाईट वाटलं, पण माझं शिक्षण पूर्ण व्हावं म्हणून त्यांनी आपली मनं कशी आवरली, हे रंगवून सांगितलं.

ओघाओघात या आठवणी सांगण्यात अडकत गेलो. आपआपले आईवडील आपल्या शिक्षणासाठी किती धडपडतात नि कष्ट करतात या विषयावर गप्पा रंगल्या होत्या. प्रत्येकजण त्यात हिरिरीनं भाग घेत होता. दुसऱ्याला सांगण्यासाठी आग्रह करत होता. सोहळा सुरू असल्यासारखं झालं होतं... मी बाजूला राहणं अशक्य झालेलं. मग दोस्तमैतरांचे प्रसंग गोळा केले आणि त्यात माझी कल्पकता मिसळली.

खोलीवर गेल्यावर डोळे मिटून उदासीन होऊन बसलो.

अशी उदासीनता अधनंमधनं कधी कळत तर कधी नकळत अनेक कारणांनी येत होती. अशा अवस्थेत रात्री प्रार्थनेच्या वेळी काही भक्तिपर गीतं, भजनं म्हटली जात असत, त्यांतील देवाच्या आळवणीत मी व्याकुळ होऊन रमून जाई. भजन म्हणता म्हणताच देवाशी बोलण्याचा प्रयत्न करी. 'माझ्यासाठी अशी परिस्थिती का निर्माण केलीस?' म्हणून विचारी. डोळे भरून येत. शोकावेग अनेक वेळा आवरेनासा होई.

माझ्या खोलीतला तुकाराम असाच घरवेडा झालेला. तो मोठी मोठी पत्रं आपल्या आईवडिलांना लिही. तेवढीच मोठी पत्रं त्याला घरून येत. त्याच्या कुटुंबात तो जीव की प्राण होता. पण परिस्थितीमुळं त्याला रत्नागिरीला छात्रालयात राहावं लागलं होतं. त्याला छात्रालयातील पाळीप्रमाणं येतील ती कामं करायला नको वाटे. ती सगळी कामं त्याला बायकी वाटत. मग तो आपल्या नास्त्यातला थोडा नास्ता मला देई नि माझ्याकडनं प्रसंगी कामं करून घेई. घरून आलेल्या पैशातनं हळूच हॉटेलातलं चमचमीत खाऊन येई. कोणत्या हॉटेलात काय चांगलं मिळतं, ते रसिकतेनं सांगे. मिसळ, चिवडा, कांदापोहे, भजी, शिरा, चहा यापलीकडं त्याची झेप नसे. मी त्याचं कौतुक ऐकून 'असं का' म्हणत तोंडातल्या तोंडात सुटलेलं

पाणी गिळत असे... क्षणभरानं मनाला आदर्शांची आठवण करून देई. त्याचा फौजदारी बडगा दाखवून देई.

सप्टेंबर महिना. फिरणं हुंदडणं कमी होऊन अभ्यास जोरात चालला होता. तुकारामचं लक्ष अभ्यासात नव्हतं. तो नुसताच पथारीवर उताणा पडून राही नि उघड्या छातीच्या आसपासचं अंग एका हातानं चोळे. मग उठून भराभर पत्रं लिहीत बसे. जुनी पत्रं ट्रंकेतनं काढी नि वाचत बसे.

त्या दिवशी त्यानं मला आपली घरची पत्रं वाचायला दिली. दहा पंधरा विस्तृत पत्रं मी वाचली. भावंडांचे, आई-मुलांचे, वडिलांचे गाढ प्रेमाचे धागे त्यात उलगडत होते. त्या धाग्यांनी हे कुटुंब कसं एकमेकाला बांधलं गेलंय, याची कल्पना आली. त्याचं कुटुंबच्या कुटुंब नावनिशीवार, वयवार माझ्यासमोर उभं राहिलं. त्यांचे आवाजही माझ्या कानावर येऊ लागले. मनानं मी त्या कुटुंबाला फार जवळचं मानू लागलो... तुकाराम आणि मी मग त्याच्या कुटुंबाविषयी अर्धी अधिक रात्र बोलत बसलो. सगळ्यांच्या प्रेमाच्या कथा तो मला सांगत होता नि मी उपाशी माणसासारखा हपापून त्या ऐकत होतो.

दुसरे दिवशी संध्याकाळी मी चिटणीससरांच्याकडं थोडा वेळ जाऊन प्रार्थनेच्या वेळी परत आलो, तर मला कळलं की तुकाराम दोन-तीन दिवसांसाठी गावी निघून गेलाय.

...मला एकदम एकटं एकटं वाटू लागलं. रात्रीचं जेवण आटोपून मी खोलीवर आलो नि अंथरुणावर आडवा झालो. तुकारामाची पथारी तशीच पाखरू हरवलेल्या घरट्यासारखी मोकळी पडली होती.

...घरात माझ्या हातरुणाची जागा अशीच मोकळी पडली असणार. पंगतीची येळ. सगळी भावंडं आता जेवून एका कडनं हातरुणावर पडली असतील. न्हाई तर हातरुणावर बसून गप्पा मारत असतील. मोकळ्या जाग्याकडं बघून माझ्या आठवणी निघाल्या असतील... 'ह्या वक्ताला दादा रत्नागिरीत काय करत असंल बरं?' आईला वाटत असंल; पोरगं जेवलं असंल का नसंल अजून? दादा मळ्यात एकटाच असणार. शिवा नाळरोगी. त्येला वस्तीला जावं लागतंय का कुणाला दखल? शिवाला निसाची कामं अजून जमत न्हाईत... मळ्यात आता जुंधळ्याची भांगलणी सुरू झाल्या असतील. ह्या दिसांत हीच कामं मळ्यात असत्यात. सहाजणांचं सहा आरं एकदम हुईत असतील. दादाआई, हिराशिवा, धोंडू-सुंदरा एकाकडनं एका रांगंत एकदम बसत असतील... जुंधळ्याला वाटत असंल; आवंदा आनंदा कसा दिसत न्हाई?... बैलास्नीबी असंच वाटत असंल. झाडंसुदीक येडबडल्यागत झाली असतील... मी हितं आठंग्या वनात एकटाच येऊन खुळ्यागत पडलोय.

मी उठलो नि कंदिलाची वात वर केली. कवितांची वही काढली नि मनात येईल

ते 'अष्टाक्षरीत' लिहीत बसलो. जिवात गावाकडच्या सगळ्या आठवणी गजबजून उठल्या. नवं काहीतरी सापडल्यागत झालं नि घरची माणसं, पिकं, झाडं, जनावरं, मळा, घर, माती यांना घेऊन भरभरून कविता करू लागलो.

अजूनपर्यंत पत्रातनं जुजबी माहिती आईदादाला कळवीत होतो. पण आता तुकारामसारखी दीर्घ दीर्घ पत्रं लिहावीत असं वाटू लागलं. आईची अनेक प्रेमळ रूपं आठवू लागली. दादाच्या दराऱ्याखाली ती दडपली होती. तरीही जमेल तेवढी माया माझ्यावर नि भावंडांवर ती करत होती. दादाचा निर्दय, निष्ठुर चेहरा पालटून मला तो मवाळ दिसू लागला. संसारानं गांजलेला, दारिद्र्यानं चिंबून गेलेला, कष्टानं पिचून जाता जाता त्यातच घटकाभराची विश्रांती शोधणारा, गतानुगतिक परंपरांचा बळी झालेला एक साधा शेतकरी जीव वाटू लागला. कष्टणारी भावंडं युगानुयुगं महाराष्ट्राच्या दऱ्याखोऱ्यांत उगवणारी नि सातत्यानं जळणाला तोडली जाणारी, तरी पुन्हा उगवणारी झाडं वाटू लागली. त्या सगळ्यांवर आपला जीव ओतावा असं वाटू लागलं.

मी आतबाहेर पालटल्यागत झालो नि घराकडं मोठीमोठी पत्रं लिहून सगळ्यांच्या आठवणी जागवू लागलो. सगळ्यांच्या तपशीलवार चौकशा करू लागलो. पत्रं लिहिताना जीव गावाकडं उडून गेल्यासारखा वाटू लागला. दौलताच्या गोबऱ्या आठवणी अधिकच व्याकूळ करू लागल्या.

गावाकडं असताना रत्नागिरीला जायचं ठरलं तेव्हा कल्पनेत मी रत्नागिरी रंगवली होती. तिथलं छात्रालय, कॉलेज, विद्यार्थी, प्राध्यापक, निसर्ग आणि त्या सर्वांतील वावरणारे आपण मनानं रंगवत कागलात हिंडत होतो. शरीरानं तिथं होतो, तरी मनानं रत्नागिरीत होतो. आता शरीरानं रत्नागिरीत असूनही मनानं गावाकडं जाऊ लागलो. तिथं रमू लागलो नि रत्नागिरी निमित्तमात्र भोवताली राहू लागली. मनपाखराचा विपरीत खेळ सुरू झाला.

◆

सहा

...मी हितं रत्नागिरीत आयतं बसून खातोय नि शिक्षण घेतोय. तिकडं सगळी भावंडं राबराब राबत्यात तरी त्येंची पोटं रिकामीच. आतापतोर त्येंच्या जिवावर शिकलो. त्यांस्नी वाटलं; भाऊ शिकून शाणा हुतोय, होऊ दे. शिकल्यावर त्येला नोकरी लागंल नि आपल्याला चार घास खायला मिळतील. तवर हाल सोसू या नि त्येला शिकवू या. पर एस.एस.सी. झाल्यावर मी घरातनं बाहीर पडलो. त्यांस्नी तसंच वाऱ्यावर सोडलं... असे विचार येऊ लागले नि मला अपराध्यागत वाटू लागलं. मी भावंडांच्या हालअपेष्टांवर आणि कष्टांवर कविता लिहू लागलो. मनाला तात्पुरतं का होईना, मोकळं करण्याची ती एक वाट सापडली होती... हाताशी दुसरी कोणतीच शक्ती नव्हती.

प्राचार्य भावे सरांचा तास होता. आम्हाला ते कविता शिकवीत. 'गोल्डन ट्रेझरी'तील एकापेक्षा एक अशा सरस कविता. आज 'शेली'ची 'स्कायलार्क' शिकवीत असताना कारुण्याची किंचितशी झालर असलेल्या सरांच्या आवाजाला आज एक वेगळी धुंदी चढली होती. ते बहरून आले होते.

...आपल्या मनाचं पाखरूही असंच एका निळ्याभोर अनंत आकाशात भिरभिरतं आहे, असं उगीचच मला वाटत होतं. मन लावून मी सगळं ऐकत होतो. कधी तास संपला ते लक्षातच आलं नाही. एक समाधी उतरल्यागत झालं.

वर्गही शांत शांत होता. त्या भारल्या वातावरणातून सर हळुवार पावलांनी आवाज न करता जाऊ लागले. पुढच्याच बेंचवर मी बसलेला.

जाता जाता मला म्हणाले, "कॉलेज सुटल्यावर मला भेटा. मी ऑफिसमध्येच आहे."

मी मान हलवली.

उरलेले तास संपेपर्यंत माझ्या उरातली धडधड थांबेना. मला आता उरलेले फीचे पैसे भरावे लागणार ह्या भीतीनं माझ्या हातापायातलं बळ गेल्यागत झालं.

मला अर्धी फी सवलत मिळाल्याचं जाहीर झालं होतं. उरलेली फी ताबडतोब भरण्याविषयी त्याच यादीच्या खाली सूचना दिलेली होती. मी ती अजून भरली नव्हती. जितकं लांबवता येईल तितकं लांबवायचं होतं. दिवाळीची सुटी पडल्यावर गुरुजींना सांगून कुठंतरी काम मिळवायचं होतं. त्या कामातून पैसे मिळाल्यावर मग

ती भरण्याची इच्छा होती. पैसे नाहीच मिळाले तर निदान वर्ष तरी प्रथम पदरात पाडून घ्यावं नि मग पुढचं पुढं काय होतंय ते बघावं, असा विचार होता. म्हणून मी नुसता कुचंबत होतो.

सरांनी बोलावल्यावर मनात उलटसुलट विचार येऊ लागले... कॉलेज सुटल्यावर चिंतागती होऊन मी त्यांच्याकडं गेलो.

"बसा."

त्यांच्यासमोर खुर्चीवर बसणं मला शक्य नव्हतं.

"बसा बसा. तुमच्या कविता मला अतिशय आवडल्या. त्या वेगळ्या आहेत." अशी सुरुवात करून ते कवितेसंबंधी बोलू लागले.

मी आनंदून गेलो. त्यांनी फीचा विषय काढला नाही, याचाच मला अतिशय आनंद झाला.

मी त्यांना म्हणालो, "सर, मी आणखी काही कविता लिहिल्या आहेत; त्या बघता काय?"

"आता नको. सुट्टीत जरूर पाहीन. सुट्टीत घरी जाताना तुम्ही त्या मला परत द्या. परत आल्यावर मग त्यांच्यावर आपण बोलू."

"बरं." म्हणून जायला निघालो. टेबलावरची त्यांना दिलेली माझी कवितेची वही वाकून घेऊ लागलो.

"तूर्त ही वही माझ्याकडं असू दे. मी तुमच्या तीन-चार कविता कुठंतरी पाठवीन. मग तुम्हाला वही देतो."

"बरं." मी मान हलवून निघालो.

चिटणीससरांनी आयोजित केलेलं कविसंमेलन पार पडलं. त्यांनी निवडून दिलेल्या दोन नव्या कविता मी वाचल्या. वर्गात स्कॉलर असलेल्या त्या मुलीनंही दोन कविता वाचल्या. आमच्या वर्गातले आम्ही दोघेच कवी.

कार्यक्रम संपल्यावर तिनं माझी नव्या कवितांची वही वाचण्यासाठी मागितली. मी ती मोठ्या आनंदानं दिली. यापूर्वीही तिनं माझी इतिहासाची टिपणवही दोन-तीन दिवस ती गैरहजर असल्यामुळं मागून नेली होती. तिच्याशी मैत्री वाढावी अशी माझी भाबडी इच्छा होती.

नेमानं दुपारी तीन वाजता कॉलेजवर स्टडीहॉलमध्ये अभ्यास करण्यासाठी टर्म परीक्षा जवळ आल्यामुळं मी जात होतो आणि संध्याकाळी सहा वाजता परतत होतो. तीही अधूनमधून येताना दिसत होती.

एके दिवशी मी घरी परतताना तीही बाहेर पडली नि माझी कवितांची वही तिनं परत केली. आभार मानले.

"कशा वाटल्या कविता?"

"स्पष्ट सांगायचं तर मला आवडल्या नाहीत."

"असं? कारण तरी सांगा." मी आतून निराश झालो तरी वरून अवसान आणण्याचा, सरळ वागण्याचा प्रयत्न केला.

"तुम्हाला वाईट वाटेल त्याचं."

"नाही बुवा. उलट मला माझ्या कविता सुधारायला तुमच्या मताचा उपयोग होईल."

"मला कवितेपेक्षा तुमचीच काळजी वाटते."

"का?"

"तुम्ही फार भावनाप्रधान आहात. अशा भावनाप्रधान माणसाला जगात जगता येणं कठीण असतं. दुसरं असं की तुम्ही आदर्शवादी विचार करणारे आहात. अशा माणसालाही जगात त्रास होतो. त्याचं हसं होतं. माणसानं थोडं व्यवहारी असावं. स्वतःच्या भावभावना जरूर जोपासाव्यात, स्वतःच्या गुणांचा विकास करण्याचा प्रयत्न करावा, पण हे सर्व करताना भोवतालची परिस्थिती ओळखून राहावं."

"तेच करतोय मी. पण माणसानं परिस्थिती बदलण्याचाही प्रयत्न करावा."

"परिस्थिती बदलता येणं जवळ जवळ अशक्य असतं. उलट प्राप्त परिस्थितीचा फायदा घेऊन स्वतःचा विकास साधणंच माणसाला सहज शक्य असतं. त्या विकासामुळं समाजात आदर्श निर्माण होतात आणि मग समाजच हळूहळू बदलू लागतो. पण ते जाऊ द्या. मला म्हणायचं होतं ते दुसरंच."

"काय?"

"तुम्ही तुमच्या आईवडिलांची, बहिणभावांची काळजी फार वाहता, असं दिसतंय."

"ते स्वाभाविकच आहे."

"पण तुम्ही त्यांच्या आठवणींनी भावविवश होऊन वाहवत जाता. वास्तवाचं भान ठेवत नाही. 'आई माझा देव । आई माझे दैव । भजनात पूजनात । झिजेन सदैव ॥' यासारखी कविता आईचे उगीच देव्हारे माजवणारी वाटते. तीही एक स्त्री आहे. मुलांशी तीही भांडू शकते, तिचे मुलांचे मतभेद होऊ शकतात. मुलांकडून ती स्वार्थी अपेक्षा करू शकते, हे तुम्ही पाहायचं नाकारता. एकेकाळी ही आदर्श मूल्यं जोपासणं ठीक होतं."

"बहीणभावांविषयी, आईविषयी माझ्या काय भावना आहेत त्या मी मांडल्या आहेत. आणि कवितेत तर भावनांचाच आविष्कार असतो. माझा स्वभाव भावनाप्रधान आहे, त्याला माझाही इलाज नाही. माझ्या शरीरपिंडाचा तो घटक आहे."

"ते ठीक आहे. पण तुम्ही जुनी, कालविसंगत झालेली मूल्यं जोपासत आहात. खरं तर तुम्ही तुमच्या भोवतालच्या परिस्थितीमुळं उद्ध्वस्त झालेल्या स्वप्नांचं,

भावनांचं रेखाटन करायला पाहिजे. शिवाय तुमची कविता तुमच्या वयाबरोबर वाढली पाहिजे. व्यक्तिमत्त्वातील स्वाभाविक घटकाला जवळची असली पाहिजे. उदाहरणार्थ, तुम्ही ऐन तारुण्यात आहात. या वयात माणूस प्रेमभावना उत्कटपणे जगतं. तुमच्या कवितेत त्यांचा आविष्कार आज प्रामाणिक वाटेल. ती कविता तुमच्या आजच्या वयाशी सुसंगत दिसेल. पण तुमची आजची कविता तर बहीणभावंडांच्या कौटुंबिक प्रेमात रमणारी कुमारवयातील कविता वाटते. तरुण मनाची कविता वाटत नाही.''

ती धडाधडा अमोघ बोलू लागली. वक्तृत्व स्पर्धेत तिनं अनेक पारितोषिकं मिळवली होती; त्याचा प्रत्यय आला. प्रभावीपणानं बोलत होती. माझ्या कुमारवयीन मन:स्थितीवर तिनं अचूक बोट ठेवलं होतं. हे जरी खरं असलं तरी ती नवकवितेवर येणाऱ्या समीक्षणातील नि वैचारिक लेखातील बरीच भाषा आणि मतं वापरत होती. चिटणीस सर मला जी मासिकं, पुस्तकं वाचायला देत होते, त्यांत अशा प्रकारची मतं येत होती. मला ती सगळीच पटत होती, असं नाही. पण तिच्याशी वाद घालण्याची माझी इच्छा नव्हती. तयारीही नव्हती. त्याक्षणी मी जणू निरुत्तर होत होतो. मुकाटपणे हूं हूं करत चाललो होतो.

तिची आळी आली. ती कधी आली याचा मला पत्ता लागला नाही. ती निरोप घेऊन निघून गेली.

माझ्या भावनांची कदर न करता तिनं आडवा-तिडवा अनपेक्षित हल्ला चढवला होता. त्यामुळं माझ्या मनाची घडी उसकटून उद्ध्वस्त झाल्यागत वाटू लागलं.

छात्रालयातले सगळे कार्यक्रम आटोपले. जेवलो नि अभ्यासाला बसलो. पण लक्ष लागेना. धावडेच्या खोलीत तुकाराम गप्पा मारत बसला होता. मी आंथरूण झटकून साफ केलं नि पांघरूण तोंडावर घेऊन मिटल्या डोळ्यांनी जागाच उताणा पडून राहिलो.

...सूतकताई करताना, गुरुजींचं बौद्धिक ऐकताना, जेवताना मनात सारखे तिचेच संवाद घुमत राहिले... वाघिणीसारखी ती आक्रमक वाटू लागली. मी चिडल्यासारखा झालो.

...आपूण तिला आपली वहीच द्यायला नको पाहिजे हुतं. इतिहासाची टिपणवही दिली तवाच आपल्या ध्यानात आलं पाहिजे हुतं की ही आपल्या नोट्स उतरून घेण्यासाठी वही नेत न्हाई. आपण काय लायकीच्या नोट्स काढतोय, आपली बौद्धिक योग्यता काय हाय, एखाद्या विषयातलं आपल्याला केवढं कळतंय, कविता लिहिण्यातली आपली झेप केवढी हाय, हे बघायलाच तिनं आपल्या वह्या मागितल्या हुत्या. माझा भावनाप्रधान, आदर्शवादी स्वभाव तिनं बरोबर वळीखला. माझ्या चांगुलपणाचा फायदा घेऊन तडातडा बोलली. मी सगळं सोसलं. तिला दुखवू नये,

असं मला वाटलं, पण तिला तसं वाटलं न्हाई. तिनं खुशाल हल्ला केला. आपल्याला आता व्यवहार समजला पाहिजे. त्यो समजून घेऊन आपूण वागलं पाहिजे. माझ्या लक्षात यायला पाहिजे हुतं की तिला आपला पैला नंबर सतत सांभाळायचा असतो. त्या तिच्या धनावर आजुबाजूनं कुणी छापा घालतं, ते हिरावून न्हेतं की काय, ह्येची तिला भीती वाटती. भोवताली अचानक कुणी आपल्याला स्पर्धक उभा राहतो की काय याचं भय तिच्या पोटात असावंसं दिसतंय. माझ्या वह्या मागणं, त्या वाचून पाहणं यापाठीमागं तिचा सद्भाव नव्हता. मी तिचा स्पर्धक हाय की काय याची चाचपणी करण्याचा त्यो एक कावेबाज पवित्रा हुता. मैत्रीचं नाटक हुतं. कदाचित मी तिच्या कवितेच्या क्षेत्रात स्पर्धक वाटतोय की काय कुणाला दखल?

...जुनी कौटुंबिक मूल्यं कुमार-वयातली मानती. कुमार-वय काय मूर्खपणाचं वय असतं? आईदादाला भणी-भावंडांस्नी मी काय तरुण झालो म्हणून सोडून द्यायचं?.. शेरातली सगळी माणसं अशीच. स्वत:च्या पायापुरती बघणारी. त्यास्नी दुसऱ्याची दयामाया न्हाई. कोल्हापुरात मदतीसाठी, नोकरीसाठी हिंडताना ह्येचा आपल्याला चांगलाच अनुभव आलाय. हिची सारी बुद्धी स्वत:च्या भोगापुरतीच राबणार असं दिसतंय. ह्येलाच ती स्वत:च्या व्यक्तिमत्त्वाचा विकास असं गोंडस नाव देतीय... जुनी मूल्यं हिच्या घरात मोडकळीस आली असतील. हितं शेरात मोडकळीस आली असतील. पर खेड्यापाड्यात अजून तीच हाईत. तिथली माणसं उपाशी मरत्यात; खरं एकमेकाला धरून ऱ्हात्यात. माझ्या भावंडांस्नी सोडून मी काय मुलींच्या प्रेमाविषयी, तरुण स्त्रियांविषयी, माझ्या तारुण्याविषयी कविता लिहित बसू? मनाला जेव्हा वाटेल तेव्हा तशाही कविता लिहिनच की... आता कविता नुसत्या चिटणीस सरांस्नी नि भावे सरांस्नीच दाखवायच्या. तसं काय असतं तर चिटणीस सर नि भावे सर बोललेच असते आपल्याला... ही काय सांगती मला शाणपण?

तोंडावर पांघरुण घेऊन मी स्वत:शीच पिंजण घालत होतो. सगळा प्रसंग मनासमोर घडत होता. त्यात तिला प्रत्युत्तरं देत होतो. तिच्यासारखा आक्रमक होऊन वाद घालत होतो. पहाटे जाग आल्यावर कळलं की ते स्वप्नं होतं.

दुसऱ्या दिवशी शनिवार. तीनच तास. वाटलं; महत्त्वाचे नाहीत. घरी बसून निवान्त अभ्यास करूया.

सोमवारी कॉलेजला गेलो. मन शांत झालेलं.

ती आली होती. माझी नजर तिच्याकडं गेली. तिच्या ओठांवर स्मित उमटलं. नकळत माझ्याही ओठांवर उमटलं. पण मी नमस्कार वगैरे काही न करता माझ्या बेंचवर जाऊन बसलो. तास चालू असताना पुन्हा एकदा नजरानजर झाली. पुन्हा स्मित. माझा प्रतिसाद फारच मंद झाला. मी समोर बघू लागलो... स्नेहाच्या भावनेनंच ती आपल्याकडं बघतेय, आपण मात्र मनात अढी ठेवून बसलोय. तिनं

परवा उणिवा दाखविल्यामुळं आपला अहंकार दुखावला, आपण चिडलो. कदाचित ती मैत्रीच्या तळमळीपोटीही बोलली असेल. आपण ते वाकुडपणानंच का घ्यायचं?...

पंधरा मिनिटांची सुटी झाली.

मी सरळ बघत बाहेर निघून गेलो. ग्राउंडकडं पावलं पडू लागली.

''जकाते थांबा.'' मागून तिचा आवाज. तिनं मनाला लावून घेतलेलं दिसलं.

मी थांबलो. तिच्याकडं बघत उभा राहिलो.

''तुम्ही माझ्यावर रागावलात ना?'' ती.

''नाही बुवा.''

''परवा मी जरा जास्तच बोलले. माझा आगाऊ स्वभाव नडला. पण मैत्रीच्या भावनेनं मी बोलले. तुमचं मन दुखावलं असेल, तर मला क्षमा करा.'' ती हसत हसतच बोलत होती.

''नाही बुवा. मन वगैरे काही दुखावलं नाही. त्यामुळं क्षमेचा प्रश्नच नाही.'' मला मनोमन बरं वाटलं.

''मग त्या दिवशी बोलला नाहीत? आजही गप्पगप्पसे?''

''...गप्प एवढ्यासाठी की प्रत्येकाचा एकेक स्वभाव असतो. त्या त्या स्वभावानुसार प्रत्येकाला जगाचे अनुभव येतात. त्या अनुभवांनुसार प्रत्येकाची मतं, विचार बनतात आणि सगळं जग हे 'तसं'च आहे, असं प्रत्येकाला वाटू लागतं.''

''तसं म्हणजे?''

''म्हणजे तुम्हाला जसं वाटतं 'तसं'. मला जसं वाटतं 'तसं'. मला वाटतं जगाविषयीची नि जगातल्या माणसांविषयीची एखाद्याची मतं कुणी खोडू शकत नाही. आपापले येणारे अनुभव आणि त्यातूनच तयार होणारी मतं घेऊनच आपण जगत असतो ना? मला वाटतं प्रत्येकाला असं जगण्याचा अधिकार आहे. मग एकमेकांच्या मताविषयी वाद कशाला घालत बसा?''

''अच्छा! म्हणून तुम्ही त्या दिवशी बोलला नाहीत तर?– मग मला कशाला माझं मत विचारलंत?''

''विचारायला काहीच हरकत नाही. एकमेकांची मतं जरूर समजून घ्यावीत. त्यामुळं आपल्या मतात प्रसंगी सुधारणा करता येतात, आत्मनिरीक्षणाला मदत होते... आणि गंमत म्हणजे त्या दिवशी मी तुम्हाला माझ्या कवितेविषयी तुमची मतं विचारली होती. तुम्ही तर माझ्याविषयीचीच तुमची मतं सांगितली. अर्थात तीही मला विचार करायला लावणारी होती...''

खूप विस्तारानं बोललो.

घंटा खणखणली. दोघेही जायला निघालो.

''...ते काहीही असलं तरी तुमच्याविषयी माझ्या मनात राग वगैरे काहीच नाही.

त्यादिवशी तुम्ही मनापासून बोलत होता. त्यावेळी माझ्या असं लक्षात आलं की आपण दोघेही वेगवेगळ्या कुटुंबात; समाजस्तरात नि वातावरणातही वाढलो आहोत. त्यामुळे आपले विचारही वेगवेगळे आहेत नि अनुभवही वेगवेगळे आहेत... मला हे तुमच्याविषयी कळलं ते किती खूप आहे!'' मी जाता जाता उद्गारलो.

तिच्याविषयीची मनातली अढी नष्ट झाल्यागत झाली.

...तरीही मैत्रीत अलिप्तता नि हळूहळू दूरता येत गेली... माझ्या मनाचं वागणं मोठं चमत्कारिक वाटलं. त्याचा थांग लागत नाही; हेच खरं. माझ्या विचारांवर माझा अहंकार मात करतो, याचा पडताळा आला. कदाचित या अहंकारातूनच शिकण्याची माझी जिद्द जन्मली नसेल?... काही कळत नाही. भावनाविवशता नि भावनाप्रधानता यांच्या सीमा एकमेकीत कुठं मिसळतात हे जसं कळत नाही; तसं अहंकार आणि स्वाभिमान यांच्या सीमा-रेषा कुठं एकमेकींत मिसळतात, हेही कळत नाही... पण कळत नसलं तरी जगायला त्याची गरज आहे. त्याच्याशिवाय स्वत्व जपता येणार नाही. स्वत्वच जपता आलं नाही, तर जगायचं तरी कशाला?

◆

सात

सप्टेंबरच्या तिसऱ्या आठवड्यातले दिवस. सहामाहीचा अभ्यासक्रम पुरा करण्याच्या उद्योगाला प्राध्यापक वेगाने लागले होते. विद्यार्थीही त्यात गढलेले. मी आणि तुकाराम खोलीत दुपारी चार वाजता आपापल्या पथारीवर वाचत पडलो होतो. अशा वेळी खाकी पोशाखातला कॉलेजचा शिपाई छात्रालयाच्या अंगणात शिरला. गुरुजी घरीच होते.

"कोण पाहिजे?" सोप्याच्या दारातून गुरुजींनी त्याला विचारलं.

"मी गोगटे कॉलेजचा शिपाई. प्रिन्सिपॉल भावेसाहेबांनी ही चिठ्ठी दिलीय. ह्या विद्यार्थ्याला ताबडतोब बोलावलंय."

गुरुजी माझ्या खोलीत आले.

"अरे आनंदा, प्रिन्सिपॉल भावेंनी तुला ताबडतोब बोलावलंय. काय भानगड आहे?"

"मला काय माहिती नाही गुरुजी." मी गर्भगळित होऊन गेलो. टर्म-फीची टांगती तलवार माझ्या मानेवर होती. "अजून पहिल्या टर्मची फी भरली नाही. त्यासाठी बोलावलं असणार." घाबऱ्या, कापऱ्या आवाजात मी म्हणालो.

"जा. जाऊन ये जा त्या शिपायाबरोबर. काय सांगायचं ते सांगून ये."

"बरं."

फाशीच्या फळीकडं नेण्यात येणाऱ्या कैद्याची जशी अवस्था व्हावी तशी माझी झाली. त्या गळाठलेल्या अवस्थेत मी कपडे केले. प्राचार्यांचं चित्र मनासमोर दिसू लागलं. एरवी ही गोड वाटणारी माणसं फी वसूल करण्याच्या बाबतीत कशी करडी नि कडक असतात, वर्गातून कशी हाकलून देतात, याचा पुरता अनुभव मला हायस्कूलला आला होता. तशाच प्रसंगाला आता तोंड द्यावं लागणार म्हणून गार होत चाललो होतो.

त्या अवस्थेत शिपायाला म्हणालो, "तुम्ही चला पुढं. मी येतो."

"नाही; पुढं घालून घेऊन यायला सांगितलंय."

"बाप रे!" मी मनोमन उद्गारलो. खाली मान घालून जाऊ लागलो.

जड झालेली पावलं उचलून टाकत होतो. इकडंतिकडं बघताना जाणवत होतं की, या परक्या गावात मला चार पैसे उसने देतील असं कुणीही नाही. आपण

एकाकी आहोत.

प्राचार्यांचं घर कॉलेजपासनं जवळच होतं. मी अंगणात गेलो नि उभा राहिलो.

शिपाई आत गेला. "साहेब, विद्यार्थी आला आहे."

"पाठवून दे त्यांना आत नि तू जा कॉलेजवर."

मी आत गेलो.

"या." प्राचार्यांचा सूर स्वागतशील होता. त्यांचा चेहरा नेहमीप्रमाणं गंभीरच तरी प्रसन्न होता. आतल्या दारातून नऊवारी नेसलेल्या प्राचार्यांच्या पत्नी हळूच डोकावून पाहू लागल्या. त्यांची माझी नजरानजर झाली. त्यांच्या सात्त्विक गौरवर्णी चेहऱ्यावर हास्य उमललं. माझी अर्धीअधिक धास्ती कमी झाली. मी नमस्कार करून उभा राहिलो.

"बसा या खुर्चीवर."

मी उभाच राहिलो. "नाही सर, मी उभाच राहतो."

"बसा बसा. संकोच करू नका. पु. ल. देशपांडे इथं आले आहेत. त्यांना तुमच्या कविता मी वाचायला दिल्या. त्यांना त्या खूप आवडल्या आहेत. बसा. तुम्हाला ते भेटणार आहेत– अरे, पी. एल. ना हाक मार. जकाते आले आहेत म्हणावं."

त्यांनी त्यांच्या घरात वावरणाऱ्या नोकराला सांगितलं. कदाचित तो क्लार्कही असावा. सुशिक्षित वाटत होता.

मी खुर्चीवर बसलो. अनपेक्षितपणे झालेल्या आनंदानं गुदमरून गेलो. पाचच मिनिटांत पु. ल. देशपांडे आणि सुनीताताई देशपांडे दोघं आले. मी उभा राहून नमस्कार केला. प्राचार्यांनी माझी त्यांना ओळख करून दिली.

आल्या आल्या त्यांनी विषयाला हात घातला. त्यांना बघूनच माझा आनंद माझ्यात मावेनासा झाला होता.

"तुमच्या कविता फार छान आहेत. फारच छान! मला त्या अतिशय आवडल्या." पु. ल.

"हो!" मला दुसरं काय बोलावं कळेना. मी नुसता हसत, खूष होत, जागच्या जागी मान, अंग, हात हलवत बसून राहिलो.

मग पु.ल. कवितेतील वास्तव ग्रामीण जीवन, त्यातलं नाट्य, तिच्यातला वेगळेपणा, सहज, सरळ वाटणारी अनुभवाची अभिव्यक्ती, यमकांच्या मधली सहजता, ग्रामीण भाषेचा गोडवा या विषयी बोलत राहिले.

"आता सुनीता, ही 'बाई माणूस' कविताच पाहा ना?

लावत जा रोज कुक्कू आणून कसंबी;
न्हाईतर लावीन खुरपं मारून.

– पन्नास येळा सांगितलं;
माझं पायात घाल म्हणून.
आगं, मी बापय माणूस हाय;
मला कसली लाज नेसायला फाटकं?
पर बाईमाणूस हाईस तू;
फेड बघू ते जुन्यार दाटकं.
बाजारात इकून बाळी शेळी
उद्या आण सोडवून डोरलं
आणि अंग भरूनशान तुला
याक घे लुगडं थोरलं.
– मला नगं आता भाकरी.
आत्ताच प्यायलो मी पाणी.
तूच खा पोट भरूनशान
थानचं मूल हाय सोन्यावाणी.''

अशी त्यांनी सबंध कविताच वाचून दाखवली. मी थक्क झालो. माझ्या गावाकडचा कुणी तरुण गरीब शेतकरीच आपल्या बोलीत बायकोला उद्देशून बोलतोय, असं वाटू लागलं. बसल्या जागी त्यांच्या आवाजातून अगदी हुबेहूब शेतकरी उगवल्याचा चमत्कार झाला. मी चकित होऊन ऐकू लागलो.

पु. ल. सहज बोलू लागले. ''अगदी साधी कविता. पण गंमत कशी आहे पाहा. 'ह्या'च्या घरात दारिद्र्य भरपूर भरलेलं दिसतंय. त्याबद्दल त्याची तक्रार नाही. ते त्यानं अगदी सहजपणे स्वीकारलंय. त्या पार्श्वभूमीवर तो जगतोय. पण खरी गंमत अशी की ती तीन-चार महिन्यांच्या मुलाची आई आहे; बहुतेक तो मुलगा असावा. आपल्या मुलाची आई; हीच आपली बायको आपल्यासमोर उभी आहे. आपल्या मुलाची आई या नात्यानं तो आपली बायको पाहतोय. त्यामुळं त्याला ती व्यवस्थित असावी, आपल्याला मुलगा देणारी आपली बायको आपला नवरेपणा मिरवीत राहावी, असं त्याला वाटतंय. म्हणून तो प्रेमानं पण खोट्या रागानं 'कुक्कू' लावायला सांगतोय. अंगावर धडसं वस्त्र नेसायला सांगतोय. शेळी विकून मंगळसूत्र सोडवून आणायला सांगतोय. स्वत: उपाशी राहून, पाणी पिऊन दिवस काढतोय नि 'थानचं मूल सोन्यावाणी' आहे म्हणून बायकोला पोटभर भाकरी खायला सांगतोय. म्हणजे दारिद्र्य तर भरपूर; पण त्यातही बायकोवर ह्याचा असलेला जीव ह्याला गप्प बसू देत नाही. मजा आहे! छानच कविता आहे!''

पु. ल. सुनीताताईंचं निमित्त धरून स्वत:शीच बोलत होते. कवितेचा आस्वाद प्रकटपणे मन भरून घेत होते.

मग एका मागोमाग एक अशा बहुतेक कविता आपल्या नाट्यपूर्ण चढ-उतारासह, ग्रामीण भाषेच्या बोलीतल्या ढंगासह मोठ्यानं वाचून दाखवू लागले. अक्षरश: गावाकडचं 'हिरवं जग' अवतरत आहे, असं मला वाटू लागलं होतं. वाचता वाचता 'हे नाट्य बघ', 'ही गंमत बघ,' म्हणून पुनरावृत्ती करू लागले. मधूनच एखाद्या न कळणाऱ्या प्रादेशिक शब्दाचा अर्थ मला विचारू लागले. 'हृदय'ला 'हुरदं' शब्द किती छान आहे, नाही? अरे वा! फारच छान!' अशी टिप्पणी करू लागले.

माझ्या कागलकडच्या भागात उत्तरजवळ त्यांची आत्या राहत होती. तिकडं गेल्याच्या, तेथील ग्रामीण जीवन जवळून अनुभवल्याच्या आठवणी सांगू लागले. मधूनच पुन्हा कविता वाचू लागले. मधूनच नवकवितेच्या दुर्बोधतेसंबंधी नवकवींची नावे घेऊन टीका-टिप्पणी करू लागले. भावे सरांना ऐकवू लागले. फिरून पुन्हा कविता वाचू लागले. आलेला चहा पिता पिता वहीची पाने पुन्हा चाळू लागले. मधेच थांबून मनोमन वाचू लागले. 'अरे वा! फारच छान! सुनीता, ही कविता ऐक.' म्हणून पुन्हा कविता वाचू लागले.

ते, सुनीताताई आणि प्राचार्य तिघेच बोलत होते. मी नुसतं कानांत प्राण आणून श्रवण करत होतो. डोळ्यांचे दिवे करून बघत होतो. माझी एकेक कविता दृश्यरूप होताना पु. लं.च्या मध्ये पाहात होतो. मधूनच त्यांनी विचारलेल्या एखाद्या प्रश्नाला एक-दोन वाक्यांत उत्तरं देत होतो. तिसरं वाक्य बोलायला जमतच नव्हतं. मला आनंद होत होता. प्रिन्सिपॉल भावे, पु. ल. देशपांडे आणि सुनीताताई देशपांडे ही तीनही मोठी माणसं माझ्या साहित्यावर बोलत आहेत, माझं साहित्य माझ्यासमोर रसिकतेनं वाचताहेत, मोकळेपणानं आस्वाद घेत आहेत याचा.

बोलता बोलता मला ते म्हणाले, "तुम्हाला दोन आडनावं कशी?" माझ्या वहीच्या पहिल्या पानावर त्यांची नजर होती.

"त्यातलं एक पडनाव आहे नि एक आडनाव आहे. माझे पणजोबा गावच्या गुरांच्या बाजाराची 'जकात' गोळा करत असत. म्हणून त्यांना गावात 'जकात्या' असं म्हणत. पुढं कागदोपत्री आजोबा 'जकाते' असंच नाव लावू लागले. गावात धंद्यासाठी वापरणं ते सोयीचं होतं. आम्हीही तेच पुढं वापरू लागलो."

"असं होय. साहित्यात मग तुम्ही 'आनंद जकाते–यादव' कशाला लावता? नुसतं 'आनंद यादव' असंच लावा ना. सुटसुटीत होईल ते. आणि तुमच्या जकातीच्या धंद्याचा साहित्याला काहीच उपयोग नाही."

"बरं." मी श्रद्धेनं मान हलवली... हसू आवरेनासं झालं होतं.

त्यांनी टेबलावर पडलेली प्राचार्य भावे यांची टिकमार्क करायची तांबडी पेन्सिल घेतली नि वहीच्या पहिल्या पानावर 'हिरवं जग– आनंद यादव' असं लिहिलं.

'सत्यकथा' मासिकात मला पुन: पुन्हा भेटणाऱ्या साहित्यिकांची यादी माझ्या मनासमोरून तरंगत गेली... गंगाधर गाडगीळ, अरविंद गोखले, व्यंकटेश माडगूळकर, विंदा करंदीकर, मंगेश पाडगावकर, वसंत बापट, इंदिरा संत... सगळ्यांची नावं सुटसुटीत. नाव आणि आडनाव एवढंच त्यात होतं... मीही त्या यादीत जाऊन बसू शकेन काय? पु. लं. नी माझं नामाभिधान केलं. जणू माझ्या साहित्यिक जन्माचं बारसं झालं. त्यांच्या हाताला देवानं उदंड यश दिलंय. त्या यशस्वी हातानंच माझं साहित्यातील नाव त्यांनी माझ्या वहीवर प्रथम लिहिलंय.

घरगुती चुरगळलेल्या साध्या शर्टात नि पायजम्यातच पु. ल. बसले होते. त्यांचा 'गुळाचा गणपती' हा बोलपट मी नुकताच पाहिला होता. त्या अगोदर 'पुढचं पाऊल', 'अंमलदार', हे गावाकडं बघितले होते. 'पुढचं पाऊल' तर माझं तोंडपाठ होतं. पु. लं. चं साहित्य मी भान हरपून वाचत होतो... ते पु. ल. देशपांडे प्रत्यक्षात, माझ्या समोरच्या खुर्चीवर, माझंच साहित्य वाचत असलेले मी पाहत होतो. मला अतिशय आनंद होत होता. खरंसुद्धा वाटू नये असा उत्तुंग भाग्याचा क्षण तो मला वाटत होता.

संध्याकाळचे सात वाजले. अडीच-पावणेतीन तास गप्पा झाल्या. अतिशय तृप्त मनानं मी उठलो.

पु. ल. म्हणाले, 'चला, माझ्याकडं थोडा वेळ.''

मी नाही म्हणणं शक्य नव्हतं. मी त्यांच्याबरोबर गेलो. प्राचार्यांच्या बंगल्याशेजारीच घर होतं. त्यांचे सासरे ठाकूर यांचं ते घर. काही दिवस विश्रांती घेण्यासाठी म्हणून ते सुनीताताईंसह कोकणात आले होते. नुकत्याच स्थापन झालेल्या पुणे आकाशवाणीच्या ग्रामीण आणि नाट्य विभागात प्रोड्यूसर म्हणून ते काम पाहत होते.

मी त्यांच्या मागोमाग घरी गेलो. मग आम्ही दोघे बोलू लागलो. त्यांनी माझी घरगुती माहिती विचारून घेतली. कोल्हापूर सोडून मी इकडं का आलो, घरची परिस्थिती कशी आहे, छंद कोणकोणते आहेत, वाचन काय काय केलंय, पुढं काय काय करणार आहात, यासंबंधीचा सगळा तपशील विचारला. मी सगळं काही सविस्तर सांगितलं. शिक्षणासाठी माझी चाललेली धडपड आणि साहित्याची मला असलेली आवड पाहून त्यांचं मन हेलावून गेलं असावं.

मी जायला निघालो तेव्हा खुंटीला अडकवलेल्या बुशशर्टाच्या खिशातून पाच रुपये काढून माझ्या हातावर ठेवत ते म्हणाले, ''आता असं करा, तुमची ही कवितांची वही फेअर करून काढा. त्या फेअर केलेल्या कविता मला पुण्याच्या आकाशवाणीच्या पत्त्यावर रजिस्टर पोस्टानं पाठवून द्या. त्यासाठी मी हे पाच रुपये देतो आहे, हे घ्या.''

''मी कविता पाठवून देतो. मला पैसे नकोत.''

''आता शहाणपणा सांगू नका. मी सांगतोय त्याच्यावर बोलायचं नाही. हे पैसे घ्या अगोदर.'' त्यांनी वडिलकीचा वरचा सूर काढला.

मी हरखून गेलो. ते एखाद्या प्रेमळ पंतोजीसारखे रागावल्यागत वाटू लागले. मला काहीच बोलता आलं नाही. माझी सगळी आर्थिक ओढाताण मी त्यांना आत्ताच सांगून बसलो होतो. ते पैसे स्वीकारावे लागले. मी बाहेर पडलो... मन त्या आनंदात कारंजून नाचत होतं.

परतताना पु. लं. ची वाक्यं पुन: पुन्हा आठवत होतो.

''...तुम्हाला तुमच्या शेतात त्या बहिणाबाईप्रमाणं गुप्तधन सापडलंय; ते सांभाळा. शेतावर प्रेम करा. आईवडिलांच्या पुण्याईनं तुम्ही त्यांच्या पोटी जन्माला आलात त्यांना विसरू नका... बहिणाबाईची गाणी वाचा. श्री. म. माटे, व्यंकटेश माडगूळकर यांच्या कथा वाचा. र. वा. दिघे वाचा. तुम्हाला तुमची माणसं भेटल्यासारखं वाटेल. गाण्याचा नाद आहे तर शास्त्रीय पद्धतीनं शिका. इथं रत्नागिरीत प्रा. देवधर आहेत. त्यांच्याकडे शिकता आलं तर पाहा.'' ही सगळी वाक्यं मनोमन घोकत मी छात्रालयात जाऊन पोचलो.

त्यांचं एक खुमासदार व्याख्यान कॉलेजमध्ये झालं नि ते रत्नागिरीहून पुण्याला निघून गेले.

दरम्यान मी कोऱ्या पानाची पन्नास पानी वही आणून तिच्यात 'हिरवं जग' या माझ्या वहीतल्या चाळीसही कविता उतरून पाठवून दिल्या.

'हिरवं जग'ची माझी मूळ वही आता मी हळुवारपणे हाताळू लागलो. पहिल्याच कोऱ्या पानावर पु. लं. नी आपल्या हस्ताक्षरात तांबड्या पेन्सिलीनं लिहिलेलं 'आनंद यादव' हे लाल टिळा लावल्यागत वाटणारं नाव पुन: पुन्हा निरखून पाहू लागलो.

मी कवितेकडं जोरकस वळलो. रत्नागिरीला आल्यापासनं मनात जी घरादाराविषयी ओढ लागली होती, त्यानिमित्तानं ज्या भावना दाटून येत होत्या त्यांच्या भराभर कविता करू लागलो. त्या विश्वात अधिकच बुडून जाऊ लागलो.

पु. लं. ना वही पाठविल्यावर आठ-दहा दिवसांनी त्यांचं विस्तृत पत्र पुण्याहून आलं. त्यांनी माझ्या कविता ग. दि. माडगूळकर, बा. भ. बोरकर, व्यंकटेश माडगूळकर यांना वाचून दाखविल्याचं आणि त्यांना त्या आवडल्याचं कळवलं होतं. सगळ्यांचे भरपूर आशीर्वाद माझ्या पाठीशी होते. पुणे आकाशवाणीच्या कार्यालयात वाचन झालं असावं. पत्ता तिथलाच होता. पुढं ही वही अनेक प्रतिष्ठित साहित्यिकांकडं फिरत राहिली. पु. ल. तिच्याविषयी ज्याच्या त्याच्याजवळ बोलत राहिले. माझी एकही कविता प्रसिद्ध न होता अनेक साहित्यिकांना माहीत झाली.

पत्र येण्याअगोदर मी बहिणाबाई चौधरी यांच्या कविता, व्यंकटेश माडगूळकरांचे दोन कथासंग्रह मिळवून धडाधड वाचूनही काढले होते. या कविता-कथांनी मला

अधिक डोळस केलं. तवा, खेटरं, बहिणी-भाऊ, गाव, देऊळ, गाडगी-मडकी यांच्यावरही कविता करता येतात, आपण जे रोजचं आयुष्य गावाकडं जगतो, आपणाला जी दोस्त माणसं भेटतात, त्यांच्यावरही कथा, व्यक्तिचित्रं लिहिता येतात, हे त्यांच्या लेखनानं कळून आलं.

मला भराभर कविता, कथा सुचू लागल्या. कविता लगेचच्या लगेच लिहिता येत होत्या; पण कथांच्या कल्पना डोक्यात साठवून ठेवत होतो. वार्षिक परीक्षा झाल्यावर सुट्टीत त्याचं लेखन करायचा विचार होता.

त्या दिवशी पु. लं. चं पत्र खिशात बिल्ल्यासारखं ठेवलं होतं. भेटेल त्या जवळच्या मित्रांना ते दाखवत होतो. त्यांच्याकडून कौतुक करून घेत होतो.

भावेसरांना दाखविण्यासाठी घरी गेलो. सर घरी नव्हते. थोड्याच वेळात येणार होते. वाट बघत बसलो. सरांच्या पत्नी काळ्या ब्लाऊझला टाके घालीत बसल्या होत्या. हसतमुखानं त्या म्हणाल्या, ''पु. लं. ना तुमच्या कविता आवडल्या म्हणजे काही साधी गोष्ट नाही. तुमचं भविष्य उज्ज्वल आहे.''

मी खूष होऊन आनंदानं जागच्या जागी ओसंडत बसलो.

''चला आत. तुम्हाला काहीतरी खायला देते.''

''नको मला खायला, मला भूक नाही.'' मी संकोचून गेलो.

''अहो, एवढा संकोच काय करताय? आपलंच घर समजायचं. काहीतरी खा; तोवर नानासाहेब येतील. चला.''

मी अवघडून त्यांच्या मागोमाग माजघरात गेलो. जेवणाच्या टेबलाशेजारच्या खुर्चीवर बसलो. आईंनी वाटीभर दही, त्यात दोन चमचे साखर आणि एक चपाती आणून दिली... दही-साखर आणि चपाती हा प्रकार मी प्रथम खाल्ला. मला तो आवडला. कायमचा लक्षात राहिला. आतापर्यंत दही-खर्डा नि भाकरी खाल्ली होती. दह्यात चटणी मिसळून, तुरीची उसळ मिसळून ते खाल्लं होतं. पण त्यात साखर मिसळूनसुद्धा खातात, हे माहीत नव्हतं. गावाकडं घरात साखर कधीच नव्हती. गूळ फक्त असे... आईंचा प्रेमळपणा, हसतमुखवृत्ती, साधेपणा, गृहिणीपणा मनात ठसून गेला.

दरम्यान भावेसर दारातून आत येताना दिसले आणि संकोचानं गुदमरल्यासारखा झालो. तसाच उठून उभा राहिलो.

''बसा बसा. खाऊन टाका.'' ते म्हणाले.

''म्हटलं; तुमची वाट पाहत पाहत थोडं खाऊन घ्या.'' आई सरांना म्हणाल्या.

''गुड! आता त्यांचं खाणं झालं की आम्हा दोघांनाही चहा द्या.''

''हे काय आता करते ना मी.'' त्या स्वैपाक-घरात गेल्यासुद्धा.

सर मला बरोबरीच्या नात्यानं वागविल्यासारखं सन्मानानं वागवत होते. मला

अशी ऊब प्रथमच मिळत होती. मी कविता करतो आहे, या गोष्टीची खरीखुरी किंमत मला त्यांनी आपल्या वर्तनानं समजून दिली. कवितेतील माझ्या भावनांची आस्थापूर्वक जोपासना, त्याचं पावित्र्य ते मनोमन मानत होते. त्यांच्या वागण्यावरून माझ्या हे अनुभवाला येत होतं. कवितेला, तिच्यातून व्यक्त होणाऱ्या भावनेला जगात मान, प्रतिष्ठा आहे. आणि ही भावना 'तुमची' आहे; म्हणून तुम्हाला मान आहे; असं ते आपल्या वर्तनानं मला दाखवीत होते. आतापर्यंत अनेक जण माझ्यावर सहानुभूतीपोटी प्रेम करत होते. पण माझ्या काव्यगत भावनांचा प्रथम सन्मान भावे सरांच्याकडून होत होता. माझी नि माझ्या कवितांची किंमत त्या क्षणापासून मला अधिक कळू लागली.

वेळ पाहून मी विषय काढला; ''सर मला अर्धीच फी माफ आहे. उरलेली अर्धी फी मी जमवण्याचा प्रयत्न केला. कुठं काम मिळतं का पाहिलं पण ते मिळू शकलं नाही. मला आता ही फी भरणं अशक्य आहे. मी काय करू?''

''अगदी अशक्य आहे?''

''पैसे कोठून आणणार मी? गावातल्या लोकांनी मला पट्टी काढून पैसे दिले होते नि मी रत्नागिरीला आलो होतो. आता पैसे नाहीत म्हणून गावालाही सुटीत जाणार नाही. एकदमच वार्षिक परीक्षा झाल्यावर जाणार आहे.''

''ठीक आहे. मी जास्तीत जास्त प्रयत्न करतो. तुम्ही फीची चिंता करू नका. अभ्यासाला लागा. इंग्रजीवर विशेष भर द्या.''

''हो!'' मी परतलो.

चिटणीस सरांनाही पु. लं.चं पत्र दाखविण्याचा मोह झाला. त्यांच्याकडून थोडी माहितीही हवी होती. पु. लं. च्या पत्रात व्यंकटेश माडगूळकर यांचा एक निरोप होता की, मी ग्रामीण विषयावर श्रुतिका लिहून त्या 'पुणे आकाशवाणीसाठी' पाठवाव्यात.

'श्रुतिका' हा काय प्रकार आहे, हे मला माहीत नव्हतं. आतापर्यंत जाता-येता रेडिओवरील गाणी ऐकायला मिळत होती. माझ्या गावात दोनच रेडिओ माझ्या पाहण्यात होते. दोन्हीही बॅटरीवर चालत. कोल्हापूरहून ती बॅटरी चार्ज करून आणावी लागे. त्यातला एक रेडिओ एका हॉटेलात नि दुसरा सरकारी दवाखान्याच्या डॉक्टर काळ्यांकडं होता. गावात वीज नव्हती नि रेडिओही नव्हते. सगळ्या हॉटेलातून ग्रामोफोनच गाणी म्हणत.

मी चिटणीस सरांकडं गेलो नि त्यांना विचारलं, ''सर, श्रुतिका म्हणजे काय?''

''श्रुतिका म्हणजे नाटिका. ती रेडिओवर होते म्हणून तिला श्रुतिका म्हणतात एवढंच. का?'' ते सहज बोलले.

''मला पु. ल. देशपांड्यांचं पत्र आलंय. त्यात त्यांनी व्यंकटेश माडगूळकरांचा

निरोप सांगितलाय की, मी ग्रामीण जीवनावरील श्रुतिका रेडिओसाठी लिहाव्यात.''

''छान!'' त्यांनी पत्र वाचलं. माझं कौतुक केलं. पु. लं.ना माझ्या कविता आवडल्याचं त्यांना मी अगोदर बोललो होतो.

''तुम्ही रेडिओसाठी जरूर लिहा. अनायसे तुम्हाला एक प्रसिद्धीचं माध्यम चालून आलंय.''

''पण श्रुतिका म्हणजे काय, ती कशी लिहायची, मला माहितीही नाही.''

''ते काही तुम्हाला फार अवघड जाणार नाही. तुम्ही माझ्या घरी येऊन रेडिओवर 'गावकरी फडातल्या' श्रुतिका ऐका. दोन-चार श्रुतिका ऐकल्यावर आपोआप तुम्हाला त्यांच्या लेखनाचं तंत्र कळेल. मीही जमेल तेवढं समजून सांगीन.'' त्यांनी मानसिक आधार दिला.

त्यांच्या सांगण्याप्रमाणं मी श्रुतिका ऐकल्या. मला तो प्रकार तसा अवघड वाटला नाही. गावाकडच्या गल्लीतल्या माणसांत एखादा विषय घेऊन गप्पा मारत बसल्यागत वाटला. गावातली शेतकऱ्यांची, मजुरांची, भाऊबंदांची, बायकापोरांची, नवराबायकोची इत्यादी अनेक भांडणं नि वादावादी मी ऐकली होती. ते मला सगळं आठवू लागलं नि माझ्या मनात एकएका विषयावरच्या श्रुतिका आकाराला येऊ लागल्या... संध्याकाळ झाली की 'गावकरी फड' ऐकायला चिटणीस सरांच्या घरी जाऊ लागलो. घरात सर असोत किंवा नसोत मी त्या ऐकू लागलो. सरांच्या पत्नी मला रेडिओ लावून देऊ लागल्या. सगळं घरदार आपल्या कामात रंगलेलं असे नि मी रेडिओ जवळ कानांत प्राण आणून बसलेला असे. संवादांची ठेवण, वाक्यांची फेक, विषयातलं नाट्य इत्यादी गोष्टी आपोआप मनावर ठसू लागल्या नि मी एकलव्यासारखा रेडिओला गुरू करून शिकू लागलो.

आठच दिवसांत म्हणजे ऑक्टोबरच्या पहिल्या आठवड्यात 'अस्पृश्यता' या विषयावर लिहिलेली एक श्रुतिका मी माडगूळकर यांच्या नावं पुणे आकाशवाणी केंद्राला पाठवली. सोबत एक पत्रही लिहिलं. काही तांत्रिक गोष्टी व अडचणी विचारल्या.

काही दिवसांनी इंग्रजीतलं एक कॉन्ट्रक्ट आणि माडगूळकरांचं एक स्वतंत्र विस्तृत पत्र आलं. 'तुम्ही आमच्या आकाशवाणीच्या ग्रामीण विभागासाठी अवश्य लिहा. 'गावकरी फड' ह्या कार्यक्रमात तुमच्या श्रुतिका आम्हाला ध्वनिक्षेपित करता येतील. बारा-चौदा पानं लिहिली की पंधरावीस मिनिटं श्रुतिका चालते. सध्याच्या ग्रामीण जीवनातील कोणताही विषय तुम्हाला घेता येईल. सहकार, समाजसुधारणा, दारूबंदी, जुन्या समजुतीमुळं होणारं ग्रामीण समाजाचं नुकसान, भाऊबंदकीचे परिणाम, शेती सुधारणा इत्यादी विषय तुम्ही निवडले तरी चालतील. तुम्हाला एक कॉन्ट्रक्ट पाठवले आहे. त्याच्यावर सही करून ते परत पाठवावे. म्हणजे तुमची

श्रुतिका ध्वनिक्षेपित करणं सोयीचं जाईल.'' माडगूळकरांच्या या पत्रानं माझा आनंद गगनात मावेनासा झाला.

इंग्रजीतलं कॉन्ट्रॅक्ट त्या पत्राबरोबरच स्वतंत्र पाकिटातून मिळालं होतं. त्याचं काय करायचं ते पुन्हा चिटणीससरांना विचारलं. त्यांनी दोन-तीन आनंदाच्या बातम्या धडाधड सांगितल्या. 'लौकरच तुमची श्रुतिका रेडिओवर प्रसिद्ध होणार आहे. त्याबद्दल तुम्हाला वीस रुपये मिळणार आहेत. तुम्ही आता प्रसिद्ध लेखक होणार आहात.' त्यांनी ध्वनिक्षेपणाची तारीख सांगितली. कॉन्ट्रॅक्टवर सही कुठं करायची ते सांगितलं. पैशाच्या पावतीवर सही करून ती सगळी कागदपत्रं परत पाठविण्यास सांगितलं.

ज्या गोष्टी मी स्वप्नातही अपेक्षिलेल्या नव्हत्या त्या वेगानं चालून येत होत्या. श्रुतिका ध्वनिक्षेपित होण्याचा तो दिवस कधी येईल असं होऊन गेलं.

◆

आठ

ऑक्टोबर संपता संपता सहामाही परीक्षा झाली नि तुकारामानं आनंदानं उडी मारली. हायस्कूलच्या मुलांच्याही परीक्षा सुरू झाल्या होत्या. त्यांनाही सुटी लागणार होती. म्हणून तीही आनंदात होती. सगळ्यांना घरी जाण्याची ओढ लागलेली.

तुकारामला सकाळी मी स्टँडवर पोचवलं. परत आल्यावर खोली एकटी एकटी वाटू लागली. सुट्टीत काय करायचं याचा निश्चय अजून होत नव्हता.

संध्याकाळी समुद्रावर जाऊन निवान्त बसलो.

सुट्टीत गावाकडं जाण्याचा इच्छा नव्हती. घरची आठवण झाली की सगळं चित्र मनासमोर दिसत होतं. आईदादांची भांडणं, भणी-भावंडांचे कष्टं, नकोनको वाटत होतं. ह्या दिसांत तर घरातलं सगळं हुलगलेलं असतंय नि नवं अजून रानातच असतंय. म्हंजे आता तिथं गाडाभर काम हाय नि मुटकाभरबी अन्न न्हाई. मी तिथं जायाचं म्हंजे दुस्काळात धोंडा म्हैना.

... तिथं गेलो तर आईदादा परत सोडायचंच न्हाईत. म्हणतील, “आता घाणं-गुऱ्हाळ आलंय. सुगी तोंडाला आलीय. कामाची रणघाई उसळलीया. कुठं जातोस? एवढं सारं कर, जास्तानाला लाव नि मग जा. लगीच काय कालेज बुडत न्हाई.” ... काय करत्यात ते करू द्यात तिकडं आणखी चार म्हैनं. मार्च म्हैन्यात आपल्या परीक्षा हुत्यात. एकदमच जायला येईल म्हणं. तवर हितंच काय काम मिळालं तर करायचं. चार पैसं गाठीला ठेवलं पाहिजेत. एकेक पैसा खर्च करताना सतरांदा इचार करावा लागतोय. ह्या रत्नागिरीची हवा दमट घामट हाय, ते एक बरंच हाय. छात्रालयात उघडं बसलं तरी कुणी इचारत न्हाई. थंडीबी पडत न्हाई. धडुत्यांची तेवढीच बचत हुती.

... आई पतरातनं सारखं, “बघावंसं वाटतंय, येऊन जा,” म्हणती. तिचं पत्तर आलं की वाचायचं भ्या वाटतं. काय असंल कुणाला ठावं; असं वाटतंय. मला का तिला बघावंसं वाटत न्हाई? सगळ्यांस्नीच बघावंसं वाटतंय. हिकडं आलो तवा नुसत्या पेरण्या मातीआड झाल्या हुत्या. बाळपिकांनी माना वर काढायसाठी डिवळं वर उचलली हुती. आता ती भराला आली असतील. जुंधळं पोटऱ्या धरत असतील. शेंगांची बोटकं घाट्याघाट्याएवढी झाली असतील. पिवळ्या फुलांनी तूर फुलारून आली असंल. आवंदा मला हे कुठं बघायला मिळालंय? माझा पाय त्या वावरात

न्हाई का पिकांस्नी माझं भांगलणीचं खुरपं न्हाई. मला जसं हिकडं चुकल्यागत वाटतंय तसं तिकडं सगळ्यांस्नीच चुकल्यागत वाटत असणार. पर मन आवरलं पाहिजे.

आता दादालाच बैलांची सोड-बांध करावी लागत असणार. दादाचा हात म्हंजे खास्ताराचा हात. जरा बैल हिकडचा तिकडं झाला, तसूभर मागं ऱ्हायला की दादाचा चाबूक त्येच्या पाठीवर काडदिशी. बैलांस्नी दादा औतावर, मोटंवर नको नको होऊन जातोय. ती मनातल्या मनात माझी सारखी वाट बघत असतील. कुणाला कळणार न्हाई हे. निदान त्या मुक्या जनावरांसाठी तरी गेलं पाहिजे. घरादाराचं आधार हाईत ते.

... गेलं पाहिजे, खरं जायचं न्हाई. मन आवरून ठेवलं पाहिजे. शिवाय पैशांची अडचण होईल. गेलो तर भांडून झगडून उशिरा का हुईना हिकडं येता येईल; पर जाण्या-येण्यात, अधीमधी पंधराइस रुपयं जातील. एवढं आणायचं कुठनं? तेवढंच शिक्षणासाठी उपयोगी पडतील. भावे सरांनी फी-माफ केली तर बरंच हाय. न्हाई तर तिच्यासाठी हितंच ऱ्हाऊन काय तरी कामं करून फी फेडली पाहिजे, तरच सालअखेर माझ्या हातात रिझल्ट पडंल...

किती वेळ गेला ते कळलं नाही. प्रार्थनेच्या वेळेची आठवण झाली नि मी उठलो. गावात दिवे लागले होते. मी भराभर पाय उचलत छात्रालयाच्या दिशेनं निघालो.

छात्रालयात आलो तेव्हा प्रार्थना संपली होती. काळजात चर्र झालं. "चुकलं आपलं, गुरुजींना काय सांगायचं आता?"– वरती बौद्धिक चाललं होतं, तरी मी खोलीच्या अंधारात एकटाच बसून राहिलो.

जेवणाच्या वेळी हळूच हॉलमध्ये गेलो. तेव्हा आबानं निरोप सांगितला. "जेवण झाल्यावर गुरुजींना भेट. त्यांनी तसं सांगितलंय."

"हां!" अपराधाची जास्तच जाणीव झाली. जेवण कसंबसं उरकून त्यांच्याकडे गेलो.

"अरे आनंदा, प्रार्थनेला नव्हतास आज?"

"चूक झाली."

"ती झालीच. पण गेला होतास कुठं?"

"समुद्रावर जाऊन बसलो होतो. किती वेळ गेला कळलं नाही. उठावंसंच वाटेना." त्यांनी माझी मन:स्थिती समजून घेतली.

"तुझी आता परीक्षा झाली. घरी जाणार ना? महिनाभर सुट्टी आहे."

मी त्या प्रश्नानं गर्भगळीत झालो. कसंबसं बळ आणून म्हणालो, "गुरुजी, मला रत्नागिरीत सुट्टीमध्ये काही काम मिळेल का? मी ते करीन नि चार पैसे मिळवीन.

अभ्यासासाठी माझ्याकडं एकही पुस्तक नाही. जरुरीची पुस्तकं घेता येतील. थोडे वरखर्चालाही पैसे होतील. घरून मला पैसे मिळत नाहीत. सुट्टीत मी सूतकताईही भरपूर करीन. जेवणाच्या मोबदल्यात मी ते काम करतो.'' त्यांना मी सविस्तर परिस्थिती सांगितली.

त्यांनी माझी अडचण समजून घेतली नि दोन दिवसांत मिठागारावरचं काम आणलं.

कसंबसं आठ दिवस ते पुरलं. मिठागारात झालेला चिखल काढून एका बाजूला टाकावयाचा होता. सगळा कुजलेला चिखल. भयानक घाण वास मारत होता. ओकाऱ्या येत होत्या. पण अनेक मजूर ते काम करत होते; त्यांच्याबरोबर मी केलं. पहिले दोन-तीन दिवस अंग खूप दुखलं. त्या वेळी ध्यानात आलं की काम करणं अवघड नसलं तरी अंगाची सवय गेलीय. तरीही काम सोडलं नाही. गुरुजींनी मग पावसाळा संपल्यामुळं झाडांची आळी करण्याचं काम दिलं. दरम्यान हायस्कूलच्या मुलांच्या परीक्षा होऊन त्यांना सुट्ट्या लागल्या. ती निघून गेली. आबा इंटरला होता. त्यामुळं अभ्यास करण्यासाठी म्हणून तो छात्रालयात राहिला. त्याच्या अभ्यासाचं महत्त्व ओळखून गुरुजींनी त्याला राहायला खास परवानगी दिली होती. सर्व छात्रालयात तो नि मी दोघेच होतो.

मी रोज थोडी थोडी आळी केली. संडासाच्या सोनखताचे दोन खड्डे 'तयार' झाले होते. त्यातलं खत उपसून सगळ्या आळ्यांत चारचार पाट्या टाकलं. गुरुजींना माझ्या कामाचं विशेष वाटत होतं. मला शारीरिक कामाचं चांगलं वळण आहे, असं ते म्हणत होते. कुणब्याच्या घरी शारीरिक कामाचं वळण असतं नि ब्राह्मणाच्या घरी बैठ्या बौद्धिक कामाचंच वळण असतं; हे ते विसरत होते.

संध्याकाळी नेमानं दोन तास सूतकताई करू लागलो.

पंधराएक दिवस निघून गेले. दिवाळी छात्रालयातच साजरी झाली. गुरुजींनी आम्हा दोघांना एक दिवस घरी जेवायला बोलावलं. 'छात्रालयात तीन दिवस काहीही मिष्टान्न करून खा' म्हणून मोकळीक दिली. आम्ही बासुंदी-पुरीचा बेत केला. एक दिवस शेंगदाण्याचे लाडू करून खाल्ले. भरपूर ओलं खोबरं घालून पोहे केले... गावाकडच्यापेक्षा दिवाळी चांगली गेली. पण भाऊबीजेचा दिवस उदास गेला. आबाला बहीण नसावी. त्याला दोन भाऊच होते. तरी त्याला गावाकडं न गेल्याची चुटपूट लागली. पण त्याच्या जिद्दी आदर्श स्वभावानं त्याच्यावर मात केली. दोघे आनंदात राहिलो.

छात्रालयाच्या शेजारी भूदान जिल्हा कार्यालय होतं. त्याचं काम भाऊ पाहात होते. भाऊ म्हणजे गोविंदराव शिंदे. भाऊ अधूनमधून छात्रालयात येत. विद्यार्थ्यांना बौद्धिक देत. त्यांना भूदानकार्य समजून सांगत. हे सगळं सूतकताईच्या वेळी होत

होतं. भाऊ तसे चाळीस-पंचेचाळिशीच्या आसपासचे होते. शांत, कमी बोलणारे, गंभीर प्रकृतीचे. तरी त्यांच्या चेहऱ्यावर सूक्ष्मशी हास्यछटा कायम असे. त्यामुळं ते प्रसन्न आणि बोलताना प्रेमळ वाटत.

हॉलमध्ये आम्ही दोघे सूत कातत बसलो असताना ते आले. म्हणाले, "परीक्षा झाल्या ना तुमच्या?"

"हो."

"मग आता सुट्टीत अभ्यासासाठी थांबलात?"

"होय." आबा म्हणाला, मी गप्प बसलो.

"आता अभ्यासाला साताठ दिवस सुट्टी द्या आणि मनानं ताजेतवाने होण्यासाठी माझ्याबरोबर पदयात्रेत सामील व्हा... प्रवास करा. पायी फिरून कोकण नि कोकणातील निसर्ग पाहा. अर्थात सगळाच प्रवास काही पायी करावा लागणार नाही. दूरची अंतरं मोटारीनं पार करायची आहेत. तुम्ही माझ्याबरोबर यावं, अशी अपेक्षा आहे. पण हे तुम्हाला शक्य असेल तरच."

"मी सामील होतो. मला आवडेल ते." मी बोलून गेलो.

"तुला जमेल का आबा?" भाऊ.

"जमेल की. मलाही त्याचा थोडा अनुभव मिळेल. पण तत्पूर्वी गुरुजींची परवानगी घ्यावी लागेल."

"ती मी घेतो. तुमची तयारी असली म्हणजे झाले. परवाच जायचं आहे. गुरुजींना सांगून उद्या सकाळी तयारी करून ठेवा. मुख्य म्हणजे आठ दिवस पुरतील इतके पेळू तयार करून बरोबर घ्या." आणखी बरोबर काय काय घ्यायचं ते सांगून भाऊ गेले.

मला आनंद झाला. मी दुहेरी अडचणीतनं सुटलो. कामाशिवाय नुसतं छात्रालयातलं खात राहणं जड जात होतं. छात्रालयात मुलं नसल्यामुळं कोंडल्यागत झालं होतं. नाइलाज म्हणून आपण इथं अडकून पडलोय याची जाणीव कंटाळा आणत होती. बरेच दिवस मनात होतं, तेही एक घडणार होतं. भूदान-पदयात्रेचा अनुभव प्रत्यक्ष मिळणार होता. तिथल्या कार्यकर्त्यांबरोबर हिंडायला मिळणार होतं. विचार ऐकता येणार होते. प्रत्यक्ष कार्य कसं चालतं याचाही अनुभव घेता येणार होता. थोडं वाईट याचं वाटलं की आमच्या पदयात्रेत अप्पा पटवर्धन असणार नव्हते. कुठंतरी कोकणाबाहेर काही दिवसांसाठी ते गेले होते.

मी आणि आबा मोठ्या उत्साहानं पदयात्रेला गेलो. भाऊंच्या बरोबर पाली, राजापूर, फोंडा, गोपुरी, मालवण, कोळले, मसुरे, आंगणेवाडी इत्यादी ठिकाणी पदयात्रा केली. गोपुरी-मसुरे इथं जास्त दिवस मुक्काम ठोकून सभा, श्रमदान, भूदान वाङ्मय खपवणं, बौद्धिक घेणं इत्यादी गोष्टी केल्या. ह्या पदयात्रेत गोपुरीतील आणि

स्थानिक भागातील बरेच भूदान-कार्यकर्ते सामील होत होते. त्यांच्याबरोबर बोलण्याची, गप्पा करण्याची त्यांची दिनचर्या जवळून बघण्याची, स्वभाव न्याहाळण्याची संधी मिळत गेली.

रत्नागिरीत जे होत होतं, तेच सगळ्या प्रवासात झालं. एस. टी.चा रस्ता इतकी वेडीवाकडी वळणं घेत होता की आता त्यानं कोणत्या दिशेला तोंड केलंय, हे कळत नव्हतं. पालीच्या मुक्कामात सूर्य चक्क नैर्ऋत्येला उगवला. मनाची कितीही समजूत काढली की सूर्य उगवतो ती दिशा पूर्व समजायची. पण ती समजूत काही पटत नव्हती. मनानं मनात एक पूर्व दिशा ठरवलेली असे... निसर्गाची अनेक रूपं बघायला मिळाली. माझ्या देशावरच्या गावाकडं झाडी, निसर्ग होता. सगळं काही होतं. पण इथल्या निसर्गाचं रूप विलक्षण सुंदर आणि वेगळं होतं. पालीच्या डोंगराच्या माथ्यावर आम्ही आलो. नुसतं गवत नि भाताची रानं दिसत होती. सकाळच्या उन्हात ह्या गवताच्या सोनसळी काड्या चमकत होत्या. झिपऱ्या भातावर पडलेली उन्हंही पिकू आलेल्या भाताच्या रंगामुळं सोनेरी, सुगंधी वाटत होती. त्याचा घमघमाट भाताच्या शेतांवर सुटलेला. त्या माथ्यावरनं आसपासच्या अनेक डोंगराचे माथे दूरवर दिसत होते. त्यातली दोन शिखरं चक्क पांढऱ्या शुभ्र ढगात आपल्या चोची खुपसून बसली होती. जणू स्वर्गाची वाट त्या डोंगरावरून ढगात आणि ढगांवरून स्वर्गात असल्यासारखी वाटत होती.

ह्या डोंगरावरून खाली उतरणीला आम्ही लागलो. उतरणीला लागलो तशी विरळ विरळ वाटणारी झाडी दाट दाट होत गेली नि आम्ही झाडीत नाहीसे झालो. पठारावरून दिसणारा सूर्यही झाडीमुळं नाहीसा झाला. जितकं उतरणीला लागून खाली खाली जावं तितकी झाडी दाट दाट होत जाणारी. सगळ्या प्रवासात मी हा अनुभव घेत होतो.

डोंगरांच्या सगळ्या वाटा नि:शब्द शांततेच्या आणि एकान्ताच्या. हा सगळा हिरवा हिरवा नि ताजा ताजा निसर्ग बघून मला अनेक काव्य कल्पना सुचत होत्या. सुचत होत्या नि विरत होत्या. मनाच्या खोल भागात जाऊन झोपत होत्या. कधी तरी कविता करताना त्या जाग्या होतील, असं वाटत होतं.

माझ्या देशावर गाव आल्याची जाणीव चटकन होई, एकदम एका जागी घरांचा समूह असतो. माणसांची बोलणी कानांवर पडतात. शाळा, देऊळ किंवा चावडी हमखास दिसते. पारावर बसलेली माणसं दिसतात. पण कोकणात असं काहीच नाही. आबा म्हणे, “हे काय गाव आलं.” पण ते गाव दिसतच नव्हतं. गावाची चाहूल अशी काहीच नाही. न्याहाळून बघितलं की झाडीच्या गर्दीत एखादं घर लपून बसल्यागत दिसे, तेथून गाव सुरू झालं अशी कल्पना करायची. मग विरळ विरळ अंतरावर एखादं एखादं घर लागे. प्रत्येक घर दुसऱ्यापासनं निदान पन्नास भर

पावलांवर लांब. त्याच्या भोवतीनं त्याची नारळीपोफळीची बाग, भाताचं आगर, एखादा आड, अशी अवस्था. ही सगळी घरं कल्पनेनं एका जागी गोळा करायची नि गावाची कल्पना करायची... मला मोठी गंमत वाटत होती. कोकणातली खेडी अशीच आणि सगळं कोकण तर अशा खेड्यांनी भरलेलं.

मोटार-स्टँड असलेलं गाव थोडं मोठं असे. मोठं म्हणजे पंचवीस-तीस घरं एका जागी दिसत, एवढंच त्याचं वैशिष्ट्य. बाकीची सगळी घरं विखुरलेली. पालीचं मोटारस्टँड असंच दिसलं. तिथल्या घरांच्या कळकट भिंती कशातरी उभ्या होत्या. त्यांतली बरीच घरं गवतानं शाखारलेली. त्यांच्या त्या छपरातून स्वैपाकाचा धूर धुसमत येत होता. माशांचा करपा वास त्यात मिसळलेला. सकाळी सकाळी तिथं टोपल्याच्या टोपल्या माशांनी भरून बायका बसलेल्या. त्यांच्यावर माश्या घोंगावणाऱ्या, कोणत्याही गावात शिरलं की कमी-अधिक फरकानं असं चित्र दिसे.

गोपुरी-आश्रमात गेल्यावर मात्र वेगळा अनुभव आला. पहाटे उठून नदीवर जाऊन मी आणि आबा स्नान करून आलो. नास्ता केला. सकाळचं श्रमदान केलं. मग भोजन. नंतर विश्रांती. त्यानंतर पुन्हा थोडं श्रमदान, सूतकताई, रात्रीची प्रार्थना, बौद्धिक असा दिनक्रम. तिथल्या चिक्कू-पेरूच्या बागा, केळीच्या भव्य लागवड, अहिंसा चर्मालय, विखुरलेली घरं, या सर्वांमधून सर्वोदयी पोशाख केलेली सात्त्विक माणसं वावरताना पाहून मला पुरातनकालच्या ऋषीमुनींच्या आश्रमात गेल्यासारखं वाटलं. सगळं वातावरण कसं निर्मळ, पवित्र, मंगलमय वाटत होतं. मन लीन होऊन गेलं. जगाच्या गलबल्यातून इथं आल्यामुळं कदाचित असेल, पण इथंच राहावं, परत फिरून जाऊच नये, सगळं सोडून द्यावं नि इथला दिनक्रम आचरावा, असं तीव्रतेनं वाटू लागलं... पण जगाच्या चक्रात अपरिहार्यपणे सापडलेल्या मला तसं करता येत नाही, याची जाणीव झाली. मी उदास झालो... अगोदर शिक्षण; मग सारं मनासारखं करायचं.

मसुऱ्यात गेलो नि कोकणातलं साधं घर आतून अनुभवलं. दादा मसूरकर सर्वोदयाचे साधे कार्यकर्ते. त्यांचं घर. त्यांना तीन मुली नि दोन छोटे मुलगे. डोंगराच्या उतरणीवर हे घर तोल सावरून बसलं होतं. सभोवार दूरवर आडवेतिडवे पसरलेले डोंगर, मधे हे अगदी साधं एकटं घर.

पावसाचा मार खाऊन खाऊन एक कोपरा खिळखिळा झाला होता. थोडा ढासळलेला. त्याच्यावर झावळ्या टाकून घराची ती जखम लपवलेली. वळचणीला दोन मरतुंगडी कुत्री भांडत होती. मरतुंगडी होती, खरं भाऊबंदकी असल्यागत भांडत होती, याचं आश्चर्य वाटत होतं. घराच्या भक्कम वाशांतून जुनाट कागदाच्या घड्या आणि पुड्या कुठं कुठं डोकावत होत्या. आजोबांची मोठ्या मुठीची काठी सापासारखी तुळई करून खाली बघत होती. काथ्याची दोरी कपड्यांच्या ओझ्यानं तुटायच्या

घाईला आली होती. धोतरे, सदरे, जुनेरी, झगे सगळे जातीभेद विसरून एकत्र बसलेले. हे सगळं ओसरीतच होतं. दोन गोरटी मुलं अंगणात खेळत होती. त्यांचे भोकरासारखे घारे डोळे गुलाबी गालास खुलावट आणत होते. जास्वंदीच्या फुलागत वाटणारे त्यांचे ओठ विलग झाले की, पांढरेशुभ्र मोत्यासारखे दात चमकत. कोकणस्थ ब्राह्मणाचं कोवळं, निरागस, अनघड सौंदर्य काय असतं, याची कल्पना त्या घरातली मुलं, माणसं बघताना जाणवत होतं. फॅशनेबल संस्कृतीच्या शहरी माणसांपासनं दूरदूर आल्याची जाणीव झाली. जगापासून फार अंतर ठेवून हे घर एखाद्या आश्रमासारखं आत्मरंगी रंगलेलं दिसत होतं.

घरातली माणसंही तशीच. बारा वाजता आम्ही जाऊन पोचलो. ऐन पंचविशीच्या जवळपास वावरणारी, तरी प्रांजळ बाळबोध, घरेलू वळणाची मालू आम्हाला म्हणाली; ''दादा घरात नाहीत. आज संध्याकाळी येतील. तुम्ही राहा इथं.''

आम्ही राहिलो... तिनं बादली भरून आणलेल्या पाण्यात आम्ही हातपाय, तोंड धुऊन घेतली.

तासाभरात तिनं आणि माईंनी भात-आमटीचा नि नाचणीच्या भाकरीचा स्वैपाक तयार केला. आम्हा पुरुषांना जेवायला संकोच वाटू नये म्हणून आपले दहा वर्षांच्या आंतले दोन्ही भाऊ मालूनं आमच्या पंगतीला बसवले. पदर खोचून गुडघ्याच्यावर खोचण खोचून स्वत: आग्रह करकरून वाढू लागली. साधं जेवण पण कौटुंबिक गोडवा अमृताचा.

आमचा मुक्काम त्या घरी चार दिवस होता. दादा सर्वोदयाचे कार्यकर्ते पण सकाळी म्हैस हिंडवून आणत. संध्याकाळी भूदान-सभेत ब्राह्मणभटजींवर कडाडून टीका करत. गावकऱ्यांच्या खुळ्या समजुतींवर हल्ले करत. पण लग्नसमारंभादी मंगलकार्याला स्वत:च भटजी म्हणून जात. ''खेडूतांना दुखवून कसं भागेल? श्रद्धा असतात त्यांच्या. त्यांवर तर जगतात ही माणसं. भटजींच्या मनात कार्याला जाऊन फक्त दक्षिणा उकळायची असते, हे खरं. पण तोच भटजी या खेडुतांना घरी देव आल्यासारखा वाटतो.'' असंही सभेहून परत आल्यावर रात्री गप्पा मारताना सांगत. श्रमदानाला सर्वात पुढं टिकाव घेऊन चालू लागत. भटजी असले तरी गावकऱ्यांत मिसळून काम करू लागत.

दादांच्या पत्नी माई तशाच सहनशील, वत्सल आणि प्रसन्न. दहा-अकरा जणांचा स्वैपाक दोन्ही वेळा करत होत्या, तरी हसतमुख राहून सर्वांची घरगुती चौकशी करत होत्या.

दुसऱ्याच दिवसापासून मी या घरातनं घरभर मोकळेपणानं वावरू लागलो. शालू-मालूंना भाजी निवडून देऊ लागलो. पाणी भरू लागलो. आडातलं पाणी उपसून स्वैपाक घरात नेऊन देऊ लागलो... ब्राह्मणाचं घर असूनही स्वैपाकघरापर्यंत

मला प्रवेश मिळाला. तिथंपर्यंत जाताना संकोच वाटला. घर आतून बघायला मिळालं. त्यांच्याच घरातला एक होऊन वावरलो. त्यांना माझी ना शिवाशिव, ना विटाळ... ब्राह्मणाचं घर असं आतून अनुभवण्याचा तो पहिला प्रसंग.

गावाकडं अनेक ब्राह्मण मित्र होते. पण त्यांच्या सोप्यातल्या बैठकीपेक्षा अधिक आत यायला मनाई. बाहेरच्या बाहेरच ''थांब आलो.'' म्हणून मला उभं केलं जाई. मित्र बाहेर येत किंवा सोप्यात उभं राहून बोलत. मला काही वही, पुस्तक हवं असेल तर, ''थांब आणतो'' म्हणून आत जात. त्यांच्या अभ्यासाच्या खोलीत मला न नेता एकटेच जाऊन आणत नि मला देत. त्यांची ती जातीय अंतर जाणवून देणारी वागणूक पाहून मन दुःखी होई. मी बिगर जातीचा म्हणून मला ही वागणूक मिळतेय, असं वाटे. पण या कोकणातल्या घरात तसं मला कुणी मानलं नाही. मला आपला मानलं याचं फार वाटलं. ठसा खोल उमटून राहिला.

बारा-तेरा दिवस पदयात्रेतनं फिरलो. गावातील लोकांचे अनुभव मन खिन्न करणारे होते. सामान्य माणसाच्या घरादारात दारिद्र्य भरलं होतं. त्याच्या गवताच्या झोपडीत गेलो तर सगळं मोकळं मोकळं दिसे. चार-दोन मडक्यापलीकडं, आंथरुण-पांघरुणाच्या चिंध्याबोतरापलीकडं काही नसे. सगळी राबणारी माणसं पोट-म्हातारी झालेली. एकाच्याही तोंडावर रया नाही की अंगावर मांस नाही. तंबाखूची चिमूट दाढेखाली धरून त्यांनी तोंड चिकटवून टाकलेली. त्यांच्या कष्टाला सुमार दिसत नव्हता. उन्हातानात, पावसात, दिवसारात्री, थंडीवाऱ्यात राबत होती, तरी उपाशीच होती. आमच्याशी बोलताना यातलं अवाक्षरही सांगत नव्हती. नुसतं 'हो' ला 'हो' नि 'नाही' ला 'नाही' म्हणत. सगळं मुकाट सोसत. हसून प्रसंग साजरा करत. रात्री देवळात भजन, नाहीतर हातभट्टीची दारू यात मरतुंगडा जीव बुडवून टाकत. सगळी मुलं पानं कातरलेल्या उभ्या झाडांगत वाळलेली दिसत.

हे सगळं बघताना आमचा विनोबांचा भूदान-प्रकार इथं दुबळा आहे, याचा काही उपयोग नाही. ह्या खडकाळ कोकणात कितीही जमीन भूदानात मिळाली नि यांना दिली तरी त्या जमिनीत काहीच पिकणार नाही. यांच्या पोटाला मिळणार नाही ते नाहीच. आमचं तत्त्वज्ञान नि प्रचार वरवरचा, उपरा, बाजारी नि सांकेतिक वाटू लागला.

आंगणेवाडीत मुक्काम होता. आमची सकाळची प्रार्थना, स्नाने, नास्ता व्यवस्थितपणे आटोपण्यास दहा वाजले. मग आम्ही खांद्यावर टिकाव, फावडी शोभेच्या वस्तू घ्याव्यात तशा घेऊन श्रमदानाच्या ठिकाणी जायला निघालो.

अर्ध्या तासानं एक डोंगर चढून वर आलो. गप्पा मारत, हळूहळू पाय उचलत उतरण उतरू लागलो. थोडी उतरण उतरून गेलो नाही तोच उघडेबंब लोक दिसले. खडकाळ जमिनीत टिकाव, पहारी खडखडत होत्या. डोंगराच्या दगडी उरावर घाव

घालत जळके, वाळके, काळे, कळकट लोक हास्यविनोद करत होते. कपाळावरचा घाम बोलता बोलताच पुसत होते. जणू आंघोळ करून तशाच चिंब अंगानं दगड फोडत आहेत, असं वाटत होतं. रस्त्याकडेला एकजण फुटलेल्या रक्ताळ बोटाला फडकं बांधत होता. लंगोटी हेच त्याचं एकमेव वस्त्र. भुरकटलेली साहेबी टोपी त्याला कुणीतरी दिली होती.

"पावणे इलेसत बसाक घोंगडी हाडरेऽऽ!" त्यानं आमच्याकडं बघून एकाला सांगितलं.

"आम्ही कुणी पाहुणे नाही, आम्ही श्रमदान करायला आलो आहोत." भाऊ म्हणाले.

... श्रमदान म्हणजे काय, हे त्या कोकण्याला कितपत कळलं कुणास ठाऊक!

मला मात्र आम्ही पाहुणेच वाटलो.

दोन गावांना जोडणारा रस्ता करायचा होता. प्रत्येक घरातून एकेक माणूस पाठवला होता. सगळेच गावकरी होते. पण सकाळपासून आतापर्यंत काम करून त्यांच्या रक्ताचं पाणी झालं होतं. आणि आम्ही आता श्रमाचे 'दान' करायला आलो होतो. आतापर्यंत त्यांनी डोंगराच्या कडोसरीचा बराच लांब रस्ता करत आणला होता. समोरची झुडुपं आणि मोठे मोठे दगड बघून मला शंका आली की आता ह्यामध्ये हे कसा काय रस्ता करणार? मी एकाला विचारलं; "पुढं तर आता झुडुपं आणि शिळाच दिसताहेत. आता कसा काय रस्ता करणार?"

"डोंगरावर सगळा असाच असता, सायबा. मऊ माती खयसून येतंली?"

म्हणजे त्यांनी केलेल्या रस्त्यावरही अगोदर अशीच झुडुपं नि शिळा होत्या. घाणाघातांनी ते शिळा फोडत होते नि कोयतीनं झुडुपं साफ करत होते. पांढऱ्या स्वच्छ कपड्यातल्या आम्ही चौघांनी नाजूक हातांनी श्रमदान सुरू केलं. छोटी छोटी झुडुपं फक्त आम्ही तोडू शकत होतो. मोठ्या शिळा आम्ही फोडण्यास गेलोच नाही. आम्हाला त्या पुढच्या हजारो जन्मांतही फुटणं शक्य नव्हत्या. ते फोडणारे हात वेगळे असावे लागतात. आमच्याजवळ ते नव्हते. असं हे आमचं श्रमदान. आमच्या आयुष्याच्या गांधीटोपीवरची श्रमदान ही शोभेची वस्तू वाटली... तरीही ते आमच्या कामाकडं कौतुकानं बघत होते. आम्हाला खूप झटापट करूनही न निघणारं झुडूप पटकन हसत येऊन एका दणक्यात काढून देत होते... माझ्या लक्षात आले की, आमचे श्रम इथं केविलवाणे आहेत. अशा श्रमाचा त्यांना काहीच उपयोग नाही.

कोळल्याला भूदान-वाङ्मय खपविण्यासाठी आम्ही घरोघर गटागटाने हिंडत होतो. कुणी एकही पुस्तक घेणार नाही, याची मला मनोमन खात्री होती. गाव इतकं दारिद्र्यानं भरलं होतं की, माणसाच्या पोटाला खायला तिथं अन्न असेल, असं वाटत नव्हतं. अशा गावात पैसा देऊन ग्रंथ कोण घेणार? पण आपण आपलं

कर्तव्य प्रामाणिकपणे करत राहिलं पाहिजे,अशी भाऊंची सक्त इच्छा होती. म्हणून मी आणि आमच्याबरोबर गोपुरीहून आलेले गडकरी घरोघर जात होतो.

अकरा वाजता एका घरासमोर आलो. सोप्यात एक दहा-बारा वर्षांचा मुलगा आपलं दप्तर उघडून वाचत बसला होता. सगळा पसारा मांडून त्यात तो रमला होता.

गडकरींनी विचारलं, ''बाबा, आहेत का रे घरात?''

'नाहीत.''

''मग मोठं माणूस कुणी आहे का?''

''आई आहे. आईऽऽ'' त्यानं बसूनच आईला हाक मारली.

आईला स्वैपाक-घरात आमच्या बोलण्यावरून चाहूल लागलेली दिसली. ती तेथूनच म्हणाली, ''अरे, कोण आहेत विचार ना त्यांना.''

''कोण आपण?''

''भूदानाचे कार्यकर्ते आहेत म्हणून सांग.''

त्यानं गडकरींच्याकडं बघत बसूनच आईला आत सांगितलं, ''भूदानाचे भिकारी आलेत.''

मी कपाळावर हात मारून घेतला.

''अरे, कार्यकर्ते म्हणून सांग.'' गडकरी हसत हसत त्या मुलाला म्हणाले. पण त्याला 'कार्यकर्ते' हा शब्द काही उच्चारता आला नाही. त्यानं गडकरींचा पंचा, उघड्या अंगावर खादीच्या धोतराची मारलेली भाल, त्यांची वाढलेली दाढी बघून अंदाज केला असावा.

बाई बाहेर आल्या नि त्यांनी आम्हाला 'ते नाहीत' म्हणून सांगून वाटेला लावलं... त्यांना भूदानाचं, त्यावरच्या वाङ्मयाचं सोयरसुतक नव्हतं. आस्थाही नव्हती. त्यांचे जगण्याचे प्रश्न वेगळे होते.

जाता जाता मी गडकरींना न्याहाळत जाऊ लागलो. त्यांचा गोपुरी आखूड पंचा, पांघरलेलं खादीचं धोतर, आतलं उघडं अंग, वाढलेली दाढी, डोक्यावरचे केस, हे सगळं खरोखर गायवाल्या भिकाऱ्यासारखं दिसत होतं... आतापर्यंत अधिकारवाणीनं भूदानाचा प्रचार करावा, असं वाटे; पण आता पटलं की आपण भिकारीच आहोत. इथं दोन दिवस उपऱ्या उदात्त तत्त्वांचा कटोरा घेऊन भीक मागायला आलो आहोत.

नंतरच्या पदयात्रेत देवरूखचा एक तरुण भूदान कार्यकर्ता भेटला होता. तो तिथल्या एका मोठ्या कार्यकर्त्याबरोबर आम्हाला पदयात्रेत येऊन मिळाला होता. मुंबईच्या इतक्या गंमतीजमती सांगायचा की, तो मला मुंबईचा उडाणटप्पू वाटू लागला. सांगता सांगता त्यानं मला दोन गोष्टी सांगितल्या नि त्या ऐकून मी हादरून गेलो. एक म्हणजे दोन वर्षांपूर्वी त्याची मुंबईतली नोकरी गेली. दुसरी कुठं मिळेना.

म्हणून तो भूदानात आला होता. त्याला भूदानात आयतं खायलाप्यायला मिळत होतं. निदान पोटापाण्याचा प्रश्न सुटला होता. भूदान-संस्थेच्या खर्चानं गावोगाव प्रतिष्ठेनं फिरायला मिळत होतं, म्हणून तो आला होता. दुसरी एक घटना सांगितली. कोकणातल्या मोठ्या कार्यकर्त्याची एक सुंदर भाची भूदानपदयात्रेत होती. त्याच पदयात्रेत हैद्राबादकडचा एक तरुण महाराष्ट्रीय कार्यकर्ता आलेला होता. तो गाणी छान म्हणत असे. ढोलकीही छान वाजवत असे. चरख्यावर अतिशय बारीक सूत तो कातू शकत असे. ह्या कार्यकर्त्यांचं नि त्या तरुण सुंदर मुलीचं पदयात्रेत कसं कधी जमत गेलं, याचा कुणालाच पत्ता नाही. एके दिवशी ते दोघेही पदयात्रेतून नाहीसे झाले. ते कुणालाच भेटले नाहीत. ज्यांची ती भाची होती ते कार्यकर्ते म्हणाले, "झालं त्याला इलाज नाही. त्यांचा ते निर्णय घ्यायला स्वतंत्र होते. पदयात्रेत विवाहही जमू शकतात, हे काही कमी नाही." असं म्हणून ते स्थितप्रज्ञासारखे गप्प बसले.

आबाला ही गोष्ट मी रात्री झोपता झोपता खालच्या आवाजात सांगितली; तर आबा म्हणाला, "तुला माहिती नव्हतं का हे?" अरे, हे सगळ्या रत्नागिरी जिल्ह्याला माहिती आहे. पेपरातून हे गेल्या वर्षी आलं होतं."

मी थक्क होऊन गेलो. माझी भूदानावरची प्रांजळ श्रद्धा नासून गेली. माणसं सगळीकडं सारखीच दिसत होती. मला वाटत होतं भूदानातली माणसं विनोबांसारखी, जयप्रकाशजींच्यासारखी, आचार्य दादा धर्माधिकारींच्यासारखी मंतरलेली असतील. निदान त्यांच्यात त्यांचा थोडातरी अंश उतरला असेल. पण ती गावाकडच्या गल्लीतल्या रामा-भीमासारखीच निघाली... मला त्यांची आता कीव येऊ लागली.

मालवणहून परतताना आम्ही गोपुरीत पुन्हा एक दिवस मुक्काम केला. मी आणि आबा रत्नागिरीला जाणार होतो. भाऊ गोपुरीतच राहणार होते. आमची सुट्टी संपत आली होती... आता गोपुरीत मुक्काम केल्यावर मला वेगळं वाटू लागलं. कोकणातल्या सर्वसामान्य माणसापेक्षा आश्रमातली माणसं वेगळी दिसत होती. ती कांतिमान दिसत होती. त्यांच्या अंगावर चरबी, मांस कोकणात कुणाच्याही अंगावर शोभणार नाही, असं वाढलं होतं. सकाळी उठून देवाची प्रार्थना तासभर करायची, तासभर बौद्धिक शिकायचं, तासभर नास्ता करायचा, तासभर स्नान आणि इतर विधी करायचे. मग आश्रमात तासदोन तास नेमून दिलेलं श्रमदान करायचं. मग पुन्हा भोजन, विश्रांती... कोकणाला हे भूदान परवडणार नाही. हा आश्रम परवडणार नाही. इथं सगळे सात्विकतेची नि सूतकताईची चैन करणारे जमले आहेत. इथनं लौकर बाहेर पडलं पाहिजे...

मी अस्वस्थ झालो.

■

नऊ

गोपुरीहून रत्नागिरीला परत आलो. गावाकडचं एक पत्र येऊन पडलं होतं. वाचून मी हादरून गेलो. आईनं पत्रात लिहिलं होतं; ''मालकाला बाळ्या बैलानं मारलंय. त्येची मांडी फाटलीया. त्येला कोल्हापूरच्या दवाखान्यात नेऊन टाकलंय. आठ दीस झालं. सा टाकं पडल्यात. हिकडं मळ्यातली कामंधामं खुळांबून पडल्यात. पिकात तण माईना झालंय. मालक मळ्यात वस्तीला नसल्याचं साऱ्या गावाला कळलंय. रातचं चोर येऊन माळवं चोरून न्हेत्यात. चोरांनी कवा पत्त्या न्हाई ते उसात ठेवलेली मोट चोरून न्हेलीया. तू गेल्यापासनं मळ्याचा सगळा इस्कोट झालाय. आता तर धड वस्तीला जायालाबी कुणी न्हाई. थंडीचं दीस. मालकाला बघायला चार दीस येऊन जा. मळ्याची दशा बघून त्येला शिस्त लावावी, असं वाटलं तर हितं ऱ्हा. न्हाई तर समदं जागच्या जाग्याला टाकून म्होरं शिकायला जा. तुझी आई.''

काळजाचं पाणी झालं. बाळा बैल मारका होता. पण तो दादाला कधी मारत नव्हता. त्याला तो भीत होता. तरीही त्यानं दादाला मारलं असणार याची खात्री होती. तो बेलाग बैल होता... आता दादाला कोल्हापूरच्या दवाखान्यात टाकलंय म्हंजे खर्च आलाच. दादा धड असंल तर सगळा मळा धड; न्हाईतर काय खरं न्हवं. एवढी म्हैनाभर सुटी पडली. थोडं दीस जरी गावाकडं गेलो असतो तर बरं झालं असतं...

''दिवाळी तोंडावर दोन दीस हाय म्हणताना येतो. पाचसा दीस ऱ्हाऊन परत फिरीन. कॉलेजचा अभ्यास करायला पाहिजे.'' असं आईला पत्र लिहिलं होतं. पण ती आईची नुसती फसवणूक होती. दिवाळीपर्यंत आईनं माझी शांत चित्तानं येण्याची वाट बघावी. 'सुटी पडलीय; ये.' म्हणून तिनं पत्रं पाठवू नयेत; म्हणून मी ही युक्ती केली होती. आणि ऐन दिवाळीच्या मोक्याला सविस्तर पत्र लिहिलं होतं की, ''कॉलेजचा अभ्यास खूप पडत असल्यामुळं मी येऊ शकत नाही. एखाद्या वेळेस नाताळच्या सुट्टीत येईन.'' पण हा सगळा प्रकार टोलवाटोलवीचा होता. सुट्टीत चार पैसे मिळावेत ह्या उद्देशानं मी असं केलं होतं. पण तेही फार साधलं नाही. सगळंच चुकलं. आता गेलं पाहिजे. सुगी तोंडावर आलीया नि मळ्यात कुणी कर्तं माणूस न्हाई. पदयात्रेत फिरलो तेवढं जरी दिवस गावाकडं गेलो असतो नि मळ्यात काम

केलं असतं तर माझं खरंखुरं श्रमदान झालं असतं. ते सार्थकी लागलं असतं... दरवर्शी ह्या दिसांत गावाकडं घाणा हुतोय. तेवढा करून आलो तर दादाला कितीतरी मदत झाली असती. कदाचित दादाला बैलानं मारलंबी नसतं. दोघांनी मिळून त्येला जुपला असता. ह्या दिसात जनावर माजलेलं असतंय. पावसूळभर बसून ऱ्हातंय, हिरवा चारा खाऊन त्येच्या अंगात रग, मस्ती येती. अशा वक्ताला त्येच्यासंगं जपून ऱ्हावं लागतं. एखाद्या वक्ती बाळ्या बैलाला औत-अवजाराला जुपून काढला असंल, सोडताना बैलानं त्येला मारलं असणार.. किती मांडी फाटलीय, कुणाला दखल?

मी पत्र हातात घेऊन अचारी का बिचारी होऊन खुळ्यासारखा बसलो. दोनदा ते वाचलं. वाचता वाचता एक गोष्ट ध्यानात आली की अक्षर आबाजी सणगरचं नाही. आई बहुतेक पत्रं आबाजीकडनं लिहून घेत होती. आबाजी ते सगळं लिहायचा नि आपल्याही दोन-तीन ओळी लिहून वस्तुस्थिती काय आहे, ते सांगायचा. कधी आई मधुकर सणगरकडनं पत्र लिहून घ्यायची. पण यावेळी कुणाचं तरी वेगळंच अक्षर वाटत होतं. या दोघांपैकी एकाचंही ते नव्हतं. म्हणून मी शिर्पाला आणि आबाजीला ताबडतोब एक एक पत्र पाठवलं नि आईनं मला पाठवलेल्या पत्रातल्या मजकुराचा आशय त्यांना कळवला. त्याप्रमाणं घरात घडलंय का ते लगेच पत्रानं मला कळवायला सांगितलं.

आठ-नऊ दिवसात दोघांचीही उत्तरं आली की इकडंच सगळं व्यवस्थित आहे; काळजी करण्याचं कारण नाही. शिर्पानं रटफ करत सविस्तर कळवलं होतं. दादाला बैलानं वगैरे काही मारलं नव्हतं. गुऱ्हाळ लावायचं होतं; म्हणून मी तिथं असणं अतिशय जरुरीचं होतं, असं दादाला वाटत होतं. कारण घाणेकरी, फडकरी, चिपाडं कोलवणाऱ्या बायका यांचा पगार हिशोब ठेवून करणं जरुरीचं होतं. गुळाच्या ढेपा मोजून गाडीत चढवणं जरूर होतं. इंजिनवाल्या मालकाला गुळाच्या ढेपांच्या प्रमाणात गुऱ्हाळाचे पैसे हिशोबानं देण्याची गरज होती. हे सगळं प्रत्येक वर्षी हिशोब ठेवून मी करत होतो. अडाणी दादाला तो हिशोब जमणं शक्य नव्हतं. दुसरं कुणी नीट हिशोब रोजच्या रोज मांडून ठेवण्यासारखं घरात नव्हतं. दादाचा बाहेरच्या माणसावर विश्वास नव्हता. म्हणून त्याची पंचायत झाली होती. आईला मला सारखं बघावंसं वाटत होतं. उसाचा रस, ताजा गूळ, ताज्या गुळाचं नि चिरमुऱ्याचं लाडू यांचा मी फार आशीक होतो. आईला वाटलं, मी गुऱ्हाळाच्या दिसांत गावाकडं यावं, थोडं खावं-प्यावं. जमलं तर मी कागलातच राहावं; म्हणून दोघांनी मिळून हे पत्र लिहिलं होतं.

शिर्पानं सगळी बित्तंबातमी माझ्या घरातल्या भावंडांकडनं काढली होती. हसतखेळत प्रत्यक्षाप्रत्यक्ष सगळी वस्तुस्थिती समजून घेतली होती. वरवर घरच्यांच्या बाजूनं तो माझ्या विरोधात बोलत होता. नि घरातल्यांची चाचपणी करत होता. सगळा

बेरकीपणा वापरून पोटात शिरत होता नि आतलं बाहेर काढत होता.

आईदादाचा डाव माझ्या ध्यानात आला नि माझ्या मनाचा भडका उडाला. त्या रागात मी वाट्टेल ते बोलणारं, माझ्या उभ्या जन्माचं नुकसान करायला तुम्ही दोघे कसे टपले आहात, आतापर्यंत तुम्ही माझा कसाकसा छळ केला आहे, आताही मला कसं शिकू देत नाही आहात, हे सांगणारं पत्र लिहिलं. पाकिटात घालून ते ठेवून दिलं. सकाळी कॉलेजला जाताना पोस्टात टाकण्याचा विचार होता. आता तास रात होऊन गेली होती. आठ-दहा दिवस मनाला आलेली बेचैनी शिर्पाच्या पत्रानं नाहीशी झाली. सुखानं झोपी गेलो.

सकाळी उठलो तेव्हा लक्षात आलं की मी रत्नागिरीत आहे. रात्रभर गावाकडची इतकी स्वप्नं पडत गेली की मी गावाकडंच आहे, असं वाटत होतं... सहामाही परीक्षा संपवून मी गावाकडं गेलो होतो. मळ्यातली तुंबलेली कामं रेड्याची ताकद लावून ओढून काढत होतो. सुट्टीच्या आत मला ती संपवायची होती. आई सकाळ-संध्याकाळ माझ्या आवडीचा खाना करून मला घालत होती. बुंदीचे लाडू, कडबोळी, अढीच्या भोपळ्याच्या घाऱ्या, खारट सांडगे, पोकळ्याची भाजी, चिरमुऱ्याचे लाडू यांचा नुसता मारा चालला होता. सगळी प्रेमानं वागत होती. 'शिकायला जाऊ नगं, आमच्यात ऱ्हा, किती किती चोपून गेलाईस. कागलात हुतास तवा दल दुप्पट हुतास. रत्नागिरीत भात खाऊन खाऊन नुसता पनपापुद्रा उरलाईस.' असं म्हणत होती. मलाही राहावंसं वाटत होतं. आणि मळ्यात वस्तीला राहिलेला मी सकाळी उठलो तेव्हा रत्नागिरीत होतो.

मी उठलो नि चिकटवून ठेवलेल्या पाकिटातलं पत्र हळूवार हातांनी पुन्हा सोडवून घेतलं नि बाहेर काढलं. वाचलं नि माझा मलाच राग आला. टराटरा फाडून टाकलं नि आईला दुसरं पत्र लिहिलं... तिच्या, भावंडांच्या, दादाच्या, मळ्याच्या आठवणीचं दीर्घ पत्र. शेवटी त्यात हेही सांगितलं की आईची माया कशी वेडी असते. आपल्या मुलाला भेटण्यासाठी ती काय काय युक्त्या करते. त्यातलीच एक युक्ती म्हणजे 'मालकाला बैलानं मारलंय; ताबडतोब ये... पण देवानं मालकाला सुखरूप ठेवलंय, आई. तसा मीही इथं सुखरूप आहे. मलाही तुला भेटावंसं वाटतंय. आता फक्त चार-साडेचार महिने आहेत. नंतर मी तिकडं येतोय. तोवर कळ सोस.' पत्र पोस्टात टाकून निवान्त झालो.

दुसरी टर्म सुरू झाली. श्रुतिकेच्या ज्या दिवसाची मी वाट पाहात होतो तो दिवस एकदाचा उजाडला. गावकरी फडाचा कार्यक्रम सुरू झाला. अनाउन्सरनं माझ्या श्रुतिकेचं नाव सांगून 'लेखक आनंद यादव' असं जाहीर केलं. त्या दिवशी रात्री मी 'आनंद यादव' नावाचा मराठी लेखक झालो. महाराष्ट्राच्या कानांवर माझं नाव कुर्रर करून वाजत गाजत घातलं गेले... मुख्य म्हणजे माझ्या गावाकडची

माणसं पुण्याच्या आकाशवाणीवर जाऊन बोलत बसली आहेत, असा मला भास झाला.

गावाकडं पत्र पाठवून अगोदरच तारीख, वेळ कळवली होती. आई माझं 'लिवणं' ऐकायला बसली होती. डॉक्टरांच्या घरी ती दूध घालत होती. डॉक्टरांनी तिच्या 'आनंदा'चं कौतुक केलं. ती उदंड होऊन घराकडं परतली. त्या दिवशी तिचं काळीज सुपाएवढं झालं होतं; असं तिनं पत्रातनं लिहिलं.

मला वीस रुपयांचा चेक आला नि मी तो गुरुजींच्या खात्यावर वटवला. पाचा-पाचाच्या चार हिरव्या नोटा गुरुजींनी मला दिल्या. मला माझ्या शेतातला गुप्तधनाचा मोहरांचा हंडा उघडा झाल्याचा आनंद झाला. वाढलेले केस मी न्हाव्याकडून प्रथम कापून घेतले. कपड्यांचा साबण दोन महिने पुरेल इतका देवधरांच्या दुकानातनं विकत आणला. अंगालाही सुगंधी साबण लावावा, अशी तीव्र इच्छा झाली म्हणून गुलाबी रंगाची लक्स वडी विकत आणली. आता डोणीवरचे साबणाचे तुकडे गोळा करून कपडे धुवायचे न्हाईत. आता आपण लेखक झालो. नीटनेटकं ऱ्हायला पाहिजे. भिकाऱ्यागत वागणं नसलं पाहिजे; असं वाटू लागलं.

लिहिण्यासाठी कागद विकत आणले. पेन्सिलीनं आतापर्यंत बहुतेक लिहित होतो. कारण पेन असलं तरी त्यात भरायला शाई मिळायची नाही. म्हणून ते एकदा भरलं की जपून जपून वापरावं लागत होतं. आता एक पेनच्या शाईची दौत आणून जपून ठेवली नि तिच्यातली शाई वापरू लागलो. आतून सगळा बदलून गेल्यागत झालो. आबा, तुकाराम यांना हॉटेलात चोरून चहा दिला... माझ्या कमाईचे एकदम एवढे पैसे एवढ्या थोड्या श्रमात मला प्रथमच मिळाले होते. ते परीक्षा होऊन जाईपर्यंत माझ्या खिशात सारखे खुळखुळत राहिले... माझ्या साहित्याच्या मानसिक किंमतीबरोबरच त्याची आर्थिक किंमतही मला कळली.

◆

दहा

मी, तुकाराम आणि आबा असे तिघे विद्यार्थी सोडले, तर छात्रालयात सगळे हायस्कूलचे विद्यार्थी असल्यानं त्यांच्या मनात भूदानाची भूमिका, त्याचं तत्त्वज्ञान, भूदान कार्यकर्त्यांचा मोठेपणा, आदर्श यांविषयी खास जाणिवा नव्हत्या. ही मुलं एखाद्या बोर्डिंगात राहायच्याऐवजी सर्वोदय छात्रालयात राहायला आली होती. त्यांतील पाच-सहाजणांचे वडील किंवा चुलते किंवा थोरले बंधू सर्वोदयात कार्यकर्ते होते. बाकीच्यांचेही कुणीतरी ओळखीपाळखीचे सर्वोदयात होते. त्यांनी या विद्यार्थ्यांना छात्रालयात प्रवेश मिळवून दिलेला. या मुलांना काही सर्वोदयाचं तत्त्वज्ञान पटलं होतं, म्हणून ती आली होती, असं नाही. त्यामुळं त्यांना सूतकताई, पहाटेची व रात्रीची प्रार्थना त्यानंतर पाच मिनिटं मौन, ध्यान, सर्वोदयाचं बौद्धिक, पाळीप्रमाणं येणारी व करावी लागणारी कामं, खादीचा पोशाख घालण्याची सक्ती, चहा-कॉफीवर बंदी इत्यादी गोष्टी नको वाटत होत्या. केवळ सक्तीमुळं या गोष्टी ती मुलं करत होती. त्यामुळं, काम चुकविण्याची प्रवृत्ती, कसंबसं काम उरकणं, नासधूस करणं या गोष्टी नेहमी आढळून येत होत्या.

याच्या जोडीला मुलांचा पोरपणा भर टाकत होता. यांतली बरीच मुलं एकमेकांच्या वर्गांतली होती. त्यांच्या वर्गांत दिवसभर शिक्षकांकडून त्यांना ज्या शिक्षा होत, त्यांचं जे हसं होई त्याची उजळणी छात्रालयात वर्गातली इतर मुलं करत. त्यातून त्या मुलांत वादावादी होई, भांडणं होत. पुष्कळ वेळा झोंबाझोंबी होई. पहिल्या मजल्यावर ही मुलं राहत. बहुतेक सगळी हॉलमध्येच. आणि हॉलला तर फरशीऐवजी कडीपाट केलेला. त्यामुळं ही मुलं झोंबाझोंबी खेळताना फळ्यांचा आवाज दणादण होत असे. दोन्ही बाजूंच्या दोन दोन घरात त्यांचे आवाज जात. गुरुजी खालूनच आपल्या घराच्या अंगणात येऊन ओरडत. मग सामसूम होई. कित्येक वेळा ही मुलं फारच चिरडीला पडली तर गुरुजींच्या ओरडण्याला जुमानत नसत. मग गुरुजींना खालून वरती येऊन ही झोंबाझोंबी सोडवावी लागे. कुणाची आगळीक असेल त्याला गुरुजी रागावत. तीनएक मुलं अतिशय वाह्यात होती. त्यांना गुरुजी दम देत. 'फोडून काढीन' म्हणून भीती घालत... पुष्कळ वेळा ते आपल्या ट्रेनिंग कॉलेजला जाण्याच्या घाईत असत. कित्येक वेळा त्यांच्याकडं कुणी आलेलं असे. कित्येक वेळा ते बाहेर जाण्याच्या घाईत असत. त्यामुळं त्यांना ही भांडणं सोडवून लगेच दोन-तीन

मिनिटात परतावं लागे.

मग रात्री त्याच विषयावर बौद्धिक होई. छात्रालयाच्या शिस्तीबद्दल ते बोलत. वाह्यात मुलांना "छात्रालयातून हाकलून देईन. मग कुणाच्याही नातेवाईकाला, सर्वोदयातील कार्यकर्त्याला मी भीक घालणार नाही, एवढंच नव्हे तर हायस्कूलमधूनही कायमचं नाव काढून टाकण्याची व्यवस्था करीन." असं काहीसं दरारा निर्माण होण्यासाठी बोलत.

ही मुलं पोरबुद्धीच असल्यामुळं सर्वोदयात कार्यकर्ते असलेल्या आपल्या वडिलांना, नातेवाईकांना, थोरल्या भावांना गुरुजींच्या उलट खरंखोटं सांगत. "माझ्यावर गुरुजी अन्याय करतात, बारीकसारीक गोष्टीसाठी दमबाजी करतात, नास्ता दोन दोन दिवस बंद करतात, तुझ्या वडिलांनासुद्धा मी भीक घालणार नाही म्हणतात."

असं सांगितल्यावर सर्वोदयातली ही कार्यकर्ती मंडळी सर्वोदयी असूनही संतापत. भाऊंच्या ओळखीनं पाच-सहा मुलं आली होती. तीही मुलं भाऊंना अशीच एकांगी माहिती सांगत.

छात्रालय रत्नागिरी जिल्हा भूदान-मंडळानं स्थापन केलेलं. त्या मंडळाचे क्रियाशील सभासद, पदाधिकारी म्हणजे हे सर्वोदयी कार्यकर्ते. यांनी मंडळाच्या सभेत ठराव करून छात्रालयाचे व्यवस्थापक म्हणून गुरुजींची नेमणूक केलेली. म्हणजे कार्यकर्त्यांना गुरुजी आपले नोकरी किंवा हाताखालची व्यक्ती वाटत. हे कार्यकर्ते जिल्ह्याचं ठिकाण, मुख्य कार्यालयाचं ठिकाण म्हणून वरचेवर रत्नागिरीला येत. मग मधूनच आपल्या पाल्याला भेटत. या भेटीत ही मुलं पुष्कळ वेळा रडून रडून आपल्यावरील अन्यायाच्या हकिगती पालकांना सांगत. पुष्कळ वेळा हे सर्वोदयी पालक पाल्याला घेऊन शेजारी राहत असलेल्या गुरुजींकडं जात नि तिथं वादावादी होई. चढ्या आवाजात बोलणी होत. अशा वेळी गुरुजी उग्ररूप धारण करत. "मला छात्रालयाची शिस्त राखली पाहिजे. तुमच्या मुलाला शिस्त नाही. तो हूड आहे. त्याचा इतरांना भरपूर त्रास होता. एकानं शिस्त बिघडवली की छात्रालयाची मग सगळी शिस्त बिघडते... आणि मी इथं अधिकारी आहे. इथल्या व्यवस्थापनासाठी मला जे योग्य वाटेल ते करण्याचा माझा अधिकार आहे;" असं म्हणत. मग खादी धारण केलेले कार्यकर्तेही उसळून बोलत.

याचा परिणाम असा होई की, तो मुलगा परत छात्रालयात आला की इतर मुलांना आपल्या बापुसानं गुरुजींची कशी 'बिन पाण्यानं' केली ते सांगत असे. मुलांचं मोठं मनोरंजन होई. त्यांच्या मनात गुरुजींच्याविषयी असलेला आदर कमी कमी होई.

गुरुजींच्या शेजारी भाऊ राहत असत. त्यांना छोटी दोन-तीन मुलं होती. त्यांची पत्नी त्यांचं दिवसभर करी. भाऊ दौऱ्यावर आठआठ, दहादहा दिवस जात. मग

तीन-चार दिवस घरी राहत. भाऊ घरी असले की छात्रालयातली मुलं आपापल्या तक्रारी भाऊंना सांगत. भाऊ महत्त्वाचे कार्यकर्ते होते. ते सर्वोदयातल्या कार्यकर्त्यांसारखेच साधे, सात्विक, विचारशील, संयमी असे वाटत. ही मुलं भाऊंना आपल्या तक्रारी सांगताना एक सूर त्या तक्रारीत मुद्दाम आपला घालत. "गुरुजी म्हणाले, मी कुणालाच म्हणजे तुम्हालासुद्धा भीक घालत नाही." त्यामुळं भाऊही अस्वस्थ होत.

ही मुलं भाऊंच्या घरी हळूच प्रवेश करत. पलीकडेच गुरुजींचं घर. मधे भिंत असली तरी वरचं छप्पर एकच होतं. भिंत फक्त तुळ्यापर्यंत घातलेली. त्याच्या वरची छपरापर्यंतची जागा थोडी मोकळी होती. तिथे पत्रे लावलेले होते. त्यामुळं इकडचं तिकडं सहज ऐकू येत होतं. गुरुजींच्या घरी ताई म्हणजे गुरुजींच्या पत्नी असत. त्यांचा एकुलता एक मुलगा नुकताच रत्नागिरीच्या बाहेर नोकरीला लागला होता. मुलगी लग्न होऊन गेली होती. गुरुजी ट्रेनिंग कॉलेजात अध्यापक होते. पुष्कळ वेळा ताई शिवणकाम करत. निवडपाखड करत. पुष्कळ वेळा निवांत वाचन करत. भाऊंना तक्रार सांगायला गेलेल्या विद्यार्थ्याला वाटे, गुरुजींच्या घरात कुणीच नाही. आणि मग तो काय सांगायचं हे सांगत असे.

इकडं रात्री गुरुजींना अमुकतमुक विद्यार्थी भाऊंना काय काय सांगत होता, हे ताई सविस्तर सांगत. "भाऊ हे सगळं मुकाट ऐकून घेतात. विद्यार्थ्यांना त्यामुळं प्रोत्साहन मिळतं. अशा तक्रारी सांगू नयेत. गुरुजी हे छात्रालयाचे अधिकारी आहेत, तेव्हा त्यांच्याच धोरणाप्रमाणं विद्यार्थ्यांनी वागलं पाहिजे, असं काहीही भाऊ सांगत नाहीत." असंही त्या त्यावर भाष्य करीत. गुरुजी त्यामुळं भाऊंच्यावर आणि त्या विद्यार्थ्यांवरही संतापत... त्यांचा हा राग सतत धुसमत असे. आणि त्यांच्या 'बौद्धिकात' सावलीसारखा पडत असे.

छात्रालयात एकनाथ नारकर नावाचा दहावीत असलेला मुलगा होता. हुशार होता, पण खट्याळ होता. तो गुरुजींची उत्तम नक्कल करत असे. त्यांचं चालणं, मुलांच्या चर्चा काय चालल्या आहेत, हे पाठीमागून पाय न वाजवता येऊन ऐकणं, त्यांचं पोटावरून आणि टकलावरून हात फिरवणं, बौद्धिक देण्याची त्यांची पद्धत, त्यातील ठराविक शब्दप्रयोग, त्यांचं मुलांवर रागावणं, प्रार्थनेनंतरच्या मौनध्यानाच्या वेळी हळूच एक डोळा उघडून मुलांवर लक्ष ठेवणं; हे सगळं तो लटकं गांभीर्य आणून करून दाखवत असे. त्यामुळं मुलांची हसून हसून पुरेवाट होई. हाही एका कार्यकर्त्याचाच मुलगा होता.

हे सगळं बघून सर्वोदयाविषयी, त्यातल्या कार्यकर्त्यांविषयी, कार्याला वाहून घेणाऱ्या माणसांविषयी, त्यांच्या तत्त्वज्ञानाविषयी हळूहळू पण दाट निराशा माझ्या मनात पसरत चालली होती. ह्या माणसातही ध्येयवाद दिसत नाही. इथं सुद्धा क्षुद्रवृत्ती आहेच. ज्या मुलांना अन्न मिळत नाही, निवारा मिळत नाही, शिकायची

आर्थिक कुवत नाही; त्यांना इथं आणायचं सोडून सगळ्या कार्यकर्त्यांनी आपलीच मुलं भरलेली आहेत, खरे गरजू विद्यार्थी आपापल्या गावीच राहिलेले दिसतात. सर्वोदयाच्या तत्त्वज्ञानाचा, विचारांचा इथं एकाही विद्यार्थ्याला गंध नाही की त्याविषयी प्रेम नाही. सगळे पोटार्थीच. आयतं मिळतंय म्हणून आलेले... असे विचार मनात साचत चालले.

माझ्या परीनं मी, गोपाळ जोशी, धाडवे आणि आबा आदर्श ठेवण्याचा प्रयत्न करीत होतो. तुकारामला त्याबद्दल फारसं प्रेम वाटत नव्हतं. त्याला अधूनमधून मनिऑर्डर येई. तो हॉटेलात पुष्कळ वेळा जाऊन खाऊन येई. सर्वोदयाच्या अन्नाला नावे ठेवी. कॉलेजला जाताना, संध्याकाळी फिरायला जाताना आपल्या वाढलेल्या कुरळ्या केसांचा तो छान भांग पाडत असे. आनंदात राहावं, असं त्याला वाटे. छात्रालयातलं एकही वाटणीचं काम तो नीट करत नव्हता. स्वत:चं ताट, तांब्या, वाटी हेही तो कधी घासत नसे. नुसतं बुचकळून काढी.

"तुकाराम, अरे ती जेवणाची भांडी तरी नीट घास ना. किती डाग पडलेत त्यांच्यावर?" न राहून मी म्हणे.

"आवशीक रे खावन! आयेक पत्र लिवान कित्तीक दीस उलागले मारे. पण आजून ती येनासाच नाय."

"आईला कशाला पत्र पाठवलंस?"

"मग ही भांडी घासाक नुको? म्हणान लिवलं आसा. ती येतील त्येवा घासतली. मेल्या! भांडी काय पुरशांनी घासूची आसतत?" असं तो गंमतीनं स्पष्टीकरण देई. तासभर बसून ओबडधोबड सूत तो काढी. त्याला पीळही नीट घालत नसे. ठराविक सूत आठवड्यात कातण्याची सक्ती होती. अशा वेळी हायस्कूलमधल्या मुलांना आपले पेळू देऊन वर तो काही पैसे देई आणि त्यांच्याकडून सूत विकत घेई नि गुरुजींच्या पुढं ते आदळे.

गुरुजींना हमखास संशय येई.

"तूच कातलंस हे सूत?" ते सुताकडं नि त्याच्याकडं रोखून बघत विचारत.

"होय गुरुजी. शप्पथ!" धाडदिशी तो शपथ घेई.

"अरे, पण कताईला कधी बसताना दिसत नाहीस तू."

"रोज बसतंय गुरुजी. पण मी दोंपारी बसतंय. तुम्ही त्येवा कॉलेजात गेलेले आसता. सांजचा माका छात्रालयात बसव ना नाय. दीसभर मी छात्रालयात असतंय या; त्येवा सांजच्याक फिराक जातंय. आरोग्याक ता बरा असता, गुरुजी." तो साळसूदपणे वागत खट्याळपणा करत असे. संध्याकाळची सूतकताईची वेळ ही चुकीची आहे, मुलांना ती बाहेर फिरण्याची नि खेळण्याची वेळ वाटते असं त्याला सुचवायचं असे. पण गुरुजी तिकडं दुर्लक्ष करत.

मुलांच्या बरोबर त्याच्या गप्पा, टवाळ्या नेहमी चालत. कुठली तरी विनोदी मासिकं, किस्से तो मित्राकडून जमा करत असे. अधूनमधून मला गंमती सांगत असे. मला खोलीत कंटाळा आला की मी त्याच्याशी गप्पा मारी. मग वाचलेले, ऐकलेले विनोद भरपूर सांगून तो स्वत:च्या बरोबरच माझी पण करमणूक करी. घरचं पत्र आलं की मग मात्र तो एखादा दिवस व्याकुळ झाल्यागत वाटे. गंभीर होऊन आढ्याकडं बघत पडून राही... नव्यानं पिंजऱ्यात घातलेल्या पाखरासारखी त्याची केविलवाणी अवस्था होई.

गुरुजी ध्यानाचं– मौनाचं सर्वोदयी महत्त्व नेहमी सांगत. त्यामुळं प्रत्येक प्रार्थनेच्या नंतर पाच-सहा मिनिटं मौन-ध्यान असे. पहाटेच्या प्रार्थनेनंतर मौनध्यान चालू असताना पुष्कळ विद्यार्थ्यांना डुलकी येई. बसल्याजागीच त्यांचा तोल जाई. त्यांना झोप आवरेनाशी होई. शेजारचे विद्यार्थी त्याला डिवचून जागे करत. मग दोघातच डिवचाडिवची चालून डोळे वटारणे चालू झालेले दिसे.

गुरुजींना या प्रकाराची कल्पना होती. त्यामुळे तेही प्रत्यक्ष डोळे मिटून ध्यान चाललेलं असताना मधूनच डोळे उघडत आणि कोण पेंगतोय काय, कोण खोड्या करतोय काय, हे पाहून घेत. त्यांचं हे डोळे उघडणं मजेशीर असे. ते हळूच अर्धवट एक डोळा उघडत नि सर्वांवर एकाच डोळ्यानं डोळा ठेवत. त्यांना वाटे, आपला हा अर्धा उघडा डोळा कुणाच्या लक्षात येणार नाही. आणि आपल्याला तर कोण ध्यान नीट करत नाही, हे कळेल. पण ही गोष्ट एकनाथ नारकरच्या लक्षात गेल्याच वर्षी आलेली होती.

मला ते खरं वाटत नसे. गुरुजी स्वत:शीच असं विसंगत वागतील यावर माझा विश्वास नव्हता. एक दिवस मी शेवटच्या टोकाला अंधारात बसून त्याचा तपास करायचा, असं ठरवलं. त्या दिवशी मी चेहरा लपवून डोळे उघडेच ठेवले नि गुरुजींच्या डोळ्यांवर लक्ष ठेवून बसलो. तर खरंच गुरुजी हळूच एक डोळा किलकिला करून सगळ्यांकडं अधूनमधून त्या पाच-सहा मिनिटांत निदान दोनदा तरी बघून घेत असत.

दुसरी सहामाही सुरू झाल्यावर लौकरच आप्पा पटवर्धन छात्रालयाला भेट देणार होते. गुरुजींनी बौद्धिकात त्यांचं महत्त्व सविस्तर सांगितलं. कोकणचे महात्मा गांधी म्हणून त्यांना कसं ओळखलं जातं, कोकणात भूदानकार्य त्यांनी कसं चालू ठेवलं आहे. गोपुरी पद्धतीचा संडास ही त्यांची निर्मिती कशी आहे इत्यादीविषयी आम्हास अशीतशी असलेली माहिती त्यांनी सुसूत्रपणे सांगितली. ते आल्यावर सर्वांनी कसं व्यवस्थित वागायचं याविषयीही बजावलं.

आप्पा अनेक सर्वोदयी प्रयोग करत होते. 'गोपुरी संडास' त्यावेळी सर्वत्र प्रसिद्ध होता. आपल्या देशाच्या परिस्थितीत तो शेतीला खतासाठी अतिशय उपयुक्त ठरला

होता. सबंध महाराष्ट्रात आप्पांविषयी आदर पसरलेला.

आप्पा आले. गावच्या वेशीतनं आत शिरणाऱ्या एखाद्या आदिवाशासारखे ते वाटले. उन्हातान्हात केवळ एका पंचावर हिंडल्यामुळं वाळून वाळून रापलेलं नि सुकट झालेलं शरीर. वाढलेले नि तेल नसलेले केस पिंजारून पसरलेले. तशाच दाढीमिशा. काखेत एक त्यांची त्यांच्याबरोबर असलेली वळकटी. खोल गेल्यासारखे वाटणारे किलकिले डोळे. शांत वाटणारा चेहरा. गांधी-विनोबांची आठवण व्हावी, अशी कृशमूर्ती.

बौद्धिक झालं. भूदान-सर्वोदयाची भूमिका त्यांनी सांगितली. मग 'पदवीधर व्हा आणि या कार्याला वाहून घ्या. सार्वजनिक कार्यात पडण्याअगोदर प्रथम पदवीधर झालं पाहिजे. खूप वाचन केलं पाहिजे. जीवनाचा सर्वांगांनी प्रत्यक्ष अनुभव घेऊन त्याचा अभ्यास केला पाहिजे. बुद्धिमत्ता परिपक्वतेच्या दिशेनं वाढू लागल्यावर मगच सार्वजनिक कार्यात यावं. समज कमी असताना येणं धोक्याचं असतं.' असं म्हणाले.

माझ्या मनावर ते खोलवर ठसलं. गावाकडचे निकमसाहेब, बापूसाहेब सुतारही हेच म्हणाले होते.

मुलांना उद्देशून त्यांनी आणखी एक गोष्ट सांगितली. आमच्याबरोबर ते पंगतीला जेवायला बसले होते. त्यावेळी एक गोष्ट कळली. ते दूध घेत नव्हते. दूध हे त्यांनी वर्ज्य मानलं होतं. "माणसाला आईचं दूध जोपर्यंत मिळतं तोपर्यंतच म्हणजे एकदीड वर्षांचा होईपर्यंत त्याला दुधाची आवश्यकता असते. तद्नंतर नाही. मानवेतर कोणत्याही प्राण्याचं पाहा. माणूसच फक्त इतर प्राण्यांचं दूध जीवनभर पितो. ते मला अनैसर्गिक वाटतं. म्हणून मी दूध घेत नाही. हे अन्नही केवळ शरीराचा आधार म्हणूनच मी खातो. माझ्या लेखी शरीर जगवण्याचं ते एक साधन आहे. त्यामुळं अन्न म्हणून जे समोर येईल ते समभावानं मी खाऊ शकतो... मात्र तुम्ही तसं करू नका. तुम्ही लहान आहात. जीवन समजून घेण्यासाठी जीवनाचा प्रथम आनंद लुटा. दूध प्या. साधाच आहार; पण उपलब्ध साधनांनिशी उत्तम करून, चवदार करून खा. 'साधे अन्न' या नावाखाली बेचव अन्न करून खाऊ नका." खाता खाता ते सांगत होते.

आप्पांच्याजवळच बसलेल्या गुरुजींकडं आम्ही सगळेच अधूनमधून पाहत होतो. छात्रालयांत शिजणारं पूर्णान्न असंच बेचव होतं. सगळी कडधान्यं एकत्र भरडून त्यात मीठ घालून ते कुकरमध्ये उकडलं जात असे. त्याच्या वड्या करून त्या भाताबरोबर खायला दिल्या जात असत. त्यात बहुतेक वेळा तिखट-मीठ असे. खाताना ते मुलांना नको वाटे. मुलं मग फक्त आमटी-भात जो काही मिळेल तेवढाच खाऊन उठत असत. पूर्णान्न शिल्लक पडे. मी आणि आबा मात्र ते जनावरासारखे खात होतो. मला कसलंही अन्न खायची गावाकडं सवय होती. जोंधळ्या-मक्याच्या

कण्यांपेक्षा हे पूर्णान्न मला बरं वाटत होतं. मुलांना हे भरडलेल्या धान्याचं पूर्णान्नही पचत नव्हतं.

उरलेलं शिळं अन्न फोडणी देऊन, त्याच्यात किसलेलं खोबरं मिसळून दुसऱ्या दिवशी आम्हालाच खावं लागे. या पूर्णान्नात कधी कधी तिखटाऐवजी गूळ मिसळला जाई. त्यावेळी मात्र ते मुलं खाऊन टाकत. म्हणजे तिखट मिठाच्या पूर्णान्नापेक्षा तुलनेनं ते बरं वाटे. छात्रालयातल्या मुलांनाच स्वैपाक करावा लागे. त्यामुळं भाकरी, चपात्या इत्यादी प्रकार करता येणं अशक्य होतं. शिवाय शरीरपोषणाच्या दृष्टीनं पोटात सगळ्या प्रकारची धान्ये रोज गेली पाहिजेत, हे सर्वोदयी सूत्र. या सगळ्याच्या मिलनातून अन्न उकडणं आणि खाणं एवढाच मार्ग हाताशी लागत होता. त्यातनं पूर्णान्न हे फळाला आलं होतं.

हे पूर्णान्न खाण्याची सक्ती सर्व मुलांना होती. म्हणजे त्याच्याशिवाय दुसरं अन्न पोटभर खायला मिळत नव्हतं. गुरुजी मात्र आपल्या घरी चवीनं अन्न खात होते, हे सर्व विद्यार्थ्यांना माहीत होतं. गुरुजींच्या घरी किल्ल्या आणायला, किल्ल्या द्यायला, त्यांचं दळण चक्कीवर न्यायला, ते परत द्यायला, कधी बाजारातून गुरुजींबरोबर धान्य, भाजी इतर वस्तू आणायला-द्यायला त्यांच्या घरी मुलांना सारखं जावं-यावं लागत असे. या निमित्तानं गुरुजी, ताई कित्येक वेळा जेवायला बसलेल्या असत, ते दिसत असे. कोवळ्या मुलांची मोकळी नजर त्यांच्या ताटांवरून फिरे. परत छात्रालयात येऊन मुलं गंमतीनं, विनोदानं, कधी आपणाला तसं काही मिळत नाही या सुप्त जाणिवेनं म्हणत, 'आज गुरुजींच्या घरी मसालेभात आहे, आज गुरुजींच्या घरी बासुंदी-पुरीचा बेत दिसतोय, आज गुरुजींच्या घरी भजी केली आहेत, आज...' मुलांच्या तोंडाला मग पाणी सुटे, त्यांना घरच्या आठवणी तीव्र होत. तुकाराम मग तावातावानं हॉटेलात जाऊन काहीतरी चमचमीत खाऊन येई. नारकर मग गुरुजींच्यावरील सात्त्विक संताप व्यक्त करण्यासाठी चहा पिऊन येई नि मुलांना जाणीवपूर्वक सांगे, 'मी आज चहा पिऊन आलो. गुरुजींना सांगायचं असेल त्यानं खुशाल सांगावं.' राजापूरचा अकरावीचा कुलकर्णी मग आमच्या देखत सिगारेट ओढून दाखवी. तो बाहेर जाऊन कोठून तरी घेऊन येई.

त्यांच्या उलट कोणीही तक्रार करू शकत नसे. तो मग नानाप्रकारे मुलांना त्रास देई. त्यांचे टॉवेल्स, अंडरवेअर्स दोरीवर घातलेल्या ठिकाणावरून नाहीशा होत. दप्तरातल्या वह्या, पुस्तके बेपत्ता होत. त्यांच्या सदऱ्यांना, विजारींना ब्लेड्स लागत.

एकनाथ नारकर मग तक्रार करणाऱ्या विद्यार्थ्यांचंच नाव घेऊन सांगे; 'मी नाही गुरुजी चहा प्यालो. विहार हॉटेलसमोरून मी जाताना हा बेंदरकरच त्या हॉटेलातून बाहेर पडला. मी त्याला पाहिलं. म्हटलं, सांगतो गुरुजींना. तर मला म्हणाला, सांग, सांग. गुरुजीच स्वत: घरात चोरून कॉफी पीत असतात.' त्याच्या ह्या

सांगण्यामुळं चुगलखोर आणि गुरुजी या दोघांनाही काही बोलता येत नसे. कारण गुरुजी घरी कॉफी घेतात, हे नारकराला माहीत होतं. तुकारामलाही याचा पत्ता लागला होता... मी, आबा या बाबतीत उदास होतो. गुरुजी चहा-कॉफी घेत नसावेत असं वाटत होतं. ताईंना घरी काय शिजवावं नि काय खावं याचा अधिकार होता. ते एक घर होतं. तिथं इतरही माणसं जात-येत होती. त्यांचा पाहुणचार करावा लागत होता. त्यांना दोन मुलं होती, त्यांना खाऊ-पिऊ घालावं लागत होतं, याची कल्पना आम्हा दोघांना होती.

या बाबतीत माझ्यापेक्षा आबा जास्त विचारानं वागत होता. मला त्याच्या प्रौढ वर्तनामुळं आदरणीय वाटत होता. शांतपणानं तो हायस्कूलच्या मुलांचे वाद कित्येक वेळा मिटवून टाकी... मुलांचा सेक्रेटरी म्हणून तो काम पाहात होता. कोठी-घराच्या चाव्या गुरुजी पुष्कळ वेळा त्याच्याकडं ठेवून जात. स्वैपाकासाठी लागणारं साहित्य, नास्त्यासाठी लागणाऱ्या वस्तू तोच कोठी-घरातून काढून आम्हाला देई.

मात्र आप्पा पटवर्धन आमच्यात एक दिवस राहून गेल्यावर आम्हांला वेगळाच उत्साह वाटू लागला. मुलं आपापसात चर्चा करू लागली. ही चर्चा प्रामुख्यानं अन्नाविषयी, नास्त्याविषयी होती.

आप्पा येऊन गेल्यानंतरच्या रविवारी मुलांनी एक मीटिंग घेतली. कुलकर्णी आणि तुकाराम यांनी अगोदरच ठरवून टाकलेला एक विचार मांडला. 'आपण सर्वजण मिळून एक ठराव करू या. तो गुरुजींना देऊ या. फार तर त्याची एक प्रत गोपुरीला आप्पांच्याकडं पाठवू या.' ठरावात खूपच अपेक्षा होत्या. 'पोळी-भाकरी करण्यासाठी स्वैपाकीणबाई ठेवावी. मुलांना अभ्यास करण्यास वेळ मिळत नाही; म्हणून सूतकताई बंद करावी. त्यांच्या कामांच्या पाळ्या बंद कराव्या. चवीचे अन्न शिजवावे. नास्त्यात विविधता आणावी. सकाळी एक वेळ चहा द्यावा.' पण या त्यांच्या म्हणण्यावर आबानं बौद्धिक दिलं. त्यानं सांगितलं, ''छात्रालयाचे नियम म्हणून काही आहेत. आपण इथं मोफत राहत असतो, जेवण घेत असतो. सूतकताईला छात्रालयाचाच कापूस व पेळू वापरत असतो. मुलांना काही आदर्शांचे संस्कार व्हावेत, त्यांना काम करून स्वावलंबनानं जगता यावं, म्हणून इथं काही आचार-पद्धती आखलेली आहे. या पद्धतीच्या विरोधात उभं राहणं म्हणजे सर्वोदयाच्या भूमिकेविरुद्ध बंड करण्याचा प्रकार आहे. आप्पांच्यासह येथील कोणीही व्यक्ती ते चालवून घेणार नाही. शेवटी आपणालाच छात्रालयाबाहेर जावं लागेल.''

''मग आप्पा बोलले त्याला काही अर्थ आहे की नाही? मुलांनी रुचकर अन्न करून खावं, जीवनातला आनंद लुटावा, असं ते का म्हणाले?'' तुकाराम.

''हां! आता आपणास हे करता येईल, की आहे त्या परिस्थितीत सुधारणा करून मागता येतील. सगळंच बदलायला मात्र सांगता येणार नाही. त्यात आपलाच

मूर्खपणा सिद्ध होईल.''

चर्चेला तोंड फुटत गेलं नि खूप ऊहापोह झाला. शेवटी असं ठरलं की, 'पूर्णान्नात तिखट-मिठाचे ऐवजी कायम गूळच वापरावा. दूध-पोहे किंवा भिजवलेले डाळ-शेंगदाणे गुळाबरोबर नास्ता म्हणून खाण्याच्या ऐवजी त्यांचे कांदापोहे करून खाण्याची परवानगी द्यावी. त्यात ओली मिरची, ओलं खोबरं घालण्याची परवानगी द्यावी. गहू हे केवळ पूर्णान्नात भरडून वापरण्याऐवजी रवा करून आणावा आणि त्याचा शिरा किंवा उप्पीट करण्याची परवानगी द्यावी. त्याचा नास्ता म्हणून वापर करावा. परीक्षा महिन्यावर आल्यावर सूतकताई करण्याची सक्ती करू नये. ज्याला करावयाची असेल त्यानं ती करावी.'

आबानं रात्री प्रार्थनेच्या वेळी ह्या सूचना विद्यार्थ्यांचा प्रतिनिधी म्हणून नम्रपणे मांडल्या. त्याच्यावर खडाजंगी चर्चा झाली. गुरुजी विद्यार्थ्यांच्या 'चोचल्यांबद्दल' कडाडून बोलले. आप्पांच्या म्हणण्याचा पुरावा विद्यार्थी अधूनमधून सारखा देत होते.

शेवटी विद्यार्थी म्हणाले की, ''गुरुजी तुम्हाला मान्य नसेल तर आम्ही ठराव आप्पांच्याकडं पाठवतो. सोबत एक अर्ज करून ह्या गोष्टींना मान्यता मिळवून आणतो. म्हणजे तुम्हाला संकट वाटणार नाही.''

असा सूर निघाल्यावर कुरबूर करत, होय-नाही म्हणत, ''विद्यार्थ्यांच्या प्रेमाखातरच मी परवानगी देतोय,'' असं म्हणत गुरुजींनी एका वर्षापुरती या गोष्टींना मान्यता दिली. पुढच्या वर्षी सर्वोदय-संघटनेच्या कार्यकारिणीच्या सभेत हा विचार मांडून त्याला अंतिम रूप द्यायचं ठरवलं... मुलांचा जय झाला. मुलं आनंदून गेली. त्यांना आपण काहीतरी करू शकतो याची जाणीव झाली. मोकळ्या मांजरासारखी स्वतंत्रपणे छात्रालयात हिंडू-फिरू लागली.

मीही थोडा मोकळाढाकळा वागू लागलो. मनावरचं अनामिक ओझं उतरल्यागत वाटू लागलं. अप्पांनी सांगितलेल्या विचारांमुळं नि मुलांनी धीटपणे मनात आहे ते मांडल्यामुळं मलाही वाटू लागलं की, आपण नको त्या वयात भलत्यात आदर्शाचं ओझं वागवण्याचा प्रयत्न करतो आहोत. हे ओझं बाजूला ठेवून आपण ह्या मुलांत मिसळलं पाहिजे. ह्यांच्यासारखं, वयाला शोभेल असं पोर होऊन जगलं पाहिजे. उगाच कुवतीच्या बाहेरचे आदर्श मनात ठेवून जगणं म्हणजे आपल्या ताज्यातवान्या मनाची कठोर उपासमार केल्यासारखं आहे... हळूहळू मी आठवड्यातनं दोन-तीन वेळा हॉटेलात जाऊन तुकारामबरोबर चहा पिऊ लागलो. मनात मात्र अपराधाची एक सूक्ष्म जाणीव होती. आपलं काहीतरी चुकत आहे, असं वाटत होतं... जवळ रेडिओचे पैसे आल्याचा तर हा परिणाम नव्हे?

वार्षिक परीक्षा महिन्यावर येऊन ठेपल्या होत्या. मार्चच्या पहिल्या आठवड्यात त्या होणार होत्या. आबा, मी, तुकाराम अभ्यासाकडं गंभीरपणे वळलो होतो.

कॉलेजवरून बारा वाजता परत आलो की जेवण करून तासभर विश्रांती घेत होतो. तीन वाजता अभ्यासिकेत अभ्यास करण्यास पुन्हा कॉलेजवर जात होतो. आबा एक वाजताच जेवण केल्याबरोबर जात होता. त्याची इंटरची विद्यापीठाची परीक्षा होती. आमची कॉलेजची परीक्षा होती. त्यामुळं आबाइतका आमच्या मनावर परीक्षेचा ताण आलेला नव्हता.

तुकाराम आणि मी अशी दोघांची कामाची जोडी होती. छात्रालयातलं वाट्याला येईल ते काम दोघांनी मिळून करायचं होतं. त्यात पुन्हा धान्य निवडायचं काम आम्हाला करावं लागत होतं. दिवसा उजेडीच ते काम आम्हाला करणं जरूर होतं. म्हणून आज तास दीडतास धान्य निवडण्याचं काम करून मी आणि तुकाराम कॉलेजच्या अभ्यासिकेकडं चाललो होतो. दुपारच्या या कामामुळं जायला थोडा उशीर झाला होता.

चार वाजले होते. घाईघाईनं हातपाय धुऊन, कपडे करून आम्ही कॉलेजकडं चाललो. मुख्य रस्त्याला लागल्यावर तुकाराम म्हणाला, ''आनंदा, आज शनिवार आसा. हॉटेलात जाऊन काय तरी उपासाचा खावया आणि चाय पिवन जावया.''

''नको रे बाबा. कोण तरी छात्रालयाचे विद्यार्थी जातायेता बघतील, मेन रोड आहे.'' मी फटकन म्हटलं. ही माझी हॉटेलात शिरताना म्हणायची सवय होती. पण नंतर मी मन घट्ट करून जात असे. तुकारामला माझे हे आढेवेढे घेणं माहीत होतं.

तो म्हणाला, ''उगीऽच टामटूम करू नोको. सोल्जर कॉंट्रिब्युशन करायची. कबूल आसा मा?''

''पैशाचं काय नाही रे... पण कोण तरी पाहिलं म्हणजे? काय तरी खायचं म्हणजे बराच वेळ हॉटेलात बसावं लागणार. दरम्यान कुणी तरी छात्रालयाचं जायचं. तुझं ठीक आहे. तू कोकणातला आहेस. सर्वोदयातले कार्यकर्ते तुझे नातेवाईक आहेत. पण माझं इथं कुणीच नाही. गुरुजींच्या मनातनं उतरलो म्हणजे माझं सगळं पुढचं शिक्षण इथंच संपून जाईल.'' मी जरा गंभीर झालो.

''काऽय होत नाय. सांगतंय तुज्याबद्दल हिरवेगुरुजींका. आणि हॉटेलवालो पेठो माझो चांगलो दोस्त आसा. आपण अगदी आतमंदी फॅमिली रूममदी बसान खावया. तकडं कोणी छात्रालयाचो ढुंकूनसुद्धा येवचो नाय.''

''चल तर.'' त्याच्या मागोमाग मुकाटपणानं गेलो. मनोमन माझी खाण्याची इच्छा होतीच. पण आजवरचा आदर्श वरवर आड येत होता.

हॉटेलची इमारत चिंचोळी. खोल्यात खोल्या चार-पाच होत्या. आगगाडीच्या डब्यासारखं होतं. तिसऱ्या आणि चौथ्या खोलीत फॅमिली रूमचे छोटे छोटे कंपार्टमेंट्स होते. ते झडपेच्या दारांनी बंदिस्त होते. ही दारं मागंपुढं ढकलली की दोन्हीकडं उघडत असत. आत गेलं किंवा बाहेर आलं की आपोआप बंद होत असत.

हॉटेलवाल्या पेठेला सांगून तुकाराम झराझरा आत चालला. मीही त्याच्या मागोमाग आत चाललो.

अगदी चौथ्या रूममध्ये जाऊन त्यानं खाडदिशी झडपेचं अंतराळी दार उघडलं. मागोमाग मीही तसंच धरून सटकन आत गेलो आणि आम्हा दोघांचं शरीर एकदम गोठून बर्फ झालं. समोरच गुरुजी आणि ताई वडासांबर खात बसलेल्या. खादीच्याच पण उत्तम पोशाखात दोघेही आलेले. तुकाराम पुढं आणि मी पाठीमागं अशी अवस्था होती. गुरुजी आम्हाकडं बघून एकदम चकित झाले.

''नमस्ते गुरुजी.'' तुकारामनं स्वत:ला सावरून नमस्कार केला.

गुरुजी दिसल्याबरोबर तो करायची एक मानसिक आणि शारीरिक सवय झालेली. आता मागं पळून जाणं शक्य नव्हतं.

''नमस्ते. काय रे?'' त्यांनी काहीशा करड्या आवाजात विचारलं.

''काय नाही गुरुजी, किल्ल्यो मागूक इलंय.'' तुकाराम सुचेल ते धाडदिशी बोलून गेला. माझी आतल्या आत गांगरण सुरू झाली होती. ''किल्ल्या?'' प्रतिप्रश्न.

तोपर्यंत तुकारामच्या तल्लख बुद्धीला अवसर मिळाला होता.

''हां किल्ल्यो! कोठी घराच्यो किल्ल्यो. निवडूच्यासाठी धान्य काढूचा आसा. उद्या रविवार. भायेर ठेवलेला धान्य अगदी थोडा आसा आणि उद्या तर आठवड्याचा धान्य दळान हाडूकच व्होया. आणि ता आजच निवडान ठेवूक व्होया. अंधारात निवडूक दिसाचा नाय. त्येवा आत्ताच दिसता तवसर निवडूक व्होया. म्हणून किल्ल्यो मागूक इलंय.''

''इथं माझ्याकडं नाहीत किल्ल्या. आबाकडं आहेत.'' गुरुजी करडेपणातच बोलत होते.

''मगे जातंय तर आबाकडे. तो अभ्यास करून गेलोसा. त्येका गाठतंय.''

आम्ही तेथून बाहेर सटकलो. गुरुजींना पुढचे प्रश्न विचारायला वेळच दिला नाही. गुरुजींनाही आम्ही तिथं जास्त वेळ नको होतो. आम्ही त्या संधीचा फायदा घेऊन पळालो. नाहीतर पुढच्या प्रश्नांना मलाही तोंड द्यावं लागलं असतं.

आम्ही कॉलेजच्या दिशेनं सुसाट पळालो. लांब गेल्यावर खाली माना घालून दोघे अर्धमेल्यासारखं चालू लागलो.

''बोंबला आता. आता काय करायचं? कारण नसताना शनिवारची साडेसाती पाठीमागं लावून घेतली आपण– गुरुजींनी आज रात्री जर आपणास विचारलं की, ''मी हॉटेलात आहे म्हणून तुम्हाला कुणी सांगितलं; तर आपण काय सांगायचं?'' मी प्रश्न केला.

तुकाराम अभ्यासासाठी घेतलेली वही दोन्ही हातांनी उराच्या वरच्या बाजूला धरून काकडल्यासारखा चालत होता.

“आँ?”

मी त्याला तोच प्रश्न पुन्हा केला.

“हॉटेलवाल्या पेठेनंच आसा सांगल्यानं, असा सांगू या. पेठो मेलो माझो दोस्त आसा.”

“अरे, पण तो गुरुजींनी विचारल्यावर नाकबूल झाला तर?”

“तर मग हॉटेलातल्या एका पोऱ्यानं सांगल्यान, असा सांगू या.” तुकाराम.

“पण माझ्याविषयी हॉटेलातच का चौकशी केली; म्हणून गुरुजींनी विचारलं तर?” मी.

“तर–?” तुकाराम क्षणभर थांबून म्हणाला; “तर दोन तीन वेळा तुमी हॉटेलात जाताना आमका कॉलेजवरून दोपारी येता-जाताना दिसला होता; म्हणून दडपान सांगू या– काऽय करतले? आता तर त्येंचाच बिंग फुटला आसा. काय होवचा नाय. चीप.”

“काय होणार नाही कसं? गुरुजी आपल्याला शिक्षा करतील.”

“गाढव आयस रे तू. अरे, गुरुजींनी आमका छात्रालयात विचारल्यांनी तर मगे त्येंचाच बिंग भायेर पडताला मरे.”

“तेही खरंच. संध्याकाळी काय होतं बघू आता.”

तुकारामचं तल्लख डोकं आता पूर्णपणे सावरलं होतं.

“कायय होव देत. आपण घाबरान चलाचा नाय. माका तर असा दिसता की गुरुजी आमका रातचे कायच इचारूचे नाय. अरे, त्येंकासुद्धा त्येंची अब्रू सांभाळोची लागतली, नायतर विद्यार्थ्यांच्या समोरच त्येंची फटफजिती होतली. तू मेल्या चीप रव. कायच काळजी करू नोको.”

कॉलेजवर जाऊन आम्ही हॉटेलातील नाटकाला पूर्णता दिली. आबाजवळ जाऊन तुकारामानं किल्ल्या मागितल्या. पण आबानं दिलेलं धान्य निवडलं तर पुरे होईल, पीठ शिल्लक आहे, म्हणून सांगितलं.

त्या संध्याकाळी आमचं लक्ष अभ्यासात लावण्याचा प्रयत्न केला, पण दोघांचंही लागेना. मग आम्ही परत फिरलो. परत फिरून त्याच हॉटेलात धाडसानं चहाही प्यालो आणि बंदरावर जाऊन बसलो. इकडच्या तिकडच्या गप्पा मारल्या. त्यात गुरुजींच्यावरही गप्पा होत्याच. शेवटी तुकाराम म्हणाला, “आता मी गुरुजींचं पाहतोच. एकनाथ नारकर मला त्यांच्या अनेक गोष्टी सांगतोय. ते छात्रालयासाठी आणलेलं धान्य आणि इतर साहित्य नेहमी आपल्या घरी वापरतात. कापूस, गुंड्या, लडी मुलांनी तयार केलेल्या असतात. तर ते आपल्या घरी घेऊन जातात आणि मुलांसमोर भलते आदर्श ठेवून आपणच स्वत: ते पाळत नाहीत– हे सगळं मी आता हिरवे गुरुजींना सांगून सर्वोदय कार्यकर्त्यांच्या सभेत हा विषय काढायला सांगणार.

आपल्या गुरुजींना माहिती आहेत माझे नि हिरवेगुरुजींचे संबंध. मला एका शब्दानंसुद्धा ते विचारणार नाहीत. तू पाहा तर खरं आणि माझ्यामुळं तुलाही विचारणार नाहीत.''

मनावर खूप ताण आला होता. प्रार्थनेच्या वेळेला छात्रालयात आलो. गुरुजी वर गेले असं दिसल्यावर प्रार्थनेला गेलो. पाठीमागं जाऊन बसलो. तुकारामही माझ्या शेजारी येऊन बसला... गुरुजींनी हजेरी पटानुसार नावं पुकारून सर्वांची उपस्थिती मांडली. प्रार्थना झाली. मौन-ध्यान झालं. आता बौद्धिकाची वेळ होती. गुरुजी म्हणाले– ''मला जरा घाईचं काम आहे. तुमच्याही परीक्षा जवळ आल्या आहेत. तुम्ही अभ्यासाला लागा. मीही माझ्या कामाला जातो.'' गुरुजी उठले. काहीही न बोलता खाली निघून गेले... जणू दुपारचा प्रसंग ते पूर्णपणे विसरून गेले होते. मी सुटकेचा दीर्घ श्वास सोडला नि तुकारामकडं हळूच बघितलं. तुकारामनं माझ्याकडं मोठे डोळे करून हास्य केलं.

... गुरुजी हॉटेलात पत्नीसह जाऊन वडा-सांबार, मिसळ, घावन वगैरे खातात ही बातमी साग्रसंगीत लौकरच छात्रालयात सर्वत्र पसरली.

दिवस जातील तसे माझ्या मनातून गुरुजी उतरत गेल्यासारखे झाले... माणसं सगळीकडंच सारखी दिसतात. भूदानातही ही तशीच आहेत. आपण उगीचच मनात भलभलते आदर्श वागवतोय. जमिनीवर येऊन विचार केला पाहिजे. मी पुन्हा सगळ्या परिस्थितीचा विचार करू लागलो. उंचावर जाऊन दोरा तुटलेल्या पतंगासारखा इकडून तिकडं, तिकडून इकडं गटांगळ्या खाऊ लागलो.

छात्रालयात आल्यापासनं मी गुरुजींना कोणत्याही प्रकारचा त्रास होईल असं वागलो नव्हतो. कमी बोलत होतो. गुरुजींशिवाय माझं छात्रालयात कुणी ओळखीपाळखीचं नव्हतं. ते सांगतील ती कामं मी नेमानं करत होतो. त्यांचा आदर राखून बोलत होता.

हॉटेलमधला प्रसंग घडल्यानंतर गुरुजी माझ्याशी अधिकच प्रेमळपणानं वागू लागले. ''आनंदा, तुझं वर्तन तू बिघडवू नकोस. इतर विद्यार्थ्यांच्या संगतीनं वाहवत जाऊ नकोस. तुझं अजून खूप शिक्षण व्हायचं आहे. तू मध्येच ते तोडू नकोस. जगाकडं न बघता तुझ्यापुरता तू मायामोह सोडून वागत जा.''

''होय गुरुजी.''

मला ते हळूहळू आपल्याबरोबर धान्य व इतर साहित्य यांच्या खरेदीला नेऊ लागले. त्यांच्या विश्वासातील मी एक असल्यासारखे बोलू-वागू लागले.

वार्षिक परीक्षा झाली. तुकाराम दुसऱ्याच दिवशी गावी निघून गेला. पाच-सहा दिवस छात्रालयात राहून मी आता परत गावी जाणार होतो. छात्रालयात अकराच्या सुमारास पुस्तक वाचत पथारीवर पडलो होतो. गुरुजी ट्रेनिंग कॉलेजवर जाता जाता माझ्या खोलीत डोकावले. मी चटकन उठून बसलो.

''आनंदा, सायंकाळी पाच वाजता कुठं जाणार आहेस?''

"नाही गुरुजी. काही काम आहे?"

"असं कर. बरोबर पाच वाजता माझ्या कॉलेजवर ये. येताना ताई दोन पिशव्या देतील त्या घेऊन ये."

"बरं!'

गुरुजी निघून गेले.

संध्याकाळी पाचच्या सुमारास ताईंच्याकडं जाऊन मी पिशव्या मागितल्या. त्यांनी माल आणण्याच्या भल्या मोठ्या दोन पिशव्या दिल्या. प्रत्येकीत एकेक पंचा टाकला. पिशव्या घेऊन मी ट्रेनिंग कॉलेजवर गेलो. वाटलं होतं, परस्पर धान्य व इतर साहित्य यांची छात्रालयासाठी खरेदी करावयाची असेल. त्यासाठी आपणास बोलावलेलं दिसतंय.

गुरुजी एकटेच आपल्या कार्यालयात काम करीत बसले होते. सर्व मंडळी चार नंतर घरी गेली होती. शिपाईसुद्धा दिसत नव्हता. गुरुजींनी शेजारच्या एका खोलीचं दार उघडलं. मला आत बोलावलं. आत भरपूर कापूस व एका बाजूला कातलेल्या सुताच्या लड्या ठेवलेल्या होत्या. त्यांचे बिंडे बिंडे बांधून ठेवले होते... गुरुजी या कॉलेजात सूतकताई हा विषय घेत. तो सर्व विभाग त्यांच्याकडं सुपूर्द केलेला होता.

दार अर्धवट पुढं करून गुरुजी मला म्हणाले, "धर पिशवी."

मी पिशवी पसरून धरली. गुरुजींनी एका पिशवीत चार बिंडे सूत घातले. दडपून दडपून ते आत कोंबले. पिशवी चांगली जड झाली.

"धर दुसरी."

मी धरली.

त्याही पिशवीत चार बिंडे गच्चोगच्च कोंबले. दोन्हीही पिशव्यांवर सर्वोदयी पंचा व्यवस्थित झाकला.

"हे घरी घेऊन जा. घरीच दे. छात्रालयात नेऊ नको."

"बरं."

दोन्ही हातात दोन जड पिशव्या घेऊन मी बाहेर पडू लागलो.

"थांब; इकडून जाऊ नको. असा मागल्या दारानं पलीकडच्या गल्लीत जा. गडग्यावरून उडी मारून जाता येतं."

मी तिकडून गेलो. गडग्यावरून उडी मारून छोट्या आळीला लागलो. दोन्ही हातात दोन्ही जड पिशव्या तोलत जाऊ लागलो.

... मनाचं डांबर होऊन गेलं. गुरुजींनी ही चक्क कॉलेजच्या मालमत्तेची चोरी केलेली होती. लड्या निवडून त्यांचे बिंडे बांधून ठेवले होते. ते सगळं सूत त्यांनी आपल्या घरी माझ्या हातांनी चालवलं होतं. निष्कलंक, पांढऱ्या पवित्र अशा विनोबाजींच्या सर्वोदयातही चोरी होत होती. कॉलेजच्या कामाच्या निमित्तानं सगळं

शांत होईपर्यंत गुरुजी कार्यालयात बसले होते. ट्रेनिंग कॉलेजच्या प्राचार्यांनाही वाटलं असणार, सर्वोदयी माणूस आहे. महाविद्यालय बंद झालं तरी कामं करत बसतो आहे; बसू दे. निर्धास्तपणे ते आपलं कार्यालय बंद करून गेले असतील आणि गुरुजी तुंबलेल्या कामांची विल्हेवाट लावण्याचं नाटक करत बसले असतील... घोर फसवणूक.

मीही हे गुरुजींनी दिलं म्हणून त्यांच्या घरी नेतो आहे, एकाही गोष्टीनं त्यांना बोललो नाही की, ''गुरुजी ही चोरी आहे. मी तिला हातही लावणार नाही,''... कसला माझा ध्येयवाद नि आदर्श! सगळं पोकळ फुंकणीसारखं आहे. त्याला भक्कम पाया नाही. त्याला लागणारा कठोरपणा, नि:स्पृहपणा माझ्याजवळ नाही. असता तर गुरुजींना तिथल्या तिथं मी सांगितलं असतं. निदान 'मी ते नेणार नाही' म्हणून बाहेर पडलो असतो. पण माझ्याजवळ तशी हिम्मत नाही. गुरुजी मला छात्रालयाबाहेर हाकलतील, पुढच्या वर्षी मला छात्रालयात घेणार नाहीत; याची भीती वाटते. म्हणून मी मुकाट ती चोरी त्यांच्या घरी नेत आहे.

त्यांच्या घरी ते आठ बिंडे पोचते केले नि उदास होऊन कातरवेळेच्या अंधारातच माझ्या खोलीत बसलो... गंगोदकाची भरलेली घागर घाटाच्या फरशीवर पडून फुटावी, तशी अवस्था झालेली. हातात काहीच शिल्लक राहिलं नव्हतं.

◆

अकरा

उद्या सकाळी अकरा-साडेअकराला कोल्हापूर गाडी होती. मनाला जाण्याचे वेध लागले होते. हुरहुरत्या अवस्थेत मी हिंडत होतो. वर्षभराचा मुक्काम कसा गेला ते पुन: पुन्हा मनात दाटून येत होतं. माझ्या नकळत त्याच्यावर विचार होत होता.

पु. लं. ना कळविलं होतं की मी अमुक अमुक तारखेला जाणार आहे. माझा गावाकडचा पत्ता असा असा आहे. त्या पत्त्यावर मला पत्र पाठवा. पण तत्पूर्वी मला रत्नागिरीच्या पत्त्यावर पत्र पोचल्याचं कळवा.

उत्तराचं त्यांचं पत्र मला कालच म्हणजे अगदी वेळेवर आलं होतं. त्यामुळं मनाला काहीसा उत्साह वाटत होता. पण रत्नागिरी सोडणार याची हुरहूर वाटत होती. आठनऊ महिन्यांत माझ्या गावाचं दर्शन झालं नव्हतं, आई-दादा नि भावंडं नजरेआड झाली होती. त्यांना कधी एकदा बघीन असं होऊन गेलं... माझं गाव सोडताना वाटत होतं की नको या गावाचं दर्शन. माझ्या मागं हे घर म्हणजे नुसती आग आहे. धड मला कुणी शिकूही देत नाही. पोरका असतो, कुणी भावंडं नसती तर निदान माझ्या नशिबाचा मी झालो असतो. आता माझ्या नशिबाचा गुंताडा ह्यांच्या नशिबासंगं झालाय नि मी विनाकारण ह्यांच्याबरोबर फरफटत चाललोय. हे नसते तर माझा मी धडपडलो असतो. कुठंतरी एकटा जाऊन नशीब काढलं असतं...

पण आता एकटं राहिल्यावर कळत होतं की, एका मातीतनं उपटून आणलेलं रोप दुसऱ्या मातीत रुजायला यातना होतात. त्याची मुळं आतडी तुटल्यागत तुटत असतात. त्यांना खोलवर जखमा झालेल्या असतात. निवान्त असला तरी एकटेपणा गुदमरून टाकणारा असतो. भावंडांच्या घोळक्यात जिवाला पालवी फुटत असते. आई-वडिलांशी कितीही भांडलं तरी ते टाकून देत नाहीत. तसं परक्या माणसांसंगं भांडता येत नाही. दबून राहावं लागतं. त्यांच्याच कलानं जगावं लागतं. त्यांचं प्रेम दिसत असलं तरी तात्कालिक असतं; गाढ, खोलवर रुजलेलं नसतं. ते कधी नाहीसं होईल नि आपण एकलकोंडे होऊ यांचा अंदाज नसतो. शेवटी आईवडीलच आपले. आपलं ते आपलंच; परकं ते परकंच... छात्रालयात एवढे विद्यार्थी रात्रंदिवस जवळ असून मी एकटा, कोरडाच राहिलो. परीक्षा झाल्याबरोबर तुकाराम गावाकडं पळाला. गुरुजींना काही कमी नसूनही त्यांनी मला आपल्याबरोबर चोरी करायला प्रवृत्त केलं. उलट दादांच्या नशिबात जन्माचं दारिद्र्य असलं तरी मला 'चोरी कर'

असं कधीही सांगणार नाही. उलट चोरी केल्याच्या नुसत्या संशयावरनं त्यानं मला फोडून काढलं होतं. 'उद्या दरोडं घालायला शिकशील नि जल्माचं वाटूळं हुईल' म्हणाला होता. मन दिवसभर असं भरकटत होतं.

भावेसरांचा निरोप घेण्यासाठी संध्याकाळी चारच्या सुमारास त्यांच्या घरी गेलो. ते घरीच होते. काही लिहिण्यात मग्न होते.

'या', मला पाहिल्याबरोबर त्यांनी उद्गार काढला. माझ्या इवल्याशा अस्तित्वाला त्यामुळं हळुवार गोंजारल्यासारखं वाटलं.

इकडतिकडच्या गप्पा झाल्या. आईही आमच्या गप्पात सामील झाल्या. त्यांनी पोहे खाऊ घातले. नक्षीदार सुंदर कपबशीतनं दूधयुक्त चहा दिला. त्यांच्या प्रेमानं तृप्त वाटलं. मग बोलता बोलता मी म्हणालो, "सर, मी उद्या जातोय. दुसऱ्या टर्मची मला पूर्ण फी माफ झाली होती. पण पहिल्या टर्मची फी पूर्ण माफ झाल्याचं काही कळलं नाही. नोटीस बोर्डावर मात्र माझ्या नावावार अर्धी फी भरावयाची राहिलेली आहे; त्वरीत भरावी, अशी नोटीस आहे."

"मी त्याची व्यवस्था करतो. तुम्ही निश्चिंतपणे जा घरी. सुट्टीत खूप लिहा. इंग्रजीचं वाचन वाढवा. पुढच्या शिक्षणाचं काय योजलंय मनात?"

"पुढचं शिक्षण घेण्याची इच्छा आहेच. माझ्या मनात इथंच यायचं आहे. इथं माझी जेवण-राहण्याची मोफत सोय होतेय. तुमच्या मदतीमुळं मला पूर्ण फ्रीशीप मिळेल. असं झालं तरच मला पुढचं शिक्षण घेता येईल. म्हणून मी इथंच येणार आहे."

"तुम्ही आता कोल्हापुरात शिक्षणाची सोय करून घेण्याचा जास्तीत जास्त प्रयत्न करा. तिथं तुम्हाला जास्त चांगलं शिक्षण मिळू शकेल. पुढच्या वर्षी मी इथं असेन की नाही याची शंका आहे. त्यामुळं तुम्हाला फी-सवलत मिळेल की नाही, याविषयीही शंका वाटते." ते शांतपणे म्हणाले.

माझ्या पायाखालची फरशी निसटल्यागत झालं. आवंढा गिळत मी म्हणालो, "कोल्हापुरात माझी सोय होईल असं वाटत नाही. सर, मी गेल्या जूनमध्येच तिथं खूप प्रयत्न केले आहेत." मी जवळजवळ रडकुंडीला येऊन म्हणालो.

"तुमची सोय होईल. पु. ल. देशपांड्यांना मी तुमच्याविषयी बोललो आहे. ते तुमची काहीतरी सोय करतील. तुम्ही त्यांच्यांशी पत्रव्यवहार करा. तुमचा सुट्टीतला पत्ता मला द्या. घरी गेल्यावर मला पत्र पाठवा. म्हणजे मीही तुमच्याशी संपर्क साधतो. निश्चिंत असा. तुमची शिक्षणाची सोय होईल."

"बरं."

थोड्या वेळानं मी उठलो... शिक्षणाचे पुढचे सगळे मनोरे ढासळल्यासारखे झाले. आधार एवढाच होता की पु. ल. देशपांडे माझ्या शिक्षणाची काहीतरी व्यवस्था कोल्हापुरात करणार होते... ती नाहीच झाली तर पुन्हा इथंच आलं पाहिजे.

निदान राहाण्या-जेवणाची मोफत सोय होतेय. नाहीतरी आरंभी येत असताना एवढ्याच भरवशावर आपण इथं आलो होतो. आता रत्नागिरीत थोड्या तरी ओळखी झाल्या आहेत. चिटणीससरांचा परिचय झाला आहे. आप्पा पटवर्धनांना सांगता येईल. शक्य झालं तर गुरुजीही माझ्यासाठी प्रयत्न करतील. 'सर्वोदय छात्रालयातील मुलं' म्हटल्यावर लोकांना इथं सहानुभूती वाटते. त्याचा काही उपयोग झाला तर बघता येईल...

मनाला कसाबसा धीर-दिलासा देत मी चिटणीससरांच्या दारात येऊन थांबलो होतो. त्यांचा निरोप घेतला. पुन्हा रत्नागिरीत येण्याची इच्छा बोलून दाखविली.

"जरूर या. माझी तुम्हाला मदत असेलच." ते म्हणाले.

"पण भावेसर म्हणाले की मी इथं पुढच्या वर्षी असेन की नाही, आत्ताच निश्चितपणे सांगता येत नाही– असं जर असेल तर मग मला फ्रीशीप कशी काय मिळू शकेल, सर?"

"तुमची शंका बरोबर आहे. ते इथं असल्यावर तुमच्या फीचा प्रश्न उद्भवणार नाही खरा– त्यांचे आणि संस्थेचे थोडे मतभेद झाले आहेत खरे! मला त्याची काहीच कारणं माहीत नाहीत. त्यामुळं कदाचित ते संस्था सोडून जातील असं वाटतंय."

"तुम्ही नाही ना जाणार, सर?"

"मी नाही. निदान आज तरी मला संस्था सोडण्याचं कारण काहीच वाटत नाही. पुढं काय होईल हे सांगता येणार नाही. पण तुम्ही कोल्हापुरात शिक्षणाची सोय करण्याचा जरूर प्रयत्न करा. तिथं सोय झालीच नाही तर मग इकडं या. मग प्रिन्सिपॉल भावे नसले तरी मी इथं आहेच..."

पुष्कळ बोलणी झाली नि मी त्यांचा निरोप घेतला.

समुद्रावर एकटंच जाऊन बसावं असं वाटू लागलं. बंदर रोडनं मी पावलं उचलू लागलो. उजव्या बाजूची मातीची शेतं मोकळी झाली होती. त्यांच्या मागच्या बाजूला नारळी-पोफळीच्या बागा उंच आकाशात चौऱ्या झुलवत बसल्या होत्या. त्यांच्या सळसळत्या सावल्यांत बसून मी वार्षिक परिक्षेचा अभ्यास केला. अगदी निवान्त वाटत होतं. त्यांच्याकडं नजर टाकत समुद्राकडं चाललो... त्यांचं दर्शन आता उद्यापासून होणार नव्हतं. वर पसरलेलं निळंभोर आकाश निश्चल नेत्रांनी माझ्याकडं पाहतंय, असं वाटत होतं.

वेड्यावाकड्या सुस्त पडलेल्या काळ्याभोर कातळावर जाऊन बसलो. सूर्य नुकताच मावळला होता. त्यामुळं पाण्याचा रंग निळाकाळा गंभीर होत चालल्यासारखा वाटला. सातत्यानं समुद्राच्या लाटा कातळावर येऊन आपटत होत्या. कोणत्याही प्रकारचा आळस न करता नि कलकलाटही न करता त्या धावत येत होत्या नि कातळावर स्वतःला आपटून घेत होत्या. शंकरानं उग्र रूप धारण करून जटा

आपटल्यासारख्या फुटून वर उसळताना दिसत होत्या. काळाभोर कातळ निश्चल काळासारखा उदास बसलेला. समोर अथांग निळंभोर पाणी निळ्याभोर आकाशात मिसळून गेलेलं. त्या सगळ्यावर काळ्या छाया पसरू लागलेल्या.

मी उठलो. सागराला नमस्कार करावासं वाटलं. मी डोळे मिटून त्या अनंतात पसरलेल्या पाण्याच्या नि आभाळाच्या निळाईलाच खरं तर नमस्कार करत होतो... हे दर्शन कधी घडेल कोण जाणे?

परत आलो तेव्हा प्रार्थना होऊन गेली होती. आज ती पुन्हा चुकली होती. पण त्याचं काहीच वाटलं नाही. आता रोजचा तो एक यंत्रसदृश विधी होऊन बसला होता. त्या प्रार्थनेच्या आगे आणि मागे त्या विधीचा आता काही संबंधच उरला नाही. सागरासमोरच्या जळा-आभाळाच्या मधल्या परमेश्वर रंगी निळाईला केलेला नमस्कार मला प्रार्थनेहून श्रेष्ठ वाटला... निसर्गशक्ते, तुझ्याहून मी कितीतरी क्षुद्र. तुझीच एक देहरूप ठिणगी. मला सांभाळणारी तूच आदिमाता. ही ठिणगी लवकर विझू देऊ नकोस. तिला मोठं व्हायचं आहे. मशाल होऊन तिला घरादारात उजेड पसरवायचा आहे. तिला सांभाळ. –सुप्त मनातली ती भावनेची शब्दपूर्व प्रार्थना होती.

गुरुजी छात्रालयातून घरात चालले होते. माझ्या खोलीत त्यांना कंदील दिसला. "अरे आनंदा."

"आलो गुरुजी."

"खालीच बसलाहेस?"

"नाही गुरुजी. आत्ताच आलोय."

"प्रार्थना चुकली तुझी."

"होय. समुद्रावर एकटाच बसलो होतो. किती वाजले कळलंच नाही. जवळ घड्याळही नाही– रत्नागिरीतला शेवटचा दिवस आहे. समुद्रावर मनासारखं बसावंसं वाटलं."

गुरुजी किंचित हसले. "ठीक आहे. पण तू सुट्टी संपल्यावर येणार आहेस ना पुन्हा?"

"येण्याची इच्छा आहे. पण घराकडं काय काय झालंय, पुन्हा मला तिकडच्या परिस्थितीत इकडं येता येईल की नाही, हे आता काहीच सांगता येणार नाही... मनाला मात्र एक प्रकारची उदासीनता येत चालली आहे. पुढं शिक्षण होईल असं वाटत नाही."

"का रे?– चल, घरी चल थोडा वेळ." त्यांना माझा एकूण निराशाजनक सूर बघून मला चलण्याविषयी विचारलं.

मी घरी गेलो. प्राचार्य भावे, चिटणीससर काय काय म्हणतात ते सांगितलं. पु. ल. देशपांडे माझ्यासाठी कोल्हापुरात शिक्षणाची सोय करण्याचाही प्रयत्न

करतील, असं वाटतंय, असंही त्यांना सांगितलं. घरची ओढ मनोमन किती लागतेय, हे बोललो.

“ठीक आहे. सगळी परिस्थिती विचारात घेता तुझी सोय कोल्हापूरला होणं चांगलंच आहे. पण तिथं नाहीच झाली तर तू जरूर पुन्हा रत्नागिरीला ये. मी इथं आहेच.” त्यांनी मला धीर दिला. क्षणभर थांबून ते म्हणाले, “तुला इथले नियम तर जाचक वाटत नाहीत? ह्या छात्रालयातल्या वातावरणाला तर कंटाळला नाहीस ना?”

“नाही गुरुजी, मुळीच नाही. उलट इथं येऊन मी सुखावलो. शेतातली ढोरकष्टं न करता इथं मला दोन्ही वेळेला चांगलं अन्न खायला मिळालं. माझ्या अंगावर उलट मूठभर मांस वाढलंय. अतिशय सुखाचे दिवस गेले इथले. मोठी मोठी माणसं माझ्या ओळखीची झाली. त्यांनी मला आपला मानला. रेडिओवर माझे कार्यक्रम होऊ लागले. सर्वोदयात राहता आलं. कोकण बघता आलं... आणि भरपूर काही मिळालं. कॉलेज शिकता येईल असं माझ्या स्वप्नात देखील नव्हतं. चांगले, धुतलेले कपडे घालून वर्षभर मला कॉलेजजीवनाचा अनुभव घेता आला. हे माझ्या आयुष्यात फार मोलाचं आहे... पण ह्या काळात घरची ओढ अनावर वाढली आहे.”

“छान! मनमोकळेपणानं आज बोललास तू. पुढचं आयुष्य तुझं निश्चितपणे सुखाचं जाईल. माझा तुला आशीर्वाद आहे. कोल्हापूरला सोय झाली तर उत्तमच. तुझ्या घरच्या माणसांना तू वरचेवर भेटू शकशील. नाहीच झाली सोय तर मग ये इकडं.” त्यांना पुन्हा सांगितलं.

थोडा वेळ बसून मी त्यांना वाकून नमस्कार केला नि परत खोलीवर आलो.

जेवता जेवता सगळ्या विद्यार्थ्यांचा निरोप घेतला. जेवण झाल्यावर सगळ्यांचे पत्ते कवितेच्या वहीत शेवटच्या पानावर घेतले. भाऊंचा निरोप घेतला.

बरोबर सकाळी अकरा वाजता सगळ्यांचा निरोप घेऊन स्टँडवर आलो. एकटाच. आबा कॉलेजवर सकाळीच माझा निरोप घेऊन गेलेला. त्याची परीक्षा जवळ आलेली. बाकीची मुलं हायस्कूलला गेलेली. गुरुजी जेवण करून कॉलेजवर गेलेले... स्टँडवर मला एकट्यालाच यावं लागलं.

गाडी अजून लागली नव्हती. गुरुजींच्या सांगण्यावरून रिझर्वेशन करून ठेवलं होतं. त्यामुळं काळजी वाटत नव्हती. एका बाजूला शांतपणे उभा होतो. समोरच्या रस्त्याच्यापलीकडची उतरत्या छपरांची तांबड्या रंगाची कौलारू घरं शांतपणे माझ्याकडं बघताहेत असं वाटलं. रस्त्यावरची रहदारी मात्र आपल्यातल्या आपल्यात मग्न होऊन गेली होती. ती नेहमीसारखीच पोटापाण्याच्या उद्योगात गढून गेल्यासारखी वाटत होती... पाच-दहा मिनिटांतच आपण आता हे गाव सोडणार. पण गावाला त्याचं काहीच वाटत नाही. वर्षभर किती लांब लांब येऊन आपण राहिलो. या गावात आपण तसे उपरेच. डोंगराच्या पलीकडचे... या गावाच्या पूर्वेला डोंगरच डोंगर

पसरले आहेत. पश्चिमेला पाणीच पाणी पसरलं आहे. हे सगळे डोंगर ओलांडले की माझा देश लागणार. माझं गाव येणार...

जरा उशिराच गाडी लागल्यामुळं कंडक्टर गाडी लागल्याबरोबर घंटी वाजवून सगळ्यांना बोलवू लागला. विशेष गर्दी नव्हती. मी माझ्या जागेवर खिडकी शेजारी बसलो.

पाचच मिनिटांत गाडी सुटली.

चार-पाच तास निश्चलपणे गाडीच्या खिडकीत हनुवटी टेकून लहान मुलासारखा बाहेर पाहत होतो. कोकण आणि देश यांच्या सीमेचा प्रदेश लाललाल होता. गर्द झाडी असलेले, खोल दऱ्यांचे तरुण उंच डोंगर आता पाठीमागे पडले होते. जुने म्हातारे देशी डोंगर दिसू लागले होते. दूरवर कुबड काढून बसल्यासारखे वाटत होते. आता ते पुन्हा कोकणातल्या डोंगरांसारखे ताठ, माना उंचावून आकाशाला भिडण्याची मनीषा बाळगत उभे राहणे शक्य नव्हते. हजारो वर्षं जगल्याची मरगळ त्यांच्या वृद्ध मनाला आलेली. एकाच्याही डोकीवर दाट झाडी नाही. सगळं विरळ होतं, टक्कल पडत गेलेलं. ह्यांच्या अंगावरची वस्त्रं सगळी फाटलेली. कोकणातल्या तरुण डोंगरांची हिरवी शाल मात्र कुठंच फाटलेली दिसत नव्हती. ताज्या टवटवीत हिरव्या रंगाची शाल नि तिच्यावर तांबड्या पिवळ्या फुलांचा काशिदा काढलेला.

या डोंगरांचे घाट चढून येताना गाडीला जिकीर होत होती. तोल सांभाळून तिला यावं लागत होतं. कुठं कड्याखाली पडते की काय अशी भीती वाटत होती– पण आता ती सहज गतीनं वेग वाढवत चालली होती. सपाट प्रदेश लागला होता. तांबडी रानं जाऊन काळी रानं लागू लागली होती. ओळखीची ती रानं बघून लयबद्ध वेगानं चाललेली गाडी गुणगुणते आहे, असं तिच्या आवाजावरनं वाटत होतं.

लांब दांड्यांचे फिकट जांभळे तुरे आलेल्या उसांचे फड दिसू लागले तसा माझ्या उरात आनंद दाटू लागला. गाडीबरोबर तोही रस्त्यावर उड्या मारू लागला. माझ्या देशावरच्या विशाल आणि विस्तीर्ण भूमीत माझं पाऊल पडत आहे याची जाणीव होऊ लागली. काळ्या दगडांची बैठी घरं एका जागी उघड्यावर बसून काहीतरी कुजबुजताना दिसत होती. जांभ्या दगडांची, तांबडी, विसकटलेली, चढ-उतारावर कशीतरी बसलेली, उतरत्या छपरांची घरं तिथं नव्हती. गुडघ्यांच्या वर मळकट जुनेरं नेसणाऱ्या आणि सदैव घामट दिसणाऱ्या वाळक्या स्त्रियांच्याऐवजी धिम्म्या गतीनं चालणाऱ्या घोट्यापर्यंत नऊवारीचं नेसण सोडलेल्या, डोईवर पदर घेतलेल्या, काळ्याभोर म्हशी चारत बांधावर उभ्या असलेल्या देशी स्त्रिया दिसू लागल्या. लंगोट्या आणि छाट मुंडी जाकिटे जाऊन धोतरे आणि सैल हातोप्यांचे सदरे दिसू लागले. रंगल्या तोंडातून घोगरे रासवट सूर कानांवर पडू लागले.

डोक्याला गुंडाळलेल्या मेणचट फडक्याऐवजी फेटे आणि त्यांचे शेमले फडफडताना दिसू लागले. दुडकी कोकणी चाल पाठीमागे पडून लांब ढेंगांची भारदस्त कोल्हापुरी चाल पुरुषांच्या रुबाबात जाणवत होती... मी सगळ्यांकडं बघून ओळखीचं हसू लागलो. मनोमन सगळ्यांना भेटीचा हात वर करू लागलो.

हसऱ्या, नवाबी इमारतींचं कोल्हापूर शहर दिसू लागलं नि मी माझ्या सामानाची आवराआवर करू लागलो.

गाडी वेग नियंत्रित करत शहरात शिरली.

चिंचोळं रत्नागिरीचं स्टँड जाऊन मैदानी स्टँड आलं... 'गरम चिरमुरे, शेंगदाणे', 'भेळवाला', 'गुलाबी पेरो', 'मोऽसंऽबीऽऽअ,' असा गलबला ऐकू येऊ लागला. रेसला उभे राहिल्यासारखे टपटप टांगे दिसू लागले. माशाचा उग्र, खारट वास कधीच नाहीसा झाला होता. मोठमोठे स्टोअर्स, रुंद मोठ्या डांबरी रस्त्यावर ठुमकत उभे होते. घोड्यांची टपटप, मोटारींची घरघर, सायकलींची किनकिन सगळं काही एकमेकांत मिसळत होतं. ती कोल्हापूरची सायंकाळ होती.

मी उत्साहानं खाली उतरलो. खाली उतरलो आणि माझ्या लक्षात आलं की, खादीची पांढरी वस्त्रं धारण केलेला मी आता नखशिखान्त तांबडा झालेलो आहे. कोकणातील तांबडी माती त्या दीडशे मैलांच्या प्रवासात माझ्या अंगावर, केसांवर, कपड्यांवर, पायांवर गच्च भरलेली आहे. माझं मलाच हसू आलं– डांबरी नसलेल्या मोटारीच्या सडकेवरनं धूळ भरपूर उडून अंगावर बसली होती.

... कोकण सोडलं तरी कोकणचा रंग आतबाहेर घेऊन मी माझ्या देशावर उतरलो होतो. बाहेरचा रंग धुता आला असता. पण आतला रंग धुता येणं शक्य नव्हतं... तो आता तसाच राहणार. त्याला सांभाळलाही पाहिजे. आता तो आपलाच एक भाग होऊन बसणार आहे.

तासाभरात गावाकडची गाडी लागली. दीसभर कोल्हापूरला कामाधामाला आलेली माणसं तिच्यात घुसली. मीही त्यातनंच आत घुसलो. भसकन जागा पकडून बसलो.

गाडी मिळाल्याच्या आनंदात माणसं कलाकला बोलू लागली नि माझ्या ध्यानात आलं की वरीसभर ही गावाकडची भाषा कानांवर आली नव्हती. आपूण सगळं बामणावाणी शूद्धशूद्ध बोलत हुतो. काऽय ह्यो खुळापणा. अराराऽऽ!

"काय आन्दा, कवा आलास?" गावाकडचा धोंडबा सणगर पलीकडच्या बाकावरनं म्हणाला.

"ह्यो न्हवं काय आत्ताच येतोय." मी दाणकन माझा निसटलेला ग्रामीण सूर पकडला. रत्नागिरीच्या दमट हवेत नि माझ्यात गुदमरणाऱ्या कोल्हापुरी बोलीनं घरगुती मोकळा श्वास घेतला.

◆

बारा

गल्लीत आलो त्यावेळी रात्रीचे आठ वाजले होते. दोन्ही हातात पिशव्या लोंबकळत होत्या. डोकं तांबड्या मातीनं भरलेलं. शरीर आंबून गेलेलं. पावलं मात्र गल्लीतनं झराझर पडत होती.

सदा सणगर दारात गप्पा मारत बसला होता; त्यानं हाळी दिली. "आनंदराव काय?"

"हां!"... परगावला जाऊन शिकत असल्यामुळं मी 'राव' झालो होतो.

"कवा येणं केलं?"

"हे न्हवं का आताच."

"आमच्या बापूची गाठ पडली काय?"

"पडली की." सदानं मग चौकशीचा सूर लावला. मला कधी एकदा घरात जाईन असं झालेलं.

सदाच्या दारातनं माझ्या घराच्या दाराची छपरी स्पष्ट दिसत होती. सोप्यातल्या कंदिलाचा उजेड दारात पडला होता. त्या उजेडात कुणी कुणी बसलेलं दिसलं. चांदण्याचा मंद उजेड पडलेला.

लक्ष्मी दौलतला खेळवताना अंधूक दिसली. तिनं मला ओळखलं. सराईत झालेल्या हातांनी तिनं दौलतला चटकन उचलून काखंत मारलं नि दुडक्या गतीनं माझ्याकडं धावत आली. येता येता तिनं हाळी दिली. "आई, दादा आला."

"पिशवी दे." म्हणून तिनं हिसकावून घेतलीही.

तिची आशा निराळी होती. पण दुर्दैवही तिचंच होतं. मी त्या पिशवीत फक्त कपडे आणि चादरच घातली होती.

पटक्या-पंज्याच्या पेहरावात शिवा धावत आला. धोंडू दारापाशीच उभी राहिली. बाकीच्या भावंडांनी दार भरून गेलं.

"दादा आला." एवढेच शब्द त्यांच्या तोंडात होते.

मी घरात गेलो. आई सोप्यात बसली होती. तिनं कंदील मोठा केला. तोंडावर कसलाही विकार न दाखवता ती उदासशा स्वरात म्हणाली; "आन्दा, तुला घरची आठवण झाली?"

तिचं मन दुखावलं होतं. न बोलताच ती टिपं ढाळू लागली. भोवतीनं भावंडांची

गर्दी. पण सगळी आईच्या डोळ्यातलं पाणी बघून गप्प झाली.

माझं मन कालवलं. गळा भरून आला पण मी आवंढा गिळला.

''झालं! तू लागलीस का आता रडायला? पाणी दे बघू मला आदूगर. अगं सगळं हिसकं बसून अंग नि अंग सवणल्यागत झालंय. उद्या सवडीनं बसून भरपूर रडू या. पर आता नगं.'' मी विनोद करण्याचा प्रयत्न केला.

आई हसली नाही. तिची जखम फार खोल गेलेली. कधी नव्हे ते तिला अनपेक्षितपणे लेकराचा दीर्घ विरह झाला होता.

तिने शिवाजीला घोंगडं आंथरायला सांगितलं. हिराबाईला परड्यातल्या चुलीवर पाणी तापवायला सांगितलं. आपण दिवळीतली खोबऱ्याच्या तेलाची बाटली घेतली.

घोंगडं आंथरलं. हिराबाई परड्यात निघून गेली. धोंडूच्या भाकरी पुन्हा सुरू झाल्या. आप्पा, लक्ष्मी, आनसा, दौलत भोवतीनं बसले. त्यांच्या मनात वेगळे विचार होते. मी शिवाला बाजारानं दोन आण्याचं चिरमुरं आणायला सांगितलं. धडपा घेऊन शिवानं धूम ठोकली. दौलत आता लुटूलुटू चालायला लागला होता. त्याचं गाल भरून कौतुक केलं.

''अंगावरचं काढ.'' आई वाटीत तेल ओतत मला म्हणाली.

मी श्वासाबरोबर जरा कण्हून उठलो. कपडे काढले. धुरळा झटकून ते जवळच्या खपलीच्या पोत्यावर ठेवले नि चार पदरी घडी करून आंथरलेल्या घोंगड्यावर लांबसडक उताणा झालो. आईनं आपल्या हाताच्या तळव्यावर तेल ओतून दुसऱ्या हातानं खललं. माझा बारीक लांब हात आपल्या हातात घेतला नि तेल घासू लागली.

आईचा हात– तो बायकी, मऊ, गुळगुळीत नव्हता. माझ्या हातासारखासुद्धा तो नव्हता. कामानं त्याला घट्टे पडले होते. तळव्याला बारीक बारीक चिरा पडल्या होत्या. उन्हानं तो पार वाळून बाभळीच्या सुक्या सालीगत झाला होता. तरी तो मला बरा वाटला. साऱ्या अंगावरून तो फिरू लागला.

तिनं माझं अंग नि अंग चोळलं. हातापायाची बोटं ओढून मोडली. मान विशिष्ट पद्धतीनं चोळली. पायांच्या पोटऱ्या खूप रगडल्या. तळव्यांना तेल लावून पितळेच्या वाटीनं ते घासले. गार गार झाले. वाटीत उरलेलं तेल तिनं माझ्या डोक्यावर ओतलं. डोकं चपचपीत झालं. कसंसंच वाटलं. पण तिनं ते खूप घासल्यानं बरंही वाटलं. तोंडावरनं तेच हात फिरवले.

हिराबाईनं पाण्याचा हंडा दणका जाळ लावून उसळला. दोन बादल्यात पाणी काढून तिनं विसण घातलं. नि आईला हाळी दिली; ''पाणी इसाणलं गं, आई.''

''चल ऊठ. चोळून आंगूळ घालतो.''

तिनं आपले तेलकट हात आपल्या वाळक्या पायांवरनं फिरवले. त्यांच्या वाटणीला तेवढंच उरलंसुरलं तेल. अंग पुसायचा धडपा खांद्यावर टाकला नि माझ्या मागोमाग आली. बरोबर येता येता जोंधळ्याचं थोडं पीठ घेतलं. मागोमाग येताना ती मला म्हणाली, "किती चोपलास रं, आन्दा!"

"सकाळधरनं मोटारीचा लई तरास झाला."

"एका दिसात का असा खोपड्यातल्या उसागत वाळतोस व्हय?" जास्तच छेडण्यास सुरुवात केली. "आँ? कायरं हे पाय. बरगड्या, ढोपरं किती रं वर आल्यात ही! काय न्हवतंच व्हय तिकडं आन्न?"

कशीबशी समजूत घालण्याचा प्रयत्न केला. "परीक्षा हुती गं आमची. म्हैनाभर अभ्यासाची काळजी. फिराय जावं असं वाटायचंच न्हाई. मग एकाजागी बसून भुका लागत्यात व्हय?"

"जिवापरास जास्त हुती व्हय ती परक्षा?"

"असू दे आता ते. तुला न्हाई कळायचं. लई दिसापासनं मी तुझ्याफुडं न्हाई म्हणून ठकल्यागत दिसतोय."

मी न्हाणीत गेलो. डोक्यावरनं पाणी ओतून घ्यायला सुरुवात केली. पण आईनं थांबवलं. पाटावर बसण्यास सांगितलं. कधी नाही ते न्हाणीत पाटावर बसलो. पाय लांब केले. तिनं ते ऊन ऊन पाणी सुबकून भिजवले. आपल्या दोन्ही हातांत पीठ घेऊन मांड्या, पोटऱ्या घासल्या. पाठ, हात तसेच घासले. मग माझ्या डोक्यावर पाणी ओतायला सुरुवात केली. उनउनीत पाणी बऱ्याच महिन्यांतून मिळालं. अशी आंघोळ कळसात फक्त नवऱ्यालाच मिळते.

सगळा शीण, भागोटा गेला. अंग हलकं हलकं झालं. खळणे कपडे घालून मी चुलीसमोरच्या सोप्यात बसलो. सगळी भावंडं जमा झाली. दौलतीला मांडीवर घेतलं. पाच-सहा वर्षांचा आप्पा पायांच्या लांब तिठीपाशी बसलेला. माझ्या पायांच्या धुरांवरून, पोटऱ्यांवरून तो अबदार हात फिरवीत होता. अधनंमधनं सगळे चिरमुऱ्याचे फकाणे मारत होते. आप्पा हसत हसत शिवाला म्हणाला; "आण्णा रं, दादाचं अंग कसं गोरं गोरं झालंय बघ."

मी फक्त हसलो. हळूच एक थापटी त्याच्या पाठीवर मारली. मी शिवाकडं वळलो. मग मी नसताना झालेल्या गंमतींना भरतं आलं.

स्वैपाकघरात आईनं दुसरी चूल पेटवली होती. पायांखाली खोपड्यातल्या डालीचं चवाडं घेऊन सर्वांत उंच असलेल्या फळीवरनं तिनं दोन डबे काढले. धुरळा झटकून टोपणं उघडली नि आत सात सलदात ठेवलेले पापड आणि सेवया काढल्या. पापड पहिल्यांदा तळून घेतले. झुणक्याचं पीठ ताटलीत अगोदरच कालवलं होतं. बोटांचा चंबू करून ती पिठाचे गटके तव्यात सोडू लागली... खमंग

पापड-भज्यांचा वास सगळीकडं दरवळला... भरून आल्यागत झालं. वर्षभराच्या ताटातुटीचं दु:ख मला तीव्रतेनं जाणवू लागलं.

पोरांची एकेक ताटी आई तयार करत होती. घरात अशी ताटं फक्त सणाच्या दिवशीच केली जातात. मला फार सुख वाटलं... वर्षभराची भूक शांत झाली.

जेवणाची थोडी सुस्ती आल्यागत झालं. अंथरुणावर पडावंसं वाटलं... आई कितीतरी बदलली होती. तिच्या मनाची सारी घडण नवी झाली होती. तिचा विचार करत सुखानं झोपी गेलो.

सकाळी उठून अंथरुणात बसलो त्यावेळी दीस उगवला होता. मनात काय आलं कुणास ठाऊक; उठलो आणि बाहेरचं दार उघडून रस्त्यावर जाऊन उभा राहिलो. उजेडात गल्ली बघावी असं वाटलं. सगळी घरं जिथल्या तिथं होती. आमच्या घराची रस्त्याकडची छोटी खिडकी कायमची उघडी. किडू नये म्हणून डांबरानं रंगवलेलं, काळंभोर, दोन रुंद फळ्या एकाजागी सांदून केलेलं, घडघडणारं दार, त्याच्यावरची पत्र्याची छपरी. छपरीवर वाळत टाकलेली मक्याच्या कणसांची बिरकुडं वाळून चुलीत जाण्याची वाट बघत बसलेली.

वळचणीला जाऊन इरागतीला बसलो. आढ्याच्या उगवतीचा प्रचंड ढाळ ठेवलेला उतार. दादाची करणी. घरात फार गळतंय म्हणून त्यानं हा उतार ठेवलेला. माणसांना त्या उतारावर शाकारणी करताना जिवावर येतं. तरी दादाच्या मनाप्रमाणं तेवढा उतार घेऊन घर कायमचं उभं. ओसाड परड्यात धोंडू मांगीण शेणी लावतेली. सकाळी सकाळी आढ्यावर बसलेली घार मी तिच्याकडं बघत उभा राहिलेला बघून उडून गेली.

घरात गेलो. एकेक सोपा न्याहाळत मी आत गेलो. चारी सोपं जिथल्या तिथं होतं. गोठा होता तिथं फक्त म्हशीचं टिक्कं रेडकू नव्यानं दिसत होतं. म्हशीनं ओळखीचं 'वाँय' केलं. मी तिच्या डोक्यावर, पाठीवर हात मारून परड्यात गेलो नि पाठीमागं लांबच लांब पसरलेल्या माळावर नजर टाकली. माळही शांत. कुणामध्येच काही फरक पडला नव्हता.

मी मात्र वर्षभर कॉलेज करून डोक्यात काहीबाही घेऊन आलो होतो... साहित्यिक झालो होतो. रेडिओवर नाव येऊ लागलं होतं... मी माझ्याशीच हसलो नि घरात गेलो.

सकाळचं सगळं झटक्यासरशी आवरलं नि आईला म्हणालो;

''आई, दादाचा च्या घेऊन मी मळ्याकडं जातो. माझ्याबरोबर दादाचाबी च्या कर.''

पोरं कुणी उठली होती नि कुणी अंथरुणात होती. हिरा शेणाची बुट्टी घेऊन हळूहळू गोठ्यात उतरली. तिच्या अंगावरचा सुजरा-फुगरापणा वाढलेला दिसला.

मला वाईट वाटलं. पण दाखवणार कसं?''

''काय हिरू, हाय बरं?''

''हाय की, बरं नसायला काय झालं?'' तिच्या चेहऱ्यावर खुशीचं हास्य तेवढ्यातनं उमललं. हळूहळू तिनं शेरडं बाहेर नेऊन बांधली. शेणाचा एकेक पो भरू लागली.

चौदा वर्षांची धोंडूबाई आईला मदत करत चुलीसमोर बसली होती. शिवा टंबरेल घेऊन परसाकडला गेला होता. तो दार घडघड उघडत आत आला. शिवा धोंडूबाईपेक्षा दोन वर्षांनी मोठा. तरी धोंडूच फोफशा अंगामुळं त्याच्यापेक्षा मोठी दिसत होती. शिवा वाळून गेलेला. मी गेल्यावर त्याला खूप निसाची कामं लागली. मोट, पाणी, कुळव-काठी, नांगरटी, भांगलणी त्यालाच ओढाव्या लागत होत्या.

''मळ्याकडं कवा जाणार रं?'' मी त्याला विचारलं.

''हे न्हवं काय चाललोच आता. मोट धरायची हाय– च्या कर गं आई.'' त्याला मळ्याकडं जायची घाई होती.

''चल; मीबी तुझ्याबरोबर येतो.''

''चल की.''

आम्ही मळ्याकडं चाललो.

वाटेत गोपातात्याचा मळा लागला. त्याच्या धावंवरनं आमच्या मळ्याला जायची वाट. तात्यानं मोट धरली होती.

''कवा आलास, आन्दा?'' तात्यानं प्रश्न केला. इकडतिकडचं बोलणं निघालं.

शिवा मला म्हणाला, ''दादा मी चलतो फुडं. मोट धरतो जातो तवर ये तू मागनं.''

''बरं.'' मी बोलत उभा राहिलो.

बोलणं झाल्यावर तात्या मोट मारू लागला. मी आमच्या मळ्याच्या वाटेनं पुढं निघालो. एकटाच. पावलं मंद झाली. तात्याचं एकाच जागी अठरा एकराचं काळंभोर सपाट पसरलेलं रान. ऊस, माळवं, कडवळ यांनी हिरवंगार झालेलं. त्यावर सकाळची किरणं पडल्यामुळं पिकांचा हिरवेपणा चमकत होता. तजेला उठून दिसत होता.

मग ओढ्याची गवती जमीन. ओढ्याच्या काठावर कळकाची नि मेसाची गारेगार बेटं आभाळाला हिरवा छेद देणारी. शेजारच्या गुजराच्या मळ्यातली प्रचंड आंब्यांची डेरेदार काळसर हिरवी झाडं.

आमचा मळा दिसू लागला. उंचावरची धाव नजरेत आली. धावेवरचं आंब्याचं झाड. दादा मोट मारत होता. चमत्कारिक विचार मनात येऊन गेला... दादा, मागच्या वर्षी जुंपलेली मोट वर्ष झालं तरी अखंड मारतच आहे; धावेवर मागंपुढं

नुसता चालत राहिला आहे, असं वाटलं.

विहिरीच्या भोवतीनं एकरभर ऊस नि वीस-पंचवीस चिऱ्यांचं एक खांड माळवं. तेवढाच हिरवा तुकडा. विहिरीला पाणी कमी असल्यानं तेवढंच जगवून तेवढ्यातच जगायचं चाललेलं... नजर सगळ्या हिरव्यावर भिरभिरत होती.

खोपीपाशी आलो नि दादानं माझ्याकडं नजर टाकली. फाटकं कुडतं नि लंगोट घालून बोडकाच मोट मारत होता. दाढी वाढलेली. गालफडं आत बसलेली. पायांची बिरकुंडं झालेली. गरीब झाल्यागत दिसत होता. वाईट वाटलं.

तसाच धावंवर गेलो.

"कवा आलास?" एकटक नजर माझ्यावर लावून दादानं विचारलं.

"रात्री जेवण-वक्तीला."

दादाच्या त्या विचारण्यात तसा प्रश्न नव्हता. माझ्यासाठी काढलेला तो फक्त उत्कट उद्‌गार होता... खूप काही सांगून जाणारा. मायेचा हात अंगावरून हळूवार फिरवणारा. मी किंचित गहिवरल्यासारखा झालो.

तासभर मी पाटाच्या दगडावर बसून दादासंगं बोललो. मग म्हणालो, "मी मोट मारतो. तू काय तरी कर जा."

"नगं. दुसरं काय काम न्हाई आता." दादा सुरात मोट मारू लागला.

दमट हवेत वर्षभर राहून माझी त्वचा गोरपट मऊ पडली होती. सालभर सावलीला बसून होतो. त्यामुळं अंगावरचा करपट रापलेपणा गेला होता. टाचांच्या भेगा गेल्या होत्या. मातीत मळत नसल्यामुळं पाय स्वच्छ राहिले होते. डोक्याला रोज तेल लावत होतो. शेतातली धूळ त्यात नव्हती. त्यामुळं त्यांचा राखट रंग जाऊन ते काळे दिसत होते. साधंच अन्न असलं तरी मी पोटभर खात होतो. चिंता कशाची नव्हती. त्यामुळं तोंडावर पूर्वी कधीच न दिसणारी रया आली होती. कपडे पांढरे शुभ्र होते. नखं काढलेले हात घट्टे जाऊन गुलाबसर झालेले... हे सगळं बघून दादा संकोचला असावा. अशा सोज्वळ हातात मोटंचा कासरा कसा द्यावा, असलं देखणं पाय धावंच्या धुळीत कसं मळवायचं, असल्या पांढऱ्या कापडावर शेणाच्या शितड्या उडाल्या तर काय करायचं, पोराच्या अंगावर अगदी बामणी कळा पसरल्यागत झालीया, त्येला आता शेताच्या कामात कसा घालायचा; असं काहीतरी त्याला वाटलं असावं.

मन रडू लागलं तरी मी बाहेरून जिद्द बांधली. "नगं. दुपारनं बैलांस्नी उसाच्या पाती काढायच्या त्या आताच काढून घे जा. उन्हाळ्याचं दीस. तेवढंच उन्हाचं तासभर सावलीला बसायला मिळंल." असं म्हणून मी एका हातातला कासरा काढून घेतला नि दुसऱ्या हातानं खांद्यावरचा चाबूक उचलून माझ्या खांद्यावर टाकला.

दादाच्या डोळ्यांत पाणी आलं. त्या अनपेक्षित प्रसंगानं मी चमकलो.

"काय झालं?" माझे डोळेही तरारले.

"काय न्हाई."

दादा काहीच बोलला नाही. शांतपणे निघून खोपीकडं गेला. चिलीम ओढून घटकाभरानं खुरपं घेऊन उसात गेला.

मी आतनं ढवळून निघालो. दादाच्या डोळ्यांत सहसा पाणी येत नाही. दुःखाचे कढ अगदी जोरकस असतील तरच येतं... ह्येला एवढं दुःख कशाचं झालं? मी फुडं शिक्षण घेऊ नये म्हणून ह्येनं केलेला आटापिटा वाया गेला, न जुमानता रत्नागिरीला गेलो. कशीबी पत्रं पाठीवली तरी परत आलो न्हाई, म्हणून ह्येला वंगाळ वाटलं असंल? ह्येचा पराभव झाला म्हणून डोळ्यांत पाणी आलं असंल? का लई दिसांनी परत आलो म्हणून ह्येला आनंदाची आसवं आली असतील? का जल्मभर मातीत घोळसून निघणारा डुकरासारखा मी वरीसभर रत्नागिरीला जाऊन निर्मळ सशासारखा पांढरा झालेला बघून ह्येला बरं वाटलं असंल? 'ह्यो आपलाच ल्योक, आतापतोर ह्येची आपून हेळसांड केली. तिकडं सुखाचं दीस आलं म्हणून असा बामणावाणी दिसाय लागलाय. आपलंच रूप हे; पर आपल्यालाच सोभून दिसंना झालंय.' म्हणून ह्येला वंगाळ वाटलं असंल?... मन भरकटत होतं.

तासाभरानं हिरा नि सुंदरा मळ्याच्या वाटेवर येताना दिसल्या. त्यांच्या पुढं दोन्ही म्हशी नि शेरडं होती. सुंदरा आता बारा वर्षांची झाली होती. आईनं पूर्वी तिच्याकडं मुलं सांभाळायचं काम दिलं होतं. आता शेरडं राखायचं दिलेलं दिसलं... शेरडं-म्हसरं तशीच आली नि उसाकडंच्या बांधावर चरू लागली.

वाळल्या शेतकऱ्यांचे सगळे बांध उघडे पडले होते. शेतातली जोंधळा, भुईमूग, तूर, मूग, उडीद ही पिकं आता उलगली होती. ढोरांना बांधावर दात घासायला नि शेरडांना झुडपं ओरबाडून खायला सगळं रान उघडं पडलं होतं. लांबलांबची आंब्याची, पिंपळाची, चिंचांची, निंबांची नि अशीच कशाबशाची झाडं बांधावर सनातन कुलपुरुष उभा राहिल्यासारखी वाटत होती.

मन मुक्त झालं होतं. कुठल्यातरी अज्ञात तुरुंगातून बाहेर पडून स्वतंत्र झालेल्या आत्म्यागत सैरभैर धावत होतं.

मोट मारताना उत्साह वाटत होता. बैलांचं गाणं हळूहळू गुणगुणत होतो. अंगावरच्या पोशाखात ते मोठ्यानं म्हणण्याचा संकोच वाटत होता. तरी भरल्या मोटेचा नाडा मला आंदोळत होता. अंतराळात नाचवत होता. चाककणा खुंईखुंई गाणं म्हणत होतं. आंब्याची पालवी वरच्या उन्हाबरोबर खेळत होती. पाणी पाटात खळाळून हसत होतं... नको वाटणारा मळा पुन्हा हवाहवासा वाटत होता.

न्याहारीच्या वक्ताला आई डोक्यावर जेवणाची बुट्टी घेऊन येताना दिसली.

काखेत साडेतान चार वर्षांची आनसा. सोबत पाचसहा वर्षांचा आप्पा दुडदुडणारा. मागोमाग उठनऊ वर्षांची लक्ष्मी जडशीळ दीड वर्षांच्या दौलतला काखेत घेऊन येताना घामेघूम झाली होती. तिचा जीव केवढा नि तिच्याजवळ केवढं ओझं... घरात दौलतच तेवढा अंगापिडानं दलदुप्पट जन्माला आलेला. त्याची फळं लक्ष्मीला अशी फेडावी लागत होती. जेवणाची बुट्टी खोपीत कङ्यावर ठेवून आई सरळ धावंवर आली.

''म्हेनत्या कुठं गेला? आल्या आल्या तुला कामाला जुपून मोकळा झाला व्हय?''

''आगं न्हाई. मीच म्हटलं, मी मोट मारतो. तू उनाताणाच्या आदी बैलांस्नी चार पेंड्या काढून आण. उसात पाला काढाय गेलाय त्यो.''

आईचा सूर चढा होता. मी थोडा चमकलो. आई-दादामधला तणाव होता तसाच आहे. मीही जरा वरच्या आवाजातच बोललो. तसा बोललो नसतो तर आईला माझं खरं वाटलं नसतं. तिनं दादाच्या पदरात ती चूक घातली असती... मला वाटलं होतं मी रत्नागिरीला गेल्यावर दोघांच्या मधली भांडणं बंद झाली असतील. त्यांना शहाणपण आलं असंल. आपापसात सारखा तंटा करत बसल्यावर नि पोराबाळांस्नी सारखा वैताग दिल्यावर पोरं पळून जातील; असा त्यांना विचार सुचला असंल, असं वाटलं होतं... पण फरक पडला नव्हता. फक्त माझ्यापुरती त्यांची मनं मऊ झालेली दिसली.

दादाला 'न्ह्यारी कर ये' म्हणून हाक मारली. तो आला नि मला म्हणाला; ''तू आदूगर कर जा न्ह्यारी. मी मागनं करीन.''

''नगं; तू आदी कर जा.''

मला माहीत होतं की तो भुकेला हलका आहे. त्याला भूक आवरत नाही.

''ये रं बाबा, आन्दा. आदूगर न्ह्यारी कर ये. रातचंबी काय पोटभर जेवला न्हाईस तू.''

माझा नाईलाज झाला. मी भाजी-भाकरी नि लोणचं हातावर घेऊन पुन्हा मोटंवर गेलो नि दादाला म्हणालो; ''तू न्ह्यारी कर जा नि पाण्याकडं जाऊन शिवाला लावून दे जा न्ह्यारीला.''

शिवाला चहाबरोबर सकाळी अर्धी-तीन चतकोर भाकरी खायची सवय होती. त्याची न्याहारीची गडबड नसे. मलाही मोट मारत न्याहारी करायचा उत्साह होता.

मोटा सोडल्या नि खालच्या वाळल्या रानात फेरी मारायला गेलो. तिथं आता काहीही नव्हतं. पिकं कधीच उलगली होती. तरीही तिथली माती पायाखाली घालून यावं, असं वाटत होतं.

...रान थकल्यागत वाटलं. रत्नागिरीला जाताना पेरण्या आटपून गेलो होतो.

जिथं जोंधळा पेरला होता; तिथं आता नुसते सड होते. भुईमुगाच्या रानात नुसती ढेकळं उताणी होऊन पडलेली. उसाच्या जागीही तसंच. घाणा होऊन गेल्यानं रान तसंच ऊन खातेलं... पिकं नसलेली रानं बघितली की उदास वाटतं. खोपीकडं येताना घाणवडी शेजारी चिपडांची मोठी व्हळी दिसली. मी लावण करून गेलेल्या उसाच्या चिपाडांचा रचलेला ढीग. रस निघून गेलेला. त्याचा गूळ केलेला. आलेल्या पैशानं मालकाचा फाळा भागवलेला. घरादाराच्या नशिबी ही चिपाडं... फुडच्या वर्सीच्या घाण्यासाठी चुलीत घालायचं जळाण!

दादाची झोप सुरू झाली होती. ऊन रणरणू लागलं होतं. सगळी निवाऱ्याला तासभर बसली होती. आई पाटातलं पाणी नेऊन शेणाच्या गाऱ्यात ओतत होती नि शिवा तो गारा खोऱ्यानं कालवत होता. ते बघून मी दुसरी बारडी घेतली नि पाणी नेऊन ओतू लागलो. शेणाचा उग्र वास नाकात घुसू लागला नि मला माझ्या मातीच्या शेतात येऊन पडल्याची खात्री झाली.

◆

तेरा

दिवस चालले होते. मळ्याकडनं परत आल्यावर रात्री विष्णोबा सणगरांच्या खोलीवर अधूनमधून जात होतो. भाषावार प्रांतरचनेचा कल्लोळ उठला होता. सबंध देशात जागोजागी वाद माजले होते. तणाव निर्माण होत होते. महाराष्ट्राच्या बाबतीत घोळ निर्माण झालेला. मुंबई महाराष्ट्राला द्यायची की स्वतंत्र ठेवायची; असा प्रश्न होता. सगळा महाराष्ट्र त्यामुळं अस्वस्थ. सत्याग्रह होत होते. पंतप्रधान पंडित जवाहरलाल नेहरू यांच्याविषयी मराठी माणसाला जे प्रेम होतं ते ओसरू लागलेलं. नेहरूंचा डाव बलाढ्य महाराष्ट्राची शकलं करण्याचा किंवा त्याच्या पायात खोडा घालून त्याची गती रोखण्याचा, खच्ची करण्याचा होता, असं वर्तमानपत्रं बोलत होती. स्वतंत्र विदर्भाची मागणी पुढं येतेय, बेळगाव, निपाणी, कारवार हे कर्नाटकाला तोडून दिलं जातंय, असं म्हटलं जात होतं...

विधानसभेवर चालून गेलेल्या नि मुंबई, बेळगाव, निपाणी, कारवारसह संयुक्त महाराष्ट्र झालाच पाहिजे अशी मागणी करणाऱ्या मोर्च्यावर मुख्यमंत्री मोरारजीभाई देसाईंनी निर्घृण गोळीबार केला होता. त्यात १०५ लोक ठार झाले होते. सगळे मराठी भाषिक. त्यांचे रक्तबंबाळ झालेले, डोके फुटून मेंदू बाहेर आलेले, रक्ताच्या थारोळ्यात पडलेले देह आणि प्रेतं 'मराठा' आणि 'नवयुगच्या' अंकांतील फोटोंत पाहून मी हबकून जात होतो. मोरारजी आणि नेहरू यांच्याविषयी मनात संताप, चीड येत होती. सत्याग्रहाच्या, मोर्च्याच्या विस्तृत बातम्या, कथा, वर्णने, हुतात्म्यांच्या घरच्या हकिगती वाचताना भडभडून येत होतं. यासंबंधी नाट्यमय चर्चा विष्णोबांच्या खोलीवर होत होती नि मी ती मंत्रमुग्ध होऊन ऐकत होतो. क्षणभर माझा कॉलेजचा प्रश्न विसरून जात होतो. मला तो त्या बैठकीत कमी महत्त्वाचा वाटत होता.

सगळ्यांचा सूर महाराष्ट्र विरुद्धचं केंद्रसरकारचं नि काँग्रेसचं कारस्थान हाणून पाडण्याचा होता. दौलतराव निकम संयुक्त महाराष्ट्र झालाच पाहिजे, अशा मताचेच होते; पण पक्ष निर्णय घेईल तो निर्णय मला मानला पाहिजे; त्याशिवाय पक्ष नावाची संघटना अस्तित्वातच राहू शकत नाही; असं म्हणत होते. पण त्यांच्या या म्हणण्याला बाकीची मंडळी विरोध करीत होती. 'पक्षातून बाहेर पडा' म्हणत होती. मलाही दौलतरावांनी बाहेर पडावं असं वाटत होतं. त्यांच्या या वागण्याचा अर्थ मला कळत नव्हता. त्यांनी मला खूप मदत केलेली असली तरी मी त्यांच्यावर लहान

मुलासारखा नाराज होतो.

सगळ्यांचं एका गोष्टीवर मात्र एकमत झालं होतं की, 'आज ना उद्या संयुक्त महाराष्ट्र होणारच. भाषावार प्रांतरचनेचं सूत्र एक भाषा– एक राज्य असंच आहे. त्यामुळं मराठी भाषेला उशिरा का होईनात पण सुखाचे दिवस येणार; ती राज्यभाषा होणार.' हा सूर प्रत्येकाचा होता. त्याचा मला आनंद होई. आपण मराठीत साहित्यनिर्मिती करून मराठी भाषेचीच सेवा करतो आहोत, याचाही आनंद होई... कोर्टात दादाबरोबर मळ्याच्या तारखेसाठी जाण्याचे प्रसंग अधूनमधून येत. तिथं वकिलांचं नि न्यायाधिशांचं सगळं बोलणं इंग्रजीतून चाले. ते दादाला काहीच कळत नसे. दादा मला विचारी तर त्यावेळी हायस्कूलला असलेल्या मलाही ते काही कळायचं नाही. आमच्या मळ्याच्या मालकाला मात्र ते कळे. ते त्या बोलण्यात भाग घेत. त्यामुळं दादाला वाटे की या सगळ्यांचं आपल्याविरुद्ध कारस्थान चाललं आहे. दादा अस्वस्थ होई. आपल्या वकिलावरचा त्याचा विश्वास उडे. पण मी दादाची समजूत काढी की वकील तसं करणार नाहीत; त्यांचा त्यामुळं धंदा बुडतो. 'पण जातीला जात सामील असती रे. पैसा मिळाला तर त्यांस्नी दुसरं काय नको असतंय.' असं दादा सांगे... हा सगळा घोटाळा इंग्रजी भाषेमुळं होई. पण आता मराठी राज्यभाषा झाल्यावर दादाला सगळं काही खरंखोटं कळेल; गोरगरीब माणूसही मग अन्याय होताना कोर्टात मराठीत भांडू शकेल, त्यामुळं त्याला न्याय मिळेल, असं वाटे.

पु. लं. च्या पत्राची चातकासारखी वाट बघत होतो. धाडस करून त्यांना एप्रिलच्या तिसऱ्या आठवड्याच्या एका पत्रात असं लिहिलं की, 'कोल्हापुरात नोकरी किंवा काम मिळावं म्हणून खूप धडपड केली; पण कुठंच मिळाली नाही. वीस जूनला कॉलेज सुरू होणार; मी काय करू?' ते काहीतरी वाट दाखवतील, असं वाटे.

महिना झाला तरी उत्तर येत नव्हतं. मी व्याकुळ होऊन जात होतो.

मे महिन्याचे दिवस होते. मोटा सुटल्या की भाकरी खाऊन दुपारी घराकडं येत होतो.

दादा म्हणाला, "रोज कशाला जातोस दुपारचं घराकडं? सकाळधरनं काम करतोस. उनाचं जरा इस्वाटा घेत जा. म्हंजे दुपारनं मोटा धराय, बाकीची कामं कराय बरं पडतंय."

"एक महत्त्वाचं टपाल यायचं हाय; ते आलंय का बघून येतो."

"रातचं जाऊन बघायचं हायच की, इनाकारण हेलपाटा कशाला मारायचा? पोस्टमन घरात आणून टाकतोय न्हवं?"

"थोडंसं लिवायचंबी हाय."

"रोज काय लिवायचं ते?" दादाला वाटलं मी पत्र लिहिण्यासंबंधी बोलतोय.

म्हणून म्हणालो; "रेडिओसाठी लिवायचं हाय, चार पैसं मिळत्यात. एक कार्यक्रम झाला की वीस-पंचवीस रुपय येत्यात."

"नोकरीचं काय बघत न्हाईस व्हय? तुझ्या वारगीची पोरं आता बरीच नोकरीला लागत्यात." दादानं मुद्याचा प्रश्न विचारला.

एस.एस.सी. झाल्यावर मी नोकरी करीन असं त्याला म्हणालो होतो. माझ्या तेवढ्या वचनासाठी त्यानं मला एस.एस.सी.च्या अभ्यासाला दोन अडीच महिने मोकळीक दिली होती.

मी गडबडलो; स्वत:ला सावरत म्हणालो, "नोकरीचं तर बघायचं हाईच. कोल्हापुरला कुठं नोकरी मिळतीय का बघण्याच्या उद्योगात हाय. नोकरी बघत शिक्षण घ्यायचा इचार हाय. त्यासाठी पत्रं पाठीवल्यात. त्येंचीच उत्तरं आल्यात काय, हे बघायला चाललोय. इस्वाट्याची वेळ हाय तवर तास दोन तास जाऊन येतो."

"काय तरी कर. पोटापाण्याचं पडलेलं कोडं मी एकट्यानं कसं सोडवायचं; त्येचा इचार कर म्हंजे झालं." दादा शांतपणे म्हणाला.

"हं!" मी हळूच खोपीतनं बाहेर पडलो. घराकडं चाललो.

... दादाचं माझ्याशी वागणं पार बदलून गेलं होतं. आता तो तावातावानं भांडत नव्हता का मला 'हे कर, ते कर' असं बजावत नव्हता. ते बाकीच्यांच्या बाबतीत चालू होतं. मधे एक वर्ष अब्रूट गेलं होतं; मी कॉलेजात शिकत होतो; याचाही कदाचित परिणाम असावा. कितीही आदळआपट नि विरोध केला तरी मी ऐकत नाही, याची खात्री त्याला पटली होती. कदाचित मी पुन्हा रत्नागिरीला निघून जाईन याचीही भीती वाटत असावी... या सगळ्याचा परिणाम माझ्याशी समजुतीनं वागण्यात झाला होतो. त्यामुळं एकेरीवर येण्याचं मलाही काही कारण पडत नव्हतं. उन्हाळा असल्यामुळं रोजची ठराविक कामं करण्यातच दीस गुदरत होता.

दादानं समजुतदारपणानं आपलं कोडं सांगितल्यामुळं माझी जबाबदारी वाढल्यागत वाटत होतं... घरादाराला पडलेलं हे कोडं सोडवायला आपूण मदत केली पाहिजे. आता आपल्याला वीस वर्षं पुरी झाली. किती दीस खायचं नि शिकायचं? आईबाऽची कायबाय इच्छा असती, ती मुलगा असल्यामुळं आपूणच पुरी केली पाहिजे. मी घरादारासाठी नोकरी करावी, असं त्यांस्नी वाटतंय, त्यात त्येंचं काय चुकतंय?... न्हाईतर मग आपल्या शिक्षणाचा काय उपयोग हाय?

... पर मी तरी काय करू? प्राथमिक शाळेत न्हाईतर हायस्कूलमधी नुसता शिक्षक झालो तर जलमभर तेवढ्यावरच घासावं लागंल. माझाबी संसार त्यात धड हुणार न्हाई; मग आईबाऽच्या संसाराला आपूण मदत करणार कशी?... बाटलीत

अडीकलेल्या मुंगीगत आपल्या जल्माची तऱ्हा हुईल. मन घट्ट करून शिकलं पाहिजे. जास्त शिकलो तर सगळ्यांच्या जल्माचा प्रश्न सुटेल. तरीबी कायतरी बाकीची खटपट केलीच पाहिजे... अजून कशाचाच पत्त्या न्हाई. माझंच बूड थाऱ्यावर न्हाई तर दुसऱ्याला मांडीवर घ्यायचं कसं?....

कोडं अधिकच गुंतागुंतीचं वाटू लागलं.

दीस जात होते. कधीना कधीतरी पत्र येईल म्हणून रोज पोस्टाकडं फेऱ्या मारत होतो. परत घराकडं येऊन हातपाय धुऊन भिंताला टेकून बसत होतो. कविता लिहित होतो. कवितेला बहर आला होता. रत्नागिरीहून परत येताना एक गोष्ट झाली होती. आपण चांगली कविता लिहू शकतो याचा विश्वास निर्माण झाला होता. वर्षभर भरपूर वाचलं होतं. 'सत्यकथे' चे चालू अंक आणि मिळतील तेवढे जुने अंकही वाचून काढले होते. करंदीकर आणि 'नवी मळवाट' मधले मुक्तीबोध वाचून अस्वस्थ होऊन जात होतो; तर रेगे-पाडगावकर हे कवी वाचून फुलून जात होतो. इंदिरा संतांची कविता दुःख व्याकुळ करत होती. ललित लेख वाचून अनुभव सुंदरतेनं जगता येतात याची जाणीव होत होती. समीक्षालेख, परीक्षणे, चर्चा, टीपाही वाचत होतो. साहित्याविषयी जे काही असेल ते सगळंच वाचायला, समजून घ्यायला आवडत होतं. चिटणीससरांशी होणाऱ्या वाङ्मयीन चर्चा मार्गदर्शक ठरत होत्या.

कागलात आल्यावर याची जाणीव तीव्रतेनं झाली. मळ्यातल्या वस्तूंकडं बघताना माझी कल्पनाशक्ती तल्लख होई नि अनेक सुट्या सुट्या कल्पना त्या वस्तूंच्या निमित्तानं सुचत. दिसेल त्याच्यावर कविता करावी असं वाटे. आई जे बोलेल त्याच्यावर विचार करताना ती कविताच वाटे. मळा, माती, पिकं, दिवस, रात्र, अंधार, चांदणं, चंद्र, चांदण्या हे तर कवितेचे विषय होतच होते; पण मोट, नाडा, नांगर, कुळव, बैलं, गायी, विहीर, पाणी, पाट, माझी भावंडं, त्यांचे खेळ हेही कवितेचे विषय होत. झाडं नि पिकं तर मनात सतत हिरवी कुरणं पसरवीत तशी पैसावून राहिलेली... कामं करताना त्यात रमत होतो. रमतारमता कल्पनांशी गूज करत भराभर कवितांच्या ओळी जमवीत होतो. 'हे सगळं सगळं आपलं आहे; दुसऱ्या कुणाचं नाही!' असं ती कविता वाचताना माझं मलाच वाटत होतं. सुचतील त्या विषयावर श्रुतिका एकटाकी लिहून ठेवत होतो. गतायुष्यात घडलेल्या घटनांची नोंद करून ठेवत होतो. श्री. म. माटे यांचं 'उपेक्षितांचे अंतरंग' वर्षभर अभ्यासलं होतं. 'माणुसकीचा गहिवर' जिज्ञासेपोटी वाचून काढलं होतं. त्याचा परिणाम असा झाला होता की, माझ्या गल्लीतली, घरातली, नात्यातली, गावातली अनेक उपेक्षित माणसं आठवत होती. जीवननाट्यानं भारलेल्या त्यांच्या अनेक घटना आठवत होत्या. त्यांचे दारिद्र्य, दुःख, असहाय्यता नि कारुण्य मन वेधून घेत होती. त्यांचा अन्वयार्थ शोधत होती. त्या अर्थाच्या धाग्यात घटनांची सांगड घालून त्या लिहून

काढत होतो. या सगळ्या लेखनाला काय म्हणायचं, याचा विचार मनाला कधीच शिवत नव्हता. आपल्या आठवणीतनं हे सगळं निघून जाईल; म्हणून ते लिहून काढण्याचा सपाटा चालू होता. त्यामुळं मोकळेपणानं लेखन चालू होतं. त्यात कथा होत्या, ललितलेख होते, व्यक्तिचित्रं होती आणि आठवणी, अनुभव हेही होतं. मी आपला नुसता लिहित होतो.

एप्रिलच्या सुरुवातीला रात्री अंथरुणावर पडलो की मनातून खूप खोलातून हळूहळू एक विचार येऊ लागे. तो उद्याचा असे. पु. ल. देशपांडे म्हणाले होते; "तुम्ही कोल्हापुरातच शिका. रत्नागिरीत येऊन शिक्षण घ्यावं, असं रत्नागिरीत काही नाही. तुम्हांला कोल्हापुरात शिकण्यासारखं खूप आहे, कलेच्या क्षेत्रात तिथं मोठमोठी माणसं आहेत. आणि पुष्कळ पुष्कळ आहे. त्या वातावरणात राहिला तरी खूपखूप मिळेल."

"पण माझी तिथं शिकण्याची काहीच सोय नाही. इथं रत्नागिरीत जेवण-बोर्डिंग मोफत मिळतं, फी माफी होते. तिथं कोल्हापुरात मला हे कोण देणार?" मी म्हणालो होतो.

"तुमची काहीतरी व्यवस्था होईल. बघू या प्रयत्न करून. तुम्ही मात्र मनाशी कोल्हापुरला राहण्याचाच निश्चय करा आणि कोल्हापुरातच एखादी नोकरी, एखादं काम शोधण्याचा प्रयत्न करा."

"बऽरं!" मी 'हो' म्हणालो होतो.

मार्चमध्ये आल्यापासून पु. लं. ना पत्र पाठवीत होतो. पण 'माझ्या शिक्षणाची कोल्हापुरात काय व्यवस्था होऊ शकेल काय?' असं विचारायचं धाडस मला एकाही पत्रातनं झालं नव्हतं. वाटत होतं की 'पु. ल. आणि सुनीताताई ही माणसं प्रेमळ आहेत. ती निश्चितपणे माझी काहीतरी व्यवस्था कोल्हापुरात करतील.' अशा समजुतीत माझे दिवस जात होते. नोकरीचा किंवा एखादं काम मिळविण्याचा मी कोल्हापुरात प्रयत्न केलाच नाही. रत्नागिरीला जाण्यापूर्वीचा कोल्हापूरचा भरपूर कटू अनुभव पदरी होता. पुन्हा तो घेण्याची इच्छा नव्हती.

दोन-तीन पत्रे पाठवली. दोन महिने झाले. तरी पु.लं.चं पत्र नाही. त्यामुळं मनातली पोकळी वाढत चालली. तिच्यात गडद काळागार अंधार जास्त जास्त भरत चालला... 'पु.लं.ना स्पष्ट का विचारत नाहीत?' असं मनालाच संतापून विचारत होतो.

दरम्यान रत्नागिरीहून चिटणीससरांचं पत्र आलं. 'प्राचार्य य.द. भावे रत्नागिरी सोडून गुजरातेत 'भूज'ला जात आहेत.' – भावे सरांच्यामुळं कॉलेजला फी माफ झाली होती. आता रत्नागिरीला गेलो तर तिथं फी माफ कोण करील? त्यामुळं तिकडचाही आधार तुटल्यागत झाला. निराशा आणखी वाढत चालली.

... या निराशेत एक अनोखी काळी कविता माझ्या हातून लिहिली जात होती. भग्नता, अमंगलता, भेसूरता, क्रूरता विपरीतपणे तिच्यातून बाहेर पडत होती. चित्रविचित्र प्रतिमा आकार घेत होत्या. त्या सगळ्या काळोख्या, जळक्या, दाहक, हिंस्त्र स्वरूपाच्या होत्या.

कळत नव्हतं की ही कविता खरी का ती प्रसन्न नि करुणरम्य ग्रामीण कविता खरी. दोन्हीही वाचताना आवडत होत्या. दोन्हीतूनही मीच व्यक्त होत होतो. मात्र माझ्यातला खरा कोण हे कळत नव्हतं. तरी मी दोन्ही कविता भराभर लिहीत होतो... क्षणभर संभ्रम पडत होता की, आपण कविता करण्यासाठी तर अशी घोर निराशा जपत नाही? कशाचंच उत्तर नीटपणे मिळत नव्हतं. मनाची पोकळी मात्र वाढत चालली होती. जीव टांगणीला लागल्यागत झाला होता. शेवटचा प्रयत्न म्हणून आणखी एक पत्र पाठवलं.

मे महिन्याच्या शेवट-शेवटचे दिवस येतील तसा मी मनातल्या मनात पार ढासळून गेलो... आता काही खरं नाही. पु. लं. चं पत्र येणार नाही, याची खात्री झाली.

आणि मुंबईहून जूनच्या एक-दोन तारखेला पु. लं. चं दोन ओळींचं एक कार्ड आलं. त्या कार्डात लिहिलं होतं की, "तुम्ही कोल्हापूर येथील कोरगावकर ट्रस्टमध्ये असलेल्या श्री. जे. पी. नाईक यांना त्यांची अपॉईंटमेंट घेऊन भेटा. तुमची सगळी परिस्थिती सांगा. त्यांची भेट झाल्यावर मला पत्र लिहालच. तुमचा : पु. ल. देशपांडे." या पलीकडे त्या कार्डात काही मजकूर नव्हता. कार्ड अतिशय घाईत लिहिलं होतं... मी आनंदानं उडी मारली. माझी कोल्हापूरला शिकण्याची सोय होणार याची खात्री झाली.

कोल्हापुरात रेल्वेस्टेशनसमोरचं 'कोरगावकर ट्रस्ट'चं कार्यालय मी पुष्कळ वेळा बघितलं होतं. 'कोरगावकर धर्मादाय संस्था' ही अक्षरं जाता-येता डोळ्यांत भरतील अशी मोठी दिसत होती, म्हणून ते लक्षात होतं. पण हा ट्रस्ट कशासाठी आहे याची काही कल्पना नव्हती. 'कोरगावकर' ही एक बडी असामी; एवढंच मला माहीत होतं.

जे. पी. नाईकसाहेबांना पत्र पाठवून मी अमुक तारखेला भेटण्यासाठी येत आहे असं लिहिलं. त्यांना तडकाफडकी भेटायला गेलो.

सकाळी दहा-साडेदहाची वेळ, गुडघ्याबरोबर असलेली आखूड खाकी पँट आणि अर्ध्या बाह्यांचा साधा सदरा घालून एक व्यक्ती ट्रस्टच्या फाटकात सहज उभी होती. मी तिला म्हणालो; "मी कागलहून आलो आहे. माझं नाव आनंद जकाते-यादव. मला जे. पी. नाईकसाहेबांना भेटायचं आहे. नाईकसाहेब आहेत का?"

मी त्या व्यक्तीला नमस्कारही न करता विचारणा केली.

''आहेत. या आत.''

मग त्या व्यक्ती मागोमाग शेजारीच असलेल्या आश्रमवजा घरात गेलो.

''चित्रा, अगं कागलहून आनंद यादव आले आहेत.'' आतल्या खोलीच्या दाराकडं बघून ते म्हणाले. आतून 'आले हं' असा आवाज आला.

''बसा.'' टेबला शेजारच्या दोन्ही खुर्च्यांवर अमोरसमोर बसलो. बसताना मी प्रचंड खजील होऊन गेलो. तोपर्यंत माझ्या लक्षातही आलं नव्हतं की, दारात उभी राहिलेली हाफ पँट, हाफ शर्टमधली व्यक्ती म्हणजेच जे. पी. नाईकसाहेब आहेत. आपण त्यांना धड नमस्कारही केला नाही. चित्राताई चहा घेऊन बाहेर आल्या.

बशीत न ओतता कपानं चहा प्यायचा शिष्टाचार मला रत्नागिरीला माहीत झाला होता. मी त्या दोघांबरोबर कपातून चहा पिऊ लागलो. पिता पिता मी माझी सगळी माहिती त्यांना सांगितली.

माझ्या साहित्याविषयी त्यांनी मला काही विचारलंच नाही. चित्राताईंनीही विचारलं नाही.

शेवटी ते म्हणाले; ''वीस जूनला कॉलेज सुरू झालं की मला भेटा. मी तुमची सगळी फीची व्यवस्था करतो. तुम्ही राहणार कुठं?''

''राहण्या-जेवण्याचीही माझी काहीच सोय नाही. कुठंतरी बोर्डिंगमध्ये राहावं लागेल.''

''प्रिन्स शिवाजी बोर्डिंगमध्ये तुम्हांला राहता येईल. तिथं दोन्ही प्रकारची व्यवस्था असते. मी तुम्हाला चिठ्ठी देईन. कॉलेजच्या फ्रीशिपसाठीही तुम्ही ॲडमिशन घेतानाच अर्ज करा. मी चिठ्ठी देईन.''

''चालेल. वीस जूननंतर मी येतो.'' असं म्हणून मी बाहेर पडलो.

... ते इतक्या सहजासहजी बोलत होते की 'मी चिठ्ठी दिली की काम झालं' असा त्याचा अर्थ निघत होता. अतिशय शांतपणे ते सगळं बोलत होते. अनेक लोक अनेकांना चिठ्ठ्या देतात, पण काम होतंच असं नाही. मला तो अनेकवेळा पदोपदी अनुभव आला होता. त्यामुळं मला शंका आली की 'चिठ्ठी देऊन नाहीच काम झालं' तर काय करायचं? पैसा कुठनं आणायचा? तो देणार कोण; असे प्रश्न पडत होते. पण तसं त्यांना विचारण्याचं माझ्यात धाडस नव्हतं. मी प्रसंग येईल तसं बघू; अशा हिशोबानं गप्प बसलो. वास्तविक जे. पी. नाईक यांच्या मोठेपणाविषयी व कर्तृत्वाविषयी तोपर्यंत मला काहीच माहीत नव्हतं. तशी माहिती असण्याचं काही कारणही नव्हतं. पु. लं. चे ते मित्र आणि कोरगावकर ट्रस्टमध्ये आहेत; एवढीच मला त्यांची माहिती पु. लं. च्या पत्रावरून होती... पण मला आतून पु. लं. चा फार मोठा मानसिक आधार वाटत होता. त्या आधारामुळं माझं सगळं व्यवस्थित होईल, अशी आशा होती.

परतीच्या वाटेवर दत्ताजीराव देसाई यांच्या बंगल्यावर गेलो. सुदैवानं वहिनीसाहेब आणि दत्ताजीराव म्हणजे दादासाहेब दोघेही भेटले. बोलता बोलता मी त्यांना सगळं सांगितलं. 'तुम्ही अर्ज करा मी तुम्हाला चिठ्ठी देतो.' एवढंच नाईकसाहेब बोलत होते; असं हसत हसत म्हणालो.

"अरे आनंदा, अजून तू एवढा अंड्यातच कसा आहेस? जे. पी. नाईकसाहेबांची चिठ्ठी म्हणजे साधी गोष्ट वाटती होय रे तुला? कोल्हापूरचा ढाण्या वाघ आहे तो. हे आज जे कोल्हापूरचं रस्तं, बागा, पुतळं तू बघतोयस हे सगळं नाईकसाहेबांच्या लेखणीचं फटकारं आहेत. अशा लेखणीची चिठ्ठी म्हणजे सरकारी हुकूमनामा असल्यागत आहे... जाताना गावाकडं पेढं घेऊन जा. तुझ्या पार एम.ए., पीएचडी. पर्यंतच्या शिक्षणाची आता तुला काळजी नाही. कोरगावकर ट्रस्ट ही साधी संस्था नाही; आहेस कुठं?"

दत्ताजीरावांनी मला सगळं काही समजून सांगितल्यावर मी मनोमन फाटून गेलो. एवढ्या मोठ्या माणसाची आपली पहिली भेट झाली नि आपण त्यांना साधा नमस्कारही केला नाही. त्यांनी आपल्या पत्नीबरोबर शेजारी बसवून आपणाला चहा दिला, निरोप देण्यासाठी दारापर्यंत आले; काय हे आपलं भाग्य! पण आपणाला ते कळलंही नाही... मी पाऽर अडाणीच. मी लाजेनं आकसून अगदी तिळाएवढा झालो.

मळ्यातली कामं आटपून घेतली. जून महिना घाईच्या कामांचा होता. कुळवणं, दिंडलणं, सडं-धसकटं वेचणं, बांधावरची काटेरी झुडुपं तोडून रान गवताला सोयीचं करणं, बियाणी तयार करून ठेवणं, आडद्रा निघाल्याबरोबर पेरण्या आटपून घेणं जरूर होतं. ते सगळं झालं. दादाला माझी मदत होत होती. सगळी भावंडं आपापल्या ताग्याला लागली होती.

माझ्या जागी पाणक्या म्हणून शिवाची नेमणूक झालेली. तो सोळा वर्षांचा झाला होता. आता त्याच्या अंगावरची सूज गेली होती; पण अंग वाळून कोळ हाडांबरोबर झालेलं. अगोदरच सावळा रंग; त्यात दीसभर उनात; त्यामुळं बाभळीच्या उभ्या बुरकुंडासारखा दिसत होता. अंगावर सूज होती; म्हणून कुणीतरी 'बिडी ओढण्याचा' उपाय सांगितलेला. धगीनं सूज कमी होती; असा समज. त्यामुळं त्याला आईनं बिडी ओढायला परवानगी दिली होती. तो नाद लागला होता. चहाचा अतिशय शौकीन. पोटाला अन्न नसलं तरी चालेल; पण चहा लागे. कितीही दिला तरी 'ना' नाही. दुधाचं वावडं, दूध-दुभतं खाण्यापेक्षा त्याला तिखट, चवीचं, चमचमीत खाण्याची सवय लागलेली. त्यामुळं अंगकाठी हाडांबरोबर राहिलेली. नांगरट तेवढी त्याला जमत नव्हती. नांगर चालवताना ताकद लावून तो दाबावा लागतो. अचानक नांगर हेलपाटा देतो; ते त्याला सोसत नव्हतं. बाकीची कामं मात्र करत होता. आनसा चार वर्षांची नि दौलत दोनपावणे दोन वर्षांचा. ते दोघे

एकमेकाशी खेळत बसत. त्यांची जोडी जमली होती. त्यांवर आठनऊ वर्षांची लक्ष्मी नजर ठेऊन असे.

आप्पाला सहावं वर्षं सुरू झालं होतं. तो मधेमधे हिंडत होता. हिराबरोबर राहून शेरडं अडवत होता. त्याला शाळेत घालणं जरूर होतं. पण ती अवघड गोष्ट दिसत होती. मला शाळेत घातल्यावर गेल्या पंधरा वर्षांत दुसऱ्या कुणाही भावंडाला शाळेत घातलं नव्हतं. मला शाळेत घालून दादा पस्तावल्यासारखा झाला होता. पोरगं हातातनं निसटलं, असं त्याला वाटत होतं. माझा शेतीसाठी काहीच उपयोग नाही, हे त्याच्या अनुभवाला आलं होतं. म्हणून आप्पाला शाळेत घालायला तो तयार होईल की नाही, याची चिंता वाटत होती. बहिणींच्या शिक्षणाचा विचार करणं तर अशक्यच. त्यांच्या नशिबाची कष्टं, लग्नं चुकत नव्हती. त्या गोल चाकोरीत तेल्याच्या बैलागत धावत होत्या. दुसरी वाट नव्हती... पण निदान आप्पासाठी कायतरी केलंच पाहिजे. त्येच्या जन्मातला चिखूल उपसून बाजूला टाकला पाहिजे. पण मी दुबळा पडत होतो. काय करावं सुचत नव्हतं... तीन-चार दिवसांनी प्राथमिक शाळा सुरू होणार होती.

जे.पी. नाईकसाहेबांच्याकडं नुकताच जाऊन आलो होतो. दुपारची भाकरी खात सगळेजण कट्ट्यावर बसलो होतो. इस्वाटा झाला होता. सकाळच्या कामाचा शिणवटा गेला होता. आता कोर-चतकोर तुकडा खायचा नि कामाला लागायचं होतं. आई-दादा समोरच होते.

"दादा, मला आता नोकरी लागल्यातच जमा हाय." मी उद्गारलो.

"कुठं?"

"कोल्हापुरलाच. जे.पी. नाईकसाहेबांनी माझी सगळी व्यवस्था केलीय. जे.पी. नाईक ही कोल्हापुरची लई मोठी असामी हाय. वाटलंच तर दत्ताजीराव देसायांस्नी इचार. त्येंनीच मला ते किती मोठं हाईत हे सांगितलं."

"कसली नोकरी?"

"नोकरी म्हंजे तशी नोकरी न्हाई. माझी कोल्हापुरात राहण्याजेवण्याची सगळी मोफत व्यवस्था हुतीय. कॉलेजची फीबी माफ हुईल. नाईकसाहेब म्हणालं, "तू पहिल्यांदा कॉलेजचं शिक्षण पुरं कर. तोवर मी तुझी व्यवस्था करतो." सकाळचं कॉलेज आहे. दुपारी अकरा वाजेपर्यंत मी मोकळा हुतोय. दुपार मोकळीच असती. या मोकळ्या वेळात मला कुठंबी काम मिळालं तर मी करणार हाय. त्यातनं ज्यो काय पैसा मिळंल त्यो सारा घराकडं लावून देणार हाय. शिवाय रेडिओवर माझ्या श्रुतिका येत ऱ्हातील त्येचं वीस-पंचवीस रुपय मिळत ऱ्हातील. तवा माझा इचार असा हाय की कॉलेजचं शिक्षण हे पुरं करायचंच. माझ्याबदली हितं तुम्हाला लागंल तवा एखादा गडी घेत चला. मांगाचा शिर्पा हाय, आपला बाबू हाय; त्येला कामाला

लावत चला. त्येचं मी म्हैन्याला निदान वीस रुपय तरी घराकडं लावून देतो. म्हंजे मी शेतातच हाय असं समजायचं. शिवाय सुटी पडली की मी मळ्यात हाईच. कॉलेजला तीन-चार म्हैनं सुट्याच असत्यात. ह्यांत घरादाराचा दुहेरी फायदा हुणार हाय. माझं शिक्षणच्या शिक्षण पुरं हुईल, पोटपाणी बाहीरच्याबाहीर भागंल. शिवाय मी घराकडं एका गड्याचा रोजगार पाठवत जाईन. पु.ल. देशपांडे, जे. पी. नाईक अशी देवासारखी माणसं मला भेटल्यात. त्येंच्या मनाप्रमाणं वागत ऱ्हायलो तर आपणा सगळ्यांचंच कोटकल्याण हुईल.''

'फुलं देशपांडे कोण हे?'' दादानं चौकशी केली.

''ते म्हंबईला असत्यात...'' त्यांच्याविषयी मी दादाला कळेल अशा भाषेत सगळी माहिती सांगितली.

दोघांनाही बरं वाटलं. मी रत्नागिरीपेक्षा कोल्हापुरला राहतोय, याचा त्यांना जास्त आनंद झाला होता. कागलपासनं कोल्हापूर अवघ्या दहा-बारा मैलांवर होतं. प्रसंग पडला तर चार तासांत चालत जाता येत होतं.

पुढं हळूच म्हणालो; ''आणखी एका गोष्टीचं ध्यान आता आपल्याला ठेवावं लागंल. घरात न्हाई म्हटलं तरी पोरांची आठनऊ तोंडं खाणारी हाईत. तुम्ही दोघं. अशी अकरा तोंडं. आज ना उद्या पोरी आपापल्या घराला जातील. त्येंची लगनं ही करावीच लागणार. ह्या मळ्यात तर दातावर मारायलाबी पैसा शिल्लक ऱ्हाईत न्हाई. त्येंच्यासाठी मळ्याच्या बाहीर जाऊनच हातपाय हलविलं पाहिजेत; तर कायतरी मिळंल. आम्ही चौघं भाऊ. शिवा तर ठार अडाणी ऱ्हायला. त्येला शेतकीशिवाय दुसरं काय जमणार न्हाई. मी एक शिकाय लागलोय; मला नोकरी मिळंल. पर अजून आप्पा हाय, दौला हाय. हे दोघंबी अडाणी ऱ्हायलं तर एकंदर तीन भावांचं संसार या मळ्यावर पोसतील काय; ह्येचाबी इचार केला पाहिजे. उद्या तिघांचीबी लगनं करावी लागणार. त्यांस्नी पोरंबाळं हुणार. संसाराचा वाढविस्तार हुणार. फुडं तर कुणाचीच रानं आपल्याला कसायला मिळणार न्हाईत. कूळकायदं, बाकीचं शेत जमिनीचं कायदं इचित्र आल्यात. तवा ज्यो त्यो आपापली जमीन आपल्याच ताब्यात ठेवून कसणार. आताच बघतोयस न्हवं; कुणीबी शेतमालक खंडानं, फाळ्यानं, भागानं कशानंबी जमीन लावायला तयार न्हाई. उलट ज्यो त्यो कुळाकडं गेलेली आपली जमीन हिसकावून कशी घेता येईल ह्येची धडपड कराय लागलाय. आशा वक्ताला तिघांस्नीबी अडाणी ठेवणं आपल्याला परवडणार न्हाई. दौलाचा इचार अजून चार सालं तरी करायची गरज न्हाई. पर आप्पाला आता साव्वं वरीस सुरू झालंय. त्येला शाळंत घाटला पाहिजे... न्हाईतरी त्यो नुसताच शेरडामागं हिंडतोय. हिराबाई म्हसरासंगं शेरडं राखतीयाच की. उलट हिरा-धोंडूबाई, तुमचं भाऊ शिकलं तर तुमचंबी कल्याणच हुणार हाय. न्हाईतर ही भिकंची झोळी जल्माची

सुटणार न्हाई. तवा दादा, आप्पाला चार दिसांत शाळंला घालायला पाहिजे.'' मी समजुतीच्या सुरात बोलत होतो.

''काय तरी करा जावा. मला काऽय सांगू नका.'' दादा हात धुऊन कट्ट्यावरनं उठला नि धगटीपाशी जाऊन बसला.

'मग कुणाला बांध्यावरच्या म्हसुबाला सांगू? ह्या सगळ्या पोरांचा तू बाऽ म्हणून मी तुला सांगतोय. पन्नाशी वलांडलीया आता तुझी. तुझ्यामागं हे संसाराचं सगळं घोंगडं माझ्या गळ्यात अडकून बसणार हाय. आणि दौला आत्ता दोन वर्सांचा.'' मी आवाज वाढवला होता. नकळत तो वाढला गेला.

दादा माझ्याकडं नुसता बघतच बसला. गप्प होता. आत राग आला होता, पण त्यानं आवरून आत बांधला होता. माझ्या ते लक्षात आलं. आई गप्पच तुकडा चघळत बसली.

''दादा, मी हे सगळं, ह्या घरादाराचं वाटूळं करायसाठी सांगतोय व्हय गा? मला काय ह्या भणीभावंडांची काळजी नसंलच, असं तुला वाटतंय?'' मी पुन्हा आवाज थंड करून कळवळ्यानं बोललो.

''मी तसं कुठं म्हणतोय, आन्दा? तुला जे काय वाटंल ते तू तिच्या इचारानं कर. तू आता शाळा शिकलेला माणूस; तुला जे काय सरळ वाटतंय ते कर. मला त्यातलं काय कळत न्हाई. आप्पाला आता शाळंत घालून त्येचा खर्च कुठनं करणार मी? ...म्हणून म्हटलं तुमचं तुम्ही कायतरी करा जावा.''

''ठीक हाय. माझा मी आईच्या इचारानं करतो. मधी तू पडू नगं म्हंजे झालं. मी जसा पाचवीपतोर मळ्यातली कामं करत, पोटाला मिळवत शिकलो, तसा आप्पा नुसता पाचवीपतोर शिकू दे.''

''तू पाचवीपतोर शिकलास तवा तुला शिंगं फुटाय लागली हुती. ऐकत हुतास काय माझं त्या वक्ताला? तसाच आप्पाबी करणार नि माझी हाडं मातीत चालली तरीबी मी राबतच ऱ्हाणार.''

''ते का? तुमच्या वतनाचं डाग पडल्यात सगळ्या गावभर. तवा खंडीभर पोरं काढूनबी बसून खावा की'' आई मधेच बोलली.

''तू गप एऽ रांडं. ही कुऱ्हाड बघिटलीस काय. डोसकंच फोडीन, गतकाळे.'' दादा एकदम भडकला. त्याचे डोळे आईवरनं, स्वत:च्या हातावरनं गरागरा फिरले. धगटी शेजारी कडबा तोडायची कुऱ्हाड पडली होती. ती त्यानं हातात घेऊन दाखवली.

''तू गप बस गं, आई. मधी उगच बोलू नको.'' मी आईला गप्प केलं.

''दादा, अजून पाच वर्सांनी कुणालाबी आपली हाडं मातीत घालायचं कायबी कारण पडणार न्हाई, अजून तीन वर्सांनी मी बी.ए. हुईन. आणि पाच वर्सांनी एम.ए.

हुईन. बी.ए. झाल्यावर कुठंबी कोल्हापुरात चांगली नोकरी मिळंल. ती बघत एम.ए. हुईन. मग घरादाराचं हाल संपल.''

''आन्दा, पैल्यापासनं तू असंच म्हणत आलाईस.''

''आलोय हे खरं. खरं तर सातवी झाल्यावर, मॅट्रिक झाल्यावर नोकरी मिळाली असती. पर तिच्यावर घरदार चाललं नसतं. दोन माणसांचा संसार चालविणाऱ्या त्या नोकऱ्या असत्यात. जास्त शिकून मिळवलेली नोकरी चांगल्या पगाराची असती; म्हणून ही धडपड चाललीय.''

''मी तुला सांगिटलं न्हवं; मला ह्यातलं काय कळत न्हाई म्हणून? आप्पाची इच्छा असंल तर त्येला घाल जा शाळंत. मला काय त्येचा खर्च झेपणार न्हाई.''

''त्येच्या खर्चाचं बघतो माझं मी.''

प्राथमिक शाळेत त्याला फक्त पाटीपुस्तकांचाच खर्च येणार होता. दादाची कशीबशी परवानगी घेतली नि आप्पाला शाळेत घालण्याची तयारी केली.

दुसऱ्या दिवशी मी नि आईनं बाजारात जाऊन त्याला एक नवं कुडतं नि एक चड्डी आणली. अंकलिपी, पाटी नि पिशवी आणली... आप्पा शाळेत जायला खूष झाला.

''पोपटराव, आता रोज शाळंत जायाचं. तिथं खूप शिकायचं. मग तुला मोटारीत बसून कोल्हापुरला जायला मिळंल. माझ्यावाणी तुझंबी अंग गोरंगोरं हुईल.''

आप्पा हरकून गेला. शाळेत जाऊन त्याचं नाव दाखल करून मी पुढच्या उद्योगाला लागायला मोकळा झालो.

◆

चौदा

वीस जून ते पंचवीस जूनच्या काळात अनेक धडपडी करून प्रिन्स शिवाजी बोर्डिंग मध्ये नाव नोंदवलं. नाईकसाहेबांची चिठ्ठी घेऊन तिथं 'हाफ चार्ज' मध्ये जेवण्या-राहण्याची व्यवस्था झाली. महिन्याचा राहण्या-जेवण्याचा चार्ज सतरा रुपये होता. मला फक्त महिना साडेआठ रुपये भरावे लागणार होते.

राजर्षी शाहू महाराजांनी अनेक बोर्डिंगांची कोल्हापुरात स्थापना केली होती. महाराष्ट्रातल्या गोरगरिबांच्या विद्यार्थी-मुलांना तिथं स्वस्तात राहण्याची नि जेवणाची व्यवस्था केलेली होती. कोल्हापुरातलं प्रिन्स शिवाजी बोर्डिंग सगळ्यांत मोठं.

कॉलेजमध्ये नाईकसाहेबांच्या चिठ्ठीमुळं अर्धी फ्रीशिप मिळाली. या सगळ्यांना लागणारा पैसा नाईकसाहेब देणार होते. त्याचा सगळा पै नि पै हिशोब ठेवायचं मी योजलं होतं. मनात निश्चय होता की हे पुढं कधीतरी परत करायचे.

रत्नागिरीचा माझा शेर संपला. तिथं छात्रालयात होणाऱ्या बौद्धिकांनी मला जीवनातील आत्मिक विकासाचं एक टोक दाखवून दिलं. त्या टोकावर गांधीजी, विनोबा, आप्पा पटवर्धन, जयप्रकाशजी असे महामानव होते. हे टोक फार लांबचं वाटे. दुसरं टोक होतं माझं माझ्यापाशी. ते चांगलंचुंगलं, स्वत:पुरतं जगण्यासाठी मला शिकवीत होतं. माझ्यातल्या माणसाचं जीवन अजून सुरूच व्हायचं होतं. मी त्या लांबच्या टोकाच्या मुक्कामावर जाईन की नाही, याची खात्री नव्हती. रत्नागिरीला मी गेलो होतो तो घरापासून पळून. केवळ माझ्या विकासासाठी. आता कोल्हापूरला चाललो होतो ते माझा नि माझ्या घरादाराचा विकास करून घेण्यासाठी.

तीन जूनला मी आणि आई कागलहून कोल्हापूरला निघालो. बरोबर नवी पत्र्याची ट्रंक. तिच्यात सगळं सामान कोंबलं. सिमेंटच्या पोत्याच्या पिशवीत घोंगडं नि चादर घातली.

सकाळी आई भाकरी-भाजीची तयारी करत होती. पुन्हा एकदा म्हणून बघावं, म्हणून मी म्हणालो; ''आई, मी जातो की एकटा. माझ्याबरोबर तू यायला का मी न्हानगा हाय?''

''नगं रं बाबा. मी एवढ्यापावटी तुझ्याबरोबर येतो. तुझं बोर्डिंग कुठं हाय ते बघतो. तुझी कसकशी येवस्था हाय ते बघतो नि मी लगीच परततो.''

कॉलेजच्या दुसऱ्या वर्षाला शिकत असूनही हा विद्यार्थी सोबतीला आईला

घेऊन आला आहे, अशी माझ्याविषयी बोर्डिंगच्या विद्यार्थ्यांची समजूत होईल, अशी मला काळजी वाटत होती. म्हणून आईला म्हणालो; "फुडं कवातरी घेऊन जाईन की तुला."

"फुडं काय नि आता काय. कवाबी एकदा येऊन गेलं म्हंजे पुन्ना कवातरी कारण पडलं तर यायला बरं. आज तिथं एका गादीच्या दुकानात जाऊन एक बारीकशी गादी, पलंगपोस नि एक जमखाना घेऊन देतो तुला."

"मला?" मी चकित झालो.

"हां! आत्ता एवढा कॉलेजात जाणार. बरोबरीची पोरं तिथं कुठनं कुठनं न्हायला येणार. एखाद्या वक्ती नाईकसायेब, फुलं देसपांडे तिथं तुझ्याकडं आलं तर नगं का थोडं तरी चार माणसागत दिसायला?"

"खुळी का काय? ती माणसं बोर्डिंगवर मला बघायला कशाला येतील? मोठी माणसं हाईत ती. आपूण त्येंनी बलीवलं की त्येंच्याकडं जायाचं."

"आणि एकाएकी तू येळंसरी अभ्यास करतोस का न्हाई बघाय आलं; तर काय घ्या?"

"माझ्यावर इस्वास हाय त्येंचा. म्हणून तर ती मला मदत करत्यात."

"न का येईनात. निदान एक गादी-जमखाना तरी घेऊ या. भुईला फरशी असती शेरगावात. नुसत्या घोंगड्यावर थंड आवरायची न्हाई तुला. एखाद्या वक्ती थंडी बाधून आजारीबी पडायचास. ते कुणी निस्तारायचं? चल."

"चल तर."

तिनं दोन वक्ताचं जेवण बांधून घेतलं. उद्यापासनं मला बोर्डिंगचं मिळणार होतं.

कोल्हापुरात स्टँडवर उतरलो नि आम्ही दोघं सरळ बोर्डिंगच्या दिशेनं चालू लागलो. आईनं डोक्यावर ट्रंक घेतली. मी जेवणाची नि माझ्या वळकटीची अशा दोन्ही पिशव्या दोन्ही हातात घेऊन आईबरोबर चाललो.

साठमारीच्या पुढं अर्धाएक फर्लांगभर गेल्यावर मोकळी रानं लागली. उजव्या बाजूला बोर्डिंगची बैठी इमारत, बरॅक बांधल्यासारखी लांबूडकी. तिच्या सगळ्या खिडक्या उघड्या.

"हे बघ आमचं बोर्डिंग. अकरा नंबरच्या खोलीत मला जागा मिळालीया."

"निर्मळ एका बाजूला दिसतंय. मोटर टँडावरनं यायला सरळ सोपं हाय."

प्रिन्स शिवाजी बोर्डिंगची मुख्य शाखा शिवाजी पेठेत होती. ही दोन नंबरची शाखा भालजी पेंढारकरांच्या फिल्म स्टुडिओच्या पाठीमागं. जवळच आर्यसमाजाचंही बोर्डिंग. शाहूमहाराजांच्या कारकीर्दीत कोल्हापुरला घोड्यांच्या रेसीस खेळल्या जात. एकावन्न घोड्यांची सोय होईल, अशी इथं व्यवस्था होती. त्या घोड्यांची जुनी पाग म्हणजे ही दोन नंबरची शाखा. म्हणून तिला 'एकावन्न ठाणा बोर्डिंग' असंही म्हटलं

जाई. एकावन्न ठाण्यांचं रूपान्तर भिंती बांधून एकावन्न खोल्यांत केलेलं.

दोघं बोर्डिंगच्या इमारतीत घुसलो. खोल्यांचे नंबर बघत चाललो. अकरा नंबरच्या खोलीसमोर मी थांबलो. दार वाजवलं. कुरळ्या केसाचा एक विद्यार्थी दार उघडून बाहेर आला.

''नमस्कार. मी आनंद जकाते. तीनचार दिवसांपूर्वीच मी इथल्या ऑफिसमध्ये येऊन बोर्डिंगमध्ये ॲडमिशन घेऊन गेलोय. त्यांनी मला अकरा नंबरच्या खोलीत राहण्यासाठी सांगितलंय.''

''या ना आत. मी य. रा. पोवार.'' कुरळ्या केसांच्या, शांत वाटणाऱ्या त्या विद्यार्थ्यानं मला आत घेतलं. आई ट्रंक घेऊन आत आली. मी पिशव्या एका बाजूला लावल्या. तिथंच ट्रंक लावली. दुसराही एक विद्यार्थी तिथंच खुर्चीवर बसलेला. त्याचा परिचय करून घेतला. एकमेकांच्या चौकश्या झाल्या. तिघेही इंटरच्या वर्षालाच होतो. सुपरिटेंडंट साधारणपणे एका वर्गातले विद्यार्थी एका खोलीत कसे येतील याची दक्षता घेत होते.

''बरं झालं. एकाच वर्गात हाईसा ते. एकमेकाला सांभाळून घ्या.'' आईनं दोघांना सांगितलं.

साडेदहा वाजून गेले होते. दोघांनाही पंगतीला जायचे वेध लागलेले. कॉलेजला जायला हवं होतं.

''तुम्ही बसा निवांत. आम्ही जेवण करून येतो.''

''या जावा.'' मी बोललो.

आई नि मी खोली न्याहाळली, बांधकाम दगडी असलं तरी खोली साधी होती. वर साधी देशी खापरी घातलेली. खाली शेणानं सारवलेली साधी भुई.

मी आणि आईनं खोलीतच भाकरी खाल्ली. सुपरिटेंडंटनी ॲडमिशन चार्जेसची पावती फाडताना सांगितलं होतं की, ''येताना तुमचं तुम्हाला ताट, वाटी, तांब्या आणावा लागेल. तुमची तुम्हाला भांडी धुवावी लागतील. आंघोळीला गरम पाणी मिळणार नाही. फक्त दोन वेळचं जेवण. जे असेल ते खाल्लं पाहिजे. तक्रार चालणार नाही.'' मी सगळ्याला मान हलवली होती.

ती ताट, वाटी बाहेर काढून आम्ही जेवलो.

बाहेर पडलो. हौदाची चौकशी करून तांब्या भरून आणला. पोटभर बोर्डिंगचं पाणी प्यालो.

आईसाहेबांच्या पुतळा-चौकात जाऊन पलंगपोस नि गादी तेवढी खरेदी करून आणली. गादीखाली घोंगडं घालायचं नि वर चादर पांघरायचं नक्की केलं. गादीला भरपूर किंमत पडल्यामुळं आईचं बजेट गादीतच संपलं होतं. त्यामुळं जमखान्याचा बेत आवरता घेतला.

आईला मोटारीत बसवून मी गादी घेऊन बोर्डिंगवर आलो.

बोर्डिंगचं जीवन सुरू झालं.

मी रुळलो.

स्वैपाक करणाऱ्या साताठ स्त्रिया. विद्यार्थी त्यांनाच शेण आणायला लावत. त्यांच्याकडून भुई सारवून घेत. त्यांचे शेणाचे व सारवण्याचे दर ठरवलेले. खोलीतल्या विद्यार्थ्यांनी ते पट्टी काढून द्यायचे. एका खोलीत तीन विद्यार्थी. तिघेही बिछाना टाकून, जमिनीवरच झोपत. खोलीत एक टेबल आणि एक खुर्ची. साध्या भुईवर टेबल डगडगे. त्याला नेहमी वटकनं लावून लेखनाला, अभ्यासाला बसावं लागे.

कपड्यासाठी प्रत्येकानं आपापल्या जागेवर दोऱ्या बांधलेल्या. टॉवेल-चड्ड्या, कुडती, विजारी त्यांच्यावर सुकत टाकलेली. कायम पसरलेल्या अंथरूणावर बसून अभ्यास-वाचन चाले. डास-चिलटं नसली तरी ढेकणं भरपूर होती. त्यांना तोंड देत झोपावं नि अभ्यास करावा लागे. त्यात शेटे वाघ-सिंह डरकाळल्यासारखा घोरे. त्यामुळं तो जागा आहे तोवर माझी झोप मी काढून घेई. तो झोपून घोरू लागला की मला जाग येई. मी मग झोप अनावर होईपर्यंत वाचत बसे. झोप अनावर झाली की तसल्या घोरणाच्या गर्दीतही झोपून जाई. पुष्कळ वेळा मी दुपारी भरपूर झोप काढी.

हौदात पाणी भरपूर. कधीही जाऊन कपडे-चोपडे धुता येत. बोर्डिंगपासनं अर्ध्या फर्लांगावर ओळीनं पाच-सहा पायखाने बांधलेले. तिथं शौचाला यायचं.

सकाळी अकरा ते एक-दीडपर्यंत आणि रात्री सात ते नऊपर्यंत कुणालाही जेवण मिळे. पंगती होत. पंगतीत सगळ्यांबरोबर खायला मिळे. आमटी नि भाकरी भरपूर असे. तूर, चवळी, मटकी, मूग यांची उसळ. भात असे. पण भात नि उसळ मर्यादित. तेही पहिल्या दोन्ही पंगतीला जो असेल त्यांना ते मिळत असे. नंतर येणाऱ्यांना मिळालं तर मिळे; नाहीतर आमटी-भाकरी पोटभर मिळे. दोन पंगतीनंतर आमटीतली डाळ संपलेली असे. पाणी फक्त शिल्लक. त्या पाण्याबरोबर तुकडे ओले करून खावे लागत. त्यामुळं पहिल्या नाही; निदान दुसऱ्या पंगतीला जाऊन जेवण्याची प्रत्येकाची धडपड. काळ्या शहाबादी फरशीचा मेस. तिथं बसायला पाट भरपूर. पाटावर पंगती बसत. पंगत झाली की साळुत्यानं खरकटं लोटून घेतलं जाई. मग दुसरी पंगत. तिचंही खरकटं लोटून घेतलं जाई. पाटांची ओळ तशीच असे. त्यामुळं मेसमध्ये सदैव माश्या घोंगावत. माश्या मारत जेवणं आटोपावी लागत. कधीतरी आठवड्यातनं एकदा मेसची फरशी धुऊन घेतली जाई.

पंगतीला यायला उशीर झाला, ती मिळाली नाही की जीव हळहळे. मग जेवण खायला नको वाटे. आमटीला दिलेल्या फोडणीचा तवंग दोन्ही पंगतींना संपलेला असे. उसळ तर दोन्ही पंगतीनंतर सहसा मिळत नसे. जेवण गारेगार झालेलं. ते

तसंच गिळावं लागे.

तिखटाचा वापर बेताचा असला तरी जेवणाला चव नव्हती. फोडणीला तेल कांद्याशिवाय दुसरं काही नसे. अधनंमधनं स्वस्तात मिळाल्या तर फळभाज्या असत. दोडके, दुधीभोपळे यांची भाजी मिळे. एखाद्या रविवारी बटाट्याची भाजीही मिळे. पण हे क्वचित असे. तक्रार कुणाचीच नसे. कारण सतरा रुपयांमध्ये खाणं आणि राहणं दोन्हीही मिळत असे. अगदी साध्या जेवणासाठी खानावळीत एका वेळी बारा आणे द्यावे लागत. आठ आण्याला राईसप्लेट असे. त्या मानानं हे सतरा रुपयांत भात, भाजी, भाकरी, आमटी दोन वेळेला पोटभर मिळत होतं.

बोर्डिंगला येणारी मुलं बहुतेक सातारा व कोल्हापूर जिल्ह्यातली असत. काही बेळगाव जिल्ह्यातून, काही रत्नागिरी जिल्ह्यातूनही आलेली असत. खेड्यापाड्यांतली पोरं, गरिबाघरची, शेतकऱ्याची, कुणब्याची, साळ्या-सुताराची असत. मागास जातीतील मुलांचा भरणा जास्त. शिक्षणासाठी त्यांना शिक्षणवृत्ती मिळत असे. येतानाही मुलं अगदी मळक्या-फाटक्या कपड्यात येत. पैसे मिळू लागले की त्यांच्या अंगावर चांगला कपडा येई. ती नीटनेटकी राहत. विशेष स्वच्छ राहत. आपआपले ग्रूप करून राहत; चर्चा करत, हिंडत फिरत... डॉ. बाबासाहेब आंबेडकर हा त्यांच्या आवडीचा विषय. 'संयुक्त महाराष्ट्र' कधी होणार, कोण चुकलं, कोण बरोबर; हा इतर विद्यार्थ्यांचा आवडीचा विषय.

रूमपार्टनर पोवार आणि शेटे राजाराम कॉलेजला जात. ते जुनं प्रस्थापित कॉलेज. हे दोघे चर्मकार समाजातील असूनही अतिशय टापटिपीनं राहत. मला पुष्कळ वेळा माझीच लाज वाटे. मला कपड्यांना इस्त्री करणं परवडण्यासारखं नव्हतं. ते दोघे आपल्या कपड्यांना इस्त्री करून आणत. पुरवून पुरवून ते कपडे वापरत. एकमेकांचा अभ्यासाला, पुस्तकं देण्याघेण्याला भरपूर उपयोग होत असे. पोवारांची सायकल होती. ती सायकल ते अतिशय स्वच्छ ठेवत. तिची नेमानं देखभाल करत. इतर कुणालाही ते सायकल देत नसत. मला मात्र प्रसंगी वापरायला देत. प्रसंगी मी त्यांना अभ्यासाला मदत करी.

ज्या विद्यार्थ्यांना कमीअधिक सवलत दिलेली असे त्यांना प्रत्येक रविवारी शाखा नंबर एकवरील शेतावर दोन दोन तास काम करायला जावं लागे. विद्यार्थी न आल्यास दुसऱ्या टर्मला त्याची सवलत काढून घेतली जाई. पुष्कळ वेळा संस्थेला वाटलं तर मधूनच ती बंद होई. विद्यार्थ्यांचं बोर्डिंगमधील वर्तन नीट असण्याची गरज असे. त्या विद्यार्थ्यानं नेमानं अभ्यास करून पास झालं पाहिजे, अशी अपेक्षा असे. नापास होणाऱ्या विद्यार्थ्यांना या सवलती मिळत नसत. फुलचार्ज भरावा लागे. बेशिस्त वर्तन करणाऱ्या, व्यसनी, गुंड विद्यार्थ्याला काढून टाकलं जाई. बोर्डिंगतर्फे शाहूजयंती, शिवजयंती, प्रिन्स शिवाजीची पुण्यतिथी, इतर काही

व्याख्याने, कार्यक्रम होत. संमेलनेही स्वतंत्रपणे शाखांवर होत. वातावरण खेळीमेळीचं, अभ्यासाचं, गप्पाटप्पांचं असे.

सगळंच ठीकठाक चाललं होतं, असं नव्हे. पुष्कळ वेळा बोर्डिंगमधील मेसचा वाढप्या मुलगा दळण वगैरे आणायला गेलेला असे. अशा वेळी एखादी बाई तिथं धान्य वगैरे निवडत बसलेली असे. विद्यार्थी जेवणासाठी आला तर ती त्यालाच वाढून घ्यायला सांगे. मग विद्यार्थी भरपूर भाजी, आमटीच्या वर आलेला फोडणाची तवंग, भरपूर भात घेत असत. त्यासाठी बाईंना 'मावशी, मावशी' म्हणून खूष ठेवणं, 'बॉय'ला चहा देऊन खूष ठेवणं, असे प्रकार होत. बोर्डिंगच्या शेतावर कुणी मनापासून काम करत नसे. खोल्यातून पैशांच्या बारीकसारीक चोऱ्या होत. हौदावर साबण विसरला की तो हमखास तासाभरात चोरीला जात असे. पण याचा सुळसुळाट नव्हता. माणूस म्हटल्यावर जे कमीअधिक असतं; तेच तिथंही होतं.

बोर्डिंगच्या पश्चिमेला फिल्म स्टुडिओ असला तरी बाकी सर्व मोकळं रान होतं. दक्षिणेला मोठी आंबराई. तिथं एक देऊळ. त्या आंबराईत अनेक विद्यार्थी अभ्यासाला जाऊन बसत. खाली आग्नेयेला थोडी ढोर समाजाची वस्ती. तिथं कातडी कमावण्याचा धंदा चाले. जवळच ओढा. त्या ओढ्याच्या पलीकडं यल्लमाचं छोटं देऊळ. आंबराईच्या पश्चिमेला जुनं रेसराऊंड. सगळा परिसर शांत आणि हवेशीर होता.

आंबराईत जाऊन मी अभ्यासाला बसत होतो. कविता लिहिण्यासाठी तो एकान्त मी अधिक पसंत करत होतो. निवान्तपणे शेतात बसल्यासारखं वाटे... गावाकडच्या शेताचा एक तुकडा, थोडी झाडं पाठराखणीला आल्यात, अभ्यास करताना मला एकटं वाटू नये म्हणून धीर द्यायला आल्यात, असं वाटे.

◆

पंधरा

गोखले कॉलेजमध्ये नाव दाखल केलं होतं. कॉलेजची इमारत अशी नव्हतीच. अजून ती बांधायची होती. साठमारीच्या पश्चिमेला तीनचार सुट्यासुट्या खोल्या होत्या. त्या खोल्यांत कॉलेज सुरू झालेलं. एका खोलीत ऑफिस. एका खोलीत स्टाफरूम. दुसऱ्या एका खोलीत इंटरचा वर्ग. आणखी एका खोलीत एफ. वाय. चा वर्ग. कॉलेज कोल्हापुरास येऊन तिसरं वर्ष चालू झालेलं. त्यामुळं विद्यार्थ्यांची संख्या अगदी बेताची. प्राचार्यसुद्धा स्टाफरूममध्येच बसत. त्यांनाही बसायला स्वतंत्र जागा नव्हती. साठमारीच्या पूर्वेला इमारतींचं बांधकाम चाललेलं.

कॉलेज सकाळी सुरू होऊन अकरा साडेअकरापर्यंत संपत असे. त्यानंतर दिवसभर मी मोकळा. काही काम मिळालं तर या मोकळ्या वेळात करावं, नाहीतर मन लावून दिवसभर अभ्यास करावा, वाचन करावं, असा विचार होता. पूर्वी कॉलेज कागलला होतं, त्यामुळं प्राचार्य बॅरिस्टर खर्डेकर, प्रा. एम. आर. देसाई, या मंडळींना मजविषयी आपुलकी वाटेल, त्यांच्याच संस्थेच्या कागलमधील श्री. शाहू हायस्कूलमध्ये मी शिकलो असल्यानं त्याचाही काही फायदा मिळेल, असं वाटत होतं. बाळासाहेब खर्डेकर यांनी कॉलेजसाठी नामांकित टीचिंग स्टाफ गोळा केला होता. या सर्व गोष्टींमुळं मी गोखले कॉलेजमध्ये प्रवेश घेतला. राजाराम कॉलेज सरकारी होतं. तिथं अनेक गैरसोयींना मला तोंड द्यावं लागलं असतं.

कॉलेजात तासाला प्रथमच गेलो. त्यादिवशी एक साधी घटना घडली.

डॉ. ल. म. भिंगारे यांचा मराठीचा तास होता. आल्या आल्या त्यांनी ''चला; सांगितलेला निबंध कुणी कुणी लिहून आणलाय त्यांनी आणा बघू.'' अशी आज्ञा केली. बहुतेक विद्यार्थ्यांनी निबंध दिले. अगदी थोडी मुलं जाग्यावरच बसली.

''निबंध आणला नाही, असे कोण आहेत; जरा उभे राहा पाहू.''

विद्यार्थी उभे राहिले. प्रत्येकाला त्यांनी 'का आणला नाहीस?' असं विचारून त्याची कारणं गोळा केली.

मीही उभा होतो. ''मी आजच आलोय. उद्या निबंध लिहून आणतो.'' म्हणून सांगितलं. निबंध लिहून आणलेल्या एका विद्यार्थ्याकडून निबंधाचा विषय विचारून घेतला नि दुसऱ्या दिवशी निबंध लिहून दिला.

वर्गात कुणी ओळखीचं नव्हतं. रत्नागिरीचा अनुभव पाठीशी होता. त्यामुळं

वर्गात पुढं बसू लागलो.

जवळच्या विद्यार्थ्यांशी मैत्री होणं कठीण होतं. इंटरच्या वर्गात मीच एकटा नवखा. बाकीचा सगळा वर्ग एफ.वाय. मधून इंटरमध्ये आलेला. ज्याच्या त्याच्या ओळखी नक्की होऊन गेलेल्या. त्यामुळं उपऱ्यासारखा एकटाच येत होतो नि जात होतो.

दुसऱ्या आठवड्यात दोन गोष्टी घडल्या. डॉ. भिंगारे यांनी सगळ्यांचे निबंध तपासले होते. सगळ्यांना ते परत दिले. माझा निबंध पाठीमागं ठेवून ते शेवटी म्हणाले; 'सगळ्यांनी निबंध लिहिले. पण वर्गात मी जे मुद्दे चर्चिले तेच कमीजास्त फरकाने निबंधात सगळ्यांनी आणले आहेत. त्यामुळं मांडणीचेच सर्वांना मार्क्स पडले आहेत. पण हा एकच निबंध असा आहे की या विद्यार्थ्यानं स्वत:चं डोकं लढवून वेगळ्या शैलीत लिहिला आहे. हा विद्यार्थी 'आनंद जकाते'. नाव नवीनच दिसतंय.'

मी उठलो नि माझा निबंध घेऊन आलो... खरं म्हणजे त्या निबंधाचे मुद्दे ज्या तासाला चर्चिले गेले होते; त्या तासाला मी उपस्थित नव्हतो. त्यामुळं स्वत:चं डोकं लढवून निबंध लिहिण्याशिवाय दुसरा मार्ग नव्हता.

निबंध आणायला गेलो तेव्हा अनेक विद्यार्थ्यांचं माझ्याकडं लक्ष गेलं. विशेषत: एस.एस.सी.ला चांगल्या गुणांनी पास झालेला हुशार म्हणून ओळखला जाणारा ज. वा. जोशी याचं माझ्याकडं लक्ष गेलं... 'हा कुणी नवा स्पर्धक तर इथं आला नाही ना? वर्षभर याच्याशी स्पर्धा करावी लागेल की काय?' असा प्रश्न त्याच्या मनात आला असावा.

कॉलेज सुटल्याबरोबर त्यानं मला गाठलं. ''मी ज. वा. जोशी. आपण आनंद जकाते ना? कोठून आलात?'' म्हणून त्यानं मला विचारलं. मोकळेपणानं आम्ही दोघे बोललो. एकमेकांची सविस्तर ओळख करून घेतली.

त्याच आठवड्यात आणखी एक घटना घडली. प्रा. एस. एल. शिरोडकर हे रत्नागिरीच्या गोगटे कॉलेजची नोकरी सोडून इथं गोखले कॉलेजमध्ये आले होते. रत्नागिरीला ते आम्हाला नागरिकशास्त्र शिकवीत होते. इथं इंटरला अर्थशास्त्र शिकवू लागले.

तासावर आले तेव्हा पुढच्या बेंचवर मी बसलेला असल्यानं त्यांची माझी नजरानजर होऊन आम्ही दोघेही आनंदलो. ते अतिशय आनंदी आणि उत्साही वृत्तीनं वागत.

''अरे जकाते, तुम्ही इकडे कसे?'' असा त्यांनी अगदी मोठ्यानं प्रश्न केला.

''मी रत्नागिरी सोडून इथं आलोय सर.''

''गुड गुड! इट्स अ गुड ॲडिसन.'' ते एकदम वर्गाला उद्देशून म्हणाले,

''जकाते इज ए गुड स्ट्युडंट! ही इज ए पोएट! इझंट इट?''

मी मान हलवली. त्यांची मातृभाषा कानडी. कानडी वळणाची मराठी ते बोलत. पण सहसा इंग्रजी बोलत. आनंदी मूडमध्ये शिकवत. अर्थशास्त्र शिकवीत असताना ते व्यवहारातील उदाहरणे घेत. रत्नागिरीहून तेही नवीन आल्यानं त्यांचा बाकीच्या विद्यार्थ्यांशी परिचय नव्हता. त्यामुळं उदाहरणांसाठी ते सर्रास माझ्याच नावाचा उल्लेख करीत. 'सपोज, जकाते गेव्ह मी...' असं म्हणून काहीतरी वस्तूंची नावं पुढं घालत. त्यांची किंमत सांगत.

या दोन गोष्टींचा परिणाम असा झाला की, माझं नाव सगळ्या वर्गाला माहीत झालं. हा एक बऱ्यापैकी विद्यार्थी असावा, असा अनेकांचा समज झाला.

जोशी आणि त्याच्या मित्रांचा एक चांगला अभ्यासू ग्रूप होता. एफ.वाय.च्या वेळी तो तयार झालेला. या ग्रूपचा प्राध्यापकांशी सतत संपर्क असे. विद्यार्थ्यांत बऱ्यापैकी साताठ विद्यार्थी होते. ते एकमेकांशी कायम संबंध ठेवत. प्रसंगी एकमेकाला मदत करत. इंग्रजी उत्तम असलेला शंकर कुलकर्णी, वर्गात आपल्या मिस्किल वर्तनानं लक्ष वेधून घेणारा सुधाकर पाटील, संस्कृतचा अभ्यासक श्री. धुं. कवीश्वर हे विद्यार्थी दिवसभर नोकरी किंवा काम करून सकाळचं कॉलेज करत असत. वास्तव जीवनाचं त्यांना भान असे. सर्वच बाबतीत हुशार असलेली सुशीला द्रवीड ही मुलगी ग्रुपमध्ये होती. इंग्रजी भाषेत विशेष गती असलेला कमलाकर दीक्षित खालच्या वर्गात असूनही या ग्रूपमध्ये होता.

या ग्रूपमध्ये ज. वा. जोशी सर्वच विषयांतील स्कॉलर म्हणून गणला जाई. राहणी साधी. वागणं सर्वांशी मिळूनमिसळून. स्वभावात एक निरागस खट्याळपणा होता. त्याच्या खट्याळपणात बुद्धिमत्तेची चमक असे. सातारा जिल्ह्यातील दुधोंडीसारख्या एका छोट्या खेड्यातून कोल्हापुरात शिक्षणासाठी आलेला. हायस्कूलपासून कोल्हापुरास आपल्या एका नातेवाईकाकडं राही. स्मरणशक्ती चांगली. आवश्यक ते मराठी, संस्कृत पाठांतर. इंग्रजीतीलही काही विचार पाठ. वक्तृत्वस्पर्धांत तो सतत भाग घेई. सातत्यानं पारितोषिकं मिळवी. रूपानं देखणा. डोळ्यांना नंबर असल्यामुळं चष्मा वापरी. त्यामुळं तरुणवयातील हुशारपणाची झाक चेहऱ्यावर आलेली. साधा स्वच्छ लेंगा, बदामी रंगाचा बिनकॉलरचा लांब बाह्यांचा अंगाबरोबर असलेला कोल्हापुरी सदरा, पायांत साध्या चपला; अशा पोशाखात नेहमी असे. त्याचं सतत वाचन आणि चिंतन चाले. महिनाभरातच आम्हा दोघांची मैत्री जमली. मी त्याला जगन्नाथ किंवा जगू म्हणे. तो मला आनंद म्हणून बोलवी. मात्र आम्ही दोघंही तिसऱ्याजवळ एकमेकांचा उल्लेख करताना जोशी, जकाते असाच करीत असू.

काही महत्त्वाचं वाचलं की तो माझ्याकडं येई. मी बोर्डिंगमध्ये राहत असल्यानं आणि मी ज्या खोलीत राहात होतो तिच्यातील दोन्ही विद्यार्थी अकराच्यापुढं

कॉलेजला जात असल्यानं माझ्या खोलीवर दिवसभर निवांतपणा असे. त्याचा फायदा घेऊन नवीन वाचलेल्या पुस्तकावर आम्हा दोघांची सविस्तर चर्चा होई. अभ्यासावरही चर्चा होई. विशेषत: जीवनविषयक व जीवनमूल्यविषयक विचार वाचण्याकडं त्याचा अधिक कल होता. गेल्यावर्षी मी भरपूर वाचलं होतं. पण ते सगळं ललित साहित्य आणि साहित्यविषयक वैचारिक लेखन होतं, पण जगूच्या संगतीमुळं मला जीवनविषयक व जीवनमूल्यविषयक वैचारिक वाचनात रुची निर्माण झाली.

माझ्याशी तो चर्चा करी, याचं कारण मी शांतपणे, मन:पूर्वक ऐकून घेत असे. आपण जे वाचलं ते कुणाला तरी सांगावं, त्याची स्पष्टपणे उजळणी करावी, असा त्याचा हेतू असे. कुणाला तरी सांगितल्यानं आपल्या मनातले विचार स्पष्ट होतात, रुजून पक्के होतात ही जाणीव त्याच्यात होती. त्याचा हेतू माझ्या लक्षात येई. पण ऐकण्यामुळं माझं काही नुकसान होत नसे. त्यानं वाचलेलं माझ्या दृष्टीनं नवं, मोलाचं; असं वाटे. ते ऐकण्यात मला रस होता. माझ्या आवडीचं त्यात पोषण होई. जीवनविषयक पडलेल्या अनेक प्रश्नांची जाणीव-नेणिवेच्या पातळीवर मला उत्तरं मिळत होती. माझ्या विचारांत एक स्पष्टता येत होती. सतत वाचन करण्याची ओढ दोघांनाही होती. त्यामुळं वाचनानंतर आलेला कंटाळा या चर्चांतून नष्ट होई. दोघेही चर्चेमुळं ताजेतवाने होत होतो.

चर्चा झाल्यावर पुष्कळ वेळा मी त्याला एखादी ताजी कविता वाचून दाखवी. तिच्यावरही चर्चा होई. जिवाभावाच्या पुष्कळ गोष्टी निघत. त्यांतून मैत्री दृढ, घनिष्ठ होत गेली.

संध्याकाळ झाली की दोघंही फिरण्यासाठी बाहेर पडत असू. बोर्डिंगजवळच्या आंबराईत; सावलीत बसून पुष्कळ वेळा गप्पा होत. मोकळ्या निसर्गात मनं उल्हसित होत. भावनिक निचराही होत असे. अनेक वर्षे कोल्हापुरात असल्यामुळं आणि स्वत:च्या सोज्ज्वळ पण खट्याळ, बोलक्या आणि हुशार स्वभावामुळं तो मुलींच्या सहवासात स्वाभाविकच अधिक आला होता. त्यांच्याविषयी मनात प्रेमभाव निर्माण होत होता. तोही तो बोलून दाखवी. त्यात गंभीरपणा विशेष असे. त्याची ही मन:पूर्वकता मला आवडे.

संध्याकाळी बाहेर पडलो की आम्ही पुष्कळवेळा कुठल्यातरी तिकटीवर जाऊन धारोष्ण दूध पावशेर घेत असू. किंवा केळी खात असू. "हा सात्त्विक आहार आहे. बुद्धीला, स्मरणशक्तीला आणि आरोग्याला हा अतिशय चांगला असतो. विद्यार्थ्यानं तो घेतलाच पाहिजे.'' असं त्याचं मत होतं. काहीतरी भजी-चिवडा खाण्यापेक्षा आपण यात पैसा घातला तर आपली बुद्धी तल्लख राहील नि पोटात चांगलं अन्नही जाईल, आपल्या आहे या परिस्थितीत आपण हाच विचार करणं योग्य आहे, असं

मला वाटे. पुढं दूध-केळीच्या आहाराचा मला नादच लागला. सर्वोदयाचा संस्कारही त्याला कारण होता.

जगन्नाथ कोणत्याही विषयावर गप्पा मारण्यासाठी माझ्याकडं येई आणि मी मात्र वाङ्मयीन विषयावर गप्पा मारण्यासाठी त्याच्याकडं न जाता कमलाकर दीक्षितकडं जाई. जगन्नाथचं वैशिष्ट्य असं की, गप्पा मारताना त्याला कुणीतरी ऐकणारा प्रथम लागे. जेव्हा मी काही जगूला नवं वाचलेलं, नवं लिहिलेलं ऐकवण्यासाठी जात होतो; तेव्हा त्याला ते सहसा नको असे. त्याच्या दिवसभराच्या वेळापत्रकात जर एखादं वाचन अध्ययन करायचं असेल आणि त्या वेळात मी जर त्याच्याकडं गेलो तर तो काहीतरी निमित्त सांगून गप्पा मारणं टाळी. ''मला पंधरा मिनिटं वेळ आहे; तेवढ्या वेळात काय सांगायचं ते सांग.'' म्हणून प्रतिसाद न देता गप्प बसे; नि ''झालं का तुझं सांगून. आता माझा मला अभ्यास करू दे. उद्या आपण कॉलेजवर भेटू.'' असं कोरडेपणानं म्हणून आपल्या कामाकडं वळे.

त्याचा हा अनुभव मला वरचेवर येई. मला मात्र तो माझ्याकडं आल्यावर तसं वागायला कधी जमत नसे. योग्यता असलेल्या किंवा नसलेल्या माणसाला 'माणूस' म्हणून वागवण्यात मला आनंद वाटे. मानवी स्वभावाच्या अनेक कंगोऱ्यांचं दर्शन त्यात होई. मला ते हवंहवंसं वाटे. म्हणून कामं बाजूला ठेवून मी जगूचं स्वागत करी. त्याचं ऐकून घेई. कमलाकरचं तसं नसे. त्याच्या घरी गेलं की तो 'याऽ' म्हणून आनंदानं स्वागत करी. प्रथम चहा होई. मग गप्पांना रंग चढे. संध्याकाळ झाली की दोघे बाहेर पडत असू. मग आणखी चहा होई नि भटकत गप्पा होत. भटकता भटकता कुणी मित्र भेटला तर पुन्हा चहा. बरोबरीच्या भूमिकेमुळं खूप काही बोलता येई. कमलाकरमुळं मी बरोबरीच्या नात्यानं चर्चा करायला शिकलो.

इतर मित्रांशीही गप्पा होत. पण त्या कॉलेजच्या वेळात. त्या गप्पांना तात्कालिकता असे. कारण शंकर कुलकर्णी, सुधाकर पाटील, कवीश्वर हे आपल्या कामाला ऑफिसवर निघून जात.

जगन्नाथ-कमलाकरची घरं मला जवळची वाटत. त्यांच्या घरची माणसं प्रेमळ. प्रसंगी त्यांच्याशीही मी गप्पा मारत असे.

तुकाराम नाईक अचानक बोर्डिंगमध्ये राहायला आला.

''तुकाराम, तू इकडं कसा? मला काहीच कळवलं नाहीस?''

''नाय कळवलं. माझा तरी हय येवचा नक्की खय होता आणि मेल्या तू तरी हय रवाचा नक्की व्हता काय रे?''

त्यानं मला उलट प्रश्न केला. तो प्रश्न खरा होता.

''अरे, माझं काय; मी जास्तीत जास्त गावाजवळ राहण्याचाच प्रयत्न करणार. पण तुझं?''

"माझाही तसाच मरे."

"तुला रत्नागिरी जवळ का कोल्हापूर रे?"

"अरे, कोल्लापूरच. रत्नागिरी लांब पडता मरे. त्येतल्या त्यात कोल्लापूर जवळचा आसा. शिवाय सावंतवाडीची खूप पोरा हय शिकाक आसत. बेळगावाक माझो भावस आसा. तिकडसून सावंतवाडी किती जवळ वाटता रे."

त्यानं आपलं भावनिक अंतर सांगितलं. मला मात्र आश्चर्य वाटलं.

त्याला नि मला एका खोलीत राहता आलं नाही. त्याला वेगळी खोली मिळाली. मात्र रोज मिळूनच गोखले कॉलेजला जाऊ लागलो. रत्नागिरीच्या गप्पा जातायेता मारू लागलो.

दिवस जातील तसा तो दिवसभर कुठंतरी जाऊन येऊ लागला. बहुतेक तो सावंतवाडीच्या आपल्या जुन्या मित्रांना भेटायला जात असावा.

रत्नागिरीच्या छात्रालयातलं वातावरण बंदिस्त होतं. तुकारामच्या भटक्या स्वभावाला इथं रान मोकळं मिळालं. इथं खाण्यावरही काही बंधनं नव्हती. जेवण नाही आवडलं तर खानावळीत जाऊन जेवता येत असे. तुकाराम क्वचित तेही करी.

इथं तो निरंकुश होता. त्यामुळं त्याची माझी जी रत्नागिरीत जोडी होती ती कोल्हापुरात राहिली नाही. त्याचा तो नि माझा मी; असं झालं.

कोल्हापुरात माझं नेमकं उलटं झालं. मला भरपूर वेळ मिळू लागला. मी दुष्काळातून आल्यासारखा मिळेल त्या वेळात वाचनावर नि अभ्यासावर तुटून पडू लागलो. लेखन करू लागलो. कवितालेखन आणि वाचलेल्या वैचारिक पुस्तकांवर नोट्स काढणं यात मी रमू लागलो. जगन्नाथची अभ्यासाची रीत मी विचारून घेतली होती. तीनुसार वाचन, वाचता वाचता पेन्सिलीनं खुणा करणं, एक वाचन झाल्यावर पुन्हा एकदा वाचलेल्या विषयावर नजर फिरवून मुद्दे पक्के करणं, त्यांचा क्रम लक्षात ठेवणं आणि त्यांची अतिसंक्षिप्त टिपणं काढणं, असा माझा उद्योग सुरू झाला.

माझी आर्थिक विवंचना मिटली होती. शिक्षण पूर्ण होईपर्यंत आता काळजी नाही; याची खात्री वाटत होती. मोकळ्या वेळेचा पुरेपूर फायदा घ्यायचा आणि मिळणाऱ्या मदतीला आपण पात्र आहोत हे दाखवून द्यायचं; ही नवी जिद्द आलेली. अभ्यासू मुलांचा चांगला ग्रूप भेटल्यानं माझा उत्साह दुणावला होता.

रत्नागिरीला आमच्याकडं 'सर्वोदय छात्रालयातली मुलं' म्हणून पाहिलं जाई. अनाथ आश्रमातल्या मुलांकडं ज्या दयाबुद्धीनं पाहिलं जातं; तसा आमच्याकडं पाहण्याचा कॉलेज विद्यार्थ्यांचा दृष्टिकोन. आमचा पोशाख खादीचा. त्याला इस्त्री नसे. त्यामुळं कॉलेज विद्यार्थ्यांत आम्ही विद्यार्थी वेंधळे, बावळट, बेवारस दिसत असू. इतर मुलं सहसा आमच्याशी मैत्री, स्नेहसंबंध ठेवायला राजी नसत. आमच्याशी

केवळ सहानुभूतीनं बोलत किंवा टिंगल तरी करत. मी आरंभी कॉलेजला गांधी टोपी घालून जात असे. पण एके दिवशी मुलांनी ती उडवली नि प्राध्यापक येण्यापूर्वी झेलाझेलीचा खेळ केला. कुणीतरी एकानं आपल्या डोक्यावर घालून सर्वोदयी कार्यकर्त्यांच्या भाषणाची नक्कल केली. तेव्हापासनं मी गांधी टोपी घालायची बंद केली.

कोल्हापुरात असं कुणी वेगळून टाकलं नाही. माझा पोशाखही खादीचा राहिला नाही. मी केस थोडे जास्त वाढवले. त्यांचा भांग पाडू लागलो. अभ्यासू, मध्यमवर्गीय मुलांनी मला आपल्यात घेतल्यामुळं मी त्यांच्यासारखा राहण्याचा, बोलण्याचा, वागण्याचा आणि अभ्यासही करण्याचा कसून प्रयत्न करू लागलो. परिस्थितीही तशी निर्माण झालेली.

बोर्डिंगमध्ये वातावरण मुक्त असल्यामुळं खोलीखोलीवर गप्पांचे अड्डे बसत. राजकारण, समाजकारण आणि विद्यार्थ्यांची प्रकरणं यांच्यावर चर्चा झडत. माझ्या खोलीवर निवांतपणा असे. काही निवांतपणे वाचायचं असेल तर मी एकतर बाहेरून कुणाला तरी कडी घालून घ्यायला सांगे किंवा स्वत:च उठून आंबराईत जाऊन बसे.

जुलै ते सप्टेंबर या तीन महिन्यांत माझ्या दोन-तीन श्रुतिका पुणे आकाशवाणीवर ध्वनिक्षेपित झाल्या. बोर्डिंगचा रेडिओ भोजनालयात होता. त्यावर रात्री जेवताना बातम्या व इतर महत्त्वाचे कार्यक्रम लावत. त्यामुळे बोर्डिंगच्या अनेक मुलांनी श्रुतिका ऐकल्या. रेडिओकडं जगातलं एक विलक्षण आश्चर्य म्हणून पाहिलं जात होतं. परिणामी एक चांगला, लेखन करणारा, प्रसिद्धी असलेला विद्यार्थी म्हणून माझ्याकडं आस्थेनं पाहिलं जाऊ लागलं. त्यामुळं बोर्डिंगमध्ये बाकीचा काही त्रास होत नसे. माझ्या वाट्याला वादावादी, भांडणं, गप्पाटप्पात टिंगलटवाळी, त्रास देणं असं काही आलं नाही.

ऑगस्टच्या पहिल्या आठवड्यात मी एका संकटात सापडलो. इंटरमध्ये प्रवेश घेतला होता. त्याबरोबरच रत्नागिरीच्या गोगटे कॉलेजकडं ट्रान्सफर सर्टिफिकेट मिळण्यासाठी छापील अर्ज भरून पाठवला होता. त्यांचं पत्र आलं की 'एफ.वाय.च्या वर्षातील तुमची एकशेवीस रुपये फी तटली आहे. ती भरल्याशिवाय तुम्हाला टी.सी. मिळू शकणार नाही.'

मी गांगरून गेलो. गेल्या वर्षाची सगळी धडपड वाया गेली. प्राचार्य य. द. भावे यांना वरचेवर संपूर्ण फी माफ करण्यासाठी विनवलेलं. त्यांनी ''त्याची काळजी करू नका. तुम्ही तुमचा अभ्यास करा. उत्तमपैकी पास होऊन दाखवा.'' म्हणून निर्धास्त राहण्याविषयी सांगितलं होतं. मी समजून होतो की त्यांनी माझी संपूर्ण फी माफ केली असेल. पण आता हे सगळं बूच आलं. भावेसर तर गोगटे कॉलेज सोडून गुजराथमधील भूजला गेले होते. माझी घाबरगुंडी उडाली.

विचार करून मी एक सविस्तर पत्र तयार केलं. त्यात प्राचार्य भावे यांनी मला फीविषयी अभिवचन दिल्याचं सविस्तर सांगितलं. शेवटी ''माझ्यासारख्या गरीब मुलाचं टी. सी. सर्टिफिकेट आपण अडवून ठेवलंत तर मला पुढील शिक्षणच घेता येणार नाही. कारण मला एकशेवीस रुपये भरता येणं अशक्य आहे. म्हणून तर मी सर्वोदयाच्या आश्रयानं आपल्या कॉलेजमध्ये शिकत होतो. जेवणाची व शिक्षणाची मोफत व्यवस्था होईल म्हणून मी कोल्हापुरातील कॉलेज सोडून तिकडं आलो होतो. कृपा करून माझ्यावर दया करा नि मला टी. सी. द्या.'' असा मजकूर त्यात लिहिला.

त्याच पत्राची एक प्रत मी प्राचार्य भावे यांना पाठवून दिली. एक माझ्याजवळ ठेवली नि एक रीतसर गोगटे कॉलेजच्या नव्या प्राचार्यांना पाठवली. 'हवं असेल तर प्राचार्य भावे यांना पत्राने विचारावे,' म्हणून त्यांचा पत्ताही सोबत पाठविला. याबाबतीत चिटणीससरांनी माझ्यासाठी प्रयत्न करावेत म्हणून त्यांनाही पत्र पाठवलं.

गोगटे कॉलेजला एकशेवीस रुपये मी कदापिही देऊ शकत नव्हतो. त्यासाठी मी कुणाकडंही पैसे मागू शकत नव्हतो. नाईकसाहेब यांनी माझी इंटरच्या वर्षासाठी पैसे देण्याची व्यवस्था केली होती. एकतर त्यांच्याकडं महिन्या महिन्याला जाऊन बोर्डिंगचे जेवणाचे पैसे मागायला संकोच वाटत होता. भाई (पु. ल.) च्या कडं एकही पैसा मागायचा नाही. ते आपल्यासाठी इतर जी मदत करतात, ती लाखमोलाची आहे, असं वाटत होतं. काय करावं कळेनासं झालं.

वीस-पंचवीस दिवस कुचंबत होतो. कुणाचंच पत्र आलं नाही.

शेवटी ऑगस्ट संपता संपता प्राचार्य य. द. भावे यांचं पत्र आलं. 'तुम्ही चिंता करू नका. तुम्हाला एफ.वाय.च्या वर्षी मी संपूर्ण फी माफ केली होती; याची माहिती मी गोगटे कॉलेजकडं लेखी पाठविली आहे. याबाबतीत मी सर्व काही करीत आहे. टी. सी. मिळाल्यावर मला पत्र पाठवून कळवा... तुमच्या आयुष्याच्या आकाशात आलेले ढग आता पार वितळून गेले आहेत, याची खात्री बाळगा.' अशा आशयाचं पत्र आलं नि मी निश्चिंत झालो. जीव टांगणीला लागला होता तो मोकळा झाला.

◆

सोळा

दोन-तीन आठवड्यातनं एकदा कागलला जाऊन येऊ लागलो. कॉलेजला शनिवारी सुट्टी असे; रविवारी नसे; मग शुक्रवारचे तास करून मी जेवे आणि मधल्याच वाटेनं सरळ पायी जाई. मधल्या वाटेनं कागल दहा मैलांवर असे. तीन तासात ते येई. काहीही त्रास होत नसे.

मधल्या पायवाटेनं बरं वाटे. इकडं तिकडं झाडंझुडपं बघत, त्यावरचे निरनिराळे पक्षी, माळमुरुडावरच्या झोपड्या, रानं, पिकं बघत मी आनंदानं जाई. वाचलेल्या पैशातनं केस कापून घेई. एखादी वही घेई. कोरे ताव घेई, शाईची दौत घेई, दूध केळी खाई. इच्छा असेल तर खूप बारीक सारीक ठिकाणी पैसे वाचवता येतात नि ते सत्कारणी लावता येतात; याची जणू मला युक्ती कळली होती. तसा विचार करण्याची चटक लागली होती.

बोर्डिंगच्या जेवणाचा कंटाळा आल्यावर गावची ओढ जास्त लागे. बोर्डिंगात उसळ, आमटी, भात, भाकरी याशिवाय काही नसे. माझ्या पोटात नुसतं तिखट खाऊन आग होऊ लागे. मला आम्लपित्ताचा विकार जडला. अपचन होणं किंवा शौचाला पातळ होणं, पोटात आग होणं, जळजळणं, आबंट-कडू पित्त पडणं असं सुरू झालं. तोंडावर उष्णतेच्या पुटकुळ्या उठू लागल्या. घरी दारिद्र्य होतं तरी गायरं, शेरडं, म्हसरं होती. प्रसंगी दूध घरात शिल्लक राही. त्याचं दही, ताक थोडं थोडं तरी मिळे. ते बोर्डिंगात अजिबात नसल्यामुळं शक्य होईल तेव्हा दूध विकत घेऊन पिण्याचा, केळी खाण्याचा नाद लागला. ॲसिडिटीवर तो चांगला इलाज असतो, असं मला जगूनं सांगितलं.

कागलला गेल्यावर भावंडांना भेटल्याचं सुख होई. आईच्या भेटीचा आनंद होई. आई चांगलंचुंगलं करून घाली. दादालाही भेटावंसं वाटत होतं. रात्री भावंडं गोळा होऊन गप्पा झडत. खोखोखो हसत, खोड्या करत रात्र जागवत. बरं बरं वाटे.

तीन तीन आठवड्यानं मळ्याकडं गेल्यानं पिकात खूप फरक पडलेला दिसे. ती वितीच्या ठिकाणी हातभर वाढलेली दिसत. त्यांच्यात बसून एखादी पात काढावी, त्यांची बाळभांगलण करावी, असं वाटे. कोळपं ओढत त्यांच्या मऊ मातीच्या गादीवर अनवाणी पाय ठेवत फिरत राही. माझं खुरपं, विळा आता दुसरे वापरत होते. ते पुन्हा आपल्या हातात आल्यावर आपल्यापेक्षा त्या खुरप्याला,

विळ्याला खूप आनंद झालाय, उत्साहानं ती जणू हातात, पिकात नाचायला लागल्यात असा भास होई. असं दोनतीन आठवड्यानं मळ्यात कामं करताना मोकळ्या हवेतला आनंद विशेष कळे. पूर्वी चोवीस तास मोकळ्याच हवेत असल्यानं तो आनंद कळत नव्हता. लांबलांबची बांधावरची झाडं तेवढ्या लांबूनही आपल्याकडं टक लावून बघू लागल्यात, ''काय आन्दा, अरं कवा आलास? ये; बस जरा सावलीला.'' अशी जणू ती हाका मारायला लागत्यात; अशा कल्पना त्यांच्याकडं बघून सुचत. गावाकडचं आभाळ, सूर्योदय, रात्रीचा चंद्र हेसुद्धा वेगळे वाटत. त्यांना पिकावर, डोंगरावर बघताना अनेक कल्पना सुचत. कविता आकाराला येत. मातीतले कोंब वर आल्यागत तरारत.

सप्टेंबरच्या पहिल्या आठवड्यात कागलला गेलो होतो. आईनं एक जाडजूड पाकीट माझ्या हातात दिलं. आकाशवाणी पुणे केंद्रानं पाठवलं होतं. मी ते घाईघाईनं फोडून वाचून बघितलं आणि मनोमन एक उंच आरोळी ठोकली. आकाशवाणीनं मला 'कविता वाचना'च्या कार्यक्रमासाठी पुण्याला बोलावलं होतं. 'काव्यकुंज' सदरात बारा मिनिटांचा माझा कार्यक्रम ठेवला होता. त्याचे सत्तर रुपये मिळणार होते! सिनेमाच्या खालोखाल लोकांना रेडिओचं आकर्षण होतं. 'फिल्मस्टार' जसे असत तसे 'रेडिओस्टार'ही असत. समाजात त्यांना मान असे. रेडिओ ही चीज दुर्मिळ, अतिशय किंमतवान होती. रेडिओवर आपला आवाज ऐकायला येणार, आपण त्यावर कविता वाचणार, या कल्पनेनं माझा आनंद ओसंडू लागला. सत्तर रुपये मिळणार, ही काही हसकीसलकी बाब नव्हती. सत्तर रुपये म्हणजे जवळजवळ आठनऊ महिने बोर्डिंगचं फुकट जेवण... माझ्या कवितेची किंमत ही! पोटापाण्याच्या भाषेत ती मी मोजत होतो.

रेडिओनं दिलेल्या रेकॉर्डिंगच्या तारखेला येत आहे, म्हणून ताबडतोब कळवलं... पुण्यात कुणाकडं उतरायचं? एवढं दांडगं पुणं, त्यात आपण चुकलो तर? आपणाला रेडिओस्टेशन सापडेल का? कधी नाही ते आपण पुण्याला जाणार; आपणाला कुणी पुण्याचा भामटा फसवणार तर नाही?– एक ना दोन; अनेक शंका मनात येऊ लागल्या.

मी माझी अडचण तुकारामला सांगितली. तो म्हणाला, ''एवढं घाबरतस काय पुण्याक जावक? थंय माझो एक सावंत नावाचो मित्र आसा. त्येका मी पत्र देतंय ता घेऊन तू त्येच्याकडं जा. त्येकाय मी येक पत्र पाठवतंय आणि तुका मदत करूक सांगतंय. तुझी सगळी अडचण तो निभावतलो.'' तुकारामचा सावंत नावाचा एक मित्र होता. पुण्याच्या मेडिकल कॉलेजच्या लॅबोरेटरीत तो काम करत होता. पुणे मोटार स्टँडपासनं तो जवळच मेडिकल कॉलेजच्या क्वार्टर्समध्ये राहत होता. तुकारामच्या पत्रामुळं मला मोठा धीर आला.

पुण्याला जायची जोरात तयारी सुरू झाली. सगळ्या मित्रांना सांगितलं. भरपूर कौतुक करवून घेतलं.

दोन दिवस अगोदरच साबण लावून एक विजार आणि दाट निळ्या रेघांचा शर्ट स्वच्छ धुऊन घेतला... आपण असेच खळणे कपडे घालून गेलो तर आपली किंमत कमी होईल, आपण त्यांना इस्त्री करून घेऊ या. आपली कवी म्हणून आपणच किंमत ठेवली पाहिजे.

कधी नव्हे ते कपड्यांना इस्त्री करण्याचा विचार माझ्या मनात आला. कॉलेजवरनं आलो. जेवलो. थोडा वेळ दुपारची डुलकी काढली नि कपडे धुऊन खोली समोरच्या उभ्या खांबांना बांधलेल्या दोरीवर सुकत टाकले. दुपारी दोनला धुतलेले कपडे संध्याकाळी साडेचारला काढले नि तसेच पिशवीत घालून परटाकडे गेलो.

''शर्ट आणि विजार इस्त्री करायची आहे.''

''करू की. ठेवा कापडं.''

''कधी देशील?''

''रात्री सातला या.''

''बरं.'' मी पिशवीतले विजार नि शर्ट काढून टेबलावर ठेवले. परीट आपल्या इस्त्रीच्या कामात मग्न. कोळसे फुललेले. इस्त्रीला चांगला ताव आलेला. त्या तावासरशी होतील त्या कपड्यांना झराझरा इस्त्री करून घेण्याची त्याला घाई लागलेली.

''कपडे ठेवलेत. जाऊ का?''

''हां!'' खाली बघून काम करतच तो बोलला.

''सातला येतो.'' मी.

''हां!''

मी रात्री सातला गेलोच नाही. एखाद्या वेळेस त्यानं कपड्यांना इस्त्री केलीच नाही तर एवढ्या लांब गावात हेलपाटा पडेल, कॉलेजला सकाळी जाऊ, कॉलेज सुटल्यावर परत येताना त्याच्याकडं जाऊ नि कपडे घेऊन येऊ, असा विचार करून मी वाचनात रमून गेलो.

दुसऱ्या दिवशी सकाळी साडेअकराच्या सुमारास गेलो तर तो माझ्याच शर्टला इस्त्री करताना दिसला.

''झाली नाही वाटतं अजून इस्त्री?'' मी.

''काय राव. काल वल्लीच कापडं आणून दिली हुती व्हय मला?''

''म्हणून काय झालं? इस्त्रीसाठी तर वल्लेच कपडे लागतात ना तुम्हाला?'' माझा प्रतिप्रश्न.

''भले! हे नि तुम्हाला कुणी सांगिटलं?''

"मी रोज जाता-येता तुमच्याच दुकानात बघतोय तर. तुम्ही कपड्यांवर पाणी मारून इस्त्री करताना नेहमी बघतोय तुम्हाला."

"अहो. ते सुरकुत्या जाव्यात म्हणून थोडं पाणी शिपडावं लागतंय." तो इस्त्रीत गुंग होऊन बोलत होता.

मला नवं ज्ञान झालं. मी जाता-येता परीट कपड्यांवर पाणी मारून भिजवतो आणि मगच इस्त्री करतो, असं पाहत होतो. ओल्या कपड्यांवर इस्त्री फिरताना पाण्याची थोडी वाफसुद्धा होत असे. मला ती दिसत असे. वाटत होतं की कपडे जेवढे ओले करून इस्त्री करतील तेवढी इस्त्री कडक होत असावी. तेव्हा आपण कपडे संपूर्ण सुकवून न नेता आंबट ओले आहेत तोवरच नेऊ या. म्हणजे इस्त्री चांगली कडक होईल... पण परटाकडं गेल्यावर ज्ञानात वेगळी भर पडली. त्या बिचाऱ्यानं माझे ओलसर कपडे रात्री दुकानात दोरीवर पसरून ठेवले. रात्रभर सुकवले नि दुसऱ्या दिवशी चांगले वाळल्यावर इस्त्रीला घेतले... इंटरला असूनही कपड्याला इस्त्री कशी करतात याची माहिती नाही. अशी आपली अक्कल. माझी मला कीव आली. शरमिंधा होऊन मी इस्त्रीचे कपडे घेऊन बोर्डिंगवर आलो.

सकाळी पुणे गाडी पकडली. डोळ्या उजेडी पुण्यात जावं. सावंत यांचं घर शोधून काढावं; असा हिशोब करून मी निघालो.

पुण्यात सुखरूप येऊन पोचलो. विचारत विचारत सावंतांचं घरही शोधून काढलं. सावंतांना तुकारामचं पत्र पोचलं होतं. त्यांनी घरी निरोप ठेवला होता. कॉलेजही जवळच होतं. मी घरी सामान ठेवून त्यांना कॉलेजवर जाऊन भेटलो.

ऑफिस सुटल्यावर आम्ही घरी आलो. घरी परत येताना त्यांनी आकाशवाणी केंद्राची इमारत जाता जाता दाखवली. सगळं जवळजवळच होतं. संध्याकाळी त्यांच्याबरोबर मी पुण्यात इकडंतिकडं फिरलो.

बरेच दिवसांत दाबून ठेवलेली एक गोष्ट माझ्या मनात सारखी उसळी घेत होती. व्यंकटेश माडगूळकरांना आता आपणाला प्रत्यक्ष बघायला मिळणार, याचा आनंद झाला होता. त्यांच्या 'गावाकडच्या गोष्टी,' 'एकनाथ सीताराम' ही पुस्तकं नि 'मौज' दिवाळी अंकातून 'बनगरवाडी' मी रत्नागिरीत असताना तहानभूक विसरून वाचली होती. माडगूळकरांचं माणदेशच्या खेड्यातील भटकणं, त्यांचे नाद, त्यांना भेटलेली माणसं, त्या माणसांशी त्यांनी केलेले संवाद, त्यांची भाषा, वर्णनं ही मला माझ्या गावाकडच्या माणसांची नि रानांची वाटत होती. त्यांच्या पुस्तकातून विखुरलेला 'मी', 'व्यंकटेश, यंका, यंकटराव' ही माझीच रूपं मला वाटत होती. तो यंका माझीच भाषा कशी बोलतो याचं आश्चर्य वाटत होतं.

माडगूळकरांनी हे सगळं त्यांच्या लहानपणीचं केलेलं वर्णन होतं... आता ते असं लेखन करून लेखक झाले. कसे दिसत असतील?...

मी त्यांचं एक काल्पनिक चित्रं रंगवलं होतं. ग. दि. माडगूळकरांचे ते लहान भाऊ. ग. दि. माडगूळकरांना मी काही मराठी बोलपटातून पाहिलं होतं. त्यांची अंगकाठी, चेहरामोहरा माझ्यासमोर ठसठशीत उभा राहत होता. त्यांचाच लहान भाऊ म्हणजे साधारणपणे त्यांच्यासारखाच चेहरामोहरा, अंगकाठी असलेला असणार; अशी माझी कल्पना. त्यांच्या अंगावर पांढरा साधा सदरा, पायघोळ धोतर, सदऱ्यावर गडद हिरव्या रंगांचं, बिनबाह्याचं जॅकीट आणि त्याच्यावर ग. दि. माडगूळकरांचा ऐन तारुण्यातील चेहरा मी रेखाटला होता...

इस्त्रीचा शर्ट आणि विजार घालून मी दुसरे दिवशी आकाशवाणी केंद्रावर एक वाजताच कवीच्या ऐटीत निघालो. निघताना मनातलं माडगूळकरांचं चित्र ठळक ठळक होत गेलं. दोन वाजता त्यांनी मला बोलावलं होतं. पण मी एक वाजताच केंद्राच्या दारात हजर झालो. ससून हॉस्पिटलला लागून मेडिकल कॉलेज; आणि मेडिकल कॉलेजच्या समोर असलेल्या सेंट्रल बिल्डिंगमध्ये आकाशवाणी केंद्र. ते चालू होऊन वर्षसुद्धा नीटपणे झालं नसावं. सगळी नवी मांडणी.

धडधडत्या अंत:करणानं मी त्या व्हरांड्यातनं नजर फिरवली. निवांत वाटला. मी माझ्यावरील अविश्वासामुळं दारातच क्षणभर उभा राहिलो. सरकारी, मोठ्या ऑफिसमध्ये असं एकटं जाण्याचा हा पहिला प्रसंग होता.

व्हरांड्यातल्या भिंतीला अडकलेल्या उंच चिंचोळ्या आरशासमोर उभी राहिलेली एक व्यक्ती मला दिसली. बंद गळ्याचा पांढरट रंगाचा कोट घातलेली, तशीच पँट, स्वत:चीच छबी त्या आरशात कोट घातल्यावर कशी दिसते, हे न्याहाळणारी. सूट नवा असावा. ती व्यक्ती आरशासमोर पाठमोरी उभी राहून मागे वळून निरनिराळ्या कोनातली आपली प्रतिबिंबं आरशात पाहात होती. त्यात रमून गेलेली.

ऐन तिशीचं वय, काळेभोर, दाट कुरळे केस, लांबट, मोठ्या मुस्काडाचा, गोरपट, देखणा चेहरा, आडव्या हाडांची, उंचेली, बांधेसूद मराठी काया.

एखादी व्यक्ती स्वत:च्या अंगावरच्या नव्या पोशाखात आपण कसे दिसतो, हे नाना प्रकारांनी पाहण्यात रमलेली असताना तिला 'व्यंकटेश माडगूळकर कुठं असतात हो?' म्हणून विचारणं बरं नव्हं; तिचं ते आरशातील पाहणं संपेपर्यंत आपण तसंच बाजूला उभं राहावं; म्हणून मी जरा बाजूला सरलो नि तेथूनच वाकून तिच्याकडं बघू लागलो.

पाहता पाहता वाटू लागलं की तेच व्यंकटेश माडगूळकर असावेत. त्यांच्या नि ग. दि. माडगूळकरांच्या चेहऱ्याच्या ठेवणीत रंग सोडला तर भावंडपणाचं खूपच साम्य दिसत होतं. बंद गळ्याचा त्यांच्या अंगावरचा कोट त्यांनी प्रथमच शिवला असावा आणि तो आजच अंगावर घातला असावा. आत्ममग्न होऊन ते न्याहाळत होते.

त्यांना तो कोट शोभून दिसत होता. कलाक्षेत्रात दबदबा निर्माण करणाऱ्या आकाशवाणीच्या अधिकाऱ्याचा रुबाब वाढविणारा तो साहेबी कोट. मी माझ्या मनात

त्यांचं जे माणदेशातल्या देशी माणसाचं चित्र रंगवलं होतं, त्यापेक्षा हे वेगळं चित्र दिसत होतं.

व्हरांड्यात दुसरं कुणी तरी आलं नि त्या दोन व्यक्तींचा संवाद सुरू झाला. ती संधी साधून मी आत गेलो नि नमस्कार करून विचारलं; ''व्यंकटेश माडगूळकरांना मला भेटायचं आहे.''

''नमस्कार, आपण कोण?''

''मी आनंद यादव, कोल्हापुराहून आलो आहे. 'काव्यकुंजात' माझा कार्यक्रम आहे, त्याचं रेकॉर्डिंग करण्यासाठी आलोय.''

''बरं बरं बरं! या. मीच माडगूळकर. चला आत.''

मी त्यांच्याबरोबर ऑफिसमध्ये गेलो. आत एक व्यक्ती आरामखुर्चीत आरामात सिगरेट ओढत बसली होती. नागपुरी रेशमी झब्बा आणि खाली पायघोळ धोतर. बारीक अंगकाठी. त्यांना उद्देशून माडगूळकर म्हणाले; ''बोरकर, हिअर इज ए पोएट आनंद यादव. आज त्यांचं 'काव्यकुंजासाठी' रेकॉर्डिंग आहे. हे मिस्टर कविवर्य बोरकर.'' माडगूळकरांनी माझी ओळख करून दिली नि मला दुसरा अनपेक्षित आनंद झाला. कविवर्य बा. भ. बोरकर यांना मी साक्षात प्रत्यक्ष बघत होतो आणि ते मला माझ्या मनातल्या त्यांच्या प्रतिमेसारखेच हुबेहूब दिसत होते. मात्र माडगूळकरांनी माझी ओळख करून देताना जे इंग्रजी वाक्य उच्चारलं ते मला आवडलं नाही... हा माणदेशी माणूस व्यंकटेश माडगूळकरांसारखं का बोलत नाही? एखाद्या बड्या अधिकाऱ्यासारखं इंग्रजी काय बोलतोय? व्यंकटेश माडगूळकर तर धड हायस्कूलचं शिक्षणही नीट घेऊ शकले नाहीत. कसा रानदांडगा, देशीवाणाचा माणूस आहे तो. हा कोण व्यंकटेश माडगूळकर हेच नाव सांगणारा साहेब?– असा चमत्कारिक विचार मनात येऊन गेला.

घटकाभरात बऱ्याच गोष्टी कळल्या. माझी तोपर्यंत अशी समजूत होती की, पुणे आकाशवाणीवर व्यंकटेश माडगूळकर अधिकारी आहेत; याचा अर्थ तेच तिथले मुख्य अधिकारी आहेत. पण ते ग्रामीण विभागासाठी करावयाच्या कार्यक्रमाचे अधिकारी होते. असे निरनिराळे बरेच विभाग तिथं असून प्रत्येक विभागाचे वेगवेगळे अधिकारी होते. बा. भ. बोरकर हेही तिथं अशाच एका विभागाचे अधिकारी असून 'काव्यकुंजाचा' कार्यक्रम त्यांच्या विभागातर्फेच होतो, म्हणजे मी कार्यक्रमासाठी मनात सारखं 'माडगूळकर, माडगूळकर' हे घोळत होतो, ते बरोबर नाही. बोरकरांनी माझ्या कवितांचा कार्यक्रम ठेवलेला आहे... रेडिओची सगळी कॉन्ट्रॅक्ट इंग्रजीतून येत होती आणि खाली सह्याही इंग्रजीत असायच्या. त्या संयोजक व्यक्तींच्या असायच्या. पण मनोमन मी एक खूणगाठ बांधून ठेवली होती की, आकाशवाणीच्या कार्यक्रमाचं पत्र म्हणजे माडगूळकरांचं पत्र.

माझा तो अंदाज बराचसा खराही होता. रत्नागिरीत असल्यापासून मी रेडिओसाठी माडगूळकरांच्याकडेच श्रुतिका पाठवीत होतो. प्रसंगी त्यांची मराठीतील खाजगी पत्रंही मला येत होती. त्यातील सूचनांनुसार मी लेखन पाठवीत होतो. त्यामुळं समज असा झाला की, रेडिओच्या सर्व प्रकारच्या कार्यक्रमाचं काम अधिकारी या नात्यानं माडगूळकरच पाहत असावेत.

माझी कवितांची भाईंना पाठवलेली एक वही त्यांनी कधी तरी बा. भ. बोरकर यांच्याकडं दिली होती आणि बोरकरांनी 'काव्यकुंज' मध्ये माझा कार्यक्रम ठेवला होता... हे सगळं कळल्यावर माझा बावळटपणा लक्षात आला. जरा संकोचल्यासारखा झालो.

बोरकर ऑफिसमधून उठताना मला म्हणाले, "चला, तुमच्या कार्यक्रमाचं रेकॉर्डिंग करू."

"चला."

मी त्यांच्यामागोमाग चालू लागलो. मला हे काहीसं अनपेक्षित होतं. वाटत होतं; माडगूळकरांबरोबर बसून माहिती घेऊन मग आपल्या कार्यक्रमाचं रेकॉर्डिंग होईल. पण बोरकरच मला 'चला' म्हणाले नि माझ्यापुढं आपल्या तंद्रीत चालू लागले. माझ्या मनावर प्रचंड ओझं आल्यागत झालं... एवढा मोठा कवी. त्याच्यासमोर कसं काय आपल्याला वाचायला जमेल? बोरकरांचा आपला काहीच पूर्वपरिचय नाही. माणूस तर मोठा आपल्या तब्येतीनं राहाणारा दिसतो. आपलं वाचताना काही चुकलं तर आपली धडगत नाही. माडगूळकर असते तर बरं झालं असतं. त्यांच्याशी निदान पत्रपरिचय तरी आहे...

बोरकरांबरोबर मी एका आपोआप झाकणाऱ्या दारातनं दार ढकलून आत गेलो. आत पुन्हा एका बंदिस्त खोलीत गेलो. खोलीला लागून जवळच आणखी दोन खोल्या होत्या. तिथंही बोरकरांच्याबरोबर गेलो. तिथली विजेवर चालणारी मशिनरी पाहिली. रेकॉर्डिंग करणारी मशिन्स पाहिली. खोल्यांची बंदिस्त रचना, आतले दिवे सगळं काही बघून मनावर अधिकच दाब आला.

मऊसूत गालिच्यासारखी वरची बाजू असलेल्या टेबलाच्या अमोर-समोर मी नि बोरकर बसलो. कवितावाचन मी कधी केलं नव्हतं नि ऐकलंही नव्हतं.

बोरकर म्हणाले; "वाचा कविता."

मी गद्य वाचतात तशी कविता वाचली.

"असं नाही. थांबा; मी तुम्हाला वाचून दाखवतो." त्यांनी मला कविता वाचून दाखवली.

मी तशी वाचण्याचा प्रयत्न केला; पण मला शब्दच फुटेना झाला. मी त्यांच्याकडं बघत गप्पच बसून राहिलो. तोवर समोरचा तांबडा दिवा अचानक लागला. आणखी बिचकलो. क्षणभरात एकजण खटकन दार उघडून आत आला.

“आपण थोडं व्हॉइस टेस्टिंग घेऊ या काय?” त्यानं बोरकरांना विचारलं.

“आताच नको. मी तुम्हाला नंतर येऊन सांगतो.”

“ठीक आहे.”

तो निघून गेला. अर्ध्याच मिनिटात तांबडा लाईट विझला.

बोरकर म्हणाले; “असं घाबरू नका. न भिता वाचा.”

मी घाबरलोय हे बोरकरांच्या लक्षात आलंय, याची जाणीव होऊन मी जास्तच घाबरलो. मग त्यांनी नानापरीनं माझ्या तोंडातनं उच्चार निघण्यासाठी प्रयत्न केला. मी कविता वाचत होतो; पण आवाज अगदीच पडला होता. अतिशय पड्या नि घाबऱ्या आवाजात मी कविता वाचत होतो.

बोरकर हतबुद्ध झाले. शेवटी तेही निराश झाले. मला म्हणाले, “चला.”

मग आम्ही पुन्हा त्या ऑफिसमध्ये आलो. बोरकर माडगूळकरांना म्हणाले; “माडगूळकर, यांना काव्यवाचन अगदीच जमत नाही. आता काय करायचं? का मी त्यांच्या कविता वाचू?”

“तसं कसं करता येईल? त्यांना तर आपण रेकॉर्डिंगसाठी बोलावलंय. त्यांच्या व्हॉइसमध्येच रेकॉर्डिंग घेतलं पाहिजे.” माडगूळकर म्हणाले.

“फारच नर्व्हस झालेत. व्हॉईस एकदमच पडतोय.”

“असं करू. यादव, तुम्ही थोडा वेळ बाहेर जाऊन फ्रेश होऊन या. चहा वगैरे घेऊन या. इकडंतिकडं अर्धा तास चक्कर टाका नि मग या.” बोरकरांनी मला सुचवलं.

मी मान हलवली. दुसरा पर्याय नव्हता.

मी बाहेर पडलो. मोकळ्या हवेत खरंच बरं वाटू लागलं. जरा दूर जाऊन एका हॉटेलात चहा प्यालो. चहा पिता पिता माझी स्वत:शीच लढाई सुरू झाली... एवढं रेडिओला भ्यायला काय झालं? ते काही आपल्याला खात नाही. अशा किरकोळ गोष्टीला भ्यालो तर पुढं पाऊल रेटणारच नाही. एवढं सिनेमे, नाट्यछटा, लावण्या-पोवाडे आपण साभिनय म्हणतो. मग बोरकर वाचतात तसं कविता वाचन करायला काय अवघड आहे?– मी निश्चय केला नि हॉटेलातून बाहेर पडलो. सेंट्रल-बिल्डिंगजवळच एक बाग दिसली. निवांत होतं. एवढ्या उन्हात त्या बागेत असणार कोण? मी कवितांची वही काढली नि एका झाडाच्या सावलीत बसून मोठ्यानं कविता वाचू लागलो. बोरकरांनी कशी वाचली ते आठवून तशी नक्कल करू लागलो. दोनतीनदा निवडलेल्या कवितांचं वाचन केलं नि मोठ्या जिद्दीनं परत फिरलो.

बोरकर-माडगूळकरांनी चर्चा करून काहीतरी निर्णय घेतला होता. ऑफिसात ते माझी वाट बघत होते. मी गेल्यावर त्यांनी शिपायाला सांगितलं, “पुरुषोत्तम जोशींना बोलव रे.”

जोशी आले.

''जोशी, हे आनंद यादव. यादव, हे पुरुषोत्तम जोशी. ते तुमच्या कार्यक्रमाचं रेकॉर्डिंग करून घेतील.''

''बरं.'' मी.

''चला यादव.'' जोशी म्हणाले.

बोलता बोलता आम्ही स्टुडिओकडं चाललो. त्यांनी माझी मोठ्या उत्साहानं चौकशी केली. ''तुमच्या कविता मी वाचल्या आहेत. छानच आहेत त्या. तुम्ही इथं आलात हे कळल्यावर मी मुद्दाम तुम्हांला भेटायचं ठरवलं होतं. मी तुमचं रेकॉर्डिंग करून घेतो. तुम्ही काळजी करू नका. म्हणून मी मुद्दाम बोरकरांच्याकडून ते काम माझ्याकडं घेतलं. या निमित्तानं तुमच्याशी गप्पा तरी मारता येतील, असं वाटलं. कधी आलात पुण्यात?''

पुरुषोत्तम जोशींनी माझी आस्थेनं चौकशी केली. माझ्या कवितांविषयी आत्मीयता दाखवली. माझ्या कविता 'छान' आहेत म्हणून कौतुक केलं. मला त्यांच्याविषयी एकदम आपुलकी वाटू लागली. त्यांच्याशी मी गप्पा करू लागलो. त्यांनी आपण होऊन विचारलं; म्हणून माझ्या गावाविषयी सांगितलं,

''अच्छा?– वा! छान!'' असे उद्गार ते अधूनमधून काढत होते. माझा उत्साह वाढत होता.

''आता आपण कविता वाचनाचं काम तेवढं उरकून टाकू नि मग चहाला जाऊ.''

ते अगदीच बरोबरीनं वागू लागले. बोरकर ज्या खुर्चीवर बसले होते, त्या खुर्चीवर त्यांनी मला बसा म्हणून सांगितलं होतं. ते माझ्या समोरच्या खुर्चीवर बसले होते. पण हा फरक माझ्या ध्यानात आला नव्हता.

''हं! वाचा बघू कविता.'' त्यांनी विषय काढला.

''आपण प्रथम एक रंगीत तालीम घेऊ. नंतर रेकॉर्डिंग करू.''

''ठीक आहे.'' माझी बरीचशी भीड चेपली होती.

दुसऱ्यांदा त्या स्टुडिओत घुसताना मला पहिल्यासारखी भीती वाटेनाशी झाली होती. स्टुडिओ म्हणजे काय, त्याच्या आत काय असतं, आपणाला तिथं जाऊन काय करायचंय, तिथं लाल लाईट लागतो, कुणीतरी टेस्टिंग घेणार असतं, या सगळ्याची आता मला पूर्ण कल्पना आली होती आणि त्या सर्वाला तोंड द्यायचं आहे; अशा विश्वासानंच मी स्टुडिओत पाऊल टाकलं.

जोशींनी सांगितल्याबरोबर मी त्यांना एक-दोन कविता वाचून दाखविल्या.

''वा! फर्स्टक्लास, छान वाचताय तुम्ही. बोरकरांनी मला भलतंच काहीतरी सांगितलं.'' जोशी.

माझा उत्साह आणखी वाढला. मग जोशींनी आणि मी, त्यांनी एकदा नि मी

एकदा अशा आलटून पालटून कविता वाचल्या. ते सांगतील तशा मी त्यांना वाचून दाखवल्या.

"फारच छान." मी एक-दोन मिनिटात जाऊन येतो. तोपर्यंत तुम्ही पुन्हा एकदा कविता मोठ्यानं म्हणून स्वत:शीच तालीम घ्या. मी आलोच." ते मला सांगून गेले.

मी मोठ्यानं माझ्याशीच कविता वाचू लागलो.

थोड्या वेळानं ते आले.

"काय झाली का तालीम?"

"झाली की."

"आता आपण असं करू तुमच्या कविता वाचायला किती वेळ लागतोय ते पाहू. तुम्ही सलग कविता वाचत राहा. मी वेळ किती लागतोय ते पाहात राहतो. मी खूण केली की कविता वाचायला सुरुवात करायची. अधेमधे मात्र थांबू नका."

मी कागद जुळवले. त्यांनी खूण केली नि मी कविता वाचायला आरंभ केला.

उत्साहानं सलग सगळ्या कविता वाचून काढल्या नि थांबलो.

"वा! वा! वा! अप्रतिम. बरोबर तेरा मिनिटं झाली. चला आता."

"कुठं?"

"चहाला."

"अगोदर रेकॉर्डिंग करू या."

"रेकॉर्डिंग झालंही." ते खो खो हसले.

मग माझ्या डोक्यात सगळा प्रकाश पडला. त्यांनी सगळं नाटक जाणीवपूर्वक रचून माझ्याकडून मात्र खरी भूमिका वटवून घेतली होती.

एक विलक्षण अनुभव घेऊन मी परतलो होतो. माणदेशात दिशाहीन भटकणारे व्यंकटेश आकाशवाणी केंद्राच्या ऑफिसात एक अधिकारी म्हणून बसले होते. त्याचं कारण केवळ त्यांचं साहित्य होतं; शिक्षण नव्हतं. ते एस.एस.सी. पर्यंतही धड नव्हतं. गोव्याच्या भूमीत नारळीच्या बागेत बसून कविता करणारे बोरकरही तसेच... ही सगळी साहित्याची किमया... मी पण आज एक उमेदवार साहित्यिक आहे. रेडिओवर श्रुतिका लिहिणारा आणि आता एक कवी; रेडिओवर 'काव्यकुंजात' कविता वाचन करणारा... उद्या ऑक्टोबरच्या नऊ तारखेला सगळ्या महाराष्ट्रातल्या रेडिओवर आपला आवाज जाणार... एक अनोखं प्रकाश-प्रदेशाचं दार माझ्यासाठी किलकिलं झाल्याचा भास झाला.

रेडिओचा कार्यक्रम ऐकायला मी ऑक्टोबरात कागललाच गेलो. कॉलेज संपवून आदल्या दिवशीच घरी आलो. आल्या आल्या डॉ. काळ्यांना भेटून 'उद्या कार्यक्रम ऐकायला येतो.' म्हणून सांगितलं. त्यांनी आनंदानं परवानगी दिली.

कार्यक्रमाच्या संध्याकाळी भावंडं नि आई सगळीजणं मळ्याकडनं लौकर

आली. हातपाय, तोंड धुऊन, खळणी कापडं घालून आम्ही डॉ. काळ्यांच्या घराकडं लटांबरच्या लटांबर चाललो. रेडिओवर माझा आवाज ऐकायला मिळणार आहे, याची उत्सुकता नि आनंद सगळ्यांना झालेला. देवळाला सगळ्यांनी मिळून जावं तसं गेलो.

रात्री साडेसात-आठ वाजताच जाऊन पोचलो. एकेक कार्यक्रम होत जाईल, तशी मी माहिती देत होतो.

'काव्यकुंजा'ची वेळ झाली नि सगळ्यांची उत्कंठा शिगेला पोचली.

'कवी आनंद यादव' म्हणून माझं नाव उच्चारलं गेलं. भावंडं तोंड आऽवासून मोठंमोठं डोळं करून एकमेकांकडं बघू लागली.

कवितावाचन सुरू झालं नि माझा प्रथमच लांबून येणारा आवाज मीच कान देऊन ऐकू लागलो. मला तो एरवीपेक्षा अनोखा वाटत होता. क्षणभर मला तो माझा वाटेचना... माझ्या आवाजाची वैशिष्ट्यं माझ्या प्रथमच लक्षात येऊ लागली.

भावंडं ऐकता ऐकता पुढं सरकत होती. हरणाच्या पाडसागत रेडिओच्या दिशेनं मान आणि कान टवकारत होती. तोंडं पिकलेल्या आंब्यागत झालेली.

आई हर्षवायू झाल्यागत तोंडाला पदर लावून हसायला लागली. '... बया! बया! बया! आन्दा, तुझाच आवाज की रं ह्यो. तू सोप्यात बसून पुस्तक वाचत असल्यागत वाटतोयस की– काय गऽऽ बाई आचीट हे!' ती आनंदातिरेकानं सारखं बोलत होती.

तिच्या या तंद्रावस्थेकडं बघून डॉ. काळे स्वत:चं मनोरंजन करून घेत होते. स्वत:शीच ओठ दाबून धरून हसत होते.

सुखाच्या तुडुंब पाण्यावर तरंगत आम्ही परतलो... महाराष्ट्रातले सगळे रेडिओ माझ्या समाधिस्थ मनासमोर प्रचंड सैन्यागत उभे राहिले. काव्यकुंजाचा कार्यक्रम लावून माझीच कविता तल्लीन होऊन ऐकू लागले. एखाद्या प्रचंड महासभेनं एकसाथ मोठ्यानं जनगणमन राष्ट्रगीत म्हणावं, तसा माझ्या आवाजाचा प्रचंड समूह-घोष माझ्या कानात लयबद्ध निनादू लागला...

डिसेंबरमध्ये बोर्डिंगचं गॅदरिंग झालं. त्यात 'रेडिओस्टार कवी आनंद यादव आपल्या कविता वाचून दाखवतील.' म्हणून माझं नाव जाहीर झालं. मी तोपर्यंत आत्मसात केलेला कविता-वाचनाचा नाट्यपूर्ण बाज सादर केला. मुलांच्या टाळ्यांच्या कडकडाटात जागेवर जाऊन बसलो... एक मोठा आत्मविश्वास मनात कोंदला होता. त्या विश्वासानिशी मी समाजात वागू लागलो... ही सगळी भाईंची पुण्याई! मला बोटाला धरून कुठंकुठं नेत होती!

◆

सतरा

बोर्डिंगमधील विद्यार्थी दोन प्रश्नांनी फारच अस्वस्थ झाले होते. तरुण मराठी मनाचा तो आविष्कार होता. घटनेनुसार मराठी भाषिकांचं स्वतंत्र राज्य व्हावं, ही मराठी भाषिकांची साधी मागणी महाराष्ट्र करत होता... इतर राज्यांतले सगळे मराठी भाषिक प्रदेश एक होणार, भारतात महाराष्ट्र हे बलाढ्य राज्य होणार, त्यामुळं भारतावर त्याचं वर्चस्व राहणार, मराठी भाषेला चांगले दिवस येणार, असं तरुण पिढीला विशाल महाराष्ट्राचं स्वप्न पडत होतं.

पण या आभाळ-स्वप्नाचे तुकडे झाले. सर्व राज्यांना एक न्याय आणि महाराष्ट्राला मात्र वेगळा, असं कुटिल राजकारणी काळं चित्र दिसलं. दुभत्या महाराष्ट्राच्या गळ्यात गुजरातचं लोढणं मुंबईचं लोणी खाण्यासाठी बांधलं गेलं. सीमांवरील प्रदेशांचे अनेक लचके तोडून इतर राज्यांना जोडले. त्यातच केंद्रसरकारनं अधिकृतपणे ऑगस्टमध्ये द्वैभाषिकाला मान्यता देऊन तेल ओतलं. लढाऊ महाराष्ट्र भडकला. बाकीच्या कोणत्याही गोष्टींविषयी ऐकण्याच्या मन:स्थितीत तो नव्हता. बोर्डिंगमधली तरुण मुलं याचा संताप येऊन ठिणग्या ओकू लागली. सारखी संयुक्त महाराष्ट्राचीच चर्चा. दुसरं काहीच कुणाला सुचत नव्हतं.

सवर्ण विद्यार्थ्यांत ही चर्चा, तर दलित विद्यार्थ्यांत धर्मांतराची जोरात चर्चा. त्यांना तो प्रश्न जवळचा. त्या विद्यार्थ्यांतही दोन तट पडलेले. डॉ. आंबेडकरांच्यावर दोन्हीही तटांचे अतोनात प्रेम. काहींना बौद्ध धर्म स्वीकारला पाहिजे, असं वाटे. काहींना कसा का असेना वाडवडलांनी हजारो वर्षं आपला मानलेला हिंदू धर्म सोडायचं जिवावर येत होतं. या तटात अनेक विद्यार्थी 'आपण सवडीनं बौद्ध धर्म स्वीकारणार; आत्ताच नाही. पहिल्यांदा ग्रॅज्युएट होणार मग बौद्धधर्म;' असं म्हणत. यात महार समाजातील विद्यार्थी होतेच. पण महारेतर दलित समाजातील जास्त विद्यार्थी होते. अनेक विद्यार्थी बौद्धधर्म स्वीकारण्यासाठी आणि धर्मांतराचा सोहळा पाहण्यासाठी ऑक्टोबरमध्ये नागपूरला जाणार होते. आतापर्यंत मागासजातीचे सर्व विद्यार्थी एक दिलानं नि एक जुटीनं वागत होते पण धर्मांतराच्या काळापासनं नकळत त्यांच्यात दोन तट पडले. एका तटात महार समाजाचे बहुसंख्य विद्यार्थी तर दुसऱ्या तटात महारेतर दलित जातींचे बहुसंख्य विद्यार्थी. याबाबतीत सवर्ण समाजातील विद्यार्थ्यांच्या प्रतिक्रिया वेगळ्या होत्या. त्यांच्या भावनाप्रधान मनाला वाटे; सगळ्या

महाराष्ट्राला तिकडं आग लागली आहे, त्याचे तुकडे तुकडे होत आहेत. असं असताना सगळ्या महाराष्ट्रानं एक होऊन आवाज उठवला पाहिजे. पण याची निकड दलित विद्यार्थ्यांना वाटत नव्हती. डॉ. आंबेडकरांनी धर्मांतर करू नये, दलित विद्यार्थ्यांनी त्यांच्या मागोमाग जाऊन धर्मांतर करू नये; असं सवर्ण विद्यार्थ्यांना वाटत होतं. त्यामुळं त्यांची सहानुभूती धर्मांतर करू न इच्छिणाऱ्या दलित विद्यार्थ्यांना जास्त.

...आम्हा सगळ्यांच्याच मनात एक भयगंड होता. आपला धर्म जगाच्या पाठीवर असा एक विचित्र धर्म आहे की, त्या धर्मातील लोक धर्माबाहेर गेले की गेलेच. पुन्हा त्यांना परतून येता येत नाही. हिंदुधर्मात त्यांना जागा नसते. मग आपली संख्या रोडावेल नि आपण काळाच्या ओघात इतर धर्मांच्या तुलनेनं अल्पसंख्येत जाऊ किंवा नष्ट तरी होऊ, अशी भीती वाटे... त्यामुळं दलित, आदिवासी, भटके नि इतर मागास जातींचे प्रश्न लौकर सुटावेत, जाती नष्ट व्हाव्यात किंवा त्यांचा दर्जा समानतेच्या पातळीवर यावा, सगळे हिंदू समान व्हावेत, असं बहुसंख्य सवर्णांना वाटे. पण हा प्रश्न हळूहळू सवडीनं सोडवता येईल; धर्मांतरानं तो सुटणार नाही, म्हणून धर्मांतराची घाई करू नका, असे सवर्ण विद्यार्थी दलित विद्यार्थ्यांना सांगत. दलितांना या प्रश्नाची निकड अधिक वाटे. त्यांचा सदैव भर या प्रश्नावरच असे. बाकीचे सामाजिक, राजकीय प्रश्न त्यांना गौण वाटत. त्यामुळं त्यांची एक स्वतंत्र फळीच बोर्डिंगात तयार झाली होती.

...माझ्या मनाची चमत्कारिक घालमेल होत होती. विद्यार्थ्यांत बसून चर्चा करताना मला ठाम भूमिका घेता येणं अशक्य झालं होतं. त्या त्या वेळी प्रत्येकाचं बरोबर वाटत होतं. संयुक्त महाराष्ट्रासाठी होणारा मराठी माणसाचा आकांत कळत होता नि डॉ. बाबासाहेबांची धर्मांतरापाठीमागची वेदनाही कळू शकत होती. दलितांनी धर्मांतर करू नये असंही वाटत होतं नि हिंदुधर्मातील जुनाट जातीवाद; अस्पृश्यता एवढ्या तडकाफडकी जाणार नाही, असंही वास्तव दिसत होतं.

या चर्चांतून चिडाचिडी होई. वैयक्तिक पातळीवर चर्चा घसरे. मारामारीची पाळी येई. वर्षारंभी दोन-तीन महिने एक दिलानं वागणाऱ्या विद्यार्थ्यांच्या मनाला सप्टेंबर-ऑक्टोबरमध्ये तडे जाताना दिसू लागले. त्यांचे तट पडू लागले. खोल्याखोल्यांतील हवा गरम होऊ लागली... हे नवे प्रश्न मराठी माणसाला एकसंघ करायच्या ऐवजी त्याच्या चिरफळ्या करणार की काय अशी भीती मनात बोकाळू लागली. मी माझ्या खोलीतल्या य. रा. पोवार आणि शेटे यांना ही भीती बोलून दाखवू लागलो. त्यांचे नवे मित्र एल. बी. रायमाने आमच्या खोलीवर नेहमी येत. त्यांच्याशीही या संबंधात चर्चा करू लागलो. रायमानेही चर्मकार समाजातले. या तिघांपैकी कुणी बौद्धधर्म स्वीकारणार नव्हतं. पण तिघेही व्यथित होऊन बोलत. रायमाने अधिक व्यथित होत

नि बोलत. शेवटी असहाय्य होण्यापलीकडं आपल्या हातात काहीच नाही, याची मलाही जाणीव होऊ लागली. यातूनच माझी नि रायमाने यांची मैत्री वाढत गेली.

रायमाने गोखले कॉलेजमध्ये एफ. वाय. ला आले होते. बेळगाव जिल्ह्याच्या चिकोडी तालुक्यातील रायबाग जवळील शितोळे-अंकलीहून शिकायला आलेले. त्यांच्यात राजकीय अभिनिवेश किंवा स्वमताचा अतिरेक नसे. स्वभावानं शांत, समजूतदार होते. राजकीय मतांपेक्षा सामाजिक विचार ते आस्थेनं वाचत. त्यावर चिंतन करत. संध्याकाळी बसून माझ्याशी व खोलीतील मित्रांशी यासंबंधी बोलत. त्यांची पुष्कळशी मते मला पटत. सामाजिक गुंतागुंत अधिकाधिक कळू लागे.

ऑक्टोबरात कॉलेजला दिवाळीची सुट्टी लागली नि बरेच विद्यार्थी आपापल्या गावी सुट्टीसाठी गेले. त्यामुळे बोर्डिंगमधील त्यांची संख्या विरळ झाली. मीही साताठ दिवस गावाकडं जाऊन यायचं ठरवलं.

गावाकडं गेलो तर दौलतराव निकम वेगळ्याच अडचणीत सापडलेले दिसले.

१९५७ च्या मार्चमध्ये होणाऱ्या निवडणुकांचं वारं वाहू लागलं होतं. संयुक्त महाराष्ट्र समिती या निवडणुका अटीतटीनं लढविण्याचा विचार करू लागली. सबंध महाराष्ट्रात तिच्या हालचाली जोरात सुरू झाल्या. आचार्य अत्रे यांचा 'साप्ताहिक नवयुग' आणि 'दैनिक मराठा' अतोनात लोकप्रिय झाले होते. 'दैनिक मराठा' ची वाट लोक रोज चातकासारखी पाहत. केवळ संयुक्त महाराष्ट्रासाठी जन्माला आलेलं ते दैनिक भान विसरून लोक वाचत. अत्र्यांच्या अभिनिवेशी भाषेला उधाण आलेलं. लोकमान्य टिळकांच्या केसरीला ब्रिटिश आमदानीत जे महत्त्व; तसे महत्त्व दैनिक मराठाला आलेलं. मी त्यावर तुटून पडे. शब्द न शब्द कोळून पीत असे.

विष्णोबांच्या खोलीत मी ते रोज वाचायला जाई. खोलीवर संयुक्त महाराष्ट्राच्या चर्चा रंगत. नाट्यमय परिस्थिती निर्माण झालेली. विष्णोबा सणगर, लक्ष्मण मिसाळ, बाबू सपकाळ, शिवराम मर्दाने या स्वातंत्र्यसैनिकांना राजकीय सत्तेची महत्त्वाकांक्षा नव्हती. सगळे काँग्रेसचेच सभासद. पण निकोप मनानं विचार करत. संयुक्त महाराष्ट्राचा विचार हिरीरीनं मांडत. पण दौलतराव निकमांचा पवित्रा वेगळा होता. ते अतिशय सचोटीने आणि सात्त्विक स्वभावाचे तत्त्वनिष्ठ कार्यकर्ते. या सगळ्याप्रमाणे तेही स्वातंत्र्यसैनिक. बेचाळीसच्या क्रांतीमध्ये त्यांनी केलेला त्याग बाकींच्यापेक्षा अधिक होता. बाकीच्यांना किरकोळ शिक्षा झालेल्या, पण दौलतरावांना दोन वर्षांची शिक्षा झालेली.

दौलतरावांच्या क्रियाशील वृत्तीमुळं त्यांना १९५२ सालच्या निवडणुकीत काँग्रेसतर्फे आमदारकीचं तिकिट मिळालं होतं. पण ते स्थानिक राजकारणामुळं व प्रा. एम. आर. देसाई यांच्या कागल तालुक्यातील लोकप्रियतेमुळं निवडून येऊ शकले नव्हते. १९५७ मध्ये होणाऱ्या निवडणुकांमध्येही त्यांना काँग्रेसतर्फे तिकिट

मिळण्याची दाट शक्यता होती. कागल तालुक्यात तरी त्यांच्या इतका लोकांत मिसळून कार्य करणारा दुसरा कोणी कार्यकर्ता नव्हता.

विष्णोबांच्या खोलीवर चर्चा आणि वादविवाद होताना माझ्या लक्षात येत होतं की, दौलतरावांनाही संयुक्त महाराष्ट्र हवाच आहे; पण काँग्रेस पक्षाच्या शिस्तीचं पालन करून. काँग्रेसच्या कार्यकर्त्यानं पक्षशिस्तीचं पालन केलं पाहिजे; काँग्रेसचं धोरण राबविलं पाहिजे याची जाणीव त्यांना तीव्र होती.

अनेकांनी सोडली तरी संयुक्त महाराष्ट्रासाठी ते काँग्रेस सोडायला तयार नव्हते. काँग्रेसला मोठी परंपरा होती. तिनं देशाच्या स्वातंत्र्यासाठी मोठा संघर्ष केला होता. स्वातंत्र्य मिळवून दिलं होतं. गांधीजींच्या बरोबरीची महान विचारवंत मंडळी सगळी काँग्रेसमध्ये होती. त्यांनी व्यापक पातळीवर विचार करून द्वैभाषिक राबवण्याचा प्रयत्न चालविला होता. पंडित नेहरूंसारख्या जागतिक पातळीवर लोकप्रिय असलेला विचारवंत द्वैभाषिकाचा व्यापक विचार मांडत होता; हे सारं कसं डावलायचं, संयुक्त महाराष्ट्राचा संकुचित प्रादेशिक विचार कसा स्वीकारायचा, असं दौलतरावांना वाटे. ते या सापटीत सापडून कुचंबत होते.

...बाकीचे स्वातंत्र्य सैनिक कुणी या अंगानं विचार करायला तयार नव्हते. मराठी माणसाचं अस्तित्व त्यांना महत्त्वाचं वाटत होतं.

रोज रात्री होणाऱ्या त्यांच्या वैचारिक लढाया मी बघत होतो. व्यापक पातळीवरून दौलतरावांचं बरोबर वाटत होतं. आणि संयुक्त महाराष्ट्र प्रथम झालाच पाहिजे, असंही जाणवत होतं. कागलच्या स्वातंत्र्य सैनिकांचा हा ग्रूप एकमेकांतच भांडत आहे, यात दौलतराव एकटे पडत आहेत, व्यापक विचार करणारे असूनही त्यांच्या बाजूला कुणीच नाही, त्यांच्या सात्त्विक वृत्तीमुळं त्यांचा पराभव होत आहे, असं वाटे. मला दुःख होई. दौलतरावांची कुचंबणा मला जास्त व्यथित करत होती. माणसानं व्यापक पातळीवर विचार करावा, अशी माझी नेहमीची ओढ. पण जगण्याचे प्रश्न भीषण असतात; प्रथम माणूस नीटपणे जगला पाहिजे, ही निकड सर्वात महत्त्वाची. इतर सगळ्या राज्यांची 'एक भाषा एक राज्य' अशी रचना; मात्र महाराष्ट्राच्या हातापायांत द्वैभाषिकाचे साखळदंड; यामागं विचारांची दिशा नीट नाही हे दौलतरावांना कळत का नाही? का त्यांच्या मनात पक्षाबरोबर राहिलो तर खूप मोठं होता येईल, ही आशा होती?– हा प्रश्न मनात पुनः पुन्हा उमटत होता. त्याचं उत्तर मिळणं कठीण होतं.

डिसेंबरात कधीतरी निवडणुका जाहीर झाल्या नि दौलतराव निकमांना काँग्रेसतर्फे आमदारकीचं तिकिट मिळालं. संयुक्त महाराष्ट्र समितीनंही आपलं निवडणुकीचं धोरण जाहीर केलं. खरी लढाई काँग्रेस आणि संयुक्त महाराष्ट्र समितीचे उमेदवार अशीच होणार होती.

पूर्वीच्या निवडणुका शांतपणानं पार पडल्या होत्या. काही ना काही सामाजिक

कार्य करणारे अनेक उमेदवार १९५२ च्या निवडणुकीत स्वतंत्र उमेदवार म्हणून उभे होते. आमच्या कॉलेजचे प्राचार्य बॅरिस्टर बाळासाहेब खर्डेकर हे खासदार म्हणून आणि त्यांचा उजवा हात मानले जाणारे प्रा. एम. आर. देसाई हे आमदार म्हणून निवडून आले होते. दोघेही स्वतंत्र उमेदवार. कोल्हापूर जिल्हा त्यांना मानत होता.

यावेळीही प्राचार्य खर्डेकर खासदारकीच्या निवडणुकीसाठी स्वतंत्रपणे उभे राहिले. एम. आर. देसाई उभे राहिले नाहीत. लोकांना संयुक्त महाराष्ट्राशिवाय नि 'एक भाषा एक राज्य' याशिवाय काही सुचत नव्हतं. स्वतंत्र उमेदवार हा केवळ स्वतःच्या प्रतिष्ठेवर, कार्यावर निवडून येतो. लोकमानसात त्याच्याविषयी आदर असतो. त्या आदरापोटी त्याला निवडून दिलं जातं. पण आता लोकांच्याच काही निकडीच्या मागण्या होत्या. त्या मागण्या प्रथम पूर्ण होण्याची गरज होती. ती गरज भागवण्याच्या हेतूनं काँग्रेसशिवाय इतर पक्षांनी संयुक्त महाराष्ट्र समिती स्थापन केली होती. लोकांच्या मागणीतून जन्माला आलेली ही समिती.

या समितीत बाळासाहेब खर्डेकर गेले नाहीत. मात्र 'मी संयुक्त महाराष्ट्र समिती बरोबरच आहे. संयुक्त महाराष्ट्र मिळविण्यासाठी मी केंद्रसरकारात आपली बाजू मांडीन' असं ते जाहीरपणे म्हणत. तरी ते 'स्वतंत्र' पणे उभे होते. अशा रीतीनं उभे राहून त्यांनी आपली प्रतिष्ठा पणाला लावलेली. त्यामुळं त्यांच्या विरोधात संयुक्त महाराष्ट्र समितीचा, काँग्रेसचा असे उमेदवार होते.

निवडणूक प्रचार बंद व्हायच्या अगोदर ९ मार्च १९५७ रोजी कोल्हापूरच्या बिंदू चौकात त्यांची शेवटची एक प्रचंड आणि प्रसिद्ध सभा झाली. रक्तदाब वाढलेला. आजारी होते तरी आले होते. कोल्हापूरच्या शैक्षणिक क्षेत्रात त्यांच्याविषयी नितान्त आदर होता. सर्वच महाविद्यालयांच्या विद्यार्थ्यांना ते हवेहवेसे वाटायचे. आमच्या गोखले कॉलेजचं तर भूषण. स्थापन केलेल्या शिक्षणसंस्थेसाठी त्यांनी आपली सगळी इस्टेट वेचली होती.

अतिशय मोहक नि आकर्षक व्यक्तिमत्त्व. शांतवृत्ती. बोलण्यात सदैव संयम, संतुलितपणा. दुसऱ्याविषयी व्यक्त होणाऱ्या आस्था आणि कळवळा यातून, एका निकोप मिस्किलपणातून, रसिकतेतून त्यांच्या भाषेला एक वेगळा गोडवा आलेला. इंग्रजी साहित्य ते शिकवीत. ते शिकवताना हा गोडवा विशेष जाणवे.

त्यांचे माझे संबंध जवळचे. कागलला मी ज्या हायस्कूलात शिकलो, ते हायस्कूल यांच्या संस्थेचं. कॉलेज नंतर निघालं. ते कागललाच राहत होते. कोल्हापूरला जाऊन-येऊन करत होते. त्यांना मी अनेक वेळा फी-सवलतीसाठी भेटलो होतो. त्यांनी मला समजून घेतलं होतं. माझ्या शिकण्याविषयी आस्था दाखवली होती. कॉलेजवर कधी जाता-येता दिसलो तर 'काय ठीक चाललंय ना?' म्हणून हसतमुखानं विचारायचे. विद्यार्थ्यांसाठी त्यांनी अनेक वर्षे खूप काही केलं

होतं या पार्श्वभूमीवर ती सभा होत होती.

सगळा बिंदू चौक भरून गेलेला. रस्ते बंद झालेले. आजुबाजूच्या घरांच्या, दुकानांच्या गॅलऱ्यांतून, गच्च्यांतून माणसं गर्दीनं उभी राहिलेली. सर्वत्र शांतता पसरलेली. धीर-गंभीर आवाजात पराकोटीच्या मन:पूर्वकतेनं बाळासाहेब बोलत होते. श्रोत्यांत विद्यार्थ्यांची संख्या जास्त... सभा इतकी गंभीर होती की बाळासाहेबांचे भाषण झाल्यावर, ते हळूहळू जाऊन खुर्चीवर बसल्यावर अर्धा एक मिनिट गेला तरी टाळ्या वाजवण्याचं भान लोकांना राहिलं नाही. त्यांच्या विचारांनी लोक मंत्रमुग्ध झालेले. गंभीर होऊन, एका जागेवर खिळून ऐकत बसलेले. नंतर टाळ्यांच्या काडकाडकाड पाऊसगारा पडल्या.

अंतर्मुख होऊन लोक आपापल्या घरी परतले. सभा इतकी प्रभावी झाली होती की विद्यार्थ्यांच्या तोंडून उत्स्फूर्त उद्गार बाहेर पडत होते; ''साहेबांनी सभा जिंकली. साहेब नक्की निवडून येणार.'' सगळ्या विद्यार्थ्यांची मनोमनीची उत्कट इच्छा या उद्गारांतून बाहेर पडत होती.

विरोधी उमेदवार मतभेद व्यक्त करताना बाळासाहेबांविषयी आदर दाखवून बोलत. वारं वेगळं होतं. संयुक्त महाराष्ट्राची मागणी संघटितपणे व्यक्त करणारी समिती प्रभावी असली पाहिजे, तिचे जास्तीत जास्त उमेदवार निवडून आणून लोकांची मागणी काय आहे, ते काँग्रेसच्या आणि केंद्रसरकारच्या निदर्शनास आणून दिलं पाहिजे, याची जाणीव लोकांना विशेष झालेली. त्यामुळं बाळासाहेब खर्डेकर निवडणुकीत पडले आणि कागलचे दौलतराव निकमही निवडून येऊ शकले नाहीत. एरवी सामान्य असलेली पण संयुक्त महाराष्ट्र समितीतर्फे उभी असलेली माणसं निवडून आली...

...लोकांची मागणी आणि लोकमत काय करू शकतं याचा सूर्यासारखा प्रत्यय आला. कितीही आदर्श आणि गुणी व्यक्ती असली तरी जेव्हा ती लोकांची मागणी पुरी करू शकत नाही किंवा लोकप्रवाहात पूर्णपणे सामील होत नाही, तेव्हा ती बाजूला हटवली जाते. व्यक्तिगत पातळीवर तोपर्यंत केलेल्या सामाजिक कार्याला त्या निकराच्या वेळी काही किंमत राहत नाही. माझ्या भावूक मनाला चेचून लिबलिबीत करणारं, निष्ठुर समाजसत्य मला कळलं; मी गांगरल्यासारखा झालो—

बाळासाहेब खर्डेकर निवडणुकीत पडल्यामुळं सगळं कॉलेज खिन्न झालं. विद्यार्थी, प्राध्यापक, कार्यालयातील कर्मचारी उदास झाले... समाज सुसंस्कृत, सुशिक्षित करण्याची बाळासाहेबांची तळमळ, त्यांनी शिक्षण संस्थेसाठी वेचलेली स्वत:ची संपूर्ण इस्टेट आणि जिंदगी, त्यांचा सात्त्विक, उच्च विचारांवर आधारलेला कर्मयोग याची जाण समाजानं ठेवली नाही, याची खिन्नता सर्वांच्या मनावर पसरली. समाजाच्या मनात जेव्हा काही ज्वलंत समस्या नसते, तेव्हा तो बाळासाहेबांच्यासारख्या

आदर्श व्यक्तिमत्त्वाला आणि उदात्त नीतिमत्तेला मानतो. पण जेव्हा एखादी निकडीची समस्या धगधगत असते; तेव्हा तो तिच्या तात्कालिक सोडवणुकीला अधिक मानतो.

आदर्श व्यक्तिमत्त्वाचं आणि त्यांच्या नैतिकतेचं समाजातील स्थान मला कळल्यासारखं झालं. येशूला सुळावर का जावं लागलं, गांधीजींचा खून का झाला, याचं एक वेगळं उत्तर मी माझ्याशी शोधलं. त्यातलं कटू फळ स्वीकारलं. लोकगंगेचं पाणी किती खोल असतं, वेगवान पाणभवरे तिच्यात कुठं असतात याची विदीर्ण करणारी जाणीव झाली... अधिक शहाणा होत चाललो.

◆

अठरा

इंटरच्या परीक्षेचा फॉर्म भरण्याची नोटीस लागली. शैक्षणिक वर्ष संपत आल्याची ती खूण... खूप अभ्यास केला पाहिजे. कसाबसा दीड महिना राहिला... मनाला अभ्यासाची हुरहूर लागली.

डिसेंबर आणि जानेवारी असे दोन महिन्यांचे बोर्डिंगचे पंचवीस रुपये तटले होते. फॉर्मसाठी तीस रुपये लागणार होते. पंचावन्न रुपयांची गरज होती. माझ्याकडं फक्त सतरा रुपये होते. त्यातले टर्मफीसाठी कॉलेजला दहा रुपये दिले. सात रुपये शिल्लक राहिलेले. निदान दोन रुपये मला दोन महिन्यांसाठी वैयक्तिक खर्चाला लागणार होते. फक्त पाच रुपये शिल्लक होते. मग उरलेले पन्नास रुपये आणायचे कोठून?

नाईकसाहेबांच्याकडं एकदम पन्नास रुपये मागायचं जिवावर आलं. आतापर्यंत त्यांच्याकडनं मी कॉलेजच्या पहिल्या टर्मची अर्धी फी, प्रवेश फी, टर्म फी, जिमखाना फी आणि बोर्डिंगचा अर्धा चार्ज इत्यादी भरण्यासाठी थोडे थोडे असे एकूण एकशेवीस रुपये मागून आणले होते. जुलैच्या आरंभी त्यांच्याकडून यांतले बरेचसे पैसे घ्यावे लागले. मधल्या काळात बोर्डिंगचे पैसे दोन-दोन महिन्यांतून एकदा जाऊन मागत होतो.

मागितल्याबरोबर ते चटकन द्यायचे. 'कसं काय; ठीक चाललंय ना?' एवढं विचारायचे. बाकीचं काही बोलायचे नाहीत. आपल्या कामात गुंग व्हायचे... मुकाट बसून राहणं मला अवघड वाटायचं. कामाशिवाय कुणी टेबलासमोर रिकामं बसलेलं त्यांना आवडत नव्हतं. आलेल्या लोकांना चटकन कामाविषयी विचारून मार्गी लावायचे; पुन्हा आपल्या कामाकडं वळायचे. अशा वेळी आपण कशा गप्पा मारणार? खरं म्हणजे काय गप्पा मारणार?– असा प्रश्न पडे. इतके गंभीरपणे कामात मग्न असायचे की त्यांच्याशी अवांतर बोलत बसू नये, असं आपोआप वाटे.

त्यामुळं त्यांच्याशी मला कधी जवळीक साधता आली नाही. माझ्याकडून ते सही किंवा पोचपावती घेत नसल्यामुळं मला अवघड वाटत होतं. इच्छा अशी होती की माझी सही किंवा पावती घेऊन त्यांनी पैसे दिल्याची नोंद करून ठेवावी. त्यातून माझ्यावर एक नैतिक जबाबदारी निर्माण व्हावी. मी पुढं कधीतरी ते सगळे पैसे परत द्यावेत. नोकरी लागल्यावर सगळे पैसे परत करणार आहे; हे नाईकसाहेबांच्या जवळ

निदान बोलून दाखवावं; असं वाटे. ते खिशातून किंवा कपाटातून पैसे काढून देत नि आपल्या कामाकडं वळत. पत्नीनं किंवा मुलानं घरातल्या कर्त्या माणसाकडं पैसे मागावेत नि त्यानं ते पटकन देऊन कामाकडं वळावं; अशी एकूण रीत. त्यामुळं माझ्या मनात विचारांचं काहूर उठे... 'हे सगळे पैसे तुम्ही नोकरी लागल्यावर परत करणार का? या सगळ्या पैशांचा नीट हिशेब मांडून ठेवता ना? या पैशांच्या मोबदल्यात काही कामं करू शकाल का?' असं काहीतरी त्यांनी मला एकदा तरी विचारावं नि आपण त्या प्रत्येक प्रश्नाला होकारार्थी उत्तर द्यावं, असं वाटे. पण ती संधीच त्यांनी मला कधी दिली नाही.

असंही वाटे की भाईंनी नि सुनीताताईंनी मला मदत करण्यास त्यांना विनंती केली. त्या विनंतीपोटी ते मदत करत आहेत. पण ही मदत ते वैयक्तिक पातळीवर करत असावेत. कारण कोरगावकर ट्रस्टतर्फे ही मदत असती तर त्यांनी माझ्याकडून पैसे पोचल्याची पावती किंवा सही घेतली असती. तशी ते कधीच घेत नाहीत. निश्चितच ते स्वत:च्या खिशातले पैसे देत असावेत. भाईंच्या मैत्रीपोटी आपण त्यांना अडचणीत आणलंय...

... ते मोठे शिक्षणतज्ज्ञ. शिवाय कोल्हापूर शहराचा मास्टरप्लॅन त्यांनी आखून तो प्रत्यक्षात जिद्दीनं आणलेला. त्या काळात अनेक संघर्षांना तोंड दिलेलं. त्यांच्या कडक स्वभावाविषयी ख्याती होती. सगळ्या कोल्हापूरकरांच्या मनात त्यांच्याविषयी दबदबा आणि आदर. हे सगळं मला वर्षभरात माहीत झालं होतं. त्यामुळं त्यांच्याकडं जाताना मला दबाव नि भीती वाटत होती.

तरीही मनाचा धडा करून मी धडधडत्या अंत:करणानं गेलो.

पैसे मागून घेण्याशिवाय दुसरा मार्गच नव्हता. त्यांना सगळं एका दमात सांगून टाकलं. त्यांनी त्वरित खिशात हात घातला नि मला पन्नास रुपये काढून दिले. बाहेर त्यांची वाट बघत गाडी उभी होती. त्या गाडीत बसून ते क्षणभरात निघूनही गेले. हातात पैसे घेऊन मी तसाच उभा. एक प्रकारची खिन्नता आली... त्यांच्या लेखी मी पैशाची मदत मागायला येणारा एक गरीब कॉलेज-विद्यार्थी एवढीच किंमत असेल काय? काय हे माझ्या नशिबी रस्त्यावर उभा राहून हात पसरणं आलं आहे!...

स्वत:ची कीव करत मी परतलो नि १९५७ फेब्रुवारीच्या पहिल्या आठवड्यात इंटरच्या परीक्षेचा फॉर्म भरून टाकला.

अस्वस्थ वाटत होतं म्हणून सुनीताताईंना सविस्तर पत्र लिहिलं. नाईकसाहेबांच्या मदतीच्या संदर्भात माझी होणारी कुंचबणा सांगितली. रेडिओवर माझे वर्षभरात चार कार्यक्रम झाले होते. त्याचे पैसे मिळाले होते. त्यातून बोर्डिंगचे दोन महिन्यांचे पैसे भरले होते. साबण, वह्या, पुस्तकं, पत्रव्यवहार, केसकापणी यासाठी किरकोळ

होणारा खर्च मी भागवत होतो. दोन शर्ट्स नि दोन अंडरवेअर्स शिवून घेतल्या होत्या.

रत्नागिरीला गेल्यापासनं मनाची एक कुचंबणा सतत होत होती. घरातून मी शिक्षणासाठी बाहेर पडलेला. घराला माझी काहीच मदत नाही. माझ्या वयाच्या कुणब्याच्या पोरानं घरादाराला मिळवून घातलं पाहिजे, असा रिवाज होता. तो मी संपूर्ण मोडलेला. मी घरादाराचा अपराधी झालेला. सात भावंडं. एवढी एवढी होती. नाळरोगी, निर्जीव; तरी सगळी राबत होती नि खात होती. शिक्षणाच्या नावाखाली मीच एकटा मदत मिळवून सावलीत बसून खात होतो. कुणब्याच्या घरात हा मोठा गुन्हा होता. तशात घराचा कर्ता पुरुष दादा पोटाच्या दुखण्यानं आजारी. पोटात कळा करायच्या, खाल्लेलं पचायचं नाही, उलट्या व्हायच्या; तरी मळा धरून कामं रेटत होता. दुबळा शिवा निभतील तेवढी कामं करत होता. आई उन्हात काम करून वितळून जाते की काय असं वाटत होतं– अशा घराला माझा काडीचाही हातभार लागू नये, याचं वाईट वाटत होतं. मन पोखरलं जात होतं. त्या भावनेपाटी घरात प्रत्येक महिन्याला थोडे थोडे साठवून आतापर्यंत एकूण शंभरभर रुपये दिले होते.

हे सगळं सुनीताताईंना कळवलं. माझं चुकलं असेल तर कळवा म्हणून विनंती केली. माझी समजूत काढणारं त्यांचं सविस्तर पत्र आलं. मला मोठा धीर आला. शांतपणे अभ्यासाकडं वळलो.

भरपूर अभ्यास केला. इंग्रजी, संस्कृत, तर्कशास्त्र या विषयांचा मी धसका घेतला होता. त्याच विषयांवर रात्रंदिवस डोकं घासत होतो. इंग्रजीचे दोन, तर्कशास्त्राचे दोन आणि संस्कृत, इतिहास, अर्थशास्त्र, मराठी यांचे एकेक असे पेपर्स द्यावे लागणार होते.

मार्च महिन्याच्या अठ्ठावीस तारखेला परीक्षा झाली. बोर्डिंगमध्ये अजून तीन दिवस राहता येणार होतं. महिन्याचा चार्ज आगाऊ दिला होता. परीक्षा झाल्यावर मुलं पत्ता नाही ते निघून जातात म्हणून महिन्याच्या पहिल्याच आठवड्यात सक्तीनं तो भरून घेतला जात होता.

दुसऱ्याच दिवशी मला उदास वाटू लागलं. परीक्षा झालेली सगळी मुलं दुसऱ्या दिवशी सकाळी आपापल्या गावी निघून गेली. खोली एकदम मोकळी झाली. एल. बी. रायमाने अगोदरच एफ.वाय.ची परीक्षा देऊन निघून गेलेले. सिनीअर बी.ए.चे तेवढे तुरळक विद्यार्थी बोर्डिंगमध्ये राहिलेले. एकोणतीस तारखेला इंटरचे विद्यार्थी निघून गेल्यावर बोर्डिंग कसं ओस पडल्यासारखं दिसू लागलं... मला कोल्हापुरात राहवेना.

मी प्राध्यापकांचा नि शहरातल्या विद्यार्थी मित्रांचा निरोप घेतला. रात्री परत आलो. सकाळी उठून कागलला जायचं ठरवलं.

रात्री पडल्या पडल्या एक गोष्ट जाणवली की, नाईकसाहेबांना भेटून आलं पाहिजे, त्यांना परीक्षा झाल्याचं, गावी जात असल्याचं कळवलं पाहिजे.

... सकाळी लौकर उठून त्यांच्याकडं गेलो.

दारात सहज उभे होते.

“नमस्कार.” मी.

“नमस्कार. हं, काय यादव?”

“माझी इंटरची परीक्षा झाली; ते सांगायला आलोय.”

“असं? पेपर्स वगैरे ठीक गेलेत ना?”

“चांगले गेले. वर्षभर निवान्तपणे अभ्यास करता आला.”

“ठीक. पुढचा विचार काय आहे?”

“उद्या मी आता गावी जातोय. आता जवळ जवळ तीनचार महिने मळ्यात कामं करीन. आईवडिलांना तेवढीच मदत होणार आहे. एप्रिल ते जूनअखेर शेतातली कामं आवरून घेईन नि मग जुलैच्या पहिल्या तारखेपासनं कॉलेजात येईन म्हणतो.”

“चला आत. चहा घेऊ... चित्रा, अगं यादव आलेत.”

आम्ही आत जाऊन चहा घेत बोलू लागलो. नाईकसाहेबांनी घरची सगळी चौकशी केली. शेवटी ते म्हणाले,

“मी नि चित्रा दोघंही आता कोरगावकर ट्रस्ट सोडणार आहोत. गारगोटीला मौनी विद्यापीठाचं काम बघणार आहोत. त्यामुळं तुम्हाला आता जूनपासनं आर्थिक मदत मिळणार नाही. तुमचं तुम्हाला बघावं लागेल.”

मी अपघातात तुटल्यासारखी मान हलवली. शब्द फुटेना.

“पु.ल. आणि सुनीताला मी लिहितो आहे तसं. तुम्ही दुसरा काही मार्ग शोधा.”

“बरं.” हुंदक्यासारखा आवाज.

पुढं मला काही बोलता येणं शक्य नव्हतं. नमस्कार करून मी त्यांचा निरोप घेतला.

बाहेर पडलो तेव्हा हातापायातलं बळ गेल्यासारखं झालं... असं कसं हे प्रत्येक वर्षी वाट्याला येतं? किती वेळा उभारी धरायची? हेलपाटत, ढेपाळत पुन्हा कोसळण्यासाठी उभं राहायचं? पुन्हा काळाची ढुंगणावर लाथ बसण्यासाठी वाकून उभं राहायचं? आपल्या गळ्यात गळ अडकवून काळानं चालवलेली क्रूर थट्टा ही!

मनाच्या चिंध्या सावरत कोल्हापूर सोडलं.

आंथरूण-पांघरूणाचं, कपड्यांचं, सगळं बोचकं घरात नेऊन टाकलं. पुस्तकांची ट्रंक कोल्हापुरात मित्राकडं ठेवली होती. तिची तूर्त गरज नव्हती. आंथरूण-पांघरूण

मात्र रोज लागणार होतं; म्हणून बरोबर आणलं होतं.

तीनचार महिन्यांसाठी मी सुट्टीवर आल्याचा आईला आनंद झाला. भावंडांना बरं वाटलं. तीनचार महिने त्यांच्यात राहणार होतो. कदाचित कोल्हापुरला पुन्हा जायला मिळणारही नव्हतं. पुढं सगळा अंधार होता.

परीक्षा झाल्याचं सुनीताताईंना नि भाईंना कळवणं आवश्यक होतं. वर्षभर त्यांच्याशी पत्रव्यवहार सुरू होता. वीस-तीस दिवसांत माझं एखादं तरी पत्र त्यांना जात होतं. जाणकार आईवडिलांना लिहावं तसं सगळं सविस्तर लिहित होतो. सवडीनं त्यांची उत्तरं येत. उत्तर आलं की धीर येई. पाठीवर वत्सलतेचा हात फिरल्यागत होई.

आताही त्यांना सगळं कळवलं. नाईकसाहेबांचा निर्णय सांगितला. वर्षभर त्यांच्याकडनं एकशेसत्तर रुपये घेतले होते, त्याचा तपशीलवार हिशोब दिला. माझ्या घरची परिस्थिती नि आर्थिक अडचणी कळविल्या. ताई नि भाई माझ्यासाठी काही करतील याची मनोमन खात्री होती. तरीही त्यांच्या मायेला मी अपात्र ठरता कामा नये, त्यांना त्रास होता कामा नये; याची तीव्र जाणीव होती. म्हणून आर्थिक पायावर माझं मी उभं राहण्याची नि त्यासाठी धडपडण्याची गरज होती.

तूर्त एक मार्ग दिसत होता. पत्रातनं लिहिता लिहिता लिहिलं, "... नाईकसाहेबांची मदत मिळणार नाही हे निश्चित झालंय. म्हणून मला आज तरी असा उपाय सुचतो की मी श्रुतिका लिहित जाईन. त्यांपैकी महिन्यातून एखादी तरी श्रुतिका ध्वनिक्षेपित व्हावी. म्हणजे माझं सर्व काही व्यवस्थित चालेल. भोजनखर्च व माझा वैयक्तिक खर्च मिळून मी मासिक दहा रुपयांत भागवीन. उरतील ते दहापंधरा रुपये घरी देईन. मी मुंबईलाच श्रुतिका पाठवीन. मुंबई आकाशवाणीवर त्या ध्वनिक्षेपित व्हाव्यात, असं वाटतं.

गेल्या नोव्हेंबरपासनं माझी एकही श्रुतिका पुणे आकाशवाणीवर ध्वनिक्षेपित झाली नाही. प्रारंभी व्यंकटेश माडगूळकर पत्रानं श्रुतिका मागवून घेत असत. कॉन्ट्रॅक्ट पाठवीत असत. मी त्याप्रमाणं श्रुतिकाही पाठवीत असे. पुढं दिवाळीच्या सुट्टीत म्हणजे डिसेंबरात मी श्रुतिका लिहून पाठविल्या. कारण दुसऱ्या टर्मला अभ्यासाशिवाय दुसरं काही विशेष करायचं नाही, असं ठरवलं होतं, पण त्या थोड्याच दिवसांत परत आल्या. त्यात त्यांनी कारणही सांगितलं नाही. मीही त्यांना पुन्हा श्रुतिका पाठवल्या नाहीत व कारणही विचारलं नाही. तसं विचारणं मला प्रशस्त दिसलं नाही... परत आलेल्या श्रुतिकांपैकी तीन श्रुतिका आपल्याकडं पाठवीत आहे. त्या मुंबईवरून ध्वनिक्षेपित करण्यायोग्य असतील तर करा. नाहीतर माझं लेखन सर्वसाधारण कुठं चुकतं ते सांगा."

नाईकसाहेबांनी घेतलेल्या निर्णयातनं स्वत:ला सावरीत असतानाच सुनीताताईंना

हे पत्र लिहिलं. त्यांच्या उत्तराची वाट पाहात कागलात दिवस घालवू लागलो.

मळ्यात कामांचे ढीग लागलेले. ते उपसू लागलो. काम करता करता मन अनेक दिशांनी भरकटत जाई... भाई मुंबई आकाशवाणीवर असले तरी त्यांना मुंबईवरून श्रुतिका ध्वनिक्षेपित करायला नाहीच जमल्या तर? 'गावकरी फड' फक्त पुण्याच्या आकाशवाणीवरच आहे. पुणे केंद्रावरच फक्त ग्रामीण कार्यक्रम होतात. मुंबईहून असं काही ऐकायला येत नाही.

... आपण नुसत्या श्रुतिकांवर भर देतोय. बाकीचंही लेखन केलं पाहिजे. कथा, वैचारिक लेखही लिहिले पाहिजेत. मासिकातनं प्रसिद्ध होऊन ते आले तर त्यातनंही आपणाला काही धन मिळेल. हातपाय गाळून भागणार नाही. काहीतरी केलं पाहिजे...

मनात असा विचार आला नि मी कथालेखनाकडं वळायचं ठरवलं. कथांचा खास अभ्यास करायचा असा निश्चय केला. कथांचं मर्म शोधावं, मांडणी हेरून पाहावी, असं वाटू लागलं; पण कागलात अशी अभ्यासाजोगी चांगली पुस्तकंच नव्हती. ती कोल्हापुरात कॉलेजच्या ग्रंथालयात मिळत. मग मी कथांचे, व्यक्तिचित्रांचे सुचतील ते विषय लिहू लागलो.

या लेखनातून प्रत्यक्षाप्रत्यक्ष माझ्या अनुभवांना वाट मिळत होती. आविष्काराचा आनंद मिळत होता. पण मी जरा अंधाऱ्या आणि वेडेवाकडे हेलपाटे देणाऱ्या परिस्थितीतून जात होतो, तिच्यामुळं आतल्या आत रसायनासारखा रटरटत होतो. प्रत्येक वर्षी केलेली मांडणी मोडत होती नि नवी मांडणी करावी लागत होती. या वर्षीचा अपेक्षाभंग विलक्षण होता. कोरगावकर ट्रस्टतर्फे मिळणारी मदत बी.ए. होईपर्यंत मिळेल याची खात्री होती. वर्षभर त्याचाही एक आनंद मनावर तवंगत होता. त्यामुळं वर्षअखेर बसलेला धक्का झेपेनासा झालेला.

सुनीताताईंना लिहिलं "... मी तीनतीनदा शिक्षणासाठी धडपडतो आहे; पण वर्षभरापुरता स्थिर झालेला पाया, खाली ज्वालामुखी असल्याप्रमाणं वर्षाअखेर उद्ध्वस्त होतो आहे. पुन्हा नवीन तयारी, नवीन मांडणी करावी लागते. सारखी किती हातघाईची लढाई करायची? सगळ्या जगरहाटीचा मग राग येतो. मन किती जरी शांत, स्थिर निवळ ठेवण्याचा प्रयत्न केला तरी ते संयमाची भिंत फोडून धावतं नि मग 'काळी आग' सारखी कविता निर्माण होते. त्या कविता म्हणजे अनावर भावनांच्या तडाख्यांनी उद्विग्न मनाच्या उडवलेल्या ठिकऱ्या आहेत. या कवितांतील भावना, विचार मला अधोगतीला नेणारे आहेत, जीवनात 'माणूस' म्हणून जगायला नालायक ठरविणारे आहेत, हे कळूनही मला तसं लिहिल्याशिवाय राहवत नाही. जे मनात जळजळतं ते ओकून टाकल्याशिवाय मन स्वच्छ होणार नाही. धुमसून धुमसून कधीतरी आत्महत्येत वेड्यागत शेवट व्हायचा; म्हणून मी त्या भावना-

विचारांना वाट करून देतो आहे... कवितेशिवाय कशाचा आधार घ्यायचा हेच कळत नाही...''

असह्य दुःख माझ्या कवितांत सांडत राही... एक भयाण विचारसरणी मनाला पिसाळून सोडू लागली...

यातनांच्या चिमट्यात
गवसू दे माझी काया
पेचदार मोळे अन
आवळोत चिंबवाया
रुतू देत ओठी दात
गच्च डोळे झाकू देत.
आवळता हातमुठी
अवयव फुटू देत.
शतजन्मांची मरणे
मला आहेत भोगायची
यातनांच्या वर्षावात
एकदाची! एकदाची!

– माझं सगळं जीवन यातनामय आहे. असंच असेल तर त्या यातनांचे डोंगर एकदमच माझ्यावर कोसळोत नि मी नष्ट होऊन जावो.

चुकत नसेल जर जीवन-मरण
इहलोकातील टाळा-सरण
पुढच्या सर्व जन्मी देवा
सहाव्या महिनी जन्म हवा.

चौऱ्यांशी लक्षवेळा जर जन्म अटळपणे मिळणार असेल आणि त्या सगळ्या जन्मांत अशाच यातना भोगाव्या लागणार असतील तर मग तो जन्म प्रत्येक वेळी सहाव्या महिन्यात व्हावा; म्हणजे जन्मतःच मी मेलेला असेन नि या यातनांच्या जंजाळातून मुक्त होईन; तरी सर्व जन्म मी जन्मेन नि या जन्मफेऱ्यातूनही मुक्त होईन.

–आपल्या आत्म्याचं आनंदमय पाखरू परमेश्वरानं आकाशात उडवावं नि काळाच्या क्रूर शिकाऱ्यानं ते हवेतच बंदूक रोखून फोडावं. त्याची सुंदर रंगीत पिसं निळ्या आकाशाच्या पार्श्वभूमीवर परमेश्वरानं पाहावीत नि आनंद घ्यावा.

–रस्सीखेचीचा खेळ. जीवन आणि मरण दोघेही अजिंक्य वीर दोन्ही बाजूस उभे आहेत नि माझ्या आयुष्याची दोरी मधे ताणली जाते आहे. दोरी तुटतही नाही नि धड कोणी जिंकतही नाही. मी हा ताण किती सोसू?...

असंच मानवी जीवन असेल तर ते नष्ट झालं पाहिजे. ही पृथ्वीच नष्ट झाली तर बरं.

अंतराळात पेटावी पृथ्वी
धडाडत चोहोबाजूंनी
ब्रह्मांडातील तेव्हा तारे
होतील क्षणभर स्तिमित
जरा हसून जातील पुढे
निजमार्गाने म्हणत,
''पुण्यवंत झाली आज
सारी पृथ्वी! सारी पृथ्वी.''
तसं होणार नसेल तर निदान आपण तरी नष्ट होऊन जावं.
एकदाच होऊ दे
महान अणुस्फोटाचा
झकास प्रयोग
माझ्या छातीच्या
प्रयोग-भूमीवर
मात्र ठिकऱ्यांसह
छिन्नविछिन्न व्हावा
तो कुठलासा माझ्या मधला
'अमर आत्मा.'

हा अमर आत्मा प्रत्येक वेळी जुने शरीर टाकून नवे शरीर धारण करतो नि माझा जन्ममरणाचा फेरा सुरू होतो. मग हा अ-मर आत्माच नष्ट केला तर पुनर्जन्माचं यातना-जंजाळच मिटून जाईल.

– जगात सच्च्या निष्ठेनं जगता येणं अशक्य आहे. आपण लांड्यालबाड्या, चोऱ्यामाऱ्या, खूनकत्तली करूनच जगलो तर जगू शकेन. प्रकाशमय मानवी मूल्यांपेक्षा अंधारमय पाशवीवृत्तीनं राहूनच इथं जगता येण्यासारखं आहे.

'निष्ठाहीनतेचा जंगी
पाठी बांधणार भाला
डोळे झाकून अंधाराच्या
हाती करणार ढाला.'
'माझा मीच खून केला
आत्महत्या म्हणू नका

पोचवून आलो मढे
नको उगीच बोभाटा.
शरीराच्या पोतडीत
राम-देव झाला धोंडा
जुन्या सुंदर वस्त्रांचा
आत कोंबला भुसा-कोंडा...'

– अशासारख्या भावना, कल्पना, विचार असलेल्या कवितांच्या ओळी अनावरपणे लिहित होतो. मळ्यात काम करता करता त्या मनात जुळत होत्या. दुपारी नाहीतर रात्री इस्वाट्याला बसलो की वहीवर लिहून काढत होतो. सुट्टी चालली होती.

इंग्रजी प्रोझ-पोएट्रीचा नि लॉजिकचा, असे दोन पेपर अवघड गेले होते. पास होतोय की नाही याची काळजी आतून कातरत होतीच. 'मे'चा उन्हाळा होरपळून काढत होता. तरी साहित्याच्या काव्यमय सावलीत क्षणभर विरंगुळा मिळत होता. दुःखाला काव्यमय करून त्यात रमून जात होतो. अतिरिक्त वाचनानं आत्मसात झालेली वाङ्मयीन भाषा माझं दुःख अधिकच गहिरं आणि भडक करत होती. एकटं एकटं बसून शब्दांशी खेळ मांडताना, कल्पनांशी क्रीडाविलास करताना वेळ निघून जात होता. वास्तव नजरेआड पडून मद्याची यावी तशी बधीर गुंगी येत होती.

◆

एकोणीस

संध्याकाळी मळ्याकडनं येऊन सोप्यात बसलो होतो. भिंतीला टेकून, पायाची तिठी घातली होती नि डोळे तुळईकडं नकळत लागले होते. आई दुकानला जाऊन काहीबाही किराणा घेऊन आली नि सोप्यात बसली. ती आल्याचं क्षणभर माझ्या ध्यानातच आलं नाही.

"एवढं कसलं कोडं पडलंय तुझ्या जिवाला अलीकडं?"

"कुठाय कोडं? कट्टाळून बसलोय झालं!"

"आताशा मळ्यात काम करताना एकटा एकटाच असतोस. बाजूला बसून खुरपणी-भांगलणी करतोस. इस्वाटयाच्या वक्ताला लांब कुठंतरी झाडाबुडी जाऊन एकटाच पडतोस? एवढं काय जिवाला जडभारी वाटतंय?"

"जडभारी कायबी न्हाई. फुडची चिंता लागलीय."

"कसली?"

मी आईला सगळं सांगितलं. म्हणालो, "आता माझी मलाच सगळी शिक्षणाची व्यवस्था केली पाहिजे."

"म्हंजे तुला अजून शिक्षणाचीच काळजी? आन्दा, तुला आता ईसबाईस सालं झाली. तुझी आम्ही किती वाट बघायची रं? मॅट्रीकी हुईपतोर जिवाचं रान करून तुझी शाळा जपली. वाटलं हुतं मॅट्रीकी झाल्यावर कुठंतरी नोकरी बघशील. तुझंबी हाल सपीवशील नि आमचीबी उपासमार थांबीवशील. पर तू मोरागत सवता सवताच न्हातोस. तुझ्या जल्माचाच तेवढा तू झालाईस. ह्या बाकीच्यांस्नी कुणी पोटात घ्यायचं? का आम्ही तालेवार हाय? चार जणांचं हात लागलं तर ही पोटाची पालखी उचलंल. किती आम्ही दोघांनीच ह्यो भार सोसायचा?"

"तीबी काय तरी धडपड चाललीयाच की. जरा कळ सोसा. एकटा एकटा बसत असलो तरी डोक्यात इचार सगळ्यांचाच असतोय, आई. सगळं का आता तुला सांगत बसू?"

चार वाक्यं बोललो नि गप बसलो. दुसरं बोलण्याजोगं माझ्याजवळ काही नव्हतंच. पण डोकं ठिकाणावर आल्यासारखं झालं. आपण या कथा-कवितांनी, आपल्यातच रमतोय, मोरासारखं आपल्याच पायांकडं बघून आसवं ढाळतोय,याची जाणीव झाली. सगळी अर्धपोटी राहूनही सुखात होती. उद्या पोटाचं काय करायचं

हा प्रश्न असूनही झाडाच्या सावलीत खिदळत होती. मला मात्र पुढे पसरलेल्या माझ्या साऱ्या जन्माची चिंता. ओशाळल्यागत झालं.

आईदादाला मी बारीक बारीक फसवत होतो. एवढं वरीस झालं की झालंच शिक्षण पुरं; असं म्हणत होतो. पण ते काही खरं नव्हतं. त्यांच्या अडाणी मनाची समजूत काढण्याचा तो प्रकार होता. त्यांना मी सांगितलं असतं की अजून बी.ए. व्हायला तीन-चार वर्षं लागतील; तर त्यांना एवढी वर्षं धीर निघाला नसता. खचून गेले असते नि हाय खाल्ली असती.

वर्षभर दादाच्या पोटात जास्त कळा करत होत्या. कोर्टात मळ्यासाठी त्याला हेलपाटे घालावे लागत होते. त्यातच मळ्याच्या मालकानं जमीन स्वत:ला कसण्यासाठी म्हणून मागायला सुरुवात केली होती. 'बऱ्या बोलानं मळा सोड' म्हणून मागं लागला होता. नाहीतर कोर्टात दुसरी केस गुदरतो, सगळीकडनं तंग करतो, म्हणून दबाव आणत होता. त्यामुळं दादा चोवीस तास चिंतागती दिसत होता. त्याला वाटलं होतं; मी त्याच्या हाताबुडी येईन नि त्याला मळ्यात मदत करीन. नाहीतर एस.एस.सी. झाल्यावर कुठंतरी नोकरी करीन नि घरादाराच्या तोंडात चार घास घालीन. पण मी कॉलेजचा ध्यास घेऊन नामानिराळा झालो होतो. माझ्यावरचे दादाचे उपाय संपले होते. त्याला वाटत होतं; रत्नागिरीला पळून गेलेलं पोरगं हातातनं पार सुटून गेलं. पर ते आता परत तरी आलंय. शिकतंय तर शिकू दे. आज ना उद्या शिक्षण पुरं झाल्यावर मग आपलंच हाय. नशिबात असलं तर त्येच्या शिक्षणानं घरादाराचं कल्याण हुतंय का बघायचं. न्हाईतर मग पोरगं तरी आपलं आपल्याजवळ ऱ्हाईल. चार घास त्या वक्ताला तरी मिळवून घराकडं आणंलच की... त्याचा विचार बापाचा होता.

मी माझ्यातनं हडबडून बाहेर पडलो.

सुट्टीत काही श्रुतिका पुन्हा लिहिल्या होत्या. काही कथा लिहून ठेवल्या होत्या. त्यांतील तीन श्रुतिका सलग तीन दिवस बसून पुन्हा फेअर केल्या. एक कथा फेअर केली. निकराचा प्रयत्न म्हणून मी त्या व्यंकटेश माडगूळकरांच्याकडं रेडिओसाठी पाठवल्या. पण पंधरा दिवसांत सगळ्या साहित्याचा बिंडा जसाच्या तसा परत आला. कविता वाचनाचा कार्यक्रम सोडला तर नऊ-दहा महिन्यांत एकही कार्यक्रम रेडिओवर झाला नाही. श्रुतिकांचं सगळं लेखन बुमरँगसारखं परत येत होतं. माडगूळकर वाचतही नसावेत, इतकं झपाट्यानं परत येत होतं. मी हताश झालो नि रेडिओचा नाद सोडून दिला. दुसरा काही उद्योग मिळविण्याची वाट शोधू लागलो.

मे महिना संपत आला होता. इंटरच्या रिझल्टची लटकती तलवार जवळजवळ येत चालली. ती आता आपला गळा कापणार की आपलं शिर सलामत सुटणार, काही कळत नव्हतं. तीन जूनला लागणारा रिझल्ट चार जूनच्या वर्तमानपत्रातून

येणार होता. मी हुरहुरत्या काळजानं वाट बघू लागलो.

चार जून आला नि एकदाचा पास झाल्याचं पाहिलं... म्हणजे पुढं शिकण्यासाठी जाणं आलं. दुसरी श्रेणी मिळाली होती. गोखले कॉलेजमधून चाळीसभर मुलं बसलेली. त्यात फक्त पाचच मुलांना सेकंड क्लास मिळाला होता. फर्स्ट क्लासमध्ये कुणीच आलं नव्हतं. दुसऱ्या श्रेणीतल्या पाचांत माझा नंबर मला दिसला नि माझ्या डोळ्यांवरचा माझा विश्वासच उडाला... आनंद होण्यापेक्षा एक चिंता मिटली; आता पुढच्या अडचणींना पार करत जाण्याच्या मी उद्योगाला लागलो.

सुनीताताईंना दुसऱ्या श्रेणीत पास झाल्याचं कळवलं. जे. पी. नाईकसाहेब आता गारगोटीला राहायला गेले होते. त्यांनाही सविस्तर कळवलं. त्यांच्या मदतीमुळं मनावर एक प्रकारचा ताण आला होता. "... मला क्लास मिळाला नसता तर मी पार खचून गेलो असतो. तुमच्यासारख्या शिक्षणतज्ज्ञांनी केलेली मदत अनाठायी ठरली असती. एका महान शिक्षणतज्ज्ञाकडून एका विद्यार्थ्याला मदत मिळते आणि तो विद्यार्थी थर्डक्लासमध्ये पास होतो किंवा नापास होतो याचं वैषम्य वाटलं असतं.

आता मला क्लास मिळाला. माझी मोठी जबाबदारी मी पार पाडली. पुढच्या वर्षीही मी नेटानं प्रयत्न करीन आणि तुम्ही केलेल्या मदतीला मी पूर्ण पात्र ठरीन. तुमच्या मार्गदर्शनाखाली मला वर्षभर राहता आलं. येथून पुढंही मला आर्थिक नसली तरी तुमची इतर मदत आणि मार्गदर्शन हवं आहे. भावी आयुष्यात शिक्षणतज्ज्ञ जे. पी. नाईक यांच्या मार्गदर्शनाखालचा विद्यार्थी; या वस्तुस्थितीची मी यथाशक्ती जोपासना करीन आणि तुमच्या मदतीचे सार्थकही करीन." असं त्यांना लिहिलं.

दहाबारा दिवसांत कोल्हापूरला दोन-तीन फेऱ्या केल्या. कॉलेजमधून मार्क्स मिळवले. कोल्हापूर सेंटरला मराठीत पहिला आलो होतो. अतिशय आनंद झाला. मराठीच्या प्राध्यापकांना माझा अभिमान वाटला. त्यांनी शाबासकीची थाप पाठीवर दिली. मी माझं आर्थिक कोडं त्यांना घातलं. प्रत्येकानं काही ना काही मार्ग सांगितला. डॉ. भिंगारे बिकट परिस्थितीत स्वतःच शिकले होते. त्यांनी सांगितलं. "तुझा तुलाच यातून मार्ग काढला पाहिजे. माझा उपयोग कुठं तुला करून घेता आला तर घे. पण तो कॉलेजमध्ये तरी होणं कठीण आहे आणि बाहेरही फारसा होईल, असं वाटत नाही."

त्यांचं खरं होतं. कॉलेजमध्ये त्यांचे आणि संस्थेचे मतभेद आले होते. सरांचा स्वभाव चोख, आत एक बाहेर दुसरं; असं नाही. ते एकांतप्रिय होते. फारसे लोकांत मिसळत नसत. त्यामुळं त्यांचा जनसंपर्क कमी होता.

गं. वि. कुलकर्णी सरांनी आपल्या दोन मुलांची शिकवणी ऑगस्टपासून देण्याचं कबूल केलं. संजीव आणि सुधीर लहान होते. एक दुसरीला नि दुसरा चौथीला. त्यांची शिकवणी केवळ मला मदत म्हणून. त्यांनी दोघांचे मिळून प्रत्येक

महिन्याला पाच रुपये देण्याचं मान्य केलं. तेवढेही थोडे नव्हते. निदान माझा महिनाभराचा चहा बाहेर पडणार होता. मिळेल ते कोणतंही काम, देतील त्या पैशात करायचं ठरविलं होतं.

प्रा. एस. एस. कुलकर्णी आणि सौ. सुधाताई कुलकर्णी यांनी माझ्यासमोर एक योजना मांडली. कोल्हापुरात लहान मुलांची एकही संस्था नव्हती. आपण लहान मुलांसाठी वाचनालय चालवायचं. वर्गणीदार करून घ्यायचे. त्यांना पुस्तकं घरी नेऊन द्यायची. पंधरवड्यातनं एकदा सर्वांना गोष्टी सांगण्याचे कार्यक्रम ठेवायचे. त्यांच्यासाठी आरंभी लागणारी वाचनीय पुस्तकं काही सुशिक्षित मंडळींना भेटून गोळा करायची, किंवा या संस्थेला मदत म्हणून शक्य तेवढी रक्कम मिळवायची. तिच्यातून पुस्तकं खरेदी करायची. हे सर्व चालवायला एक माणूस लागेल. ते काम मी करायचं.

कल्पना चांगली होती. आरंभी दोन-तीन महिने मला तसेच कष्ट करावे लागणार होते. ते सगळं उभं करावं लागणार होतं. सर आणि सुधाताई मदत करणार होते. त्यांची अनेक मित्रमंडळी यात सहभागी करून घ्यायची होती... मी तयारी दाखवली. कोल्हापुरात आल्या आल्या जुलैमध्ये कामाला लागण्याचं कबूल केलं. पण या धडपडीत आरंभीचे तीन एक महिने मला काहीच लाभ नव्हता. नुसतं काम करायचं. मग जे मिळेल ते मिळेल नि मिळालं तर मिळेल.

कोल्हापुरात एक मराठा डॉक्टर ओळखीचे होते. त्यांना माझ्या शिक्षणाच्या धडपडीचं कौतुक होतं. ते प्रोत्साहन देत. त्यांची एक नात हायस्कूलात शिकत होती. तिला शिकवणीची गरज होती असं गेल्याच वर्षी कळलं होतं. यावर्षी मी तो विषय त्यांच्यापाशी काढला. ते क्षणभर थांबून म्हणाले; "विचार करतो नि नंतर सांगतो. पुढच्या आठवड्यात ये. तिला शिकवणीची गरज आहे खरी. पण सगळ्यांचाच विचार घेतला पाहिजे." मला आशा लागली.

आठ दिवसांनी मी त्यांना जाऊन भेटलो. त्यांच्या घरातल्या आचाऱ्यानं मला निर्णय सांगितला. त्याला तो सांगण्यासाठी सुचवलं होतं. त्यांनी नकार दिला होता. मुलगी नववीला. मी कॉलेज-कुमार, तरुण विद्यार्थी. शिकवणीतून काहीतरी भलतं निर्माण होईल अशी त्यांना भीती वाटली होती. त्यांचं हे मत ऐकल्यावर त्यांची समजूत वगैरे काढण्याच्या फंदात मी पडलो नाही. मुकाटपणे निघून गेलो.

तिकडं जाणं हळूहळू कमी केलं.

रिझल्ट नंतरच्या साताठ दिवसांनी जगन्नाथ अचानक गावी आला. दुधोंडीहून आदल्या दिवशी कोल्हापुरात येऊन वस्ती करून दुसरे दिवशी सकाळी पहिल्या गाडीनं कागलला आला. मी चकित झालो. नंतर अगदी गांगरून गेलो.

तो दारात आला नि आई अतिशय थिट्या जुनेरात म्हशीच्या शेणानं सोपा

सारवत होती. म्हशीच्या शेणाचा उग्र वास पसरला होता. माशा घोंगावत होत्या. मी माजघराच्या दारात मळ्याकडं जाण्याच्या तयारीत होतो. दादाचा चहा धोंडूबाईनं चुलीवर ठेवला होता. त्याची वाट बघत होतो. मळ्याकडं जायची कापडं मी अंगावर घातलेली. पाठीवर फाटलेलं, कोपरावर भसकं पडलेलं मळकट कुडतं नि तशीच ठिगळांची चड्डी. खरं तर घरात वावरताना असली कापडं आम्हा सगळ्यांचीच होती. बहिणी आपल्या कामांत बुडालेल्या. हिराबाई गोठ्यातली शेणं काढतेली. लक्ष्मी, आनसा झिपऱ्या सोडून दौलतला घेऊन बसलेल्या. कुणाची आंघोळ नाही का पांघोळ नाही.

घरादारातनं धूळ, केर नि शेतकऱ्याचा पसारा.

अशा पारोशा, गचाळ घरात जगूनं अचानक येणं म्हणजे आमच्या घरच्या लक्तरांचं जवळून दर्शन घेणं. त्यानं येणार आहे म्हणून कळवलं असतं, तर मी थोडी तरी दक्षता घेतली असती पण त्यानं एकाही शब्दानं येत असल्याचं कळवलं नव्हतं.

दारात दत्त म्हणून सकाळी सकाळी उभा राहिला. बरोबर एक साधी पिशवी.

"जगू!" मी अवाक् झालो. "अरे काहीच कसं कळवलं नाहीस? थांब हं आलो, पाय धुयाला पाणी घेऊन. थांब बाहेरच."

मी धावत आत गेलो. बाहेर जायचे कपडे पटकन घातले. बहिणींना खळणी कापडं भराभरा घालायला सांगितली. कोल्हापूरचा ब्राह्मण मित्र आल्याची सूचना दिली.

"अगं आई, हाच जगू जोशी. कोल्हापूरचा. माझा कॉलेजातला मित्र. आपल्याकडं आलाय." मी पाण्याचा तांब्या बाहेर घेऊन येत आईला सांगितलं.

"अगं बाई!" एवढं म्हणून आईनं अर्धा सोपा तसाच ठेवला नि तशीच उठून आत गेली. तीही गडबडली.

"अगं, हातपाय धुऊन ये नि म्हशीच्या धारंला बस. त्येला जरा ताजं दूध दे." मी आईला सांगितलं.

जगूसाठी माजघरात घोंगडं अंथरलं. माझा एकुलता एक टॉवेल गेल्या वर्षापासनं घरात आला होता तो त्याला हातपाय पुसायला दिला. सारवलेल्या सोप्यातनं पायांचे पंजे टेकत माजघरात यायला सांगितलं. तो आला. खट्याळपणे हसू लागला. त्याला वाटत होतं; न सांगता अचानक येऊन आपण आपल्या मित्राला सुखद धक्का दिला. पण मी माझ्या घरच्या दारिद्र्याचं भेसूर दर्शन त्याला होईल नि हा मग आपल्याला मित्रही मानेल की नाही; या काळजीनं गारद झालो.

कोल्हापूरच्या नातेवाइकांच्या घरी तो राहत होता. घर गरीब मध्यमवर्गीय ब्राह्मणाचं. दोन-तीन खोल्या; पण ठाकठीक असायचं. सगळ्यांच्या अंगावर साधे असले तरी व्यवस्थित नि स्वच्छ कपडे असायचे. घर लोटलेलं असायचं. सगळ्यांच्या

आंघोळी सकाळी झालेल्या असायच्या. सगळ्यांच्या डोक्याला तेल असे, केस नीट विंचरलेले असत. येणाऱ्या-जाणाऱ्यांसाठी बाहेरच्या खोलीत बैठक नीट केलेली असे. असं आमच्या घरात काहीच नव्हतं. माझ्या घरची गरिबी केविलवाणी, मळकी, धूळ खाणारी नि अस्ताव्यस्त होती. ब्राह्मणाच्या गरिबीतला नि कुणब्याच्या गरिबीतला हा फरक होता.

ब्राह्मण असलेला, गोरागोमटा, स्वच्छ स्वच्छ मुलगा आपल्या लेकाचा मित्र आहे नि भेटायला दुधोंडीहून खास आलाय, ही कल्पनाच आईला सुखद वाटत होती. तिनं झपाट्यानं सगळं आवरलं नि जगूच्या पुढ्यात निरशा, धारोष्ण दुधाचा पेला ठेवला. त्याच्या खुशालीची हसू-भरल्या तोंडानं चौकशी केली. मग पुढच्या कामाला आई निघून गेली. तिनं लुगडं नेसलं होतं. मला हायसं वाटलं.

"अरे, असा कसा अचानक आलास तू?"

मला राहून राहून आश्चर्य वाटत होतं म्हणून मी विचारलं.

"आलो असाच. तुझं पत्र वाचून राहावलं नाही. मग आलो भेटायला."

रिझल्ट लागल्यावर एका निराश अवस्थेत त्याला मी पत्र लिहिलं होतं. पुढं शिकता येणं कसं अशक्य आहे, त्यामुळं जगण्याची इच्छा कशी संपली आहे, हे भावनाविवश होऊन लिहिलेलं. त्यामुळं तो तडकाफडकी भेटायला आला होता.

इकडच्यातिकडच्या गप्पा झाल्या नि मी त्याला सगळी वस्तुस्थिती सांगितली. त्यानं मला कोल्हापुरात पंचवीस-तीस रुपयांच्या तरी शिकवण्या मिळवून देऊ शकेन, म्हणून सांगितलं. त्यामुळं एकदम आधार वाटू लागला.

"तुझे वडील कुठं आहेत?"

"मळ्यात आहेत. मीही आता मळ्याकडंच चाललो होतो."

"चला आपण दोघंही मळ्याकडं जाऊ. तुझ्या वडिलांना मला पाहायचं आहे."

मी अवघडलो. मळा म्हणजे गाव नव्हतं. गावात असलं म्हणजे प्रत्येकाच्या अंगावर कपडे तरी असतात. मळ्यात आपलं राज्य असतं. तिथं कुणी आपणाला विचारणारा नसतो. वाटेल तसं आदिवाशासारखं राहता येतं. दादाच्या अंगावर तर सकाळी नुसता लंगोट असतो. अंगावर आहे म्हणायला अंगराखं असतं. त्याची एखादी बाही कशीबशी जाग्यावर असते, तर दुसरीचा पत्ताही नसतो. पाठीपोटावरचे त्याचे तुकडे गायब झालेले असतात. उरलेल्या चिंध्यावर शेणामुताच्या नि चिखलमातीच्या शितड्या उडालेल्या असतात. डोईवर चिंध्या झालेल्या पटक्याचा वावभर तुकडा असतो. त्याचे दोन नाहीतर अडीच तिढे दादाच्या डोक्याला बसलेले असतात. त्याच्या झुरमुळ्या बाशिंगाच्या झुरमुळ्यासारख्या कानांभोवतीनं, मानेभोवती लोंबत असतात. अशा दादाला बघायचं. म्हणजे माझ्या लसलसत्या दुःखावरची खपली चाकूनं खरडायची!

मी गप्प बसलो. जगूकडं एकटक बघू लागलो.

"का रे? काय बघतोस?"

"काही नाही. तू लंगोट कधी बघितला नाहीस? काहीतरी पुसून उकिरड्यावर टाकलेले, जुनाट, मळके, चिंध्या झालेले कपडे कधी बघितले नाहीस? लाकडाच्या मोळ्या विकायला येणारे आदिवासी कधी बघितले नाहीस?"

"पुष्कळ बघितलेत. पण ही तुझी मुक्तछंदातली कविता मला कशासाठी ऐकवतोस? सरळ काय ते सांग ना?"

"आदिवासी बघितले असशील, तर त्यांच्यापेक्षा माझे वडील वेगळे नाहीत. त्यांना मग काय बघायचंय?"

"चल उठ. आपण जाऊ या. जास्त चर्वितचर्वण नको."

"तू हे घर बघितलंस ना. माझी भावंडं बघितलीस?"

"बघितली ना?"

"काय वाटलं तुला?"

"बरं वाटलं."

"ते ठीक आहे. भावंडांना बघून हा घरातला पसारा बघून तुला काय वाटलं?"

"काय वाटायचं त्यात? घरासारखं घर वाटलं. भावंडांसारखी भावंडं वाटली."

"एखाद्या भिल्लाच्या घरात घुसल्यासारखं वाटलं नाही?"

"अरे, काहीतरीच काय बडबडतोस! मीही एका गरीब ब्राह्मणाचा मुलगा आहे. माझं दुधोंडीचं घर तुमच्या या घरापेक्षा कितीतरी लहान आहे. खेड्यातील घरं, माणसं ही अशीच असतात. आपण सगळेच आदिवासी भिल्लांचे वंशज आणि काळ्या मातीची लेकरं आहोत. तू एवढं मनाला लावून काय बोलतो आहेस! ...आणि खरं सांगू? मी माझ्या एका जिवलग मित्राच्या कवितेतून दिसणारं प्रेमळ माणसांचं घरदार बघायला आलो आहे."

त्याच्या जाणिवेची जात मला समजली. थोडं बरं वाटलं. मनावरचा भार कमी झाला.

"ठीक आहे. तू म्हणतोस तर जाऊ मळ्याकडं."

जगू आल्यावर दादाचा चहा घेऊन शिवाला मळ्याकडं पुढं जायला सांगितलं होतं.

आईला मी म्हणालो; "आई, आम्ही मळ्याकडं जाऊन येतो ग."

"बरं." आईनं आतनंच आवाज दिला.

आम्ही जायला निघालो, तर पुन्हा आईनं मला आत बोलावलं.

मी गेलो.

"पाव्हणं थांबणार असतील तर जेवणाचं काय करायचं? आपलं चालंल का

त्यांस्नी?''

''चालंल की. तसा तो शीवाशीव मानणाऱ्यापैकी न्हाई. फक्त तू हातावर भाकरी करू नको. धोंडूबाईला थापटून पातळ भाकरी करायला सांग. तुझ्या जाड हुत्यात. फोडणीला रोजच्यापेक्षा दुप्पट तेल टाका. नसलं तर आणा. चटणी कमी टाका. सांडगं-पापड काय असतील तर तळून भाजून घे. आम्ही घराकडंच जेवायला येतो.''

''बरं. पर एकदा आमचं चालतंय का तेवढं इचारून घे; म्हंजे कामाला लागायला बरं.''

मी जगूला विचारलं. त्यानं आईच्या पुढं ठासून अनुमती दिली. आईला 'आई' म्हणून हाक मारली. आईच्या चेहऱ्यावर आनंद ओसंडू लागला... एक झळझळीत ब्राह्मण आपल्या हातचं खाणार; या कल्पनेनं तिचा जीव शबरीसारखा झाला... पहिल्यांदाच अशी विपरीत गोष्ट आमच्या घरात घडत होती. एरवी गावातला येणारा ब्राह्मण शिधा घेऊन जात असे. मळ्याचे मालक कधी आलेच तर दूध घेत असत. पाणी किंवा चहा घेत नसत.

आतापर्यंत ती ब्राह्मणाघरचं मागून आणत होती. कधी कधी न मागताही मिळत होतं. तिच्या म्हशीचं दूध नेहमी ब्राह्मणगल्लीला जात असे. घट्ट, निरसं दूध. दोन पैसे, एक आणा जादा दर, पण ब्राह्मणाघरी ते अतिशय आवडे. त्यामुळं दुधाचं गिऱ्हाईक आईला जपत असे. तिला घरी सण, उत्सव असला तर कधी कधी नारळीभात, साखरभात मिळे. कधी गूळ घातलेली, खोबरं घातलेली वाटीभर चवीची आमटी मिळे. कधी आंब्याचं, लिंबाचं ब्राह्मणी पद्धतीनं केलेलं लोणचं मिळे.... आम्हा घरादाराच्या जिभेची मेलेली चव त्यामुळं जिवंत होत असे. देणाऱ्याला दुवा देत आम्ही घासभर तुकडा पोटात जास्त ढकलत असू... पण आज खुद्द ब्राह्मणच घरी जेवायला येणार होता. आई उत्साहानं कामाला लागली.

आम्ही मळ्याकडं गेलो. शिवा पाण्याकडं गेलेला. अंदाज केला होता तसाच दादा लंगोट नि चिंध्या झालेलं कुडतं अंगावर घालून, डोक्याला पटक्याची धांदोटी गुंडाळून मोट मारत होता. जगन्नाथ दादाकडं एकटक बघत धावेवर गेला नि त्यानं दादाला वाकून नमस्कार केला... दादाच्या आयुष्यात ही पहिलीच घटना होती. तो गोंधळून, गडबडून गेला. त्याला काय करावं सुचेना. त्यानं मला खोपीतलं घोंगडं आणून आंब्याच्या सावलीत अंथरायला सांगितलं.

''नको. मी आता बसत नाही. मळ्यातून मी नि आनंदा थोडा हिंडतो. मी लगेच परतणार आहे.''

''बऽरं. हितं आता काय खायालाबी न्हाई. का आंब्याच्या चार कैऱ्या काढून देऊ?''

''नको. कैऱ्या मी खात नाही. खोकला होईल.'' जगू.

"घराकडं न्ह्या जावा."

"नकोच. मी दुधोंडीला उशिरा जाणार आहे. कोल्हापुरात थोडा थांबणार आहे. पुन्हा आंबे खायलाच येईन."

"बऽऽरं."

आम्ही दोघं उसात पाणी पाजणाऱ्या शिवाजवळ गेलो. जगूला उसाचं वाकुरं, चिरा, खांड, चिरेपाट, खांडपाट म्हणजे काय ते सांगितलं. माळव्यातनंही हिंडलो... त्याला शेतीतली थोडी माहिती होतीच. दुधोंडीसारख्या खेड्यात तो वाढला होता. पण माझ्या कवितेतून, श्रुतिकेतून, अवतरणारी मोट, मळा, पिकं त्याला बघायची होती.

नंतर थोडा वेळ दादाशी त्यानं पाटाच्या धोंड्यावर बसून गप्पा मारल्या. 'तुमचा आनंद किती हुशार आहे, प्रेमळ आहे, सगळ्या प्राध्यापकांना कसा आवडतो, तो कविता, श्रुतिका कशा छान लिहितो,' हे मला न जुमानता माझ्यासमोर दादाला सांगितलं. दादाला बरं वाटलं.

घरी परत येऊन पुन्हा आम्ही गावाबाहेर मैलभर लांब असलेल्या जयसिंग तलावावर गेलो. तिथं प्राचार्य बाळासाहेब खर्डेकर राहात होते. त्यांना भेटायचं होतं. तलाव गावचं भूषण. राजर्षी शाहू महाराजांनी व घाटगे घराण्यातील बापूसाहेब महाराजांनी आपल्या वडिलांच्या स्मरणार्थ बांधलेला. त्याचं पाणी साऱ्या कागल गावाला मिळत होतं. 'कागल' ही घाटगे घराण्याची जहागीर. शाहू महाराज घाटगे घराण्यातून कोल्हापूरच्या भोसले घराण्याला दत्तक गेलेले.

तलावाच्या आसपासची जमीन घाटगे घराण्याकडे होती. तिच्यातील थोडा भाग कागलकर बाळ महाराजांनी गोखले कॉलेजच्या संस्थेला दिलेला. तिथं कॉलेजसाठी इमारत बांधली होती. पण कॉलेज कागलला चाललं नाही; म्हणून कोल्हापूरला गेलं होतं. आता त्या इमारतीत तलावासाठी बाळासाहेब खर्डेकर निवांतपणे राहत होते. कॉलेजला रोज सकाळी येत होते.

तलावावर गेलो नि शिपायानं सांगितलं की, 'साहेब परगावी गेले आहेत.'

आम्ही निवांतपणे इकडं तिकडं हिंडू लागलो. इमारत शांत होती. शिपायाशिवाय दुसरं कुणीही नव्हतं. इमारतीच्या समोर विस्तीर्ण पसरलेलं, उन्हात चमकणारं, बारीक लहरींचं तलावाचं सोज्ज्वळ पाणी. पाण्यात अर्धाअधिक बुडून उभा राहिलेला टॉवर. भोवताली त्याहून निवांत असं माळरान. इमारतीजवळ तेवढीच शांत फुलझाडांची बाग. ह्या निवान्तात पुष्कळ वेळा सायंकाळी बाळासाहेब आराम खुर्ची टाकून इंग्रजी ग्रंथ वाचत पडलेले दिसायचे. हा विशाल आकाशाखालचा नि झाडांच्या सावल्याखालचा निवांतपणा बाळासाहेबांच्या एकूण राजेशाही व्यक्तिमत्त्वाला साजेल असाच होता... इंग्लंडमध्ये निवासी महाविद्यालयात बाळासाहेब अनेक वर्षे राहून आले होते. तसंच

नमुनेदार निवासी महाविद्यालय कागलसारख्या निवान्त गावात तलावाच्या रम्य काठावर काढावं, विद्यार्थ्यांची उत्तम ध्येयवादी पिढी तयार करावी, आपल्या योजनेप्रमाणं घडवावी, म्हणून त्यांनी ते इथं काढलं होतं. राजाराम कॉलेजच्या प्राचार्यपदाचा राजीनामा दिला होता. सर्वस्वाचा त्याग करून आपली इस्टेट ओतून कॉलेजची उभारणी केली होती.

"एवढं ध्येयवादी दृष्टीनं काढलेलं हे कॉलेज दोनतीन वर्षांतच का रे बंद झालं?" जगन्नाथनं फिरता फिरता प्रश्न विचारला.

"अनेक कारणं आहेत. पण खरं कारण; कागल तालुक्यातली नि कागलातली श्रीमंतांची सगळी मुलं कोल्हापूरला शिकायला जातात. त्यांना तिथं सिटीलाईफ मिळतं, मनमुराद कॉलेज एन्जॉय करता येतं. ती इथं निसर्गाच्या सान्निध्यात केवळ झाडाझुडुपांच्या संगतीत कशी राहतील? त्यांना ध्येयवाद वगैरे काही नको असतो."

"ते खरं आहे. पण त्या मूठभर श्रीमंत मुलांच्या वाचून काही नडलं नसतं. बाकीचे पुष्कळ विद्यार्थी आले असते."

"माझ्यासारखे इथं पुष्कळ विद्यार्थी होते. पण संस्थेचा खर्च कसा चालवणार? तो काय गुणवान गरिबीवर थोडाच चालतोय? खरं तर गरिबांच्या पोरांचं कॉलेज शिक्षणासाठी इथं लेंढार लागलं असतं. ती सगळी स्वस्तात पदवीधर झाली असती... माझी तर सोन्यासारखी सोय झाली असती. कॉलेज करून दिवसभर मी मळ्यात काम करू शकलो असतो. पण ते जाऊ दे. कागल तालुक्यातल्या गोरगरिबांच्या पोरांच्या हातातोंडाशी आलेला शिक्षणाचा घास ह्या कॉलेजमुळं गेला, हे मात्र खरं. बाळासाहेब कोल्हापुरात कॉलेज चालवायला राजी नाहीत, त्याचं हे मूळ कारण आहे. त्यांचं हे अपुरं राहिलेलं स्वप्नं म्हणजे ही सुनीसुनी वाटणारी इमारत आहे. तलाव तिला साक्षी आहे..." मी तंद्रीत बोलू लागलो.

जगन्नाथच्या चेहऱ्यावर किंचितशी हास्याची रेषा उमटली.

"का रे? हे सगळं हास्यास्पद वाटतं तुला?" मी त्याला मधेच विचारलं.

"नाही. हसू आलं ते साहेबांच्या स्वप्नाचं नाही. तुझी कविता सुरू झाली याचं."

आम्ही प्राचार्य बाळासाहेब खर्डेकरांच्या सच्च्या, रोमँटिक व्यक्तिमत्त्वाची नि त्यांच्या शिक्षणविषयक तळमळीची चर्चा करत परत निघालो.

घरी आल्यावर आईच्या स्वैपाकाला दाद देत जगूचं जेवण झालं.

जेवण झाल्यावर सोप्यात बसल्या बसल्या तो उद्गारला; "सगळ्या घरात तू एकदम वेगळा दिसतोस. बाकीची सगळी भावंडं एकसारखी दिसतात."

"होय. सगळ्या घरात मी एकटाच एकदम वेगळ्या वाटेनं चाललोय. गेली दोन वर्षे मी माणसांत वावरतोय. वेळच्या वेळी मला खायलाप्यायला मिळतंय.

सावलीत बसून अभ्यास करतोय. आंघोळपांघोळ, स्वच्छ कपडे, सगळं मिळतंय, म्हणून मी एकदम वेगळा दिसतोय आणि सगळी भावंडं एकसारखी दिसतात. ती अजून तुझ्या-माझ्यासारख्या माणसात नाहीत. जवळजवळ जनावरांतच जमा आहेत. जनावरासारखी काळवेळ न मानता राबतात, राडीचिखलात घोसळून निघतात, पाऊसपाण्यात भिजतात; तशीच उन्हातान्हात भाजून-करपून अर्धमेली होतात. तरीही वेळच्या वेळी खायला नाही. मग कसाचं पोटभर अन्न तर दूरच. ना आंघोळ ना पांघोळ, ना कपडालत्ता, ना विश्रांती, ना जिवाला शांती... त्यांच्यात नि जनावरांच्यात काय फरक आहे?''

''.....'' तो काही बोलला नाही. फक्त डोळे माझ्यावर एकटक लावून ऐकू लागला.

मी पुन्हा बोलू लागलो. ''एक सांगू?– या सगळ्यांनाच नुसती सहा महिने जरी सावलीची कामं दिली, वेळंसरी अन्न दिलं, रोज ऊन पाण्याच्या आंघोळी दिल्या, डोक्याला पळीभर तेल नि अंगावर धडसं दिलं तर ती सगळीच 'माझ्यासारखी' दिसतील. मग मीही माझ्या वडिलांसारखा, सुंदरा, आप्पा यांच्यासारखा दिसेन. शिवा, हिरा, धोंडू, लक्ष्मी, आनसा आईसारखी दिसतील... सहाच महिन्यांत अशी किमया झालेली दिसेल!''

मी एवढं बोलूनही तो काहीच बोलेना, म्हणून गप्प बसलो.

क्षणभर स्तब्धता झाल्यावर तो म्हणाला; ''खरं आहे तुझं. तू आतल्या नजरेनं बघतो आहेस. मी वरवरचं पाहून म्हणतो आहे... संधी मिळाली की वाल्याचा वाल्मीकी होतो आणि सुरक्षित कोष मिळाला तर सुरवंटाचंही फुलपाखरू होतं... पण हे सगळं तुझ्या कवितेत येत नाही. तुझं घर, माणसं, त्यांचे कष्ट, दारिद्र्य, उपासमार आणि गाव, समाज, शेती, परिस्थिती या सगळ्यांचा संबंध लावून अन्वयार्थ तू शोधला पाहिजेस. मुख्य म्हणजे ते सगळं तुझ्या कवितेत आलं पाहिजे... तुझी कविता वाचून माझ्यासमोर एक छानदार हिरवा मळा, निसर्ग आणि एक बाळबोध प्रेमळ कुटुंब, त्याची साधी मराठमोळी राहणी; उत्कट, अतूट नाती आणि दारिद्र्यातही समाधान मानणारी माणसं उभी राहिली. या निमित्तानं तो निसर्ग, ती माणसं नि त्यांचं कुटुंब पाहावं म्हणून मी आलो होतो. पण तुझ्या मळ्याचं नि घराचं चित्र वेगळं दिसतंय. त्याचा आंतरिक वेध अजून तुझ्या कवितेनं घेतलेला नाही.''

''घेईल आता हळूहळू. या एकदोन वर्षांतच मी जाणीवपूर्वक लेखनाकडं वळलो आहे. माझ्याबरोबर माझ्या कवितेचीही वाढ, विकास होईलच की... अजून खूप वाचायचं आहे, खूप समजून घ्यायचं आहे. तोवर ही कविता अशी कोवळी, भावनाप्रधान राहील असं वाटतं.''

तासभर बसून जिवाभावाचं बोललो. शेवटी तो कोल्हापूरला जायला उठला. पुरेशा शिकवण्या मिळवून देण्याचं पुन्हा मला अभिवचन दिलं. मला धीर देऊन निघाला.

... तो मनापासून जेवल्यानं आईला घर एखाद्या देवळागत वाटू लागलं. घरात ब्राह्मण जेवल्याचं तिच्या कुणबाव्याला बिरूद मिळालं.

◆

वीस

सोळा जून उजाडला. कॉलेज सुरू व्हायला तीन दिवस राहिले. पैशाचा मेळ काहीच झालेला नव्हता. शेवटी एक योजना आखली... काय व्हायचं ते होऊ दे. एक जुलैला कोल्हापुरात जायचं. अगदीच रस्त्यावर आलो तर मग बघू.

नाईकसाहेब गारगोटीला राहायला गेलेले. त्यांना लिहिलं. ''कॉलेज व बोर्डिंगमधील सवलतीसंबंधी मी कोल्हापुरात प्रयत्न करीत आहे. त्यासाठी आपली शिफारस-पत्रे हवी आहेत. तसेच कोल्हापुरात ओळखीच्या ठिकाणी मला काही शिकवण्या मिळतील किंवा काय; यासंबंधीही आपल्यापाशी चौकशी करायची आहे. आपण कधी कोल्हापुरास येणार आहात ते कृपया कळवावे; म्हणजे मी प्रत्यक्ष आपणास भेटण्यास येईन. आपल्या भेटीची मला नितांत गरज आहे.''

उत्तराची वाट पाहत राहिलो. मळ्यातली कामं सुरू होती. जेवढी कामं ओढता येतील तेवढी ओढत होतो.... नुसती पेरणी तेवढी मागं ठेवायची. तीबी पाऊस नसल्यानं करता येत न्हाई म्हणूनच.

कॉलेज सुरू होऊन तीन दिवस झाले, तरी नाईकसाहेबांचं पत्राला उत्तर नाही. वास्तविक एवढ्या तडकाफडकी उत्तर येणं शक्य नव्हतं. पण मला घाई होती. कॉलेज सुरू झाल्यानं प्राण कंठाशी आले होते.

सुनीताताईंना माझ्या कॉलेजविषयीच्या सर्व धडपडीची माहिती तपशीलवार कळविली. ज. वा. जोशी मला शिकवण्या मिळवून देईल या भरवशावर मी आहे, असंही सांगितलं. ''.... शिकवण्या कुठंच मिळाल्या नाहीत, तर मात्र माझी पंचाईत होणार आहे. निदान बोर्डिंगचा खर्च तरी मलाच भागवावा लागणार आहे. कॉलेजच्या फीची फारशी काळजी नाही. मागल्या वर्षी मला फ्रीशिप मिळाली होती. तीच पुढं चालू राहील असं वाटतं. कारण मी बऱ्यापैकी गुण मिळवून पास झालो आहे. असं ठरवलं आहे की एक जुलैला कोल्हापुरात जायचं. बोर्डिंगमध्ये पूर्ण फ्रीशिप मिळविण्याच्या दृष्टीनं निकराचा प्रयत्न करायचा. कॉलेजमध्ये प्राध्यापकांच्या वतीनं 'प्रवेश-फी व जिमखाना-फी आस्ते आस्ते देतो' म्हणून प्रवेश मिळवायचा. लायब्ररीतून व विद्यार्थीमित्रांकडून अभ्यासाची पुस्तकं वाचायला मिळतीलच...''

जूनच्या तीस तारखेला दोन्ही पत्रांची उत्तरं हातात पडली. नाईकसाहेबांनी लिहिलं होतं की, ''सध्या मी खूप उद्योगात असल्यानं कोल्हापुरास एवढ्यात येणं

शक्य नाही. तुम्ही मला तुम्हाला शिफारसपत्रे नेमक्या कोणाला उद्देशून लिहावयाची, बोर्डिंगचे व कॉलेजचे सध्याचे पदाधिकारी कोण कोण आहेत ते कळवा.''

सुनीताताईंनी लिहिलं होतं की, ''तू कोल्हापुरास एक जुलैला जा आणि तेथील तुझ्या आर्थिक मिळकतीचा अंदाज घे. तुझ्या आर्थिक मिळकतीचा अंदाज, तुला येणारा मासिक खर्च, हे मला सविस्तर कळव...''

या दोन्ही पत्रांनी खूप धीर आला. मी दुसऱ्या दिवशी बिस्तरा बांधून सगळ्यांचा निरोप घेऊन कोल्हापुरास निघालो. निघताना आप्पाला एक आणा दिला. तो आता दुसरीत गेला होता. त्याला आईनं नवी पुस्तकं, पाटी आणि पिशवी घेऊन दिली होती. कोल्हापूरला जाणं ही आता नवखी गोष्ट राहिली नव्हती. माझं कोल्हापुरात असणं आणि कागलात असणं यात फारसा फरक नव्हता. मोटारीनं अर्ध्यातासाची वाट होती. कागलची खूप माणसं बाजाराला प्रत्येक रविवारी यायची. त्यांच्याजवळ हवे-नको ते निरोप देता घेता येत होते. खाण्याच्या वस्तूही देता-घेता येत होत्या.

बिस्तरा बोर्डिंगवर आणून टाकला. य. रा. पोवार माझ्या अगोदर वीस जूनलाच आले होते. बोर्डिंग सोडून कुठंतरी स्वतंत्र खोली घेऊन राहणार होते. आम्ही दोघेच आमच्या खोलीत होतो. एकमेकांची चौकशी केली. बोर्डिंगच्या सुपरिंटेंडंटना भेटायला गेलो. लेखी नोंद दिली. सुपरिंटेंडंटनी जेवणाचे नि खोलीचे चालू महिन्याचे वीस रुपये मागितले. माझ्याजवळ तर एकही पैसा नव्हता.

''सर, मी ऑगस्टच्या एक तारखेला दोन्ही महिन्यांचे पैसे एकदम देतो. पेरणी-पाण्याचे दिवस आहेत. घरी एकही पैसा मिळाला नाही. पण पुढच्या महिन्यात काहीतरी व्यवस्था करतो.''

त्यांनी फारशी खळखळ न करता मान्यता दिली. मागच्या वर्षी मी वेळेवर सगळे पैसे देत होतो; याची जाणीव त्यांना होती... बोर्डिंगची एक महिन्याची काळजी कशीतरी मिटवली.

दुसरे दिवशी सकाळी कॉलेजवर एक वही हातात घेऊन गेलो. मनात प्रश्न होता की बी.ए. स्पेशलसाठी कोणता विषय घ्यायचा?... नाईकसाहेबांना रिझल्ट कळवला होता. नंतरच्या पत्रात त्यांना मार्गदर्शनासाठी भेटायचं आहे, असंही कळविलं होतं. दोन्ही पत्रांना मिळून त्यांनी एक उत्तर पाठवलं होतं. त्यात इतर गोष्टींबरोबर एक गोष्ट होती. ''सेकंड क्लास मिळाला, ही चांगली गोष्ट झाली. आता बी.ए. स्पेशलसाठी अर्थशास्त्र हा विषय घ्या. देशाला अर्थशास्त्रज्ञांची गरज आहे. अर्थशास्त्र घेतलं तर तुम्हाला पुढे निरनिराळ्या स्कॉलरशिप्सही मिळू शकतील, मदतही मिळू शकेल. या विषयाला मागणी आहे.''

त्यांच्या या गोष्टीमुळं मी दुग्ध्यात पडलो. मराठी घ्यावं, असं वाटत होतं. दुसरी पसंती संस्कृत किंवा तत्त्वज्ञान या विषयांना होती. अजून कुणाशीच नीटपणे चर्चा

केली नव्हती. यावर्षी कॉलेजला शिकायला येता येईल की नाही, याचीच खात्री नव्हती.

कॉलेजात आलो तर ज्युनिअर बी.ए.ला सगळी अर्थशास्त्र विषयाला गर्दी झालेली. नवीन मैत्री झालेल्या सुधाकर पाटलानंही अर्थशास्त्रच घेतलेलं. ज. वा. जोशीनं तत्त्वज्ञान घेतलं होतं. त्या विषयाला तो एकटाच होता. संस्कृतला श्री. धुं. कवीश्वर एकटाच गेलेला. अगोदरपासूनच तो संस्कृतच्या इतर परीक्षा देत होता. मराठीला फक्त नेहमी अबोल आणि शांत असणारा यशवंत श्रीखंडे होता. बाकी चार मुली होत्या. मी गेलो तर एकूण सहा विद्यार्थी होणार होते. सीनिअर बी.ए.चे मराठीत दोन विद्यार्थी. असे मिळून आमचा आठ जणांचा ग्रूप झाला असता.

बी.ए.ला गेल्यावर विद्यार्थी निरनिराळे विषय स्पेशलसाठी घेतात, याची जाणीव होती. पण विद्यार्थी एवढ्या बहुसंख्येने अर्थशास्त्राकडं जातील नि मराठीकडं कुणी येणारच नाहीत; अशी कल्पना नव्हती.... अर्थशास्त्राच्या बाबतीत नाईकसाहेब म्हणतात ते बरोबर आहे, असं वाटू लागलं. मी आणखीन बुचकळ्यात पडलो.

अर्थशास्त्र हा विषय डावलताना दुहेरी जबाबदारी येऊन पडली. एवढे मोठे शिक्षणतज्ज्ञ नाईकसाहेब आपणास 'अर्थशास्त्र' घे म्हणून सल्ला देताहेत. आपण एक सामान्य विद्यार्थी. त्यांचा सल्ला नाकारायचा का? उद्धटपणा नाही का होणार? आपण तो विषय घेतला नाही, तर नाईकसाहेबांना काय वाटेल? 'एवढं वर्षभर ज्याला आपण साहाय्य केलं त्यानं विचारलं म्हणून सल्ला दिला; तर तो सल्ला नाकारून पुढं गेला,' असं नाही का वाटणार त्यांना? ... बहुसंख्येनं एवढे विद्यार्थी अर्थशास्त्र घेत आहेत, ते का सगळे खुळेच आहेत? व्यवहाराचा, गरजेचा विचार करून त्यांनीही हा विषय घेतला असेल ना?... माझ्या मनात निरनिराळे प्रश्न उभे राहू लागले. मी पुरता गोंधळून गेल्यासारखा झालो.

...तूर्त मराठीच्या वर्गात जाऊन बसू. अर्थशास्त्र विषयाची माहिती मिळवू, त्याचा उपयोग नि परिणाम काय आहेत ते बघू. मगच कोणता विषय घ्यायचा ते ठरवू. तूर्त प्रवेश अर्ज भरायलाच नको. आठ दिवस निवांतपणे विचार करू नि मगच प्रवेशअर्जात कोणता विषय लिहायचा ते ठरवू.

बोर्डिंगमध्येही अनेक विद्यार्थ्यांनी अर्थशास्त्र हाच विषय घेतला होता... नोकरी मिळविण्याच्या दृष्टीनं हा विषय चांगला आहे; असं दिसून आलं.

सगळी समाजव्यवस्था, शासनव्यवस्था पैशावरच आधारलेली असल्यामुळं प्रत्येक क्षेत्रात अर्थशास्त्राची गरज होती. कोणतंही क्षेत्र अर्थशास्त्राचं स्वागत करायला सज्ज होतं. मुंबई द्वैभाषिकाच्या शासनापासून ते दिल्लीच्या केंद्रशासनापर्यंत कुठंही सरकारी खात्यात नोकरी मिळणं सोपं होतं. परदेशी जायला संधी होती... पंचवार्षिक योजना, बँका, उद्योग, व्यापार... सगळीकडं अर्थशास्त्र प्रथम.

शिक्षण कशासाठी घ्यायचं याचा मी खोलात जाऊन बारकाईनं विचार केला नव्हता. आजवर वाटत होतं... आपल्या घरादारात तुडुंब गरिबी भरलीय. शेतात कितीबी कष्ट केलं तरी पोटाला दोन्ही येळंला पोटभर अन्न मिळत न्हाई. एक दीस इस्वाटा न्हाई का आजारी पडलो तरी घरात बसणं न्हाई... सगळं असं जन्मभर काम काम करणं नि औताच्या बैलागत सोग्यालाच मरून जाणं आपल्याला सोसणार न्हाई. आपूण ह्यातनं बाहीर पडलं पाहिजे. त्येची एकच वाट म्हणजे शिक्षण. शिक्षण घेतलं की कसली तरी नोकरी मिळती. त्या साध्या नोकरीतबी पोटापाण्याचा दोन वक्ताचा प्रश्न मिटतो. खेड्यातल्या सारखं आजचं काम आजच्या पोटापुरतं. उद्या कुणी काम दिलं तरच पोटाचा प्रश्न सुटणार. न्हाईतर उपाशीच मरायचं. असं जन्मभर चालणार. उद्याचा भरवसा कधीच न्हाई. नोकरीचं मात्र तसं न्हाई; एकदा लागली की वयाच्या साठाव्या वर्षापर्यंत कटकट न्हाई. मग खेड्यापाड्यात दुष्काळ असो, नाही तर धोंडा असो. शिवाय प्रत्येक ऐतवारी सुटी. घरात बसून खायला मिळतं. म्हणून शिक्षण हे घेतलंच पाहिजे, असा साधा विचार होता.

जनावरांतनं उठून माणसांत पडायला गरिबाला शिक्षणासारखा उपाय नाही, एवढंच शिक्षणाविषयी कळत होतं. एस.एस.सी. होईपर्यंत या समजुतीत काही फरक पडला नव्हता. कॉलेजला आलो तसा हळूहळू फरक पडला. कारकुनांची, शिक्षकांची, हायस्कूलच्या अध्यापकांची घरं कागलला पाहिली होती. माझ्या आवडत्या शिक्षकांच्या स्वैपाकघरापर्यंत मी गेलो होतो. त्यांची मुलं माझ्या ओळखीची होती. त्यांची दिनचर्या पाहत होतो. ती घरंही आमच्या घरापेक्षा सुखशांतीची, समाधानाची निधानं वाटत होती. म्हणून शिक्षण घेऊन शिक्षक किंवा कारकून झालो तरी पुरे. त्यातही आपणाला सुख मिळेल, असं वाटे.

यासाठी कॉलेजचं शिक्षण बी.ए. पर्यंत पूर्ण करण्याचा इरादा होता. पण कॉलेजच्या दोन वर्षांत हळूहळू पण खोलवर मानसिक पालट झाला. मला त्याचा पत्ताही लागला नाही. प्राचार्य य. द. भावे, प्रा. रा. वा. चिटणीस, सर्वोदय छात्रालयाचे गुरुजी यांनी माझ्या स्वागतासाठी घरदार मोकळं ठेवलं होतं. तिथली माणसं कागलातल्या अध्यापक-शिक्षकांपेक्षा अधिक ज्ञानी, अधिक वरच्या दर्जानं जगणारी, वर्तमानपत्रं कुठंतरी जाऊन न वाचता घरात विकत घेणारी, पुस्तकांची कपाटं घरी असलेली, नुसत्या डगडगत्या नव्हे तर चांगल्या खुर्च्या, त्यांच्यावर मऊ उशा, लिहिण्यासाठी घरीच टेबल असलेली, स्वत:चे वाऱ्याचे पंखे असलेली, रोज रोज इस्त्रीचे कपडे घालणारी, घरात तांब्या-पितळेची ताटं, भांडी, वाट्या, तांबे असणारी, अशी दिसू लागली... माझं घर असं असावं, मी असं त्यांच्यासारखं व्हावं, असं वाटू लागलं.

या माणसांनी माझ्यातला 'माणूस' जपला होता. मला ती 'अहो-जाहो' म्हणत

होती. बरोबरीचा होण्याइतकी माझी योग्यता आहे, अशी भावना ठेवून माझ्याशी वागत होती. त्यामुळं मलाही प्राध्यापक व्हावंसं वाटू लागलेलं.

एकोणीसशे पंचावन्नच्या सप्टेंबर-ऑक्टोबरात भाई आणि सुनीताताई माझ्या जीवनात अनपेक्षितपणे आले आणि त्यांनी माझ्या व्यक्तित्वाच्या मूळ कंदाला हात घातला. तोपर्यंत मी माझ्या आवडीसाठी वाचन करत होतो. मनाला बरं वाटतं म्हणून भावनाप्रधान कविता करत होतो. त्या पलीकडं त्या लेखनात काही नव्हतं, पण भाईंनी नि सुनीताताईंनी नकळत माझ्या मनावर हळुवार फुंकर घातली. माझ्या साहित्यिक गुणांविषयी माझ्यात दाट विश्वास निर्माण केला. त्यामुळं परिस्थितीच्या टाचेखाली चुरगळून गेलेल्या माझ्या वाङ्मयीन गुणांना एकाएकी खतपाणी मिळालं. मनाला चैतन्यपूर्ण जोमदारपणा आला. ते वाढू, विकासू लागलं. अनावरपणे वाङ्मयीन गुण माझ्या इतर गुणांवर मात करू लागले. त्यांना मागं लोटून आपण पुढं येण्यासाठी धडपडू लागले. 'तुझं शिक्षण पूर्ण करण्यास मदत केली तर उद्याच्या महाराष्ट्राला एक चांगला साहित्यिक मिळू शकेल, या विचारानं आम्ही तुझ्यासाठी धडपडत आहोत.' हे सुनीताताईंच्या पत्रातील वाक्य मी मनावर संगमरवरात कोरावं तसं कोरून ठेवलेलं... त्यामुळे माझी जीवनविषयक महत्त्वाकांक्षा अधिक स्पष्ट झाली होती. प्राध्यापक आणि साहित्यिक दोन्ही व्हायचं असं मी ठरवलं होतं.

रत्नागिरीत असताना घरच्या नि भावंडांच्या विरहाचं दुःख काय असतं, याची कल्पना आली होती. कोल्हापुरात आल्यावर मी घरादारात नि भावंडांत असल्यासारखा सुखद मनःस्थितीत वावरत होतो. रत्नागिरीच्या सर्वोदय छात्रालयापेक्षा कोल्हापूरच्या प्रिन्स शिवाजी बोर्डिंगची व्यवस्था वेगळी होती. छात्रालयात एकाच तत्त्वज्ञानानं प्रेरित झालेली माणसं नि मुलं भेटत होती; पण इथं निरनिराळे दृष्टिकोन असलेली माणसं, मुलं भेटत होती. तिथलं जीवन नदीसारखं एक मार्गी होतं; तर इथलं जीवन सागरासारखं अनेक नद्यांचं होतं. अनेक अंगांनी समाज कळत होता. राजकारण, शिक्षण, महाराष्ट्राचे विविध क्षेत्रीय प्रश्न यांची माहिती वर्तमानपत्रांतून, कोल्हापुरात होणाऱ्या अनेक सभांतून, चर्चांतून मिळत होती. समज वाढत होती. वाढणारी समज पचवण्याची ताकद वाढत्या वयाबरोबर येत होती.

वर्षभरात हुशार, बुद्धिमान अनेक मित्रांमुळे वर्तनात नि विचारांत अधिक तर्कशीलता, अधिक साक्षेप येत होता. डॉ. भिंगारे यांच्याशी होणाऱ्या अनेक चर्चांमुळं साहित्यविषयक बोलताना जसा आत्मविश्वास येत होता; तश्या मराठी साहित्याच्या विविध कक्षा कळत होत्या. कुठं किती पाणी खोल आहे, याचं ज्ञान होत होतं. गं. वि. कुलकर्णी सरांशी होणाऱ्या घरगुती चर्चांमुळं आध्यात्मिक जीवन आणि त्याची उच्च पातळी मनोमन स्पष्ट होत होती. सर्वोदयी तत्त्वज्ञानाचं दोन एक वर्षांपूर्वी जे आकर्षण होतं; ते रत्नागिरीतील अनुभवांमुळं कमी झालं होतं. ते

एकांगी, आदर्शवादी वाटू लागलेलं. विनोबा भावेंचं वाङ्मय वाचून तयार झालेल्या आध्यात्मिक जाणिवांना कोल्हापुरात अधिक खोलवर पैलू पडू लागले होते. एस. एस. कुलकर्णी सरांशी बोलताना सामाजिक, मानसशास्त्रीय दृष्टी जागी होत होती. ती दृष्टी मला संपूर्ण नवी होती. जीवनातील प्रश्नांकडं नि समस्यांकडं या एका महत्त्वाच्या अंगानं पाहता आलं पाहिजे, हे नवं भान येऊ लागलं होतं.

सगळ्या बाजूंनी साक्षेप येऊ घातला असतानाच वर्षांअखेर 'येथून पुढं आर्थिक मदत मिळणार नाही' ही नियती दत्त म्हणून पुढं आली. तिच्यामुळं तीन महिने एकांतवास घडला. त्यामुळंही एक नवी जाणीव आली... इतरांनी केलेल्या मदतीवर फारसं अवलंबून राहता येत नाही. आपले आपणच पाय रोवले पाहिजेत. शिक्षणाची आणि शिक्षण घेऊन अमुकतमुक होण्याची वाट्टेल ती स्वप्नं रंगवण्यानं आपण जागोजाग तोंडघशी पडतो. आपण अंथरुण पाहूनच पाय पसरले पाहिजेत. मनाची नि धनाची कुवत बघून स्वप्नांना रुपं दिली पाहिजेत. उगीच एम.ए. आणि पीएच.डी.चं स्वप्न न बाळगता प्रथम बी.ए.चा टप्पा पूर्ण केला पाहिजे. मग नोकरी मिळवून पुढच्या शिक्षणासाठी धडपडलं पाहिजे...

अशा मानसिक स्थितीनिशी कोल्हापुरात ज्युनिअर बी.ए. साठी आलो होतो. तोवर विषय निवडीचा प्रश्न सोपा वाटत होता. पण या प्रश्नाबाबत मित्रांबरोबर नि प्राध्यापकांबरोबर झालेल्या चर्चांतून गुंतागुंत कळली नि ही निवड म्हणजे जीवनातील जगण्याच्या पद्धतीच्या पर्यायाची निवड आहे, हे समजलं.

... शिक्षण कशासाठी घ्यायचं? ते चरितार्थाचं साधन मानायचं की जीवनाचं साध्य मानायचं? शिक्षण घेऊन मोठं व्हायचं म्हणजे नेमकं काय करायचं? शिक्षण घेऊन स्वत:ला मोठं करायचं की देशाला मोठं करायचं? खरंखुरं मोठं होण्यासाठी अशा पदव्यांची गरज असते काय? बी.ए. झालेले पुष्कळ लोक सामान्य कारकून आणि शिक्षक आहेत. जे. पी. नाईकसाहेबही बी.ए.च आहेत. पण त्यांच्या मोठेपणाच्या पासंगाला तरी हे कारकून, शिक्षक पुरे पडतील काय? विषय निवडताना या सगळ्यांचा विचार करायला पाहिजे.... त्या निवडीचा नि या प्रश्नांचा संबंध आहे, याची जाणीव तीव्रतेनं झाली.

मराठी, संस्कृत, तत्त्वज्ञान या विषयांच्या सरांनी आपापल्या विषयाचा आग्रह धरला. 'संस्कृतमध्ये पहिला वर्ग मिळवणं अधिक सुलभ असतं. कोणत्याही विषयातील थर्डक्लास किंवा सेकंड क्लास यांच्यापेक्षा इतर कोणत्याही विषयातील फर्स्टक्लास हा बरा. शिवाय संस्कृतमुळं भारतीय तत्त्वज्ञान आणि अध्यात्मही कळतं. अभिजात उत्तम साहित्याचा परिचय होतो. मराठी ही तर मातृभाषाच आहे. तिच्यात कधीही साहित्यनिर्मिती करता येते. संस्कृतमधल्या अभिजात साहित्याची, काव्यशास्त्राची आणि तत्त्वज्ञानाची ओळख झाली तर मराठीत उत्तम साहित्यनिर्मिती

करता येईल', असा कुलकर्णी सरांनी सल्ला दिला. मला तो पटला.

'संस्कृत घ्यायला माझी ना नाही. तो विषय चांगला आहे. पण त्यामुळं तुला अभिप्रेत असलेल्या आधुनिक पाश्चात्त्य तत्त्वज्ञानाचा अभ्यास करता येणार नाही. तत्त्वज्ञान हा विषय घेतलास तर पौर्वात्य आणि पाश्चात्त्य तत्त्वज्ञानाच्या अभ्यासामुळं एकूण मानव जातीच्या जीवनविषयक विचारांची दिशा आणि त्यातील आधुनिकता तुला कळू शकेल. ती केवळ संस्कृत घेण्यानं कळेलच असं नाही. शिवाय तुला हव्या असलेल्या मानसशास्त्राचे दोन पेपर्स घेता येतील. तेव्हा तुझा तू विचार कर नि काय घ्यायचं ते ठरव, असं एस. एस. कुलकर्णी सरांनी सुचवलं. तेही बरोबर वाटलं.

भिंगारे सर म्हणाले, "तुझी एकूण परिस्थिती लक्षात घेता तू 'मराठी' घ्यावंस असं मला वाटतं. विषय निवडताना आपल्या व्यक्तिमत्त्वाची प्रत्यक्षातील कुवत, सभोवतालचा प्रत्यक्ष व्यवहार आणि ध्येय याचा जास्तीत जास्त मेळ ज्या विषयात बसेल तो विषय निवडावा. उगीच नुसत्या ध्येयाच्या फंदात पडू नको. ज्याची आर्थिक परिस्थिती उत्तम आहे; त्यानं केवळ ध्येयाचा विचार करावा. तुला तर कॉलेजच्या शिक्षणासाठी प्रत्येक वर्षी नवी आर्थिक योजना राबवावी लागतेय, असं दिसतंय. अशा वेळी केवळ व्यक्तिमत्त्वाच्या विकासासाठी ध्येयवादी विषय निवडणं हे अव्यवहारी होईल. संस्कृत हा विषय कितीही चांगला असला तरी तो हळूहळू हायस्कूलमधून नि कॉलेजेसमधून बंद होत चालला आहे. त्या भाषेची जागा हिंदी भाषा घेऊ लागली आहे. तुझी शेतकऱ्याची परंपरा असल्यानं बी.ए., एम.ए.चं संस्कृत तुला जाचेल. शिवाय एम.ए.चे संस्कृतचे पेपर्स इंग्रजीतच लिहावे लागतील. अजून एम.ए.ला मराठी माध्यम घ्यायला परवानगी नाही. संस्कृतचा अनुवाद इंग्रजीसारख्या अभारतीय भाषेत करणं महाकठीण जातं. तत्त्वज्ञानाचंही तसंच. तत्त्वज्ञान आणि मानसशास्त्र तर तुला बी.ए. पासूनच इंग्रजीत घ्यावं लागेल. अर्थशास्त्रही इंग्रजीतच घ्यावं लागेल. तरच तुला पुढं स्कोप राहील. तुझं इंग्रजी तर खूप कच्चं आहे.

तेव्हा मराठी घेऊन टाक. फार विचार करीत बसू नको. तत्त्वज्ञान, मानसशास्त्र, अर्थशास्त्र हे विषय हायस्कूलला नसतात, हे तुला माहीत आहे. तेव्हा या विषयात बी.ए. झाल्यावर तुला हायस्कूलची नोकरी मिळणंही कठीण जाईल. त्यामुळं या विषयात एम.ए. झाल्यावरच नोकरी शोधावी लागेल. नाहीतर मग कारकुनी करावी लागेल." पानाला चुना लावता लावता, त्याच्या शिरा काढता काढता सर बोलले, त्यांनी कात, तंबाखू पानावर टाकून विडा मुडपला नि तोंडात घातला. आता त्यांची वाचा बंद. आमच्या विद्यार्थ्यांना तो जणू एक जाण्याचा संकेत असे. मी नमस्कार करून उठलो.

भिंगारे सरांचा विचार माझ्या दृष्टीनं अधिक योग्य वाटला. इंटरला इंग्रजीत मला थर्ड क्लासचे मार्क्स होते, ही वस्तुस्थिती होती. हायस्कूलपासनं माझे सगळे विषय मी घरात करत होतो. इंग्रजीचंही तसंच झालेले. त्यामुळं ती भाषा मुळातूनच कच्ची राहिलेली. ती माध्यम म्हणून बी.ए., एम.ए. पातळीवर मला जड गेली असती.

आणि मला वाट्टेल त्या नोकरीपेक्षा शिक्षकीपेशाची नोकरी अधिक आवडत होती. म्हणून मी 'मराठी' हाच विषय घ्यायचं नक्की केलं.

एक तर हा विषय माझ्या आवडीचा होता. माझ्या साहित्यिक व्यक्तिमत्त्वाच्या विकासाला तो उपकारक ठरणारा. भिंगारेसर म्हणाले त्याप्रमाणं तत्त्वज्ञान, संस्कृत, मानसशास्त्र हे विषय मला पुढच्या आयुष्यात स्वतंत्रपणे अध्ययन करून आत्मसात करता येणार होते. मराठी घेण्यामुळं माझं ध्येय, माझी कुवत आणि अध्यापकाची नोकरी मिळविण्याचा माझा व्यावहारिक दृष्टिकोन यांचा मेळ बसतोय, असं मला वाटलं.

मी 'मराठी' प्रमुख विषय आणि संस्कृतचे दोन पेपर्स उपविषय म्हणून घेण्याचा निर्णय घेतला. हे विषय घेत असताना नाईकसाहेबांच्या अपेक्षेचं दडपण मनावर येत होतं. म्हणून कोणत्या परिस्थितीत मी हे विषय घेत आहे; ते नाईकसाहेबांना सविस्तर कळवलं. सुनीताताईंना आणि भाईंनाही कळवलं. मी मराठीच्या वर्गात जाऊन बसू लागलो. संस्कृतचे दोन पेपर्स घेतल्यानं गं. वि. कुलकर्णीसरांना बरं वाटलं. एस. एस. कुलकर्णीसर तर 'मनाचा कल' महत्त्वाचा मानत होते. त्यानुसार मी केलेलं.

संपर्क सर्वांशीच हवा तो चालू राहिला. कॉलेजचं शिक्षण हे केवळ चरितार्थाचं साधन नाही ते व्यक्तिमत्त्वाच्या विकासाचं माध्यम आहे, याची जाणीव मला या काळात विशेष झाली नि मी अधिक समजूतदारपणे कॉलेज शिक्षणाकडं वळलो.

◆

एकवीस

तुकाराम नाईक यावर्षी कोल्हापुरास येणार नव्हता. बेळगावला थोरल्या भावाकडं राहून शिकणार होता. तसं त्याचं पत्र आलेलं होतं. त्याला उत्तर पाठवायचं होतं, पण पत्र विकत घ्यायला पैसे नव्हते. बोर्डिंगमध्ये एफ.वाय. पास झालेली नि नव्यानं इंटरच्या वर्गात दाखल झालेली मुलं पंचवीस तारखेपासनंच आली होती– इंटरचं वर्ष. विद्यापीठाची परीक्षा. त्यामुळं आरंभापासनंच अभ्यास केला तर पास होऊ या विचारानं ती गंभीर झाली होती.

इंटरच्या नोट्स मागायला एकदोन विद्यार्थी माझ्याकडं आले. सेकंडक्लासमध्ये मी पास झालो होतो. रेडिओवर लेखन करणारा विद्यार्थी म्हणून सर्वांना माहीत होतो. माझ्या बुद्धिमत्तेविषयी त्यांच्या मनात विश्वास होता. माझ्या मनात एक योजना चमकली. ''नोट्स गावाकडं ठेवून आलोय. पण इंटरची काही पुस्तकं माझ्याकडं आहेत. इंग्रजी, मराठी, अर्थशास्त्र या विषयांची पुस्तकं माझ्याकडं आहेत. निम्म्या किंमतीत मी ती विकणार आहे. जो कुणी ही पुस्तकं विकत घेईल त्याला मी माझ्या सगळ्या नोट्स तशाच देऊन टाकणार आहे.''

ते दोघेही विद्यार्थी एकाच खोलीत राहत होते. त्यांनी दोनच दिवसांत माझी पुस्तकं विकत घेतली नि मला पंधरा रुपये दिले. पुढच्या महिन्यात मी गावी जाऊन आल्यावर सगळ्या नोट्स देण्याचं कबूल केलं.

खर्चाला पैसे झाले, याचा आनंद झाला. अतिशय जपून पैसे वापरू लागलो. फक्त सकाळी तेवढा चहाचा एक आणा खर्च करू लागलो. तो खर्चणं अटळ होतं. कॉलेज सुटेपर्यंत म्हणजे साडेअकरापर्यंत पोटात दुसरं काहीच नसायचं. बारा वाजता परत येऊन पोटात अन्न ढकलायचं. तोवर भूक अनावर होई. न्याहारी करण्याची जन्मजात कुणबट सवय लागलेली. पण ती इथं दडपावी लागली होती... बोर्डिंगचं जेवण खोलीवर नेता आलं असतं तर बरं झालं असतं. भरपूर वाढून घेतलं असतं नि एखादी भाकरी, वाटीभर आमटी उरवून सकाळी खाल्ली असती. पण ती कल्पना गेल्याच वर्षी मनातल्या मनात जिरून गेली होती. खोलीवर जेवण न्यायला मनाई होती. विद्यार्थी आजारी असेल तरच फक्त परवानगी मिळे. परिणामी सकाळी साडेसातला सुरू होणाऱ्या कॉलेजला जाताना हॉटेलात कपभर चहा घेतला की, रिकाम्या पोटात थोडी ऊब येई. सकाळची कडाक्याची भूक मरे नि तासाकडं

लक्ष लागे.

सुनीताताईंना माझ्या वर्षभराचा खर्च आणि प्रत्यक्षातील प्राप्ती यात येणाऱ्या तफावतीचा अंदाज कळवला. सत्तरभर रुपयांची वर्षभरात मला तूट येणार होती. नाईकसाहेबांनाही एक पत्र पाठवलं होतं. कॉलेजच्या प्राचार्यांसाठी एक आणि बोर्डिंगच्या कार्यकारी मंडळाच्या अध्यक्षांसाठी एक अशी दोन शिफारस पत्रं मागितली होती.

दोन्हीही पत्रांची उत्तरं एका आठवड्यात आली. नाईकसाहेबांनी दोन्ही शिफारसपत्रं पाठविलेली. सुनीताताईंची पस्तीस रुपयांची मनिआर्डर आली नि पत्रही आलं. मला अत्यानंद झाला. मी नाईकसाहेबांचं शिफारसपत्र जोडून कॉलेजमध्ये लगेच प्रवेश घेतला. बोर्डिंगच्या अध्यक्षपदी असलेल्या चव्हाणसाहेबांना भेटून नाईकसाहेबांचं पत्र दिलं. सोबत पूर्ण नादारी मिळावी म्हणून अर्जही जोडला.

ऑगस्टमध्ये दोन्ही गोष्टींचा निर्णय लागला. इंटरला गोखले कॉलेजमध्ये पहिल्या आठ क्रमांकात आलेल्या विद्यार्थ्यांना फ्रीस्टुडंटशिप जाहीर झाली. माझा त्यात पाचवा नंबर होता. माझा आनंद गगनात मावेना, फीमाफीसाठी करावी लागणारी लाचारी आणि सदैव वर्षभर कृतज्ञतेच्या पोटी नरमाईनं, मनात दबून करावं लागणारं कॉलेजमधलं वर्तन नको वाटत होतं. आता हक्कामुळं फ्रीस्टुडंटशिप मिळाली. त्यामुळं मी कॉलेजच्या वातावरणात मनानं अधिक मोकळाढाकळा झालो. बोर्डिंगमध्ये अर्धी सवलत मिळाली. म्हणजे भोजनचार्ज नि खोलीभाडं मिळून मासिक साडेबारा रुपये भरावे लागणार होते.

गं. वि. कुलकर्णी यांच्या दोन्ही मुलांची एक छोटी शिकवणी ठरल्याप्रमाणं सुरू झालेली. तिचे महिना पाच रुपये मिळणार होते.

वाचनालयाच्या उभारणीसाठी मिळेल तेवढा वेळ घालवत होतो. त्यातून पहिल्या टर्मभर काहीच मिळणार नव्हतं. पण प्रा. एस. एस. कुलकर्णी सरांनी मला दुसरं एक तात्पुरतं लेखनाचं काम दिलं. विनोबांच्या साम्ययोगावर ते लेखन करत होते. त्यांनी विविध ग्रंथांतून निवडलेले उतारे मी त्यांना नकलून देऊ लागलो. त्यासाठी ते महिना दहा रुपये देणार होते.

मला एकूण महिना पंधरा रुपये प्राप्ती होऊ लागली. मासिक साडेबारा रुपये बोर्डिंग खर्च वजा जाता उरलेल्या अडीच रुपयात माझं कोल्हापुरात बरं चालू लागलं. पायात चपला घेता आल्या. नाईकसाहेबांना आणि सुनीताताईंना हे सगळं कळवलं.

पण सप्टेंबरात फ्ल्यूनं आजारी पडलो. आठदहा दिवस त्यात गेले. अंगावरच आजार काढण्याची सवय नडली आणि चाराच्या ठिकाणी दहा दिवस गेले. नंतर पुन्हा साताठ दिवसांत उजव्या मांडीला करट झालं. सगळी मांडी ठणकू लागली. करट आज पिकेल, उद्या पिकेल म्हणून वाट पाहू लागलो. चांगली चांदकी एवढी जागा सूज येऊन नासल्यासारखी दिसू लागली. चालता येईना. ठणका काही केल्या

राहीना. मग मात्र कोल्हापूर नगरपालिकेच्या दवाखान्यात गेलो.

त्यांनी ते भूल न देता कापून काढलं. नासलेलं रक्त-पू काढलं. बाद झालेलं दोन रुपयांइतकं मांडीचं चामडं कात्रीनं कापून काढलं. कळा असह्य होत होत्या. तसंच बँडेज बांधून घेतलं.

डॉक्टर चिडून म्हणाले, ''तुम्ही कॉलेजचे विद्यार्थी आहात तरी तुम्हाला साधा कॉमनसेन्स नाही. वेळच्या वेळी औषधोपचार करता येत नाहीत?'' असं म्हणून त्यांनी इनॅमलच्या भांड्यातल्या रक्त-पू नि कापलेल्या चामड्याकडं बोट केलं. ''पाहिलंत का किती डॅमेज झालं होतं ते?''

तोवर मी ओठावर दात ठेवून कळा सोसल्या होत्या, पण ते बघून मला त्या ऑपरेशनच्या टेबलावर चक्कर आली. मी डोळे मिटून अर्धवट बेशुद्ध होऊन, पडून राहिलो.

जवळजवळ सगळा सप्टेंबर महिना त्यात गेला. मांडीची जखम भरायला महिना लागला. लंगडत-लंगडत जाऊन कॉलेज, शिकवणी नि कुलकर्णी सरांच्या घरचं लेखन करू लागलो. दुसरा मार्ग नव्हता. सुट्टी घेतली असती तर ते हातचं काम निसटून गेलं असतं. घराकडं कळवलं नाही की सुनीताताईंना कळवलं नाही... बरा झाल्यावर मग कळवलं.

गरज नव्हती तरी सुनीताताईंनी पंचवीस रुपयांची मनिऑर्डर पाठवली. कोल्हापुरातील संगीताचे जाणकार बाबूराव जोशी यांच्याबरोबर बिस्किटं नि आक्रोड पाठवले; पत्रातून मला पत्ता कळवून, घेऊन जाण्यास सांगितले. पाठवलेल्या पैशातनं रोज नेमानं दूध घेण्यास सांगितले. ती बिस्किटं, ते पत्र नि ते पैसे पाहून मला रडू कोसळलं. त्या अश्रूंचा अर्थ कधीच कळला नाही.

आई कागलहून गव्हाची कणी घेऊन आली. बरोबर एका मोठ्या शिशातनं तूप आणलेलं. ऑगस्टमध्ये अशीच एकदा येऊन गेली होती. तिच्या लक्षात एक गोष्ट आली होती की, खोलीतली आम्ही पोरं चहा पिण्यासाठी हॉटेलात जातो. खोलीत कुणाचाही स्टोव्ह नाही. तिनं ते फक्त ध्यानात ठेवलं होतं.

माझ्या तब्बेतीची चौकशी करायला आल्यावर ती म्हणाली, ''ह्यातली मूठभर कणी वाटीभर पाण्यात नुसती शिजायला टाक. बरोबर ह्यो गूळ आणलाय. ही मिठाची पुडी. वाटीभर कणीत एवढा गूळ टाकायचा नि एवढं मीठ टाकायचं.'' तिनं हातात गुळाचा एक खडा घेऊन नि मिठाची चिमूट घेऊन दाखवलं. ''सोजी शिजली की चमचाभर तूप घेऊन रोज सकाळी खा. म्हंजे जखमंचा खड्डा म्हैनाभरात भरून येईल. एवढा एक म्हैना एवढं करून खा. ह्यो स्टो लिंगाप्पाचा मागून आणलाय. माझ्या आनसाच्या येळंचा ह्यो स्टो हाय. घरातच पडून हुता. म्हटलं, 'कोल्हापुरात आन्दाला बरं न्हाई. तवा त्येला खोलीत काय तरी करून घालायला एवढा दे. तर

त्येनं दिला. पर्संग पडला तर च्या-ब्या करूनबी प्यायला येईल. बाबा लक्षीमना, तू नि आन्दा राकेल दोघामधी इकत आणून, रोज एक पावशेर दूध जरी दोघामधी घेतलंसा तर च्याला नि पाहिजे असेल तर प्यायलाबी हुईल.'' आईनं लक्ष्मण रायमानेला सांगितलं नि लक्ष्मणनं उत्साहानं मान हलवली. नवा पार्टनर म्हणून तो खोलीत नुकताच राहायला आलेला.

रायमानेला मी एल.बी. म्हणत होतो. बोर्डिंगमधले बहुतेक सगळे विद्यार्थी एकमेकाला संपूर्ण नावातल्या पहिल्या दोन इंग्रजी आद्याक्षरांनीच बोलवत असत. बरीचशी बोर्डिंगमधली मुलं मागासवर्गातली होती. त्यांची बरीच नावं जुनाट, ग्रामीण वळणाची, जुन्या रूढींना, समजुतींना धरून धोंड्या-दगड्या, गंग्या-गणप्या अशी ठेवलेली. आडनावंही अशीच वेडीवाकडी, जातीवाचक, धंदावाचक. ती उच्चारायला या विद्यार्थ्यांना संकोच वाटे. त्यांच्या शिकू घातलेल्या कोवळ्या मनांना ती मनोमन लाजवून सोडत. म्हणून नावातली इंग्रजी आद्याक्षरं उच्चारली जात. त्यामुळं अनायासे एक सुशिक्षितपणाची ऐट नि इंग्रजी संस्कृती नि शिक्षण आत्मसात केल्याचा आविर्भाव व्यक्त होई. माझं नाव 'आनंद जकाते' असंच उच्चारलं जाई. मराठा, ब्राह्मण मुलांची सहसा आडनावं घेऊन हाक मारली जात असे... काही दलित मुलांनी तर पुढं आपली आडनावं बदलून घेतली. काहींनी आपल्या नावात छुपा बदल केला. 'गणपती'चं 'गणेश' केलं, 'दगडू'चं 'दत्तात्रय' केलं. आद्याक्षरं तीच ठेवून नावं सुसंस्कृत वाटतील अशी घेतली.

एल.बी. चिंतनशील पिंडधर्माचा होता. जयप्रकाश लोहिया, समाजवाद, समाजवादी सेवादल यांचं त्याला आकर्षण होतं. डॉ. आंबेडकरांच्या विचारांचा प्रभाव त्याच्यावर विशेष होता. सातत्यानं वैचारिक वाचन करत असल्यामुळं, दलितांच्या विकासाच्या संदर्भात राजकारणाकडं पाहत असल्यामुळं आणि विचारांत कोणताही अभिनिवेश न ठेवता मन:पूर्वकतेनं बोलत असल्यामुळं त्याच्याशी समाजकारण, राजकारण, दलितांचे प्रश्न यांच्यावर चर्चा करायला मला आवडत होतं. उपेक्षित, दलित, दरिद्री सामान्य माणसाच्या सुप्त मनाचं मनोगत त्यातून कळत होतं.

एल.बी. साधेपणानं आणि नीटनेटकेपणानं राही. स्वेच्छेनं तो रोज सकाळ-संध्याकाळ खोली लोटून काढी. पाळीप्रमाणं खोली लोटायची बोली असतानाही तो आपण होऊन हे काम करी. आपपर भाव ठेवीत नसे. त्यामुळं मला नि य. रा. पोवारला संकोचल्यासारखं होई. त्याच्या शब्दाबाहेर, विचाराबाहेर आम्ही जात नसू. वैचारिक वादावादीतही तो शांतपणे, मनाचा तोल ढळू न देता बोलत असल्यामुळं आणि फार थोडं बोलत असल्यामुळं त्याचं बोलणं मनाला विचारप्रवृत्त करी.

तो इंटरला होता, पण त्याला इंटर झाल्यावर मराठी घ्यायचं होतं. मराठी साहित्याची विशेषत: वैचारिक वाङ्मयाची त्याला आवड. मी ज्युनिअरला मराठी

घेतलं असल्यामुळं त्याला आमच्या खोलीचं आकर्षण होतं. दोघांचाही त्याला पुढील दृष्टीनं उपयोग होता आणि एक सज्जन मित्र आपल्या खोलीत राहायला येतोय याचा मला आनंद होता.

इतर बरेच दलित विद्यार्थी एकांगी नि उथळ विचाराचे वाटत. अभिनिवेश, भांडखोरपणा, शिक्षणवृत्तीच्या आर्थिक जोरावर राहण्यात नि कपड्यात आलेला भडकपणा, यामुळं मला त्यांची संगत नको वाटे. प्रसंगी गप्पा मारून मी त्यांच्या ग्रुपमधून मोकळा होत असे. पण एल.बी.चं तसं नव्हतं. तो अतिशय सुसंस्कृत होता. गांधी आणि आंबेडकर यांचा जणू एक बालमेळ त्याच्यात झाला होता. य. रा. पोवारांचा स्वभावही असाच शांत आणि संयमी. त्यांना फक्त समाजविचार, राजकीयविचार यांच्यात रुची नव्हती. त्यांचा बी.ए.चा विषयही अर्थशास्त्र. दिवसभर ते कॉलेजला आणि अभ्यासाला जात. आमचं सकाळचं कॉलेज असल्यामुळं दुपारी मी आणि एल.बी. दोघेच खोलीवर असू. त्यातून जिवाभावाची मैत्री निर्माण झाली. माझी अनेक मनोगतं मी त्याला सांगितली.

बोर्डिंगात गेलं वर्षभर वाटणारा एकटेपणा, खोलीतील धर्मशाळेसारखा वाटणारा उजाड निवास, एल.बी.च्या खोलीत येण्यानं घरगुती वाटू लागला. जिवलग मित्र भेटला की एकाकीपणा जातो, तो माझ्यातून गेला. मी नि एल.बी. कॉलेजला जोडीनं जाऊ-येऊ लागलो, जोडीनं राहू लागलो.

पहिली टर्म संपता-संपता एक दिवस आई अचानक बोर्डिंगवर आली. माझी तब्येतीची चौकशी केली नि मुकाट बसली. घरात काहीतरी झालं असावं, असा मला वास आला. मी आईला विचारलं, ''घरात कसं काय चाललंय? सगळं व्यवस्थित हाय न्हवं?''

''हाय की.''

आई पुन्हा गप्प. म्हणजे घरात काहीतरी बिघडलं होतं.

''मग अशी गप्प का? अवघडल्यागत दिसतीस कशानं तरी.''

''हं! जरा येतोस का माझ्यासंगं मोटार-स्टँडपतोर?''

''येतो की.''

आम्ही दोघं बाहेर पडलो. आईला निवान्तात काही बोलायचं होतं, हे मला कळलं.

''तुला सांगावं का न सांगावं, ह्या इचारात पंधरा दीस गेलं. पर आता सांगायचं येवजूनच मी कोल्हापुरला आलोय.''

''सांग की.'' मी.

''तू आता का ल्हानगा न्हाईस. ईसबावीस वर्सं तुला झाली.''

''ती झालीच. तू आता उगंच घोळ लावू नगं. गावाकडं घरात काय झालंय ते

सांग बघू आता मला मोकळेपणानं.'' मला आडपडदा नको होता.

''हे बघ आन्दा, आतापतोर मी बारा पोरांस्नी जलम दिला. माझा एक नातू आता साताठ वर्सांचा हाय. तरीबी त्यो जलमल्यावर माझ्या पोटाला तीन पोरं आली. म्हंजे मामा-मावश्या धाकट्या नि भाचं मोठं; अशी तऱ्हा झालीय. मी म्हणतो जनाची न्हाई निदान मनाची तरी मला लाज वाटली पाहिजे. मला आता हितनं फुडं एवढी पोरं नकोत बघ. तुझं कुणी डाक्टर वळखीचं हाईत म्हणतोस. त्येंच्याकडं मला घेऊन चल नि पोरं बंद व्हायचं काय तरी औशीद असंल तर मला तेवढं मिळवून दे.'' तिनं मोकळेपणानं सांगितलं.

मी चरकलो. क्षणभर गप्पच बसलो. जरा गोंधळल्यासारखा झालो. वस्तुस्थितीच्या जाणिवेनं शरमलोही. आईच्या नशिबात अजूनही काय वाढून ठेवलंय हे!

मनात काही विचार आला. ''दौलतला आता किती वर्सं झाली?'' मी आईला विचारलं.

''गेल्या म्हैन्यातच त्येला तीन वर्सं झाली.'' अंदाज करत ती बोलली.

''तुझा पाळणा दोन वर्सांचा हाय. दौलतला जन्मून तर तीन वर्सं झाली. म्हंजे आता तुला पोरं हुणार न्हाईत, आई.''

''तसं न्हाई बाबा. देवाच्या मनात काय हाय, कळत न्हाई. त्या वाद्यानं माझं दार अजून झाकलं न्हाई. आतापतोर मी बारा पोरास्नी जलम दिला. अजून माझ्या पोटाला किती घालतोय कुणाला ठाव? मला आता त्येचा कट्टाळा कट्टाळा येऊन गेलाय बघ. जलम नगं नगं वाटतोय.''

मी नि आई माझ्या ओळखीच्या डॉक्टरांच्याकडं गेलो. नवराबायको दोघेही डॉक्टर होते. मी प्रथम बाईंना भेटलो. त्यांना सगळी हकिगत सांगितली. त्यांनी मला बाहेर जायला सांगून आईला सविस्तर विचारून घेतलं नि तपासलं.

घटकाभरात तपासणी झाल्यावर आई बाहेर आली.

''तुला आत बलीवलंय, जाऊन ये, जा.'' आई.

मी आत गेलो. डॉक्टरबाई म्हणाल्या, ''तुमच्या आईंना नुकतेच दिवस गेलेले आहेत. दोन-एक महिने झालेले दिसतात. त्यामुळं आता काहीच करता येत नाही. औषध देता येत नाही. गर्भ पाडणं कायद्यानं गुन्हा आहे. त्यांच्या बाळंतपणानंतर त्यांना घेऊन या. मग गोळ्या देता येतील किंवा आणखी काही उपाय योजता येतील. त्यांना नीट समजावून सांगा.''

''बरं.'' मी हतबल होऊन उठलो.

''आणखी एक गोष्ट. त्यांनी सात-आठ महिन्यापूर्वी एकदा गावठी औषध घेऊन गर्भ पाडला आहे. त्यांना त्यावेळी खूप त्रास झाल्याचं त्यांनी सांगितलं. पुन्हा असे गावठी उपाय योजू नका म्हणावं. अशा उपायांनी पुष्कळ वेळा माणूस दगावतं.

आईंना निक्षून सांगा. तुम्ही लक्ष ठेवा.''

"बरं." ते ऐकून माझ्या हातापायांतली शक्ती आणखी गळाठल्या. मी गांगरल्यासारखा झालो. अबोल होऊन बाहेर पडलो.

मोटारस्टँडकडं जाता जाता आईला सगळं समजून सांगितलं. आई निराश झाली होती. तिला वाटलं होतं आपण मोकळं होऊन परत जाऊ. पण आता तिच्या मनावरचं ओझं जास्त वाढलं होतं.... देवाघरच्या गुलामासारखी ती मुकी झाली.

तिला मोटारीत बसवून मी बोर्डिंगवर निराश होऊन परतलो.

पहिल्या टर्मची आमची परीक्षा झाली नि ऑक्टोबरच्या शेवटच्या आठवड्यात महिना दीड महिन्याच्या सुट्टीसाठी मी कागलला परतलो.

अकराच्या सुमारास कागलला आलो. हिरा एकटीत स्वत:शी बडबडत, रडत बाहेरचा सोपा सारवत होती. खूप सुजली होती. गाल डोळ्यांच्या वर आले होते. पांढरा पिवळा रंग सगळ्या त्वचेवर आलेला. डोळ्यावरही सूज आल्यामुळं ते बारीक, उघडे, चिनी माणसाच्या डोळ्यासारखे दिसत होते. हातापायांवरही सूज आलेली. तरीही ती डिवळं निघालेला सोपा सारवत होती. मला भलतं वाईट वाटलं. अशा अवस्थेत तिला घरच्या माणसांनी सारवायला लावलंय याचा राग आला.

चौकशी केली. घरात कुणीच नव्हतं. सगळी मळ्याकडं गेली होती. हिराही गेलेली होती. पण तिला शेतातली कामं करताना खूप दम लागत होता, म्हणून आईनं तिच्या डोईवर शेणीचं तिरडं देऊन तिला घराकडं लावून दिली होती. हळूहळू तेवढं दोन सोपं सारवून घ्यायला सांगितलं होतं.

"बंद कर ते सारवाण." मी वैतागानं म्हणालो.

"कुणी करायचं मग हे?"

"दुसरी माणसं का मेली?"

"मग मला बसून खायला कोण घालंल?"

तिचा प्रश्न खरा होता. सगळ्यांना कामं पुरून उरली होती. मुटक्याएवढी लक्ष्मी, तीही माळामुरडीचं शेण धरून आणत होती. पोटाचा पगार घेत होती. दौलू आता त्याचा तो खळत होता. आनसा त्याला सांभाळत होती. सगळी आपापल्या सोग्याला उभी राहून कामं ओढत होती.

दुसऱ्या दिवशी मी सगळ्यांना समजून सांगितलं. त्या दिवशी सगळ्यांनी हूं हूं केलं. दोन-तीन दिवस गेल्यावर पुन्हा मागचं तसं पुढं सुरू झालं, हिरा फक्त बसून खाते; हे पोरांच्या डोळ्यात खुपत होतं. ती कुदांडाला येत.

"मी शाप काम करणार न्हाई जा. आम्हीच तेवढं किती राबायचं? आक्काच्या वाटणीचं काम आक्काला लाव की." ती आईला म्हणत.

"आरं, तिला बरं न्हाई. कशी सुजलीया बघतासा न्हवं?" आई.

“मग? तिला का कुणी माती खायाला सांगिटलं हुतं? भोग म्हणावं तिचं तिला आता. आम्ही न्हाई तिची कामं करणार.” धोंडू.

“व्हय व्हय आईबाई. आमच्या करणीनं ती आजारी पडली असती तर आम्ही केली असती तिची कामं. तिची तिनं कामं करावीत; न्हाई तर मीबी उद्या आजारी पडणार बघ. कामाला हात लावणार न्हाई.” – शिवाचं डोसकं.

पोरं एका बाजूला होत नि मग कामं नीट होईनातशी होत. आई वैतागे. मग हिरावर रागवे, “भोग रांडं, तुझ्या तू कर्माची फळं. ती पडलेली कामं कर तवा खा. मी तरी एकटी काय करू? किती कामं वडू?”

मातीचा मुद्दा काढला की हिराला उत्तर देता येत नव्हतं. लहानपणी खूप माती खाल्ली होती. आताही चोरून पांढरी माती थोडी थोडी खात होतीच. तिला व्यसन लागल्यागत झालं होतं. पांढऱ्या मातीची चिमूट अधनंमधनं तोंडात टाकल्याशिवाय चैन पडत नव्हती.

दुसऱ्या कोंबड्यानं बांग दिली की सगळ्यांबरोबर तिला उठावं लागत होतं. तिचं तिला अंथरुण गोळा करावं लागत होतं. अंथरुण म्हणजे एक पोतं उसवून त्याचं केलेलं पटकूर. त्यावर घोंगडं. उठली की कामाला लागत होती. सगळ्यांचं उठून तोंड धुऊन झालं की सगळ्यांसाठी एकदम चहा केला जात होता. चहा झाला की आई सगळ्यांना हाक मारी. प्रत्येकाच्या ताटलीत एकेक कप चहा ओती. भरपूर गूळ, पावडर कमी नि शेळीचं आकडी दूध, असा चहा प्रत्येकाला आवडे. तोंडाची कडू जळमटं गुळानं निघून जात. शिवाय गुळापेक्षा साखर दुप्पट महाग. त्यामुळं गूळच परवडे.

हिरा उठली नि तोंड धुऊन कामाला लागली. दारामागची शेणाची बुट्टी घेऊन गोठ्यात गेली. सुजऱ्या हातांनी हळूहळू शेणं काढू लागली. गोठ्यात म्हस, एक रेडी, आणि दोन शेरडं. तिथली शेणंघाणं काढायला तिला तास लागे. बुट्टी मधे ठेवी. तिच्यात शेणाचा एकेक पो उचलून टाकी.

बुट्टी शिगार झालेली. तरीही पो भरत होती.

मी परड्यात तोंड खळबळून स्वैपाकघरात चाललो.

“हात जरा लाव गा दादा.”

“जरा जरा श्याण भरून टाकायला येत न्हाई, हिरे?” मी वडीलधारा शहाणपणा सांगितला.

“गोठ्यातनं उकिरड्यापतोर एकदा जरी गेलं तरी हातापायातलं बळ जातंय. मग जरा भरून दोनतीन खेपा केल्या तर फुडची कामं करायची कुणी?” तिनं हिशोब मांडला.

“मी नसतो तर मग उचलली असती का तुला ही बुट्टी?”

"ते कशी उचलंल? तू हाईस म्हणून एवढी भरली. न्हाईतर कुणाला तरी हाक मारून उचलू लागून घेतोय."

"बरं करतीस." मी ती बुट्टी उचलून घेतली नि टाकून आलो. दुसरा इलाज नव्हता.

मला नि शिवाला मळ्याकडं जायचं होतं. धोंडूनं चहाचं डेचकं उकळलं. हिरा गोठ्यात शेळीच्या लेंड्या लोटू लागली.

"झालं का न्हाई आक्काबाई अजून?" शिवाची हिराला हाक.

"झालं झालं, कामाच्या शिवू. आत्ता गोठ्यात पाय ठेवला न्हाई, तंवर 'झालं का न्हाईऽऽ?" हिराचा रडका आवाज.

आवाज ऐकून शिवाला जोर चढला. "तास झाला की हिरू. घे घे शेरडं लौकर आत. च्याऽचं डेचकं उकळून निवाय लागलंय. दूध पीळ लौकर शेळीचं."

"लईच तुला गडबड असंल तर घे जरा काढून. मीच काय रोजचा खंडपत्कोरा घेटला न्हाई." दिवसभर शेरडा-म्हसरांची कामं तिच्याकडं. म्हशीची धार सोडली तर बाकीची देखभाल तिलाच करावी लागत होती.

शेरडीच्या लेंड्या लोटून पाठीवर ओझं असल्यागत ती उठली. बोळं घाटलेल्या बारडीतल्या पाण्यानं हात खळबळलं. धोंडूनं उंबऱ्यावर ठेवलेलं दुधाचं डेचकं घेऊन शेळीच्या धारा पिळल्या. आम्ही चहा प्यालो.

मी मळ्याकडं जायची कापडं घातली. तवर आईची दुसरी हाळी सावकाश चहा पिणाऱ्या हिराच्या कानावर गेली. तिचं प्रत्येक काम जमेल तसं हळूहळू चाललेलं. "आटीप ग बाई. रतिबाला उशीर हुईल. म्हशीला गोठ्यात वडून एक पेंडी टाक तिच्या फुडं." आईला आईच्या कामांची घाई.

शेणंघाणं झाली की गैबीच्या हौदाला जाऊन पाण्याच्या चारपाच खेपा हिराला आणाव्या लागत होत्या. सकाळी सकाळी गैबीच्या हौदावर एवढी दाटी नसे. बायका आपापल्या स्वैपाकघरात गुंतलेल्या असत. गैबीचा हौद आमच्या घरापासनं तीन साडेतीन फर्लांग लांब. हिराचा अर्धा जीव हे पाणी खाई.

तोवर न्याहारीचा वकत होई. शिळंपाकं खाऊन ती ढोरं नि शेरडं घेऊन मळ्याला येई. ढोरं ओढ्याला, बांधाला, ऊसाच्या कडंकडंला चारत होती. उनाताणात चारत असली तरी शरीराला इस्वाटा मिळत होता. त्यामुळं तिचा जीव तिला सावलीत असल्यागत वाटे.

पहिल्या हुलकारणीची कामं झाली की दुपारी सारीजण तासतासभर सावलीला पडत. दादाचं बाजलं घोरू लागलं की सारी पोरं खोपीतनं बाहेर धावंवर येत. खोपीत बडबड झाली, दंगा झाला की दादा पोरांना झोपमोड केली म्हणून शिव्या देई. प्रसंगी अचानक उठून जे कोणी जास्त बडबडे त्यांच्या पाठीत कमका घाली. तो मार नि

शिव्या नकोत म्हणून पोरं आपली धावंवरच्या आंब्याच्या सावलीत येत नि गप्पा मारत इस्वाटा घेत. कुणी खेळ मांडे, कुणी शिवळंला उसं टेकून पटकुरावर पडे. कुणी काही करी, कुणी काही करी.

हिरा शेरडं बांधलेल्या बाभळीखाली एकटीच बसलेली. दातात काड्या घालून जिवाची करमणूक करून घेत होती. तिला कुणी मिळवून घेत नव्हतं. पोरं खेळून हळूहळू पडली.

ती उठली. पत्र्याचा बारका तुकडा घेऊन वावऱ्या शेंगा काढायला उनातच गेली.

... मिळेल ती शेंग कधी खात होती तर कधी साठवत होती. साठवून साठवून त्या कुणाला तरी विकायच्या नि येतील त्या पैशांतनं अंगावर चोळी, मनासारखी काकणं, कधी चहाबरोबर बटारं ती आणत होती. बटारं मात्र कुणाला देत नसे.

दिवस चालले होते. मला हिराची काळजी लागल्यागत झालं होतं. उन्हाचा एखादा धनगर बाभळीची शिरी कुठंतरी ओढ्याकडं बेनत असे. त्याच्या शेरडांनी त्या शिऱ्यांचा पाला खाल्ला की ती शिरी कित्येक वेळा तिथंच पडत. भटक्या मांगणी, महारणी किंवा धनगराची बायको ती नेत असे. अशावेळी हिराचा जीव खालीवर होत होता. ती तिकडं जाई. कुणी नेत असेल तर त्यांच्याशी भांडण काढी. त्यांना सांगे की 'शेजाऱ्यानं आम्हाला बाभळी राखायला सांगितल्यात. शिरी न्ह्यायची न्हाईत.'' असं म्हणून ती शिरी गोळा करून खोपीकडं हळूहळू ओढत आणी. पावसाळ्यातल्या जळणाची म्हैनाभराची बेजमी तिच्या त्या शिऱ्यांनी झालेली.

हिरा माणसांतल्यापेक्षा एकटी एकटी जास्त रमत होती. सगळ्यांनी मिळून एखादं काम गडबडीनं करायचं असेल तर तिला बाकीच्या सगळ्यांच्या शिव्या खाव्या लागत होत्या. मग आई चिडून एखादा धपाटा तिच्या पाठीत घाली. शिवा बारकं बारकं खडं मारी. बाकीच्या पोरी 'अस्सं फुडं जायचं बघ' म्हणून पुढं ढकलून देत.

ती मग तोंड सोडी; सगळ्यांना शिव्या देई. तेवढंच तिला जमे. तिचा दुबळा हात कुणाच्याही अंगावर पडू शकत नव्हता. पुष्कळ वेळा रडत, शिव्या देत, नेमलेलं काम करत होती.

सांजचं घराकडं आल्यावर शेरडांची धार आणि जेवणानंतरची भांडी तिला घासावी लागत होती. ती झाली की अंथरुणावर अंग टेकायला मोकळी. दिवसभराच्या कामानं तिचं अंग ठणके. पाय दुखत. मग अंथरुणावर बसून तिचं तीच ठणकणारे स्वत:चे पाय दाबून रगडे. कधी शेणींच्या तिरड्यांनी तिची मान धरलेली असे, तर कधी उन्हातान्हात सारखं फिरल्यानं, कामानं तिला कणकण येई. पण कामं चुकत नव्हती.

ती म्हाताऱ्या बैलागत डेंगलेली बघून मी आईजवळ काळजीनं बोललो. दुसऱ्या दिवसापासनं गावातल्या दवाखान्याचं औषध सुरू केलं. पंधरवड्यात दोन तीन

इंजेक्शनं दिली.

माझी सुट्टी संपत आली तरीही तिच्या तब्येतीत काही सुधारणा दिसेना. मला खोलवर चिंता लागून राहिली. सुट्टी संपली.

"आई, माझी सुट्टी आज संपली. हिरी ठकून पांजार झालीया. तिची काय तरी येवस्था केली पाहिजे. कागलच्या दवाखान्याचं औशीद काय उपयोगाचं न्हाई, असं दिसतंय. तिला घेऊन कोल्हापूरला जाऊ या. माझ्या वळखीच्या डॉक्टरला तिची तब्येत दाखवू. बघू या काय म्हणत्यात ते; न्हाईतर गापदिशी हिरी हातातनं जायची."

आईला विचार पटला. आम्ही तिघेही कोल्हापुरास आलो. डॉक्टरांना तिची तब्बेत दाखवली. डॉक्टरांनी खूप औषधं लिहून दिली. सकस आहार दिला पाहिजे म्हणून सांगितलं. ते सगळं ऐकून आईच्या हातापायांतली शक्ती गेली. तेवढी उसाबर नि खर्च करणं आमच्या घराला परवडणारं नव्हतं. आम्ही डॉक्टरांना तसं सांगितलं.

डॉक्टरांनी मग कोल्हापूरच्या सरकारी दवाखान्यात तिला दाखल करायला सांगितलं. तिच्यासाठी सरकारी दवाखान्यातल्या डॉक्टरांना चिठ्ठी दिली.

आईनं नि मी बाहेर एका रस्त्यावर सावलीत बसून खूप विचार केला. हिराला सरकारी दवाखान्यात दाखल करायचं नक्की केलं. इथं कोल्हापुरात रोजच्या रोज जाऊन मी तिला भेटण्याचं नि बघण्याचं कबूल केलं. दुसऱ्या टर्मला मला आणखी एक शिकवणी मिळणार होती. त्यामुळं फीच्या उरलेल्या पैशांतून मी तिचा खर्च चालवीन म्हणून सांगितलं. आईनं आठ-दहा दिवसांतून एखादी फेरी कोल्हापुरास मारावी, असं ठरलं नि हिराच्या इच्छेविरुद्ध तिला सरकारी दवाखान्यात दाखल केलं.

या गडबडीत सांज झाली. आईची कामं पाठीमागं तुंबली होती. रतीब, गुरं, पोरंबाळं, सरलंउरलं तिला बघायचं होतं. ती झटक्यासरशी गावाकडं निघून गेली. मी बोर्डिंगवर गेलो.

सुदैवानं दुसऱ्या सहामाहीत माझी चांगली घडी बसली. एक पाच रुपयांची शिकवणी जादा मिळाली. पण प्रा. एस. एस. कुलकर्णी यांच्याकडचं लेखनाचं काम संपलं. मात्र जानेवारीपासनं मुलांच्या लायब्ररीची घडी बसली होती. मुलांच्या घरोघर जाऊन पुस्तकं पोच करायची, शिवाय शनिवारी-रविवारी दोन दोन तास संध्याकाळी लायब्ररी उघडी ठेवायची. मुलांना गोष्टी सांगायच्या, काही त्यांच्या आवडीचे कार्यक्रम योजायचे; असा उपक्रम सुरू झाला. त्याचे महिना दहा रुपये मिळू लागले. त्यामुळं माझं स्वतंत्रपणे व्यवस्थित चालू लागलं. सुनीताताईंना हे सगळं कळवलं नि त्यांना 'आता मला पैसे पाठविण्याची मुळीच गरज नाही' असं सांगितलं.

दोन महिने पार पडले.

हिराचा आजार हळूहळू ओसरू लागला. आठदहा दिवसांत ती तिथं रुळली.

तोवर मला कॉलेज सुटल्यावर वेळात वेळ काढून दवाखान्यात जावं लागत होतं. तिच्या जिवाला संतोष वाटत होता. त्यानंतर हळूहळू मी तिच्याकडं दोनतीन दिवसांतनं एकदा जाऊ लागलो. जाताना एकदोन एकदोन मोसंबी विकत घेऊन जात होतो. माझं दूध पिणं बंद केलं होतं. माझ्या येण्याच्या वाटेवर ती डोळं लावून बसत होती. आणलेली मोसंबी मटामटा खात होती. आयुष्यात पहिल्यांदा ती तिला मिळत होती.

पहिल्यांदाच तिचे बसून खाण्याचे दिवस होते. कुणी गाडाभर कामं सांगत नव्हतं, की कुणी शिव्या देत नव्हतं... तिच्या अंगावर रक्तमास येत होतं. अंगाचा रापलेला रंग निवळत होता. रया येत होती. फार दिवस खोपड्यात पडलेल्या तांब्याच्या घागरीला निर्मळ घासून काढावं तसं तिचं झालं होतं. मन नि काया टणटणीत होत होती.

भोवतीच्या रोगी बायका तिचं कौतुक करत होत्या. नर्सेस तिला बारीकसारीक काम सांगत होत्या. हिरा ती मोठ्या खेळीमेळीनं करत होती. तिचा कामाचा उत्साह वाढला होता. हात थंड राहात नव्हता. नर्सांची बारीकसारीक कामं करत असल्यामुळं पुष्कळ वेळा तिला त्यांच्याकडनं आणा, दोन आणे मिळत होते. त्यातून ती बाहेर जाऊन गाड्यावरचा चहा पिई नि बटारं खाई. तिचा जीव हुड्याएवढा झाला होता.

एक दिवस नेहमीप्रमाणं दवाखान्यात गेलो. हिराचं आणि नर्सबाईंचं बोलणं झालं होतं.

हिरानं मला तिचा नि नर्सचा घडलेला संवाद सांगितला : "हिरा आता तुला बरं वाटतं, होय ना?"

"व्हय."

"अंगात शक्ती आली आहे, असं वाटतं का तुला?"

"तर. आभाळात उडावंसं वाटतंय पाखरागत."

"होय का? छान. मग दोनचार दिवसांनी तुला घरी जायला हरकत नाही."

"बरं." ते ऐकून ती विरजल्यागत झाली.

"साताठ रुपयांच्या गोळ्या लिहून देत्ये. आईला विकत घे म्हणावं."

"तेवढ्या गोळ्या घ्यायला आईला निलगत व्हायची न्हाई. हातावरचं पॉट असतंय आमचं."

"पण तुझी आई तुला गोळ्या घेऊन देईल."

"न्हाई हो. घरात बसून कोण मला खायला घालंल?"

हिरानं चिकाटी धरली होती. तिच्या बोलण्याला नर्सबाई कौतुकानं हासली होती. तिनं तिच्या वार्डाच्या डॉक्टरांना समजून सांगितलं होतं.

हिराचे पुन्हा दहाबारा दिवस दवाखान्यातले वाढले. तिला तिथंच गोळ्या

खायला मिळाल्या.

मी हिराला म्हटलं, "बरं केलंस."

"व्हय खरं दादा, मी कामं करताना बघून थोरल्या नरसबाईंनी मला कामाला ठेवून घेतो, म्हटलं हुतं."

"नरसबाई कवा बोलली हुती?"

"पंधरा दीस झालं बघ. तू जरा त्यास्नी इचारून बघ की. भांडी घासाय, धुणं धुयाला, लोटझाड करायला मी त्येंच्यांत ऱ्हातो. रानामाळाची कामं मला निभत न्हाईत आणि सदाची मी नाळरोगी. औशीदपाणीबी मला हितं फुकट मिळंल. धडधापूस हुईन."

मोठ्या प्रौढ माणसागत बोलत होती. घराला कंटाळलेली होती. तिचं सारं खरं होतं; पण कुणब्याच्या घरात तिचा जन्म झालेला. तशात बाई म्हणून जन्माला आलेली. जन्मभर पुरुषाच्या पंजाखाली उंदरागत सापडलेली... पुरुषांचं नशीब पिढीजात कुणबाव्यासंगं बांधलेलं, ह्याची जाण तिला नव्हती.

तरीही मला वाटलं नर्सबाईनं तिला इथं काम दिलं तर तिची घरच्या धबडग्यातनं काही दिवस तरी सुटका होईल. औषधपाणीही मिळून तिची तब्येत कायमची सुधारेल. एक जीव सुखानं अन्नाला लागेल.

मी नर्सबाईंना हिरानं सांगितल्याप्रमाणं विचारलं. पण वस्तुस्थिती अगदीच वेगळी होती. हिराला कामाची हौस होती, हे नर्सला कळलं होतं. हिराच्या जिवाला लौकर बरं वाटावं म्हणून नर्सबाई सहज बोलली होती. कदाचित नर्सेसनी हिराला सांगितलेली तिथली किरकोळ कामं हिरानं उत्साहानं करावीत, या अपेक्षनंही त्यांनी तशी भाषा केली असावी. हिराला मी सगळं सांगितलं. ती हिरमुसली. तिचा जीव गुदमरल्यागत झाला.

दोन तीन दिवसांनी दवाखान्यातनं डिसचार्ज मिळणार होता. मी आईला सविस्तर पत्रानं कळवलं नि कोल्हापुरात यायला सांगितलं.

ठरल्या दिवशी आई आली. दोघं मिळून दवाखान्यात गेलो. सगळी व्यवस्था केली. किरकोळ औषधं आणि गोळ्या लिहून घेतल्या.

हिरा घराकडं जायला उठली. मुकी झाली होती. दुःखाचे कढ दाटून आल्यागत चेहरा झाला होता. रोग्याचा पोशाख तिनं उतरून टाकला. गेल्या दोनअडीच महिन्यांत तिची दोन्ही जुनेरं घराकडं बाकीच्या पोरींनी वापरली होती. म्हणून आईनं तिच्यासाठी एक हिरवंसं स्वस्तातलं नवं पातळ आणलं होतं. हिरानं ते तिथंच नेसलं. उजळ रंग झालेली हिरा हिरव्या लुगड्यात कशी सतेज दिसली. पूर्वी तिला अशा मूळ रूपात कधी कुणीच बघितली नव्हती; इतकी ती तेजदार, ताजीताजी दिसू लागली. तिच्यासाठी ठेवलेल्या भांड्यांचं तिनं गठळं केलं नि काखेला लावलं.

सगळ्यांचा निरोप घेऊन आम्ही बाहेर पडलो. हिरा चिंताक्रांत दिसत होती. रस्त्यानं खाली बघत चालली होती... तिच्या मनासमोर गावाकडचं कष्टाचं घर नि तुरुंगवासासारखा वाटणारा मळा दिसत होता. आम्ही तिघं मोटारस्टँडच्या दिशेनं चालू लागलो.

अडीचतीनचा दुपारचा सुमार. उनाचा तडाखा जाणवत होता. हिरा म्हणाली; "आई, ऊन लई हाय गं."

"दोन अडीच म्हैनं दवाखान्यात सावलीला हुतीस म्हणून लागतंय. कायबी हुईत न्हाई चल; सवं न्हाई म्हणून तसं वाटतंय."

"न्हाई गं, हे रस्त्याचं डांबार इतळून माझ्या पायांस्नी चटकं बसाय लागल्यात."

माझ्या लक्षात आलं की तिच्या पायांत चपल्या नाहीत. तिचे नितळ पाय त्या उनात नि वितळणाऱ्या डांबरात मला बघवेनात. "आई मी टांगा करून आणतो. माझ्याजवळ पैसे हाईत." मी बोललो.

आईनं हिराच्या फाटक्या आहेत म्हणून चपल्याही कागलला नेल्या होत्या. त्या परत आणायच्या ती विसरली होती.

ती मला म्हणाली, "कशाला टांगा? त्येला नि कशाला पैसं द्यायचं? मोटारीचा अड्डा का लांब हाय आता? तिथनं मोटारीत बसूनच जायाचं हाय."

हिरा बरोबरीनं पायांची बोटं अंतराळी करून चालू लागली.

"लई पाय भाजाय लागल्यात, बाई." हिरा कळवळून बोलली.

"ह्या माझ्या चपल्या घाल." उनात चालायला खटलेल्या आईनं तिच्या पुढ्यात चपल्या काढल्या.

त्या तिनं घातल्या. आम्ही तिघं मोटारस्टँडच्या दिशेनं निघालो.

आई-हिराला घेऊन मोटार हलली तेव्हा त्या स्टँडवर मला एकटं-एकटं वाटू लागलं... गावाकडचं घर, भावंडं, म्हसरं, माळरान, बाभळी, काटं, वावऱ्या शेंगाची रानं मनासमोर फिरू लागली. हिराचा घास घेण्यासाठी ती जणू विक्राळ जबडे पसरून बसली होती... ताजी, रसरशीत झालेली हिरा त्या दिशेनं हरणासारखी झेपावत होती.

हताश होऊन बोर्डिंगकडं वळलो. ज्युनिअरची वार्षिक परीक्षा अगदी जवळ येऊन ठेपली होती. कॉलेजची असली तरी जास्तीत जास्त मार्क्स मिळवणं जरूर होतं. त्यामुळं पुढच्या वर्षी फ्रीशिप मिळणं सोपं जाणार होतं.

मी अभ्यासाकडं वळलो.

◆

बावीस

माझी परीक्षा संपली. तरी मला कागलला सुट्टीवर घरी जाता येणार नव्हतं. दुसऱ्या टर्मला जादा शिकवण्या पत्करल्या होत्या. त्यासाठी निदान एप्रिलअखेरपर्यंत तरी राहावं लागणारं होतं. मी त्यांच्या शिकवण्या घेत, मुलांची लायब्ररी सांभाळत, दिवस घालवू लागलो.

एप्रिलमध्ये दुसरी दोन कामं मिळाली. कॉलेजच्या ग्रंथालयातील पुस्तकांचा स्टॉक चेक करायचा होता. त्याचे वीसभर रुपये मिळणार होते. एप्रिलमध्ये इंटरच्या वार्षिक परीक्षा झाल्या नि त्यांचे लॉजिकचे पेपर्स प्रा. एस. एस. कुलकर्णी यांच्याकडं आले. त्यांच्या मार्कांच्या बेरजा करणं व याद्या तयार करणं, पेपर्सची पार्सलं तयार करून पोस्टानं पाठवणं, हे बघावं लागणार होतं. त्याचे पन्नास रुपये मिळणार होते.

त्यामुळं सिनिअर बी.ए.च्या वर्षाची प्राथमिक आर्थिक तरतूद होणार होती. सकाळी साडेसात ते रात्री नऊपर्यंत सतत कामं ओढत होतो. चार पैसे गाठीला पडणार म्हणून उत्साह वाटत होता.

या उत्साहामागं आणखी एक स्वप्न होतं. वाटायचं सुनीताताईंना एकदा भेटून यावं. पोटभर त्यांच्याशी एकदा मनातलं सगळं काही बोलावं नि त्यांचं मार्गदर्शन घ्यावं.

भाईंचं दिवाळी अंकातील लेखन वाचून त्यांना माझ्या प्रतिक्रिया कळवल्या होत्या. माझ्या कविता मी लिहीन तशा त्यांच्या वह्या करून पाठवीत होतो. गेल्या दोन वर्षांत मर्ढेकरांच्या कविता, त्यांचे वैचारिक लेख, नवसाहित्यिकांची नवी वाङ्मयीन भूमिका, गंगाधर गाडगीळ यांच्या कथा हे वाचण्याचा माझा सपाटा सुरू होता. या काळात माझ्या वाट्याला परिस्थितीमुळं नि माझ्या स्वभावामुळं एक खोलवर निराशा येत होती. त्यातून माझी कविता जन्मत होती. नव्या नव्या विचित्र, अनोख्या प्रतिमांची तिच्यात गर्दी होती.

भाईंना माझा हा कवितेतील आणि जीवनातीलही उपहास-उपरोधाचा सूर फारसा रुचत नव्हता. त्यांनी आपल्या एका पत्रातून कविता म्हणजे काय ते लिहिलं होतं. त्यांच्या ह्या पत्रानं मला असं अंतर्मुख केलं, तसं माझ्या मनात खूप प्रश्नही निर्माण केले. माझं नवसाहित्याचं आणि नवसाहित्यविषयक वैचारिक लेखांचं वाचन मला वेगळं वळण लावीत होतं. भाईंचं पत्र आणि माझे विचार यात मला तफावत

दिसू लागली. मी ते सगळं भाईंना सविस्तर लिहिलं. मला पडणारे अनेक प्रश्न त्यात लिहिले. त्या पत्राला उत्तर देणं भाईंच्या नेहमीच्या व्यापामुळं शक्य झालं नाही. 'तुझं आहे तुजपाशी' हे त्यांचं नाटक महाराष्ट्रभर जोरात चालू होतं. 'सुंदर मी होणार' हे नाटक ते बसवीत होते. पण त्यांच्या या व्यापाकडं माझं लक्ष नव्हतं. मला वाटत होतं की माझ्या मनात साहित्याविषयी घोंगावणारे प्रश्न भाईंना विचारावेत. सविस्तर चर्चा करावी. योग्य ते मार्गदर्शन त्यांच्याकडून घ्यावं.

मी तसं सुनीताताईंना लिहिलं.

सुनीताताईंनी सवडीनं एक पत्र पाठवलं. बरेच दिवसांत तू कोल्हापूरच्या बाहेर पडला नाहीस. तेव्हा दोनचार दिवस मुंबईला ये. तू अजून मुंबईही पाहिली नाहीस; ती तुला पाहता येईल. या भेटीत इतरही तुला पडणाऱ्या प्रश्नांवर बोलू– असा आशय त्या पत्राचा होता.

पत्र वाचून मला आनंदाच्या उकळ्या फुटल्या. पुन्हा पत्र पाठवून मी पंचवीस एप्रिल ही मुंबईला जाण्याची तारीख नक्की केली. या दरम्यान माझी बहुतेक सगळी कामं संपणार होती.

सहासात दिवस मुंबईत राहिलो. चकित होण्याचे विलक्षण क्षण भोगले. अनेक नव्या नव्या गोष्टी पाहिल्या. फ्लशिंगचा संडास प्रथम पाहिला. संडास इतका स्वच्छ असतो, हेही प्रथमच पाहिलं. कागलमध्ये असला संडास नव्हता. फक्त 'पायखाने' होते. पण कागलात मी तेही कधी अनुभवले नव्हते. कोल्हापुरातही पायखानेच. रोज भंगी येऊन पाट्या डोक्यावर घेऊन जात असे. तो देखावा पाहवत नसे. ह्या माणसांना हा धंदा जन्मभर कसा सहन होतो; याचं आश्चर्य वाटे. त्याच्यावर कायमचं लादलेलं घाणीचं हे ओझं पाहून दु:ख वाटे. रत्नागिरीत गोपुरी संडासाचा आदर्श मी अनुभवला. पण फ्लशिंगचा संडास प्रथमच मुंबईत पाहिला. साखळी ओढली की काम झालं. किती सोय ही!

पार्ल्याचं भाईंचं छोटेखानी घर, अभ्यासाची खोली पाहताना आपल्या गावाकडच्या घरासारखंच साधं घर आहे, भाईंचं बालपण इथंच गेलं आहे, म्हणजे भाई साध्या बालपणासारखेच आपलं बालपण जगलेले असणार, म्हणून अधिक जवळीक वाटली. भाई या पार्ल्याच्या घरात जेवायला खाली जमिनीवरच पाटावर छान मांडी घालून बसतात आणि आई त्यांच्यासमोर बसून त्यांना होय-नको पाहत भाजी-पोळी बाळबोध वळणानं घालतात हे पाहून मला माझ्या आईची आठवण झाली... मी भाईंच्याजवळ आणखी दोन इंच मनानं सरकलो.

भाईंची अनेक रूपं पाहिली. कामाला निघाले की भाईंची घाई नेहमीची. चालणं घाईचं. सिगरेट ओढतानाही घाई. रस्त्यावर टॅक्सीसाठी उभं राहिल्यावरही इकडं तिकडं घाईनं बघत टॅक्सीचा शोध सुरू. पैसे देताना घाई, ते पैसे मॅनेल्याच्या

खिशात आहेत का पँटच्या डाव्या-उजव्या खिशात आहेत याचा पत्ता नसे. सगळ्या खिशांत मग शोधासाठी हात जात. हात बाहेर येताना, रूमाल, सिगारेटचं पाकीट, किंवा एखादी नोटही क्वचित खाली पडे. ते उचलून घेतानाही घाई.

'सुंदर मी होणार' च्या तालमीचे ते दिवस. पहिला प्रयोग अगदी तोंडावर आलेला. त्या नाटकाचं रूप भाईंच्या मनात पूर्णपणे आणि स्पष्ट स्वरूपात साकार झालेलं. ते बाहेर काढावयाचा भाईंचा आणि ताईंचा कडोविकडीचा प्रयत्न. या नाटकात एका पात्राच्या मुखी 'तराणा' आहे. त्याची स्वर-रचना नेमकी कशी असावी याची प्रात्यक्षिकं सगळ्या घरभर भाई हिंडताफिरता करत. भाईंच्या हालचालीत आणि बोलण्यातही एक वेग. त्या वेगानं ते घरातल्या खोल्यांतून आत बाहेर करत. त्या वेगाबरोबर तराण्याचे सूरही पळत. मधूनच 'सुनीता' म्हणून ताईंना हाक मारत. तराण्याच्या सुरातील बारीकसारीक जागाही, 'अशी घेता येईल' म्हणून गाऊन दाखवत.

रात्ररात्रभर तालमीसाठी जागरणं होत. प्रत्येक पात्राचे संवाद, हालचाली, जागा, स्थिती-गती भाई म्हणून नि करून दाखवत. त्या तालमीत भाईंचे खरे एकपात्री प्रयोग मी प्रथम पाहिले. भाईंच्या आवाजात गोडवा, उग्रता, मधुरता, कठोरता, नाजुकता नि जाडेभरडेपणा एवढ्या झटपट पात्रागणिक कसा येतो, हे मी पाही. त्यांच्या वरचा माझा डोळा हलत नसे. सुनीताताई करीत होत्या त्या दीदीराजेच्या भूमिकेत कारुण्य होतं. ते संवादावाटे येताना ताईंच्या आवाजालाच वात्सल्य मिसळलेल्या कारुण्याची एक झालर आहे, याची जाणीव होत होती. त्यांचं तालमीच्या वेळचं दीदीराजेंचं काम बघूनही डोळे पाणावत. ऐन विशी-पंचविशीतले काशीनाथ घाणेकर, विजया जयवंत, प्रौढ वाटणारे आत्माराम भेंडे, भाईंच्या वाट्याला आलेली बंडा सावंताची गंभीर भूमिका हे सगळं तालमीच्या अनौपचारिक रंगभूमीवर बघताना, मधेच विनोद, गप्पा होताना, हासणं-खिदळणं, दाद देणं होताना मी एका पूर्वी कधीच न पाहिलेल्या सृष्टीत वावरत होतो. अपूर्व आनंद लुटत होतो.

रात्री तालीम संपायला खूप उशीर होई. तरी सकाळी भाई आणि सुनीताताई लौकर उठत. कशानं कुणास ठाऊक भाईंना मध्येच सर्दी झाली. त्यांचं डोकं खूप दुखू लागलं. आज रात्री तर रंगीत तालीम.

...ताईंनी कसला तरी लेप तयार केला आहे. भाई कॉटवर पडून आहेत. सुनीताताई लेप लावताहेत. भाई नाटकातील दीदीराजे आणि बंडा सावंताच्या कोणत्याही विशिष्ट प्रसंगाची आठवण करून देताहेत. त्यातील संवादाची रिहर्सल घेऊ या म्हणताहेत. आणि मग ताई लेप लावतालावताच संवाद म्हणताहेत, भाई लेप लावून घेताघेताच संवाद म्हणताहेत– एक विलक्षण दृश्य... असं नाटक

घरादाराच्या हवेत भरलेलं.

दुसऱ्या दिवशीची सकाळ. सुनीतातार्ई स्वैपाकघरात काही करीत होत्या. हॉलमध्ये बसून मी वर्तमानपत्र वाचत होतो. भाई स्नानाला गेले होते.

बेल वाजली नि मी दार उघडलं. उंच, शेलाटा, तरतरीत चेहऱ्याचा, भव्य कपाळाचा किंचित कुरळे केस असलेला एक खादीधारी तरुण आत आला.

सुनीताताई डोकावल्या. त्यांनी त्यांना बसायला सांगितलं. 'भाई स्नानाला गेलाय' म्हणूनही सांगितलं. 'मी आलेच चारपाच मिनिटांत' म्हणून आत गेल्या. स्वैपाकघरात त्यांची काहीतरी गडबड सुरू होती. हात पिठात माखलेले होते.

ती तरुण व्यक्ती बसली. हॉलमध्ये आम्ही दोघेच. मी माझ्या तंद्रीत काही वाचत होतो.

''काय वाचताहात?'' त्यांनी सहज विचारलं.

''द्वैभाषिकासंबंधीची बातमी.'' मी सहज बोललो. बोलता बोलता मी काहीतरी पंतप्रधान नेहरूंना उद्देशून बोलू लागलो. नेहरूंमुळं द्वैभाषिक राबवावं लागतं आहे, ही सगळ्या मराठी माणसाची जाणीव. माझीही तीच होती... तीच बोलून दाखवू लागलो.

''काय बिघडलं? द्वैभाषिक चांगलं आहे की. नेहरूंचं बरोबर आहे.'' ते माझ्याकडं बघत बघत मला म्हणाले.

माझा तरुण अहंकार डिवचल्यागत झाला. माझी खात्री झाली की हा खादीधारी माणूस काँग्रेसचा कार्यकर्ता आहे नि काही कामासाठी भाईंच्याकडं आला आहे. मी तावातावानं संयुक्त महाराष्ट्राविषयी, मराठी माणसावर होणाऱ्या अन्यायाविषयी बोलू लागलो. मला ते द्वैभाषिकाच्या बाजूनं अधूनमधून डिवचू लागले. मी संयुक्त महाराष्ट्राच्या बाजूनं त्यांच्यावर तुटून पडलेल्या मावळ्यासारखा लढू लागलो.

चढलेल्या आवाजात माझं समर्थन चाललं असावं. भाईंची आंघोळ झाली नि ते बाथरूमच्या बाहेर आले. त्या व्यक्तीकडं बघून 'आलो हं.' म्हणून आतल्या खोलीत कपडे वगैरे करण्यासाठी गेले. माझं बडबडणं सुरू होतं नि त्यांचं मला मधूनच डिवचणं चालू होतं.

कपडे करून भाई बाहेर आले नि क्षणभर हे नाट्य पाहात उभे राहिले. मग खुर्चीत माझ्यासमोर बसले. त्यांच्या लक्षात काही गोष्टी आल्या असाव्यात. माझा एकूण डिवचलेला अवतार बघून ते मला म्हणाले, ''हे कोण आहेत, माहीत आहे का रे?''

मी नकारात्मक मान हलवली.

'बॅरिस्टर नाथ पै म्हणतात, ते हेच. कुणासमोर काय बोलतो आहेस, हे कळलं ना आता?''

मी हातभर जीभ बाहेर काढली. एकदम शरमल्यागत झालो. आवाज एकदम खाली आला. हात जोडून म्हणालो, "मला माहीत नव्हतं; क्षमा करा."

"नाही. तुम्ही छान बोललात. मला तुमच्याकडनं हेच अपेक्षित होतं." नाथ पै म्हणाले.

"आनंद यादव ह्याचं नाव. कोल्हापूरचा आहे. उत्तम ग्रामीण कविता करतोय. शेतकऱ्याचा पठ्ठा आहे. सध्या बी.ए. शेवटच्या वर्षाला शिकतो आहे." भाईंनी माझी ओळख करून दिली.

"असं? कोल्हापूरला शिकता?"

"हो."

"मुंबईला बरे आलात?"

"मुंबई बघायला. अजून मुंबई बघितली नव्हती."

"मग पाहिली की नाही?"

"पाहिली की."

"काय काय पाहिलं?"

"राणीचा बाग, जहांगीर आर्ट गॅलरी, गेट वे ऑफ इंडिया, मत्स्यालय..." मी सगळी यादी घडाघडा वाचली. आदल्याच दिवशी भाईंनी जोडून दिलेल्या एका माहीतगार मुलाबरोबर सगळं बघून आलो होतो.

"छान! पण लालबाग-परळच्या कामगार वस्त्या, धारावी, माहीम, वरळीच्या झोपडपट्ट्या हे पण पाहून घ्या आणि चांगले डोळे फोडून पाहा. खरी मुंबई तिथं आहे. तुमच्या खेड्यावरून आलेली माणसं तिथं आहेत." नाथ पै म्हणाले.

मी आज्ञाधारकपणे मान हलवली. मग भाई, नाथ पै आणि चहा घेऊन बाहेर आलेल्या सुनीताताई यांच्या गप्पा संयुक्त महाराष्ट्रावर सुरू झाल्या.

मी एका बाजूला शरमल्यासारखा बसून त्या ऐकत होतो. मनोमन खजील झालो होतो. यापूर्वी मी नाथ पैंना कधी पाहिलं नव्हतं. त्यांची वर्तमानपत्रातून येणारी भाषणं, विचार मात्र मी भरपूर वाचले होते. समाजवादी विचारवंत म्हणून त्यांचा मराठी मनावर असलेला प्रभाव मी अनुभवत होतो. त्यांच्याविषयीच्या येणाऱ्या बातम्या आणि विचार वाचून वाटत होतं की, ते इतर प्रसिद्ध विचारवंताप्रमाणे साठीच्या पुढचे वृद्ध गृहस्थ असावेत. पण हे तर पस्तिशीच्या आसपासचे तरुण वाटत होते. एवढ्या जवळून, एवढ्या घरगुती वातावरणात त्यांना पाहताना, ओठांची विशिष्ट ठेवण करून, डोळ्याच्या भिवया उंचावून चाललेलं बोलणं ऐकताना मी भारून चाललो होतो. अगोदरचा प्रसंग पुन:पुन्हा आठवून खजील होत होतो. त्यांनी मुद्दाम नाटकीपणानं द्वैभाषिकाची भूमिका घेऊन मला छेडलं होतं नि माझी गंमत केली होती, हे माझ्या ध्यानात आलं होतं. माझं तरुण मन संयुक्त

महाराष्ट्राविषयी काय बोलतं हे त्यांना जाणून घ्यायचं होतं. पण हा त्यांचा कावा अगोदरच माझ्या लक्षात का येऊ नये; या भावनेनं मी स्वत:वरच काहीसा चिडलो होतो. माझ्या उथळपणाची कीव करत होतो... त्यांनी डोळे फाडून 'दुसरीच एक मुंबई' पाहायला सांगितली होती; तिचा अन्वयार्थ लावत होतो... काल आपण कशी खोटी मुंबई बघितली, याची जाणीव होऊन माझा सामान्यपणा लक्षात येत होता.

'सुंदर मी होणार'चा पहिला प्रयोग होता. खास निमंत्रित मंडळी आली होती. अनेक मान्यवर पुढच्या रांगेत होते. कुसुमावती देशपांडे आणि कवी अनिल यांच्या शेजारी मला बसायला जागा मिळाली होती. या मान्यवरांचं आजवर मी फक्त साहित्यच वाचत होतो. त्यांच्याविषयी नितान्त आदर निर्माण झालेला. त्यांच्याशेजारीच बसून पु. ल. देशपांडे यांच्या 'सुंदर मी होणार' या नाटकाचा पहिला प्रयोग पाहायला मिळेल, याची स्वप्नातही कल्पना नव्हती... मी एक शेतकऱ्याचा पोर. खेड्यात जन्मलेला. मुंबई शहर हा साहित्य आणि संस्कृतीचा बालेकिल्ला. 'तुझे आहे तुजपाशी' या नाटकामुळं प्रसिद्धीच्या शिखरावर गेलेल्या पु. ल. देशपांडे या साहित्यिकाचा घरगुती, प्रेमळ सहवास. अशा मुंबईत अशा साहित्यिकांच्या बालेकिल्ल्यात, तोही पु. लं. चा हात धरून प्रवेश मिळेल, याची मी खेडवळानं कशी काय अपेक्षा धरावी? पण अकल्पित घडत होतं. योग्यतेपेक्षा खूप उंचावर जायला नि झोके घ्यायला मिळत होतं... नाटकात भाईंचं गंभीर काम मी बघत होतो. आजवर त्यांची सिनेमातली विनोदी कामं पाहिली होती. सुनीताताईंना प्रथमच नाटकात आणि तेही नायिका दीदीराजेच्या कामात पाहत होतो. एक मायाविश्व अनुभवत होतो.

नाटक संपल्यावर परत जमिनीवर येणं त्रासाचं वाटत होतं. भाई विनोदही लिहितात नि लोकांना खळखळून हसवतात, याचा नुकताच 'तुझं आहे तुजपाशी' पाहून अनुभव घेतला होता नि तेवढंच गंभीर लिहून लोकांना अंतर्मुख करतात याचा अनुभव 'सुंदर मी होणार' ह्या नाटकानं दिला होता. नाटक संपल्यावर भाईंचं नि सुनीताताईंचं बड्याबड्यांनी गर्दी करून केलेलं कौतुक जवळून बघितलं. डोळे पाणावून जात होते.... किती झळझळीत सोन्यासारखी माणसं आहेत ही. आपल्या वाट्याला ही येताहेत. परमेश्वराचे कसे आभार मानायचे आपण!

दुसरा दिवस खूपच आनंदात गेला.

तिसऱ्या दिवशीची सकाळ. वर्तमानपत्रात 'सुंदर मी होणार' वर आलेल्या प्रतिक्रिया पाहायला भाई उत्सुक होते. दैनिक आल्याबरोबर त्यांनी ते उत्सुकतेनं उघडलं नि हॅम्लेटचा अवतार मराठीत आणणारे प्रसिद्ध नाटककार नाना जोग गेल्याची बातमी त्यांना मिळाली.

डायनिंग टेबलाशी चहाची वाट बघत भाई बसले होते. हाताची चौकट करून एकदम टेबलावर लहान मुलासारखे झुकले, ''सुनीता, नाना गेले गं.'' म्हणून त्यांनी

टेबलावर डोकं टेकलं.

वातावरण एकदम बदलून गेलं. सगळ्या सकाळभर भाई हळहळत होते. जोगांबद्दल बोलत होते, त्यांच्या आठवणी सांगत होते.

मी परतण्यापूर्वी, माझ्या वाङ्मयविषयक उत्साही मतांची मला भाईंशी चर्चा करायची होती, ती त्या दुर्दैवी बातमीमुळं राहूनच गेली. मला ते सहा-सात दिवस सोनेरी वाटले. कितीतरी नवंनवं नि अपूर्वाईचं घेऊन, श्रीमंत होऊन मी ढेकरलो. एका आकाश पाळण्यातून स्वर्गापर्यंत उंच नेऊन मला भूमीवर आणलं होतं. तो आनंद चाखत मी परतलो.

◆

तेवीस

मे चा पहिला आठवडा. द्वैभाषिक राज्यामुळं कोल्हापुरात कमालीची अस्वस्थता पसरली होती. 'संयुक्त महाराष्ट्राशिवाय' सामान्य जणांना चैन पडत नव्हतं. महाराष्ट्र आणि कर्नाटक यांच्या सीमेवरचं कोल्हापूर महत्त्वाचं शहर. त्याचा निपाणी, बेळगाव, कारवार या भागांशी घनिष्ठ संबंध. हा प्रदेश कर्नाटकात गेल्यानं छत्रपती संभाजीसारख्या स्वाभिमानी असलेल्या कोल्हापूर भूमीचे हातपाय तळातूनच क्रूरपणे तोडल्यासारखे झाले होते. या तुटलेल्या भागाचे आर्थिक, सांस्कृतिक, सामाजिक, आणि मानसिक संबंध कोल्हापुराशी घनदाट होते. कोल्हापूरच्या दक्षिणेला असलेल्या कागल, गडहिंग्लज, चंदगड तालुक्यांचे तर पाव्हणे-रावळे या भागात खूप. तो भाग कोल्हापूरला आपले अंगण वाटत होता नि त्या भागाला कोल्हापूर शहर हा आपल्या घराचा दिवाणखाना वाटत होता. त्यामुळं कोल्हापूर भाग जखमी वाघासारखा गुरगुरत होता. द्वैभाषिक राबविणाऱ्या यशवंतराव चव्हाणांना कोल्हापूर जनतेनं 'कोल्हापूर बंद' केलं होतं; या पाठीमागची हृदय-भावना यशवंतरावांना कळत नव्हती असं नाही, पण त्यांचा इलाज खुंटला होता.

अशा स्थितीत मूळचे महाराष्ट्रीय असलेले आचार्य विनोबा भावे 'अखिल भारतीय सर्वोदय संमेलन' कोल्हापुरात घेत होते. सीमा प्रश्न आणि द्वैभाषिक राज्याचे प्रश्न त्यांना गौण, संकुचित वाटत होते.

सहा मे १९५८ रोजी त्यांचं केशवराव भोसले नाट्यगृहाच्या मागील कुस्त्याच्या मैदानात सर्व जनतेसाठी भाषण होतं. ते ऐकण्यासाठी मी उत्सुकतेनं गेलो. प्रचंड गर्दी जमलेली.

गंभीर आवाजात विनोबाजींचं भाषण सुरू झालं. ते मानवी आदर्शाच्या अतिव्यापक पातळीवर बोलत होते. पहिली पंधरा-वीस मिनिटं याच विषयावर बोलले. लोक अस्वस्थ झाले. त्यांना वाटत होतं ते सीमाप्रश्नावर नि द्वैभाषिकावर आपले चार शब्द खर्ची घालतील. तसे त्यांना पंधरावीस मिनिटांनी जाहीरपणे सुचविण्यातही आलं. पण आरंभी त्यांनी निग्रहानं त्याला नकार दिला. हे प्रश्न एवढे महत्त्वाचे नाहीत असं एकदोन वाक्यांत सांगितलं. मग लोकांनी आरडाओरडा सुरू केला. तरीही विनोबाजी बोलू लागले. लोक आणखी खवळले. त्यांनी निषेधाच्या घोषणा सुरू केल्या. त्यात विनोबाजींचं भाषण ऐकायला येईनासं झालं. सभेचे सगळे श्रोते उठून उभे राहिले.

स्टेजच्या दिशेनं आरडाओरडा करत धावू लागले. कुणीतरी सर्वोदयी कार्यकर्ते विनोबाजींच्या कानी लागून त्यांनी त्यांना सीमेच्या नि द्वैभाषिकाच्या प्रश्नावरील आपलं मत सविस्तर सांगण्याची विनंती केली. त्यांनी मान हलविली. मग सर्वोदयी कार्यकर्त्यानं माईक हातात घेऊन मोठ्यानं सांगितलं की, ''शांत व्हा, शांत व्हा! बाबा, आपले विचार मांडून झाल्यावर शेवटी सीमा प्रश्नावर, द्वैभाषिकाच्या प्रश्नावर आपले विचार मांडतील. आपण सर्वांनी बसून घ्या. बाबांना त्यांचे विचार मांडू द्या. संयम पाळा.''

पण त्यांचं कुणी ऐकलं नाही. दंगा अधिकच वाढला. विनोबाजींचं भाषण बंद पाडलं. संतापलेले लोक 'चालते व्हा' अशा घोषणा देऊ लागले. आचार्य विनोबांची कृशमूर्ती उभी राहिली आणि त्यांनी मान खाली तुकवून दोन्ही हात जोडले. कपाळाला तसेच भिडवून जनता जनार्दनाला नमस्कार केला. हळूहळू स्टेजच्या पायऱ्या उतरून त्यांनी सभेकडं पाठ फिरवली. निघून गेले.

मला अतिशय दुःख झालं. कोल्हापुरात एका महान ऋषींचा अपमान झाल्याची जाणीव झाली. त्यांची सभा बंद पाडली. 'कोल्हापुरातून चालते व्हा' अशा घोषणा दिल्या. विनोबाजी त्यांच्यापुढं नतमस्तक होऊन परत गेले.

तसाच बोर्डिंगवर आलो. बोर्डिंगवर जेवण बंद असलं तरी ज्याच्या त्याच्या खोल्या ज्याच्या त्याच्या ताब्यात होत्या. पुढील वर्षी राहू इच्छिणाऱ्या मुलांनी त्या खोलीभाडं देऊन आपल्या ताब्यात ठेवल्या होत्या. सुट्टीत काही कामं करून चार पैसे शिक्षणासाठी मिळविणारे माझ्यासारखे चार-पाच विद्यार्थी बोर्डिंगमध्ये राहात होते. बाहेर कुठंतरी जाऊन राईसप्लेट खात होते किंवा बाहेरून ब्रेड आणून खोलीवरच आमटी-भात करत होते. बोर्डिंग तसं निवान्त होतं.

खोलीवर मी एकटाच.

अंथरुणावर पडलो. पडल्या पडल्या सभेचं सगळं चित्र मनासमोर दिसू लागलं. गेल्या दोन अडीच वर्षांत सर्वोदयाचं माझं आकर्षण कमी झाल्याचं स्पष्ट कळून आलं. चोपन-पंचावन्नमध्ये सर्वोदयानं आपण किती झपाटून गेलो होतो, याची आठवण झाली.

आज सगळा बदलून गेलेलो. त्यावेळचा खादीचा पोशाख डोईवरची खादीची टोपी, नुसते अर्धा इंच ठेवलेले डोईवरचे केस, सगळं गेलं होतं. खादीचा पोशाख सारखा मळत होता. त्याला साबण जास्त लागत होता. इस्त्री केली नाही, भट्टीला दिला नाही, तर तो कायमचा मळकट दिसत होता. सुताला पीळ फारसा नसल्यानं लौकर फाटत होता. एकदा फाटला की शिवता येत नव्हता. त्यामुळं मला तो परवडेनासा झाला होता. आदर्शापेक्षा वास्तव महत्त्वाचं वाटत होतं. टोपी घालणं जुनेपणाचं वाटत होतं. सगळी मुलं टोपी घालत नसत. खेड्यातून येणारा एखादा

कॉलेज विद्यार्थी पहिले काही दिवस टोपी घाली. मग तिला रजा देई. मला इतरांपेक्षा वेगळं राहणं नको वाटे. मी केस अधिक वाढवले. वाढवले तरी मर्यादेच्या बाहेर ठेवले नाहीत. भांग पाडता येतील एवढे ठेवले. त्यांना नेमानं तेल लावू लागलो. भांग पाडू लागलो. चारजणांसारखा राहू लागलो.

रत्नागिरीच्या वास्तव्यात सर्वोदयातली बहुसंख्य माणसं सामान्य माणसासारखीच रागलोभ असलेली आहेत, याचा अनुभव आला होता. नंतरच्या दोन अडीच वर्षांच्या काळात भूदानाचं नि सर्वोदयाचं चित्र पालटलेलं दिसलं. भूदान-चळवळीत विनोबाजींना जमीन मिळते आहे, पण ती चांगली जमीन मिळत नाही. कज्जेखेकटे असलेली, माळरान बरड, काही न पिकणारी, अशी जमीन मिळते आहे. विनोबाजी ही दान केलेली जमीन काही प्रत्यक्ष नजरेखाली घालत नाहीत. स्थानिक कार्यकर्त्यांकडं ती सोपवतात नि पुढं निघून जातात. आणि मग मागं मारामाऱ्या सुरू होतात. विनोबाजी आले की त्यांच्या आदर्शांचा, वक्तव्याचा प्रभाव सामान्य माणसावर पडतो. त्या भावनेच्या भरात तो विनोबाजींना आपली भूमी दान करतो. पण ते निघून गेल्यावर वास्तव पुन्हा सुरू होतं. फेरवाटप नीट होत नाही. त्यात फसवाफसवी होते. असे अनेक अनुभव ऐकायला, वाचायला, पहायला मिळत होते. सामान्य माणसाचा मूळ स्वभाव जात नाही, याची जाणीव पक्की होत गेली होती... गरिबीवरचे वेगळे उपाय शोधले पाहिजेत, असं वाटत होतं. वास्तव आणि आदर्श यांतील तफावत दिसत होती.

... सामान्य माणसाचे जगण्याचे काही प्राथमिक प्रश्न असतात. ते सोडवणं त्याच्या निकडीचं असतं. त्याशिवाय जगता येणं अशक्य असतं. त्याला आदर्शाचं आकर्षण नसतं, असंही नाही. त्याच्या शक्ती या प्राथमिक जगण्याचे प्रश्न सोडवण्यात खर्ची पडत असतात. आदर्शाच्या प्रश्नांचा विचार करण्यासाठी लागणाऱ्या शक्ती संपुष्टात आलेल्या असतात. अशावेळी सर्वांचे व्यापक हित वगैरे साधणारे विचार फार दूरचे वाटतात. घर प्रत्यक्ष जळत असताना शांत मनानं, संयमानं सगळं हाताळत राहणं त्याला अशक्य होतं. प्रश्नात गुंतलेले वास्तव नि त्यातील सामान्य माणसाचे राग-लोभ, डाव, प्रतिडाव, मतलबीपणा, स्वार्थ, धूर्तपणा, बनवेगिरी, हीच प्रथम सामान्य माणसाला जाणवू लागतात. त्यांनाच तो प्राथमिक प्रश्न सोडवताना तोंड देत असतो... म्हणून थोरांचे व्यापक, मानवतावादी विचारही तो धुडकावून लावतो. 'पोटापाण्याचं काय ते बोला' असा खडा सवाल त्यांना विचारतो. समाजात सर्वत्र स्थिरता असताना निकराचे ज्वलंत प्रश्न नसताना तो एरवी विनोबाजींसारख्यांना देवतुल्यच मानत असतो. पण निकराच्या वेळीही हा देवदूत सामान्य माणसाला शांत संयमी राहायला सांगतो नि प्रत्यक्ष यातनांनी तो मरत असताना 'देह हा टाकून देण्याच्याच लायकीचा आहे.' असे सांगतो; हे पटणं सामान्य माणसाला अशक्य होतं.

... विनोबाजींना म्हणूनच जनतेनं परत जाण्याविषयी सांगितलं. ते परत गेले. ते लोकनिष्ठ नाहीत; ते निग्रही आत्मनिष्ठ आहेत, म्हणून ते परत गेले. प्राचार्य बाळासाहेब खर्डेकर हेही लोकनिष्ठ नाहीत; ते तत्त्वनिष्ठ आहेत. 'लोकांनी माझ्या प्रामाणिकपणावर विश्वास ठेवावा' असे म्हणणारे आत्मनिष्ठच आहेत; म्हणून त्यांनाही निवडणुकीतनं लोकगंगेनं बाजूला सारलं. दौलतरावजी निकमही 'पक्षनिष्ठ'च राहिले; लोकनिष्ठ राहिले नाहीत; म्हणून निवडून आले नाहीत. ज्याला लोकांचं नेतृत्व करायचं आहे त्यानं लोकनिष्ठ राहून चातुर्यानं काम केलं पाहिजे. आत्मनिष्ठ ऋषितुल्यांनी, तत्त्वनिष्ठ विचारवंतांनी, पक्षनिष्ठ शिस्तवंतांनी निकराच्या वेळी नेतृत्व करू नये. सूत्रं लोकनिष्ठ सेनापतीकडं द्यावीत. कारण तो शांततेचा काळ नसतो लढाईचे दिवस असतात...

मन भरकटत होतं. जीवनाविषयी काही नवंनवं कळल्यासारखं वाटत होतं. नव्या नव्या कळण्यातून पुन्हा नवे नवे प्रश्न उभे राहात होते. या सगळ्यांमध्ये साहित्यिक नेमका कुठं असतो? त्याचं साहित्य तर 'आत्मनिष्ठ' असतं. या आत्मनिष्ठेचा काही संबंध असतो की नाही? मग शांततेच्या काळात वेगळी साहित्यनिर्मिती का होते? व्हावी काय?... अशा असंख्य प्रश्नांची प्रचंड गर्दीची सभा मनाच्या मैदानात चालली होती. प्रश्न उठून आरडाओरडा करत होते.

सकाळी उठलो तेव्हा कुठं विचार सुरू झाले, कुठं थांबले, झोप कधी सुरू झाली नि स्वप्न कधी पडू लागलं, जागेपणीचे विचार कोणते नि स्वप्नातील विचार कोणते, काहीच पत्ता लागला नाही. एका गोंधळातून उठून जागा झाल्याची भावना मात्र सकाळी होत होती.

किरकोळ कामं संपवून नऊ-दहा मेला घरी कागलला गेलो. परीक्षेचा अभ्यास, शिकवण्या, लायब्ररी, इतर कामं, या गडबडीत घराकडं लक्ष नव्हतं.

सुट्टीवर आल्यावर कळलं की हिरा नांदायला गेली आहे. आठदहा दिवस झाले होते. आई आपल्या जावयाकडं नि त्याच्या कर्त्या बहिणीकडं जाऊन आली होती. हिराची खणखणीत झालेली प्रकृती त्या दोघांना घराकडं बोलावून दाखवली होती. निवळ झालेली तिची काया बघून तिच्या नवऱ्याचा उत्साहही वाढला. आपली बायको रुपानं चांगली आहे, याची निरोगी जाणीव शंकरला झाली. मोठ्या आनंदानं तो तिला घेऊन गेला. हिरा आता ऐन विशीत होती. आणि शंकर तेवीस चोवीस वर्षांचा होता. शंकरच्या बहिणीला वाटलं असावं; बरं झालं एक कणखर माणूस कामाला आलं. कोल्हापुराहून आल्यापासनं हिराला चांगलं वाटत होतं. शांतपणानं, स्थिरबुद्धीनं पण रोजगारी बायकांबरोबर ती कामं करू लागली होती. आईनं तिला 'आता तरी चांगली ऱ्हा माती अजिबात खाऊ नगं.' म्हणून कळवळून विनवणी केली. हिरालाही नव्यानं सुरू होणाऱ्या संसाराचा आनंद झाला होता...

सगळं ऐकून मला बरं वाटलं.

हिरा गेल्यावर रोजच्या कामाच्या नव्या वाटण्या केलेल्या. शिवा सतरा अठरा वर्षांचा झाला होता. दादाच्या हाताबुडी तो मळ्यातली सगळी कामं करत होता. मोट मारू लागला होता. पुरुषी ताकद पणाला लावणारं ते काम होतं. त्या कामात शिवा तयार झालेला. बापयात त्याची गणना होऊ लागलेली. हिरा नांदायला गेल्यावर तिच्या जागी धोंडूबाईंची नेमणूक न करता आईनं एकदम सुंदराची नेमणूक ढोरं आणि शेरडं यांच्याकडं केलेली. सुंदरा तेराचौदा वर्षांची. लक्ष्मी दहा अकरा वर्षांची. तिला घरातल्या कामासाठी, स्वैपाकपाण्यासाठी हाताबुडी घेतली. पाचसहा वर्षांची झालेली आनसा आणि साडेतीनचार वर्षांचा झालेला दौलत एकमेकांच्या संगतीनं खेळू लागली होती. दुसरीची परीक्षा दिलेला आप्पा त्यांच्या खेळात मिसळत होता नि त्यांच्यावर देखरेखीची नजरही ठेवत होता. तिघंजणं मिळून मळ्याकडं जात होती. संध्याकाळी चार वाजताच आई त्या तिघांना घराकडं पुढं लावून देत होती. हेतू असा की हळूहळू चालत, रमतगमत पोरांनी दीस बुडायच्या आत घर गाठावं.

धोंडूबाई घरातली कामं बघत सावलीला ठेवली होती.

आई मला म्हणाली, "आन्दा, तुझी सुट्टी सुरू झाली. हिराचं नांदणं आता नव्यानं सुरू झालं. हिकडं तिकडं करत तिला एखादं पॉर झालं की तिचा संसार सुरळीत हुईल. धोंडीला आता सोळावं वरीस सुरू झालंय. ती न्हातीधुती झालीया. तिच्या लग्नाचं आता ह्या वयात बघितलं पाहिजे."

"ऱ्हाऊ दे की एक दोन सालं. आताच काय गडबड उडलीया?"

"नग रं बाबा. तिच्या मागूमाग सुंदरी एकदोन वर्सांत लग्नाला येईल. तिच्या मागोमाग लक्षी. एकीला उशीर झाला की बाकीच्या दोघींस्नीबी उशीर हुईल. पोरींस्नी जागं काय कुणी तयार ठेवलेलं नसत्यात. हुडकायला सुरुवात केली तर कधी म्हैनाभरातबी मिळत्यात नि कधी वरीसवरीसबी उलटून जातंय. तवा येळंसरी धोंडीचं लगीन झालं पाहिजे."

"धोंडीला इचारलंस?"

"तिला काय इचारायचं? लेकीची जात. आई-बा बांधतील त्या दावणीला चारापाणी खात, वाटणीची कामं वडत, पोराबाळांस्नी जलम देत ऱ्हाईल."

"आई, धोंडी अजून धाकटी दिसती गं."

"न्हाई रं बाबा. न्हातीधुती लेक घरात ठेवणं म्हंजे दारूचं कोठार आगीजवळ ठेवण्यासारखा परकार हाय! ह्या बाबतीत काय सांगू नगं बघ. कोल्हापुरात तू दोन वरसं काढलीस. त्या बोर्डिंगात आपल्या जातीगोतीची पोरं रगडून येत्यात. त्यातलं एखादं जमतंय काय बघ."

"त्येंची सोयरीक जमणारी न्हाई. ती पोरं अजून शिकणारी हाईत. त्यांस्नी

आताच लगनं करायची नसत्यात. आणि शिकल्यावर त्यांस्नी शिकलेल्या बायका लागत्यात. आताशा आपल्या जातीत पोरी पाचवी-सातवी शिकलेल्या मिळू लागल्यात. माझ्या साऱ्या भणी तर पार अडाणी. शिवाय चांगलं जागं आलं तरी आपल्या घरात हुंडा द्यायला, लगनं करून द्यायला, दागिने घालायला फुटका पैसाबी न्हाई.''

''शिकलेला ऱ्हाऊ दे. निदान कुणबावा असलेला घरचा थोडा तरी मळादळा असलेला बघ.''

''दादाला धोंडूबाईच्या लगनाबद्दल बोललीस?''

''त्येला काय कळत न्हाई? अन्न सोडून का श्याण खातोय काय त्यो?'' आई ताडदिशी बोलली.

मी चरकलो. ''अगं, सरळ सांग. घरात काय काय चाललंय; मला नीट कळू दे तरी. मग फुडं काय करायचं ते ठरवायला बरं.''

''तुळशीची लगनं झाल्यापासनं छप्पन्नदा त्येला सांगिटलं. बशा बैलागत नुसता मळ्यातच बसतोय.''

''मी पुन्ना एकदा इचारून बघतो. कुठं आलं जागं तर बघू या. पै-पावण्यांच्या कानांवर घालू या.''

''तू एकदा फासणून इचार. बघ काय म्हणतोय ते.''

आईचा दादावरचा राग धुमसत होता. मला जुनी आठवण झाली.

आईकडं बघत मी तिला विचारलं; ''तू पुन्ना एकदा गावठी औशीद खाल्लंस वाटतं?''

''नको तर? म्हातारपणीबी पोरं जन्माला घालत बसू?''

''आणि जिवाला काय झालं असतं तर?''

''तसं मरायचं ते असं मेलो असतो, एवढंच झालं असतं न्हवं?''

''मग असंच करत ऱ्हाणार?''

''पर्संग पडला तर करावंच लागलं असतं. पर त्या देवाभगवानालाच लाज वाटाय लागली नि त्येनं माझं दार लावलं... आणि काय सांगू तुला? किती लाज सोडू?''

मी मुकाट झालो. तरी मनोमन बरं वाटलं... दौलत हा माझा शेवटचा भाऊ ठरणार होता.

आईचा तसा दादाबरोबर अबोला होता. रत्नागिरीहून मी आल्यापासनं बघत होतो. पण त्या अबोल्याविषयी मी काही विचारीत नव्हतो. त्याची काही कारणं मला माहीत होती. अबोला सोडला तर सगळं ठीक चाललं होतं. अबोल्यामुळं आई-दादांच्या मधली भांडणं कमी झाली होती. ते एक बरंच झालेलं, म्हणून मी नि बाकीची भावंडंही गप्पच होतो.

गेल्या दोनतीन वर्षांत दादा थकल्यासारखा झाला होता. त्याच्या पोटातल्या

कळा वाढल्या होत्या. सकाळी तो पित्ताच्या उलट्या बोटं घालून करत असे. दिवसभर करपट ढेकर येत. मळ्याचा फाळा ठरवून मिळाला होता; तरी मालकानं वरच्या कोर्टात एक नि खालच्या कोर्टात दुसरा असे दोन दावे लावले होते. तिथं दादा खेपा घालत होता. कोल्हापुरास आल्यापासनं कधीमधी मीबी तारखांना हजर राहात होतो. एवढं होत आलं तरी दादाला आपलं तोंड आवरता येत नव्हतं. पथ्यपाणी सांभाळायला जमत नव्हतं. सरकारी दवाखान्यातील डॉक्टरांचं औषधपाणी चालूच होतं.

पोरांना नि आईला काहीतरी निमित्त साधून शिव्या देणं दादाचं चालूच होतं. शिव्या जास्तच वाढल्या होत्या. पोरं आता मोठी झाली होती. शिवा, हिरा, धोंडू, सुंदर, लक्ष्मी यांना कळत होतं. त्यांना त्या शिव्यांनी राग येत होता. मग ती एखाद्या वेळेस उलटून बोलत होती. आप्पा, आनसा, दौलत अजून लहान होती; तरी त्यांना त्यांचे पाय फुटले होते. आईच्या अबोल्यामुळं दादाचं धुमसणंही सुरू होतं. मग काहीही निमित्त मिळालं की तो शिवीशिवाय बोलत नसे. त्यामुळं भावंडं अधिकच चिडत होती.

मी कागलला सुट्टीवर असलो तर याला थोडासा आवर बसत होता. दादाला समजुतीनं, सबुरीनं घ्यायला सांगत होतो. कधी त्याचा परिणाम होई नि कधी मलाही न जुमानता दादा बोले. दिवस रखडत होते.

दुपारच्या मोटा धरलेल्या. दादा मोटेवर. कपडे धुण्याच्या निमित्तानं मी पाटावर गेलो. कपडे धुता धुता दादाशी बोलू लागलो.

''दादा, आई धोंडीचं लगीन करायचं म्हणती.''

''करा जावा; न्हाईतर हिरीत ढकलून द्या जावा तिकडं.'' आईचा विषय काढल्यावर दादा वैतागून बोलला.

''मग धोंडूबाईनं एकटीनंच काय पाप केलंय? आम्ही सगळीच जाऊन त्या मुलान्कीच्या डोहात जीव देतो जातो.''

''आरं आन्दा, 'हिनं' माझ्या एकातरी गणगोताला कवा जवळ केलंय काय? धोंडूसाठी जागा हुडकायला मी कुठं जाऊ? कुठं हाईत माझं गणगोत?''

''पर्संग पडला तर हुडकायला नकोत?''

''आणलं हुडकून तर हिला पटतील का ते? माझ्या गणगोताला हिनं कवातरी चांगलं म्हटलंय? ह्या घरात एक दीस तरी कुणी माझं पैपावणं आल्यात काय? आलं तर कडाकडा बोलून दुपारच्या आत त्यांस्नी वाटंला लावती... मग कुठं बघू मी आता जागा?''

''मग मी नि आई बघून काढावा का एखादा जागा? धोंडूचं लगीन तर केलंच पाहिजे.''

"काढा जावा की. तेच म्हणतोय मी. माझं घरात कुणी मानलं असतं तर मीबी जागं हुडीकली असतं... आता तू थोरला हाईस. तुझ्या हिशोबानं ती वागत असंल तर तसं कर जा."

सगळी अडचण मला समजून आली. आई-दादाचं भांडण फार खोलवरचं होतं. ज्या सासुरवासात आई कळू लागल्यापासनं नांदायला आली त्या काळात तिला दादाच्या बहिणीनं जाच केलेला. दादाच्या चुलतभाऊबंदात सतत भांडणं, मारामाऱ्या चालत. मुलखाचे वांड म्हणून भाऊबंद सगळ्या गावाला माहीत झालेले. अशांचा गोतावळा आईला नको होता. आधार म्हणून तिनं आपले दोन भाऊ जवळ केलेले. त्यांच्याशिवाय तिलाही माहेरचं दुसरं कुणी नको होतं. दादाचे गणगोत कधी माझ्या लहानपणी क्वचित येत. पण दादा त्यांच्याकडं फारसा कधी गेला नव्हता. दादाचा एक मामा, एक मावशी कर्नाटक भागात राहात होती. दादा त्यांच्याकडं एकदोनदा गेल्याचं आठवत होतं. त्यानंतर संबंध राहिले नव्हते. थोरल्या आत्तीला एक मुलगा होता. पण त्याचं लग्न झालं होतं. धाकट्या आत्तीला एकुलती एक मुलगी होती. त्या दोघी जात येत होत्या. थोरली आत्ती तर शेजारीच राहात होती नि कष्ट-मजुरी करून खात होती. धाकटी आत्ती चार-पाच मैल अंतरावर असलेल्या सिद्धनेर्ली खेड्यात राहात होती. सगळी जिकडंतिकडं मोलमजुरी करून होती.

घरात कोणताही पाव्हणा परवडत नव्हता. त्याच्यासाठी अन्न वेचावं लागत होतं. मळ्यातली नि घरातली कामं त्याच्यामुळं खोळंबत होती. अशा परिस्थितीत काय असेल ते काम करून पाव्हण्यानं जावं, असं आईला वाटे. पण पाहुणा थकलेला असे. आला तसा एखादा दिवस राहू बघत असे. पण आई तडकफडक वागे. पाहुणा नाराज होऊन जाई. आईचे बाकीचे पाहुणेही कुणी येत नसत. कधी तरी थोरला मामा येई नि एखादा दिवस राहून जाई. आईला तो विरंगुळा होता. धाकटा मामा गावात असल्यानं येत होता, भेटत होता नि जात होता.

दादाच्या स्वभावात तडातडा गावं हिंडणं नव्हतं. त्याला अशा गोष्टी जमत नव्हत्या. रोजचं टाकीचं काम अटळ असलं तरच करावं, इस्वाट्याची दुपारची गाढ झोप काढावी, असं त्याच्या अंगवळणी पडलेलं. मुलीसाठी जागा बघत हिंडण्यानं जिवाला नि शरीरालाही खूप हेलपटायला होतं. वेळच्या वेळी खाणं नाही, झोप नाही की विश्रांती नाही. माणसं कुणी वेळच्या वेळी भेटतीलच, असं नाही. भेटली तरी नीट बोलतील असं नाही. पडती बाजू घेऊन बोलावं लागतं, विचारावं लागतं; ते सगळंच जमणं शक्य नव्हतं. पण हे तो घरात कुणाला सांगू शकत नव्हता. दुसऱ्या कुणा पुरुषमाणसाला जागा हुडकायला लावून देऊ शकत नव्हता. एवढा तो विचारही करत नसावा. त्याच्या स्वभावात एक कायमचा आळस मुरला होता. चाकोरीच्या बाहेर काहीही नवं काम निर्माण झालं की तो वैतागत होता. धोंडूला जागा

हुडकणं हे त्यातलंच जिकिरीचं काम होतं. आतापर्यंतची थोरली आनसा नि हिरा यांची दोन्ही लगनं अनायासे झाली होती. आईनं आपल्या गणगोतात ती केली होती. धोंडूबाईच्या लग्नाला नात्यात कुणी लग्नाचा पोरगा दिसत नव्हता. त्यामुळं अडचण झालेली.

मी आईशी बोलणं केलं. आमच्या भाऊबंदाचा नि आमचा गोतावळा, नातेसंबंध कुठं कुठं आहेत ते आईपाशी बसून शोधू लागलो. त्यांची नावं, आडनांव, गावं, यांची यादी करू लागलो.

पण आईनं दादाच्या भाऊबंदांचा निम्मा गोतावळा बाद ठरवला. त्यात भाऊबंदांच्या घरच्या पोरी दिलेल्या होत्या किंवा तिकडच्या पोरी इकडं भाऊबंदांत आणलेल्या होत्या. भाऊबंदांचं जुनं वैर दोन्हीकडच्या मनांत जळजळत होतं. वरून सगळे कामाधामापुरते व्यवस्थित वागत. या घराण्याचा वांडपणा प्रसिद्ध होता. इकडं आलेल्या किंवा तिकडं दिलेल्या पोरी जाता येता इकडं तिकडं 'लावालाव्या करतील नि लेकीच्या जन्माचं वाटूळं हुईल.' अशी आईच्या पोटात भीती होती. त्यामुळं त्या गोतावळ्यात जागा बघायचाच नाही असा तिचा ठाम निर्णय. शिवाय कागल गावाच्या आसपासच कुठंतरी पोरी द्याव्यात, साताठ मैलांवरच्या खेड्यांच्या रिंगणात त्या कुठंतरी असाव्यात, असं तिला वाटे. तिचा त्यात हिशोब होता. लांबच्या खेड्यापाड्यात जायला गाडीवाटा नि पायवाटा यापेक्षा वेगळे मार्ग नव्हते. मोठ्या गावांनाच मोटारी जात होत्या. अशा मोठ्या गावांना मोटारीनं जाणं आमच्या घरादाराला खर्चाच्या दृष्टीनं परवडण्यासारखं नव्हतं. घराचं वळणही खेडवळ.

शहर, मोठी गावं यांत ते बसणारं नव्हतं. साताठ मैलांच्या परिसरात उठलं की पायी चालत जाता येत होतं. लेकी तालुक्याच्या बाजाराला येऊन, भेटून जाऊ येऊ शकत होत्या. लांबच्या गावात होणारा सासुरवास, छळ, मारपीट यांचा पत्ता लागणं कठीण असतं; त्यासाठी जवळची गावं सोयीची असतात. कुणी ना कुणी येऊन कानगी देऊ शकतं. मधनं मधनं जाऊन लेकीला बघता येतं; तिला मानसिक आधार देता येतो; जवळीक राहते; असं तिला वाटे. ते खरंही होतं.

ज्या गावांना पैपाहुणे होते, नातेसंबंध होते तिकडं मी सायकलीवरनं पहिल्यांदा फेऱ्या टाकल्या. गणगोत हुडकून काढले. मलाही ते त्या अगोदर नीट माहीत नव्हते. कारणावाचून कुठं जाणंयेणं घडत नव्हतं. पाहुण्यांचंही तसंच. जे ते आपआपल्या जागी पोटासाठी राबतेलं. कष्ट करून खातेलं. तसं कुणाला कुणाकडं जायला परवडत नव्हतं. नि कुणाला आपल्या घरी पाहुणचार करायलाही परवडत नव्हतं. त्यामुळं काम झाल्यावर चहा पिऊन उठावं लागे. एक एक गणगोताला तर गावात जाऊन त्याचं शेत कुठाय, कुठं रोजगाराला गेले आहेत, याची शेजारीपाजारी चौकशी करून तिथं गाठावं लागे. सगळीकडं दारिद्र्य गच्च भरून राहिलेलं...

वाटत होतं, कशाला या माणसांची लग्नं करायची? यांनी तरी कशासाठी करून घ्यावीत? काय यांच्या जन्माला चव हाय का? घाटमाट? पोटासाठी वाऱ्यावर उडणाऱ्या पाचोळ्यासारखी यांची गत. ह्या मातीत राबत्यात राबत्यात नि एक दीस ह्याच मातीत मरून जात्यात. शेणारानातल्या किचवांडासारखा ह्येचा जलम–

तरीही प्रत्येक जण गावात घर नाही; निदान झोपडं बांधण्याचा प्रयत्न करत होता. धोतर नाही; निदान लंगोटी विकत घेत होता. दोन नाही निदान एक वक्ताला जेवत होता. पण संसार हा करतच होता... प्रत्येकाला बायको नाहीतर नवरा हा हवाच होता. घरात अन्नाचा कण नसला तरी 'पोराबाळांनी पोटं पिकावीत' असंच म्हणत होता.

त्यातलाच एखादा मुलगा धोंडूबाईसाठी तयार होतोय काय, हे मी बघत होतो. आपल्या बहिणींची वेळच्या वेळी लग्नं झाली पाहिजेत, त्या जमेल तेवढ्या चांगल्या घरात पडल्या पाहिजेत, असं मनोमन सारखं वाटत होतं.

जागा बघायला मी प्रथम जावं, असं आईलाही वाटत होतं. कॉलेजला जात असल्यामुळं माझ्या अंगावर धडसे आणि स्वच्छ कपडे होते. मळ्यातली कामं पूर्वीसारखी रात्रंदिवस करत नसल्यामुळं नि आंघोळपांघोळ रोजच्या रोज करत असल्यामुळं त्वचेवर नितळपणा आला होता. जळकेपणा, निबरपणा गेला होता. म्हटलं तर भाड्याची सायकल घेऊन मी जात होतो. खेड्यात सायकलवरनं येणारा माणूस हा तालेवार, सुधारलेला समजला जाई. माझ्या कपड्याकडं नि माझ्या अंगावरच्या रयेकडं बघून खेड्यातल्या लोकांचा मजविषयी नि माझ्या घरादाराविषयी चांगला समज होणार होता. त्याचा फायदा मला जागा हुडकताना घेता येणार होता. तसा चांगला जागा आला तर तिथल्या तिथं गावात हिंडून त्या घराविषयी चौकशी करायला नि चावडीत जाऊन त्या घराच्या नावावर खरोखर किती जमीन आहे, तिच्यावर कर्ज वगैरे नाही ना, भाऊबंदांची खेकटी तर नाहीत ना, याचीही चौकशी करायला माझ्या शिक्षणाचा, कपड्यांचा, सायकलीचा उपयोग होणार होता... मला तसा अनुभवही येत होता.

पण उलटाही अनुभव येऊ लागला. कपडे, शिक्षण, सायकल यांचा फायदा घेऊन जरा बऱ्यापैकी म्हणजे ज्याचा मळा आहे, ओली पाण्याखालची जमीन आहे, अशा जागांची चौकशी करू लागलो, पण आधी ते 'हुंडा किता देणार बोला, मग फुडची भाशा काढा.' म्हणत होते. माझा भ्रमनिरास होत होता. वाटत होतं, 'आपली बहीण देखणी आहे. रंगांनं, रूपानं उजळ आहे. स्वभावानं सौम्य, गरीब आहे. तिला बघून कुणीही तरुण मुलगा पसंत करील नि बाकी कशाचा विचार करणार नाही.' पण मळेवाले, दोन वक्ताला जेवणखाणं बरं मिळणारे, गावात घर असणारे प्रथम हुंडा किती मिळणार आहे, यावर मुलगी बघायला जायचं की नाही, हे नक्की करत

होते. त्यांची मग्रुरी, स्वत:विषयीची बेफिकीरी, वागण्यातला हिरवटपणा बघून नि मुख्य म्हणजे 'माणूस' बघण्यापेक्षा 'पैसा' बघण्याची वृत्ती बघून मला त्यांचा वीट येई. त्या प्रकारची घरंच बघायचं मी हळूहळू बंद केलं नि आमच्या शिगंची घरं बघू लागलो.

लग्नाची सराई जोरात सुरू झाली होती. माझे सुट्टीचे मे-जून दोन्ही महिने संपत आले, तरी धोंडूबाईसाठी कुठं जागा जमून येत नव्हता. जमली तर ह्या सराईच्या दिसांत लग्नं जमतात. वर्षवर्षभर कुणी शेतामळ्यांतली कामं सोडून जागा बघत हिंडत नसतं. हिंडणं परवडत नसतं. त्यामुळं सुगी सराईच्या दणक्यातच लग्न जमून जात होती. धोंडूबाईला तीनचार ठिकाणचं जागं काढलं. माणसं बघायलाही आली. एक जागा आईला पसंत पडली नाही. धोंडूच्या पसंती-नापसंतीचा प्रश्नच नव्हता. सगळं आई ठरवीत होती. आमच्याशी चर्चा करत होती. दोनतीन जणांचं शेवटी लग्नाचे कपडे, खर्चाचे पैसे म्हणजे हुंडा, लग्न आम्ही दारात करून देणं, यातच मोडलं. नुसती वाळली जमीन जरी असली तरी हुंडा, सोनंनाणं मागत होते. लग्नाचा खर्च मागत होते. आम्हाला ते परवडत नव्हतं. एक घर काढलं होतं, तिथला मुलगा अगदीच मजुरी करणारा. जमीन नसलेला, काळा, लुकडा होता. त्याला कुणीच मुलगी देत नसावं; म्हणून बरीच वर्षे बिनलग्नाचा राहिला होता. तो आईनं नापसंत केला.

चिंता पडून गेली होती. लग्नाची सराई संपत आली होती. मला सिनिअरचं वर्ष असल्यामुळं वेळेवर कॉलेजला जाणं, तिथल्या शिकवण्या, लायब्ररी सांभाळणं जरूर होतं. धडपडीला फळ आलं नाही म्हणून आई निराशेनं काळवंडून गेली. आता दिवाळीच्या सुट्टीतच धोंडूबाईसाठी जागा बघणं मला शक्य होणार होतं.

एक जुलैला मी नाइलाजानं कोल्हापुरास निघून गेलो.

◆

चोवीस

सगळं बस्तान बसलेलं. शिकवण्यांचं वळण पडलेलं. आता शिकवण्या चालून येत होत्या. मी दोनच निवडक शिकवण्या ठेवल्या. तिसरी प्रा. गं. वि. कुलकर्णी सरांच्या मुलांची होती. तिच्यातून मला आर्थिक लाभ नसला तरी ती करणं कर्तव्य होतं. संबंध महत्त्वाचे होते. लायब्ररीचं काम सुखाचं होतं. आठवड्यातनं एकदाच सायकलीवरनं पुस्तकं घरपोच करत लांबलांब भटकावं लागत होतं. पण तो दिवस रविवारचा असल्यानं भटकण्यात आनंद होता. रविवारी शिकवण्यांना सुट्टी असे. एरवी संध्याकाळी पाच ते सहा लायब्ररीत अभ्यास करत बसत होतो. कुणी आलं तर त्यांना पुस्तकं बदलून देत होतो. कामं करावी लागत होती; पण त्यात आनंद होता. पोटापाण्याचा नि खर्चाचा प्रश्न सोडवणारी ती होती. वर्षभर चालणारी असल्यामुळं आर्थिक प्रश्न मिटला होता.

ऑगस्ट-सप्टेंबरमध्ये पुणे आकाशवाणीवर कॉलेजतर्फे एक क्वीझ प्रोग्रॅम झाला. त्या कार्यक्रमाला जाऊन आलो. त्यातून थोडे पैसे उरले. मनात ठरवून गेलो होतो की या निमित्तानं आपण व्यंकटेश माडगूळकरांना भेटायचं. 'माझ्या श्रुतिकांचे कार्यक्रम ते का ब्रॉडकास्ट करत नाहीत, हे विचारायचं. आपलं काही चुकत असेल तर मार्गदर्शन घ्यायचं, असं ठरवलं होतं. पण प्रत्यक्षात त्यांची भेट झाली नाही. ते रजेवर गेले होते. तीनचार दिवसांनी परत येणार होते. त्यामुळं थोडीशी निराशा झाली. 'टॉक सेक्शन'तर्फे हा कार्यक्रम असल्यामुळं पत्ता नाही ते माझ्या कवितांचं यशस्वी रेकॉर्डिंग करणाऱ्या पुरुषोत्तम जोशींची मात्र भेट झाली. त्यांनी बरोबर ओळख दिली. मात्र यावेळी मी मोठ्या विश्वासानं माईकसमोर विचारलेल्या प्रश्नांची उत्तरं दिली. हा कार्यक्रम झाल्यानं मला आणखी काही पैसे शिलकीला टाकता आले. थोडे घरी देता आले.

सिनिअरच्या या वर्षाला सगळे मित्र अभ्यासाला लागले होते. ज्याचे त्याचे विषय वेगवेगळे. कॉलेजच्या पहिल्या वर्षांतच तिघे मित्र प्रेमात अडकलेले. ज. वा. जोशी, सुधाकर पाटील, आणि कमलाकर दीक्षित. पैकी जगन्नाथची शोकांतिका झाली होती. तो गरीब ब्राह्मण कुटुंबातून पुढं येण्यासाठी धडपड करत होता. त्याची हुशारी, वक्तृत्व आणि चिकाटी त्याला हात देत होती. कॉलेजच्या पहिल्याच वर्षी तो प्रेमात पडला होता नि पहिलं वर्षं होऊन उन्हाळ्याची सुट्टी

लागल्यावर त्या सुट्टीत त्याच्या मैत्रिणीचं लग्न झालं होतं. आपल्या प्रेमाची तो वाच्यता करू शकत नव्हता आणि धीटपणे मैत्रिणीबरोबर घराबाहेर पडून आपलं लग्नही करू शकत नव्हता. अजून शिक्षण व्हायचं होतं. लग्न केलं असतं तर दोघांनाही आसरा नव्हता की एकवेळची हक्काची भाकरी मिळणार नव्हती. दोघांनीही सोसलं.

सुधाकर ज्या बँकेत काम करत होता त्या बँकेतील मॅनेजरच्या मुलीवर प्रेम करी. दोघे एकमेकाला उत्तम प्रतिसाद देत. तिथल्या तिथं सुधाकर विस्तृत प्रेमपत्रं खट्याळपणानं लिही.

कमलाकरचं प्रेमही चालू होतं. ते दोघेही एकमेकावर शांतपणे प्रेम करत, शिक्षण पूर्ण होण्याची वाट पाहात होते.

जगन्नाथ भावव्याकुळ होऊन माझ्याशी बोले. सुधाकर खट्याळपणे आपल्या प्रेमाच्या गोष्टी नि घटना सांगत बसे. कमलाकर प्रेमप्रसंगासंबंधी कमी बोले. अधूनमधून उडालेले बारीकसारीक खटके तेवढे सांगे. मी या सर्वांचं प्रेमविश्व समजून घेत होतो. कॉलेजमध्ये इतरही एकदोन प्रेमप्रकरणं सुरू होती. त्यांच्याविषयीही कानांवर गोष्टी येत होत्या.

ज्युनिअर बी.ए.च्या दुसऱ्या टर्मपासून आम्हाला मराठी शिकवणाऱ्या डॉ.अनुराधा पोतदार यांनी आंतरजातीय प्रेमविवाह केलेला... हे सगळं डोळ्यांसमोर आणि मनासमोर होतं.

या सगळ्या प्रेमिकांची व्यक्तिमत्त्वं डोळ्यासमोर होती. त्यांची चालचलणूक निरखित होतो. मनासमोर त्यांना उभं करून त्यांची योग्यता जोखत होतो. मीही तेवीसाव्या वर्षांत होतो म्हणजे पंचविशीच्या उंबरठ्यावर पाऊल ठेवत होतो.

ज्युनिअर आणि सिनिअर बी.ए.च्या मुलांचे एकत्र तास होत. यावर्षी दोन्हीकडं मुलींची संख्या विशेष होती. दहा-अकरा मुली नि आम्ही फक्त तिघेचौघेच. त्यात मुलांमध्ये गैरहजेरीचं प्रमाण अधिक. अशा परिस्थितीत डॉ. भिंगारे यांनी बी.ए. स्पेशलची एक स्वतंत्र लायब्ररी एका मोठ्या कपाटात तयार करून तिची जबाबदारी माझ्याकडं दिली. सर्व विद्यार्थ्यांना लागणारी पुस्तकं देण्याघेण्याचं काम माझ्याकडं होतं. त्यामुळं सर्व विद्यार्थ्यांशी नि विद्यार्थिनींशी संबंध येत होता. विद्यार्थ्यांशी पूर्वीपासूनचाच होता. पण विद्यार्थिनींशी अधिक संबंध निर्माण झाला.

एखाद्या विद्यार्थिनीशी थोडा वेळ एकान्त मिळत होता. मैत्री निर्माण झाल्यासारखी वाटत होती. एक-दोन विद्यार्थिनींच्या घरच्या माणसांच्या ओळखी झाल्या होत्या. स्नेह वाढला होता. घरी गेल्यावर खाणंपिणं होत होतं. गप्पात घरचे सगळे सामील होत. माझ्या मैत्रीविषयी त्यांना एक विश्वास वाटत होता. ही मैत्री मैत्रीच राहील, अशी त्यांना खात्रीही वाटत असावी.

मोकळेपणानं मुलींशी बोलत होतो. निर्मळ खट्याळपणाही करत होतो. एखाद्या

मुलीच्या सौंदर्याचे, तिच्या नटण्याचे, पोशाखाचे कौतुकही करत होतो.

जवळपासच्या निसर्गरम्य ठिकाणी सहली निघत होत्या. तिथं अधिक मोकळेपणा, अधिक मुक्तपणा येत होता. प्रसंगी अधिक एकान्तही लाभत होता. कॉलेजात सुट्टीच्या दिवशी स्वतंत्रपणे विद्यार्थी आणि मराठीचे प्राध्यापक एकत्र जमून काव्यवाचन आणि कविगोष्टी करत होतो. माझ्या प्रेमभावना व्यक्त करणाऱ्या कविता प्रसंगी मीही वाचून दाखवत होतो. कौतुकाच्या टाळ्या घेत होतो. कॉलेजातील एक बऱ्यापैकी विद्यार्थी, साहित्यिक विद्यार्थी, रेडिओसाठी लेखन करणारा विद्यार्थी म्हणून ओळखला जात होतो. आता मी चांगला 'शुद्धही' बोलत होतो. 'सुसंस्कृत' झालो होतो.

एकान्तात खोलीत बसलो की कॉलेजमध्ये घडलेल्या एखाद्या मुलीच्या संदर्भातील प्रसंग आठवे. काही मुली आकर्षक, मोहक, हुशार होत्या. त्यांच्याविषयी विशेष प्रसंग आठवत. नुसत्याच सुंदर दिसणाऱ्या पण बुद्धी नसलेल्या, डोक्यानं सामान्य असलेल्या मुलींविषयी आकर्षण कधी वाटत नसे. खट्याळ, पोरकट, सौंदर्याची बाधा झालेल्या, बहिर्मुख मुलींपेक्षा सोज्वळ सात्त्विक, अंतर्मुख मुली विशेष आवडत होत्या. अशा मुली सुंदर, मोहक असतील तर त्या अधिकच आवडत. एकान्तात त्यांना मनासमोर आणून न्याहाळीत होतो. त्यांच्याशी मानसिक पातळीवर संवाद करत होतो. उत्कट बोलत होतो. त्यांच्याविषयीची प्रेमभावना टपोऱ्या कवितेत उतरवत होतो. अशा छोट्या छोट्या कितीतरी सुंदर कविता रचत होतो.

अशी प्रेमकविता लिहिली की त्याच भावावस्थेत मग्न होऊन काही काळ रमत होतो. वाटत होतं; अमकीतमकी मुलगी चांगली आहे. सुंदर आहे, बुद्धिमान आहे. आपण तिच्यावर प्रेम करावं. तिला सविस्तर पत्र लिहून आपली तिजविषयीची भावना सांगावी. आपल्याजवळ चांगली भाषा आहे. मनाची उत्कटता आहे. काव्यात्म जगावंसं वाटतंय. आपण आपली मानसिक अवस्था उत्तम रितीनं भाषेत प्रगट करू. आपल्या प्रामाणिक भावनेला ती प्रतिसाद देईल...

हातून एखादं पत्रही लिहून होई. पण माझी सवय आड येत होती. पत्र लिहून मी ते तात्काळ कधीच पोस्टात टाकत नसे. रफ पत्र वहीत लिहून ठेवत असे. नुसती प्रेमपत्रच नव्हेत; तर इतर कोणतीही कामाची पत्रं मी प्रथम लिहून एक दिवस ठेवत असे आणि दुसऱ्या दिवशी ती अलिप्त मनानं दुरुस्त करून पाठवत असे, किंवा पाठवायची की नाही याचा निर्णय घेत असे.

सुनीताताईंनी माझ्या लक्षात एक गोष्ट आणून दिली होती, 'मी भावनाप्रधान आहे. पत्र लिहिताना तर मी भावविवश होऊन लिहितो. पार वाहत जातो. म्हणून मी शांतपणे, अलिप्तपणे नि वस्तुस्थितीचा विचार करून पत्रं लिहावीत', असं त्यांनी मला लिहिलं होतं. त्यांच्या सूचनांचा मनावर खोल परिणाम होत असे. तेव्हापासून मी ही पत्र दुसऱ्या दिवशी फेअर करण्याची नि ती पाठवायची की नाहीत

याचा निर्णय विचारपूर्वक घेण्याची सवय लावून घेतली होती. माझ्या या सवयीचा चांगला उपयोग होत होता.

प्रेमभावनेच्या उत्कट अवस्थेत मी फार काळ राहू शकत नव्हतो. संध्याकाळी चारच्या पुढं कामासाठी सक्तीनं बाहेर पडावं लागत होतं. शिकवण्या करताना, तेथील विद्यार्थ्यांशी बोलताना, त्यांना शिकवताना ती प्रेमभावनेची उत्कटता कुठच्या कुठं निघून जाई. प्रत्यक्षात अनेक लोकांशी संबंध येत असल्यानं व्यवहाराच्या पातळीवर मन आणि भावना उभ्या करूनच वर्तन करावं लागे. गद्यमय व्यवहार अपरिहार्यपणे हाताळावा लागत होता. त्यातील मानवी क्षुद्र, व्यवहारी, मतलबी, चरबट रफ वृत्ती यांचा माणसामाणसागणिक प्रत्यय येत होता नि तारुण्यसुलभ भावविश्व आतल्या आत विरघळून जात होतं.

... प्रेम कशासाठी करायचं? ते केलंच पाहिजे का? का आपले मित्र प्रेमात पडले आहेत आणि आपणच ते करत नाही या उणिवेनं आपण पछाडलो आहोत?... मित्र करतात ते खरोखर प्रेमच आहे का? का तारुण्यसुलभ लैंगिक विचारांचा तो सुशोभित आविष्कार आहे? बंधुप्रेम, मातृप्रेम, पितृप्रेम, बहिणीवरचं प्रेम या योग्यतेचंच या वयातील प्रियकर-प्रेयसीचं प्रेम असतं का? तसं जर असेल तर त्यांनी आपल्या बहिण-भावांवर, आई-वडिलांवर, आपल्या घरादारांवर तेवढंच प्रेम केलं पाहिजे. तसं ते करतात का? प्रेयसीला ज्या उत्कट प्रेमभावनेनं पत्र लिहितात, तेवढ्याच उत्कट भावनेनं सविस्तर पत्र ते घरच्यांना लिहितात का? या प्रेमात वासनेचा भाग किती नि भावनेचा किती? गुणलुब्धता किती नि विकारवशता किती?... वेगळी उत्तरं मिळताहेत. 'प्रेम' या शब्दातून व्यक्त होणाऱ्या अर्थाची खरीखुरी जाणीव येण्याचंही हे वय नाहीये. मग...?

... मग आपण या फंदात पडू नये. प्रथम शिकू. आयुष्य पुढं पुष्कळ आहे. पुष्कळ चांगलं वाचू. कर्तव्यनिष्ठेनं प्रेमभावनेवर संयम ठेवू. ज्या परिस्थितीत वाटचाल करीत आहोत, ती वाट बी.ए., एम.ए.पर्यंत खडतरपणे तुडवू. तोवर मन आणखी प्रौढ होईल. आणखी समज वाढेल; मग या प्रश्नांची उत्तरं शोधू. तोवर मित्रासारखंच मैत्रिणींशी वागू. त्यातही एक आनंद आहे. मुलींशी बोलण्यातला आनंद आणखी वेगळा असतो. त्या सुंदर दिसतात; त्यामुळं बोलताना प्रसन्न वाटतं. त्या खुदकन हसून लाजतात; त्यामुळं मन आनंदून जातं. त्या नम्रतेनं, आदरानं वागतात; त्यामुळं एक अनामिक अहंकारी आनंद मिळतो. हे का कमी आहे?... मी माझी समजूत काढली.

ज्युनिअरच्या वर्षात भास्करराव तांबे यांची सौंदर्यवादी, अध्यात्माचा स्पर्श असलेली प्रेमकविता अभ्यासायला होती; तशीच माधवराव पटवर्धन यांचीही 'प्लॅटॉनिक लव्ह'ची प्रेमकविता अभ्यासायला होती. त्याच्या अगोदर इंटरला असताना गोविंदाग्रजांची

उत्कट रोमँटिक प्रेमकविता अभ्यासली होती. पण बी.ए.च्या वर्षात भास्करराव तांबे आणि माधव ज्युलियन हे प्रा. गं. वि. कुलकर्णी शिकवीत होते. त्यांचा मूळचा पिंड अध्यात्मवादी रसिकतेचा. डॉ. अनुराधा पोतदार यांनीही यातील काही कविता शिकविल्या होत्या. या सर्वांचा एक परिणाम प्रेमभावनेचा खोलवर विचार करण्यात झाला. स्वत:च्या संदर्भात त्याचं उपयोजन कसं करता येईल, या संदर्भात सतत चिंतन होत होतं.

भगवत्‌गीतेचा संस्कृतचा एक पेपर होता. त्यानिमित्तानं ज्ञान, कर्म आणि भक्ती या तीन शाश्वत जीवनमार्गांचा म्हणजे जीवनमूल्यांचा वर्गात सतत विचार होत होता. प्रा. गं. वि. कुलकर्णी 'गीता' शिकवीत होते. संदर्भग्रंथांची यादी देत होते. या काळात टिळकांचा 'गीतारहस्य' हा ग्रंथ चिकाटीनं वाचून काढला होता. त्याचा मनावर खोलवर परिणाम झाला होता. प्रा. एस. एस. कुलकर्णी यांच्याशी ज्ञान, कर्म आणि भक्ती यांच्या परस्परसंबंधाबद्दल सविस्तर चर्चा केली होती. वाङ्मयीन मूल्यांचा विचार करण्यासाठी वा. म. जोशी यांनी लिहिलेली दोन पुस्तकं वाचली होती. त्यातून 'सत्य, शिव आणि सुंदर' चा विचार समजून घेता घेता 'शिवा' ची मानवी जीवनातील महती पटत गेली होती. त्याचाही मनावर परिणाम होत होता. मानवी जीवनात करण्यासारखं आणि व्यापक, उदात्त, विशाल होण्यासारखं पुष्कळच आहे; याचं भान येत होतं.

यात एक गंमतीची गोष्ट घडत होती. हुशार असलेल्या एकुलत्या एक मुलीशिवाय बाकीच्या मुलींना अध्यात्म, प्लॅटॉनिक प्रेमाची कल्पना, ज्ञान-कर्म-भक्तीयोगाचे स्वरुप, 'सत्य, शिव, सुंदर' ही जीवनमूल्यांची त्रिसूत्री समजून घेताना नाकी दम येत होता; हे मी पाहत होतो. नकळत त्यांची कीवही करत होतो. वरून सुंदर दिसणाऱ्या शरीराच्या कोषात असलेली त्यांची बौद्धिक कुवत, मानसिक झेप किती बेताची आहे, याचा अनुभव घेत होतो. ट्युटोरिअल्स, तिमाही, सहामाही परीक्षा, अभ्यास-मंडळात होणाऱ्या चर्चा यातून नि माझ्या नोट्स मागून त्या खुशाल उतरून काढणाऱ्या मैत्रिणी पाहून त्यांच्या सामान्यपणाचा पडताळा येत होता... असं असलं तरी क्षणकाळाच्या प्रेमभावनेतून निर्माण होणाऱ्या प्रेमकविता वहीत साठत साठत जात होत्या. उत्कट भावनांचा देखणा रूपवान आविष्कार म्हणून त्यांचं वाङ्मयीन मोल मला जाणवत होतं. कुणाला तरी त्या दाखवाव्यात, असं वाटे.

ज्युनिअर बी. ए.च्या दुसऱ्या टर्मपासून अनुराधा पोतदार मराठीच्या प्राध्यापिका म्हणून अर्धवेळ काम करत होत्या. ज्युनिअरचे एकदोन महिनेच त्यांनी आम्हाला शिकवलं. पण सिनिअरला आल्यावर त्यांचा आणि बी.ए.च्या विद्यार्थ्यांचा संपर्क खूप वाढला. माझाही वाढला. अनुराधाताईंना आम्ही सगळे उषाताईच म्हणत होतो. त्या आम्हा विद्यार्थ्यांपेक्षा साताठ वर्षांनी मोठ्या. स्वभावात गोडवा, खेळकरपणा.

विद्यार्थ्यांच्यात विद्यार्थी होऊन मिसळत. कवितेवर रसिकतेनं बोलत. भाषेला काव्यात्मक लालित्य लाभलेलं. एरवी आम्हाला बोलताना जी शब्दरचना कठीण वाटे, अशी ललित शब्दरचना करून त्या सहजासहजी शिकवताना बोलत. विशेषत: प्रेमकविता, त्यातही पुन्हा विरह प्रेमाची कविता शिकवताना त्यांच्या आवाजाला एक कारुण्याचा ओलावा येई. तो आवाज ऐकताना विशेष आवडे. त्या एम.ए. मराठीला फर्स्टक्लासमध्ये पहिल्या आल्या होत्या. त्यामुळं त्यांचं अधिक आकर्षण वाटत होतं... त्यांच्याकडून खूप घेता येईल, शिकता येईल अशी समजूत झाली होती. शिवाय मी कविता करणारा, धडपडणारा, साहित्याची बऱ्यापैकी जाण असणारा, रेडिओवर लिहिणारा विद्यार्थी म्हणून त्यांचंही लक्ष माझ्याकडं गेलं होतं.

मी त्यांच्याकडं माझ्या प्रेमकविता घेऊन जाऊ लागलो. त्यांना वाचून दाखवू लागलो. त्यांच्या प्रेमभावना व्यक्त करणाऱ्या कविताही ऐकू लागलो. एकमेकांच्या कवितांवर बोलू लागलो. त्यातून अधिकच जवळीक निर्माण झाली. माझ्या कवितेतून व्यक्त होणारी प्रेमभावना आणि संवेदना उषाताईंना मनापासून आवडते याचा अनुभव येत होता.

माझी ही भावना कुणीतरी मनापासून समजून घ्यावी, एवढीच अपेक्षा होती. प्रा. गं. वि. कुलकर्णी कविता करीत असत. त्यांच्या-माझ्यात वयाचं खूप अंतर होतं. त्यांची कविताही अध्यात्मिक अनुभवाचा आविष्कार करणारी. ती काहीशी भौतिक जगाच्या कक्षेबाहेरची वाटत होती. त्यामुळं आपल्या प्रेमभावनेच्या कवितेला त्यांच्याकडून आतून प्रतिसाद मिळणार नाही, असं वाटे. विद्यार्थीविद्यार्थिनींत कुणालाच कविता मनापासून कळते, आवडते असं कुणी नव्हतं. निदान बरोबरीनं, जाणकारीनं चर्चा करतील असं कुणी नव्हतं. जगन्नाथ, सुधाकर, कमलाकर प्रेमिक होते पण प्रेमकविता वाचत बसणं, त्यावर गप्पा मारणं; असं त्यांना नकोसं वाटे. त्यांचा मूड नसताना मलाही त्यांना कविता ऐकवणं किंवा दाखवणं नको वाटे. अशा परिस्थितीत उषाताईंबरोबर कविगोष्टी, कवितावाचन करणं विशेष आवडत होतं.

कविता वाचनानंतरच्या गप्पांत त्या म्हणत, ''तुझी कविता वाचताना वाटतं; की तू कुणा तरी मुलीच्या प्रेमात जोरकस पडला आहेस. कोण ही मुलगी?''

''कुणी नाही.''

''हे खरं वाटत नाही. या कवितेतील भावना इतक्या उत्कट आणि संवेदना इतक्या तीव्र आहेत की त्या केवळ कल्पनेनं रंगवलेल्या वाटत नाहीत.''

''कवितेतल्या भावना नि संवेदना खऱ्या आहेत. ज्या मुलींच्या विषयी आकर्षण वाटावं अशा मुली आपल्या कॉलेजात आहेत. वर्गातही आहेतच. त्या आकर्षणातून निर्माण होणाऱ्या मानसिक भावना-संवेदनांचा आविष्कार म्हणजे या कविता आहेत.''

''मग एवढं तुझ्या मनात येतं तर तुला अधिक आवडणाऱ्या मुलीजवळ तू

तुझी भावना का व्यक्त करत नाहीस? अशा भावना केवळ एकमार्गी नसतात. सहवास, परिचय, बोलणं, एकमेकांशी प्रसंगानं संवाद साधणं इत्यादी गोष्टीशिवाय अशा भावना निर्माण होत नाहीत.''

"ते खरं आहे. मुलींच्या सहवासातही मी बराच असतो, हेही तुम्हाला माहीत आहे. मुली तशा आवडतात, पण जिच्यावर प्रेम करावं अशी पक्वता, समज आणि एकूणच स्वभाव कुणाचा आहे, असं वाटत नाही. शिवाय बाकीच्याही आनुषंगिक गोष्टी आहेतच.''

"अच्छा.''

उषाताई काहीशा अबोल होत. फारशी बौद्धिक चर्चा-चिकित्सा करणं, तर्ककठोर होणं त्यांच्या स्वभावात नव्हतं. निदान प्रेमभावनेच्या बाबतीत त्या अशा होत्या. मात्र त्यांच्याशी गप्पा मारताना माझी प्रेमभावनेविषयीची अंगोपांगं अधिक स्पष्ट होत गेली. माझे विचार अधिक ठळक, नेटके होत गेले... कधी कधी मी परत खोलीवर आल्यावर विवश होऊन एखाद्या मुलीला एकान्ती आठवतही बसत असे.

कधी या सगळ्याच गोष्टींपासून पूर्ण अलिप्त होण्याचे क्षणही येत. घराकडचे प्रश्न, पैशाचे प्रश्न, व्यवहारातील समस्या यांनी घेरला गेलो की प्रेमभावनेविषयी एक चमत्कारिक समजूत होई. लक्षात येई की पोटापाण्याचे, पैशाचे इतर व्यावहारिक प्रश्न आणि समस्या सुटलेल्या असल्या की रिकाम्या मानसिक अवस्थेत हे प्रेमभावनेचे चाळे सुरू होतात. कल्पनेच्या वारूवर आठवणींतल्या संवेदना नि भावना आरूढ होतात आणि त्या वाट्टेल तशा क्रीडा-विभ्रम करू लागतात. एकेकाळी आपण अखंड ब्रह्मचारी राहायची प्रतिज्ञा करत होतो. संसार सोडून संन्यस्त वृत्तीनं भूदान, सेवादल, समाजसेवा करण्याचे संकल्प सोडत होतो आणि आता?... आता प्राथमिक प्रश्न आणि समस्या सुटून पाचसात महिनेही झाले नाहीत, तोवर हे प्रेमभावनेचे चाळे कबुतरासारखे आपण गोंजारतो आहोत.

...भोवतालच्या परिस्थितीचा हा परिणाम आहे. कॉलेजचं हे स्वप्निल विश्व आणि आपली ऐन पंचविशीशी पडलेली गाठ यांचा मेळ झाल्यामुळं सुचत चाललंय. यात अडकलो की आपली ट्रॅजेडी व्हायला उशीर लागणार नाही. आपलं ध्येय पत्ता नाही ते उडवलं जाईल. या हस्तीदंती विश्वात भान ठेवलं पाहिजे. मी कोण? कोठून आलो? माझी परिस्थिती काय नि मी करतोय काय? याची मनोमन चिकित्सा करत राहिलं पाहिजे... गाडी एकदा रुळावरून घसरली की आपण सगळ्या वडिलधाऱ्यांच्या मनातून उतरू नि स्वत:ही गर्तेत कोलमडत जाऊ...

मला एक भयाण कडा दिसू लागे नि मी त्या कड्याच्या सुळक्यावर खडा असलेला जाणवे. भोवताली वासनेचा सुसाट वारा घोंघावत आहे, माझा तोल क्षणोक्षणी तो ढळवण्याचा प्रयत्न करतो आहे, असा भास होई.

◆

पंचवीस

पहिल्या टर्ममध्ये महत्त्वाच्या दोन घटना घडल्या. मुंबई आकाशवाणीवरून भाईंना भारतात नव्यानंच चालू करावयाच्या दूरदर्शनसाठी ऑगस्ट महिन्यात इंग्लंडला जावं लागलं. त्यांच्याबरोबर सुनीताताईही गेल्या. भाईंचा कोर्स किती दिवसांचा आहे, ते उभयता परत कधी येणार याची मला काहीच कल्पना नव्हती... मला एकदम पोरकं पोरकं वाटू लागलं. दुसरी गोष्ट प्रा. एस. एस. कुलकर्णी, गोखले कॉलेज सोडून पीएच.डी.साठी अमेरिकेला गेले. मागोमाग त्यांच्या पत्नी सुधाताईही जाणार होत्या. त्यामुळं माझा आणखी एक मानसिक आधार कोसळल्यागत झाला... मी एकाकी पडलो, अशी भावना झाली नि निराशा आली.

तसेच दिवस रेटत होतो.

पहिली टर्म संपली तरी अभ्यासासाठी आणि शिकवण्यासाठी मी कोल्हापुरात राहिलो. सिनिअरचं वर्ष असल्यानं अभ्यासाची काळजी विशेष वाटत होती.

आईचं एक कार्ड आलं. 'धोंडूबाईला सिद्धनेर्लीची एक जागा आली आहे; कागलला दोन दिवसांसाठी येऊन जा,' असा आशय होता. मी तिला शनिवारी-रविवारी येत असल्याचं लिहिलं. कुणीतरी सिद्धनेर्लीला जाऊन, 'मुलाला' शनिवारी येण्यास सांगावे, त्याच्याशी बोलता येईल, त्याला पाहता येईल, इतरही माहिती विचारता येईल, असंही पत्रानं कळवलं.

शनिवारी सकाळी अकराच्या सुमारास जाऊन पोचलो तर मुलगा अगोदरच येऊन बसला होता. सिद्धनेर्ली तशी गावापासनं चारपाच मैलांवर होती. माणसं तासादीडतासात चालत येऊन पोचत होती.

तपकिरी रंगाची टोपी डोक्यावर गच्च घालून, फिकट निळ्या रंगाचं, पांढऱ्या चौकडी काड्यांचं कुडतं नि खाकी चड्डी घालून मुलगा सोप्यात आंथरलेल्या घोंगड्यावर माझी वाट बघत, दाराकडं डोळं लावून बसला होता.

मी त्याच्याकडं दारातनं येता येता नजर टाकली नि मनात निराश होऊन गेलो. मळ्यातला एखादा सालगडी दिसावा तसा त्याचा अवतार. त्यानं मांडीशेजारी ठेवलेला टॉवेल मळकट-काळपट पडलेला. त्याला महिन्या दोन महिन्यांत कधी साबण लावून धुतलं नसावं, इतका मेणचट.

... माझ्या मनासमोर सिद्धनेर्ली गावातला एक मळा क्षणभर दिसला नि त्या

मळ्यातल्या कांदंखपलीत हा मुलगा लुंगीसारखा टॉवेल आडवा लावून, अंगात फाटकं गंजीफ्रॉक घालून पाणी पाजताना दिसू लागला... टॉवेल ही वस्तू सिद्धनेर्लीची मजूर माणसं अनेक कारणांसाठी वापरताना मी बघत होतो. शेतात लंगोट्यावर तो लुंगीसारखा आडवा लावला जात असे. आंघोळ केल्यावर अंग पुसता येत असे. खांद्यावर टाकून परगावला जाता येत असे. वाट चालताना तोंडावरचा घामही त्यानंच पुसायचा, ऊन लागताना डोक्यावरही तोच पसरायचा. उन्हात होरपळलेले नि धुळीनं माखलेले हातपाय धुतल्यावर पुसायलाही तोच वापरायचा नि गावाकडं काही धान्य, मीठ-मिरची किराणा नेतानाही गठळं त्याचंच करायचं. असा तो पूर्णवस्त्र म्हणून वापरला जात होता. ते वस्त्र संरक्षणाचं चिलखत शेजारी पडावं तसं त्याच्या मांडीजवळ पडलं होतं.

मी नाराजलो, तरी घरी आलेल्या पाहुण्याचं हसून स्वागत केलं पाहिजे, म्हणून मी त्याला हसतमुखानं नमस्कार केला.

"रामराम!"

"रामराम." त्यानं दोन्ही हात जोडले. "कवासं निघाला हुतासा?" त्यानं तोंडभरून मला प्रश्न विचारला.

"न्ह्यारीच्या वक्ताला निघालो." मी घोंगड्यावर त्याच्या समोर जाऊन बसलो. आईला हाक घातली.

त्याच्याशी बोलताना मला दिसलं की त्याच्या दातावर पानांचं किटण भरपूर आहे. तो दातही रोज घासत नसावा. पान खाऊन त्याचं तोंड आतून तांबडा वॉर्निश रंग लावल्यागत लाल दिसत होतं.

मी आल्या आल्या त्यानं खाकी चड्डीच्या खिशातनं चंची काढली नि उघडली. पानाचे देठ काढून तो माझ्याशी बोलत पानाला चुना लावू लागला. जणू त्याला दाखवायचं होतं की, मी मोठा रसिक माणूस आहे. चवीनं पानं खाणारा, चैन करणारा सुखवस्तू माणूस आहे. पण माझ्या लक्षात येत होती ती पानाचा देठ काढणारी त्याची बोटं. थंडीवाऱ्यात वाट्टेल तसली कामं ओढून सरड्याच्या शेपटीसारखी ती खरबरीत झाली होती. त्याचे हातही घोरपडीच्या पाठीसारखे दिसत होते. पायांत पायताण घालतच नसावा. कारण टाचांना पडलेल्या भेगा बोटबोटभर खोल नि काळ्याभोर मातीचं किटन बसलेल्या दिसत होत्या. मी दारात उंबऱ्याजवळ बघितलं तर त्याचं तुटकं पायताण तिथं काढलेलं दिसलं. बहुधा ते घरातल्या इतर कुणाचं तरी घालून आलेला असावा, असा मला संशय आला.

उंचीला कमी असला तरी हाडपेर दुहेरी दिसत होतं. मान आखूड. धडावरचं डोकं खांद्यावर गच्च बसल्यागत वाटे. डोळे बैलाच्या डोळ्यांसारखे मोठे. तांबड्या रेषांचं जाळं त्यात पसरलेलं.

मला त्याच्याशी बोलायला उत्साह वाटेना. तरीही मी त्याच्याशी बोलत होतो. गावाकडची माहिती विचारून घेत होतो. दरम्यान आई चहा घेऊन आली होती. तीही बोलत चौकटीपाशी उभी राहिली. हे तिघेजण भाऊ होते. एक बहीण. हा सगळ्यात धाकटा. मधला भाऊ बायकोच्या घरातच सासुरवाडीला राहत होता. तो घरजावई झालेला. बहिणीचं लग्न होऊन ती आपल्या सासरला गेली होती. वडील नाहीत. आई होती. थोरल्या भावाचं लग्न झालेलं. सगळे एकत्र राहत होते. दोन जाप्तं असलेलं घर. दोन बैल नि एक म्हैस होती. वाळलं शेत अडीच एकर. मधला भाऊ घरजावई झाल्यानं दोघांत शेताची वाटणी होणार होती. एकर-सव्वा एकर रान वाटणीला येणार होतं.

जेवण करून आमचा निरोप घेऊन तो उठला. मी उद्या सकाळी सिद्धनेर्लीला येतो म्हणून त्याला सांगितलं.

तो गेल्यावर मी नि आई मळ्याकडं जायला निघालो. बाकीची सगळी अगोदरच गेली होती. जाता जाता मळ्याच्या वाटेवर माझं नि आईचं बोलणं चाललं.

''माझ्या मनात तरी त्यो पोरगा काय बसला न्हाई बाई.''

मी मोकळेपणानं बोललो.

''का?''

''आगं, निदान पाव्हण्याच्या घराकडं जातानं तरी त्येनं खळणी कापडं घालायची, तीबी निलगत त्या घरात नसणार. दातांवर किटान माईत न्हाई त्येच्या. त्येचं काय ते हात नि पसारडं पाय....''

''आन्दा, किती केला तर रोजगारी माणूस त्यो. रोजगार करून पोटापाण्याचं बघंल का कापडाला साबण इकत आणंल? तब्बेतीनं धडधाकट हाय का न्हाई, तेवढं सांग. बापय माणसाची ध्यायी धड तर त्येचा संसार धड. रातध्याड राबायजोगं अंगपेर हाय का न्हाई?''

''ते हाय गं. आडव्या हाडांचा हाय. उंची न्हाई. त्यामुळं कष्टाला चांगला असणार.''

''घाण्यागुऱ्हाळात फडात काम करतोय. मणामणाच्या उसाच्या मुळ्या डुईवरनं न्हेतोय. एवढं झालं तरी रग्गड झालं. चार रोजगारी माणसापेक्षा चवली जास्त मिळाली तरी फुरं.''

''म्हंजे अखिरीला धोंडूबाईला रोजगारीच बघिटलास तू.''

''तालेवार कोण मिळणार आपल्याला? सालभर तू खटपट करून बघिटलीस न्हवं? आपलं लंगुटीएवढंबी सोताचं रान न्हाई. ह्येंच्या वाटणीला निदान एक एकराचं तुकडं तरी येतंय. आपल्यापेक्षा ते बरंच म्हणायचं. पावसुळ्यात काय काम नसलं तर तेवढंच तिथं जाऊन बसतील नि पोटापाण्याला मूठपसा आणतील.''

“रान नुसतं वाळलं हाय म्हणतीस. या सिद्धनेर्लीत सगळी वल्ली रानं नदीकडंला हाईत. ह्येचं रान वाळलं हाय, असं त्योबी म्हणतोय. म्हंजे ते कुठंतरी माळामुरडीलाच असणार. काय पिकणार त्या माळावर?”

“म्हणूनच म्हणतो; तू उद्या जाऊन नीट चौकशी करून ये. चावडीत जाऊन सातबाराचा उतारा घेऊन, त्येंच्या नावावर ते रान हाय का न्हाई ते बघून ये. त्या गावात तुझ्या वळखीची दोनचार पोरं हाईत, त्यांस्नी ह्येंच्या घरादाराबद्दल इचारून ये.”

आईच्या मनात धोंडूचं लग्न त्याच्याबरोबर करायचं आहे असं दिसलं. आम्ही दुसऱ्याच्या मळ्यावर फाळ्यानं राबतोय म्हणून आमच्या घरची स्थिती बरी होती. निदान दोन वक्ताला सुकाकोरडा घास तरी प्रत्येकाच्या पोटात जात होता. त्यापेक्षाही खालच्या घरात धोंडूबाईला द्यायचा विचार आईच्या मनात पक्का झाला होता. धोंडूबाईला आता सोळावं संपून सतरावं लागणार होतं. त्यामुळं आईच्या पोटात काळजीचा गोळा उठलेला. मागोमाग सुंदरा, लक्ष्मी सलग वाट बघत उभ्या होत्या. तिला त्यांची काळजी.

आम्ही मळ्यात गेलो. मोटा नुकत्याच सुटल्या होत्या. सगळीजणं जेवणं करून आपआपल्या कामाला लागली होती. शिवा नि दादा ओढ्याचं गवत कापत होते नि पोरी रानातल्या पिकलेल्या मिरच्या तोडत होत्या. धोंडूबाई कट्टा सारवत होती. आई चटकन मिरचीच्या रानाकडं गेली. मी मागं राहिलो.

धोंडूबाईकडं एकटक नजरेनं मी बघितलं. किंचित सुदृढ झाली होती. सावलीची कामं करत होती. त्यामुळं अंगावरची राप जाऊन अंग उजळ झालं होतं. तिचा केवड्यासारखा पिवळा रंग उजळून निघाला होता. नितळ स्वच्छ डोळे. गाल किंचित वर आलेले. बोलताना तिचे मोत्यासारखे शुभ्र सलग दात सगळ्यांच्या लक्षात यायचे. चिंताक्रांत चेहऱ्यानं खाली बघून ती सारवत होती... इतकी गोजिरवाणी, सुदृढ बहीण त्या रोजगाऱ्याच्या घरात आता घालावी लागणार, याचं वाईट वाटलं.

“धोंडूबाई, तुझ्यासाठी जागा आलाय. पोरगा बघितलास न्हवं तू?”

ती काहीच बोलली नाही. तिच्या चेहऱ्यावरची रेषाही हलली नाही.

“काय गं?” मी पुन्हा विचारलं. “सिद्धनेर्लीचा त्यो पोरगा बघितलास काय न्हाई?”

“बघितला की.” ती खाली बघत सारवतच बोलली. तिच्या मनात नसावं, असा एकूण सूर दिसला. तिला तो पसंत पडला असता तर ती लाजली असती. लाजत लाजत बोलली असती. तसं तिच्या चेहऱ्यावर काही दिसत नव्हतं... पसंत पडण्यासारखं त्याच्यात काय आहे?– मलाच मनोमन प्रश्न पडला होता. पण मी तो तिच्यासमोर मांडू शकत नव्हतो. मला बाकीच्या गोष्टींचं भान ठेवावं लागत होतं.

“पसंत पडला काय तुला? तुझं काय म्हणणं हाय त्येच्याबद्दल?”

“आता मी काय सांगू, दादा? माझं कोण ऐकणार हाय काय?”

मी तिचा सूर ओळखला.

“आईला पसंत हाय; असं दिसतंय. तुझं म्हणणं स्पष्ट सांग, म्हंजे मी आईला सांगतो.”

“आईला पसंत हाय न्हवं? मग तिच्या पसंती म्होरं माझं काय चालणार? तिला घरात न्हात्याधुत्या लेकी ठेवायच्या म्हंजे ‘सुरुंगाच्या दारूचं कोठार ठेवल्यागत’ वाटतंय. तिला लेकी जड झाल्यात... जल्मलो तवाच एकएकीच्या गळ्याला नख लावू ने हुतं तिनं? कशाला एवढ्या तरी वाढवायच्या?”

तिनं भलताच प्रश्न माझ्यासमोर उभा केला. धोंडूबाईला मुलगा पसंत नव्हता, हे माझ्या स्पष्टपणे ध्यानात आलं... वाटत होतं; ती गप्प बसेल. ‘मी काय सांगू?’ असं म्हणेल. भिडेपोटी, प्रतिकारहीनतेपोटी तिच्या गप्प बसण्याचा अर्थ तिची मूक संमती आहे, असा घ्यावा; असं माझ्या खोल खोल कातडीबचाऊ मनात होतं. तशी पडत्या फळाची आज्ञा घेऊन, आईला धोंडूबाईच्या जबाबदारीतनं मोकळं करण्याचा माझा व्यवहारी विचार होता. त्याशिवाय दुसरा मार्गही नव्हता. त्या सगळ्यावरच पाणी पडलं. धोंडूबाईनं आपलं मन उघडं केलं. तिच्या या बोलण्यानं मी जास्तच अवघडून गेलो.

दुपारच्या इस्वाट्याला सगळी पोरं झाडाबुडी बसल्यावर आई शेणाचा गारा कराय उठली. तिच्या मागोमाग मीही उठलो. म्हटलं; “मी गारा करतो. तू पाणी आणून वत.”

“बरं.” म्हणाली.

शेणाचं आळं करता करताच मी तिला म्हणालो, “आई, धोंडूच्या मनाला त्यो पोरगा पसंत न्हाई.”

“तिला तू कशाला इचारलंस?”

“मग कुणाला इचारू? लगीन करून घेणारी तीच हाय.”

“तिला काय कळतंय त्यात? अजून पोरवय हाय तिचं.”

“असलं तरी पसंती-नापसंती तिलाच इचारली पाहिजे. जलमभर संसार तिलाच करायचा हाय.”

“कळत असलं तर इचारून फायदा. तिला अक्कल यायला अजून लई दीस गेलं पाहिजेत. तवर थांबू मी?”

“ते कायबी असलं तरी तिच्या पसंतीशिवाय जागा ठरवायला नको बघ.” मी जरा ठासून बोललो.

“तूबी आन्दा, आता शिकून शाणा व्हायला लागलाईस. पसंती-नापसंती

भटाबामणाच्यात, शिकल्यासवरल्याच्यात चालती. हितं कुणब्या-कष्टाळांच्या घरात चालत न्हाई.''

''का चालू ने? आम्हीबी माणसंच हाय. आम्हालाबी भावना, राग-लोभ, जीव-भाव हायच न्हवं?''

''शेळीलाबी जीव असतोच. मग ती हातात चाऱ्याची पेंढी घेतलेल्या खाटकाच्या मागनं का धावती? तिला का गळ्यावरनं सुरी फिरवून घेण्यात सुख असतंय? कोणचाबी जीव चारापाण्याच्या आशेनंच मरणाकडं धावतोय.''

''शेळीला ठावं नसतंय म्हणून ती धावती. धोंडूला ठावं हाय; म्हणून ती नको म्हणती. उगंच काय तरी मला सांगू नकोस.''

''आरं भिकाऱ्याला पसंती असती का? मिळेल ते अन्न पोटासाठी खातोयच न्हवं त्यो? त्येला का भीक मागण्यात सुख हाय? आन्दा, कशाला हे उगंच ढुंगणावर फाटलेलं जुनेर इचकत बसायचं? आपल्या हातात चार पैसं असतं, घरचा मळाबिळा असता, घडोशीवर पोत्यांच्या थप्प्या असत्या तर हे नखरं चाललं असतं. हातात ताकद असंल त्येच्या पसंतीला किंमत असती. आपूण डुई बघाय गेली तर बोडकी नि अंग बघाय गेली तर रोडकी माणसं. पदरात पडंल ते चांगलंच म्हणून घ्यायचं. मला काय कळत नसंल? मीबी तिची आईच हाय न्हवं?''

आई वरवर काहीबाही बोलत असली, तरी तिची खोलातली असहाय्यता मला जाणवत होती. परिस्थितीच्या भवऱ्यात ती घेरली होती. तोल सावरायचा प्रयत्न करत होती. कुठं का असेनात पण पोरी वेळच्या वेळी संसाराला लागाव्यात, असं तिला वाटत होतं. मनाचा कौल घेऊन कामं करायची नि पावलं उचलायची म्हटलं तर एकही काम होणार नाही नि एकही पाऊल उचलता येणार नाही, याची तिला खात्री होती. मन मारून, परिस्थितीच्या वरवंट्याखाली भावना चिरडूनच ती आजवर जगत आलेली. तसं झालं तरच सगळी जगणार होती... गोरगरिबाला मनं नसतात, हा तिचा हिशोब. माझं शिकलेलं मन मात्र उचल खाऊ बघत होतं. कोवळ्या धोंडूसाठी तळमळत होतं.

''आई, या बाबतीत दादाचं म्हणणं काय हाय गं?'' आई पाण्याची बादली भरून घेऊन परत आल्यावर मी तिला विचारलं.

ती माझ्याकडं रोखून बघू लागली. ''हे बघ आन्दा, तुझ्या मनात असंल तर तू उद्या नीटपणानं सिद्धनेर्लीला जाऊन ये; मनात नसलं तर अजिबात जाऊ नगं. मी शिवाला घेऊन जाऊन येतो.''

दादाचा विषय काढताच तिच्या बोलण्याला तिढा पडला.

माझ्या ते ध्यान्यात आलं. मी समजुतीच्या सुरात म्हणालो; ''आगं, तसं न्हवं. किती केलं तर त्येलाबी एका गोस्टीनं इचारलं पाहिजे. घरातला कर्ता माणूस

हाय तो.''

''काय कर्तेपण दावलंय त्येनं, तवा त्येला इचारतोस? त्येला दोन वक्ताला खायला नि निजायला मिळालं की बास. बाकीची काळजी असती तर अशी पोरंबाळं भिकंला लागली असती? तुला कितीदा सांगायचं मी हे? तूबी का माझं तोंड खवळतोस?''

''बरं बाई! ऱ्हायलं. उद्या मी जाऊन सगळी चौकशी करून येतो. मग बघू काय करायचं ते.'' मी आईचा नूर ओळखून गप्प बसलो. अजून अर्धा दिवस नि एक रात्र होती. अजून सिद्धनेर्लीत त्या जागेचं 'आहे-नाही' बघून यायचं होतं.

संध्याकाळी सगळी घराकडं गेल्यावर मी मागं राहिलो. दादाला सगळं विचारलं. धोंडूचं परस्पर लग्न, स्वत:ला त्रास पडला नाही, तर दादाला ते हवं होतं. तरी त्यानं मला सांगितलं; ''आकणीला सगळं इचरून घे. तिचं म्हणणं काय पडतंय बघ. तिनं कौल दिला तर धोंडीला भालगडून टाका.''

दादाची धाकटी बहीण आक्कूआत्ती सिद्धनेर्लीला होती. सिद्धनेर्लीला गेल्यावर तिला भेटणारच होतो. पण दादानं सांगितलं ते बरं केलं. त्याचा कौल घेतल्यागत झालं. घरात येऊन आईच्या कानावर हे सगळं घातलं. ती गप्प बसली. काहीच बोलली नाही.

दुसऱ्या दिवशी मी भाड्याची सायकल घेऊन पायवाटेनं सिद्धनेर्लीला गेलो.

गाव एवढं एवढंसं. दोन एक हजार वस्ती. बहुतेक पुरुष कमरेला लंगोट्या नि अंगात मांजरपाटाची कुडती घालून वावरणारे. इकडं तिकडं कामाला जाणारे. नदीजवळ असल्यानं थोडी बागायती होती. बहुतेकांची रानं दोनतीन एकरांपेक्षा जास्त नाहीत. इंजनांनी नदीचं पाणी उपसून पिकांना दिलं जात होतं. एखादा इंजनवाला बारक्या शेतकऱ्यांना चौथाईनं पाणी देई. पिकेल त्यातला चौथा हिस्सा त्याचा. माणसं गायरं, म्हसरं जास्त पाळत होती. ओल्या वैरणींवर ती पोसत होती. त्यामुळं गावात दही, दूध भरपूर असे. त्यातल्या अनेक बायका कागलला लोणी, दही विकायला येत. भात पीक प्रमुख. गाव तसं राबून खात होतं. ज्याच्या त्याच्या पोटाला खाण्यापुरतं मिळत असावं. पण खाण्यापुरतंच मिळे. कारण बहुतेकांच्या अंगावर हाडांबरोबर मांस असे. अंगात मांजरपाटच असे. घरं पडकीझडकीच होती. अंगावरची कापडं पंधरा पंधरा दीस धुतली जात नसावीत, अशी दिसत होती.

मी आक्कू आत्तीच्या घराकडं गेलो. तिचंही घरदार गावाला शोभेल असंच. तिच्याकडं चौकशी केली. तिला त्याचा सुगावा होता. मुलग्याकडच्यांनी तशी चौकशी केली होती. तिनं काय सांगायचं ते सांगितलं होतं. मलाही ती म्हणाली, ''घर रोजगाऱ्याचंच हाय. सगळी राबून खाणारी हाईत. धोंडूबाईला देऊन टाका जावा. काय कमी जास्त झालं तर मी ह्या गावात हाईच. माझी लेक समजून मी तिची

काळजी घेईन.''

गावातनं हिंडलो. प्राथमिक शाळेतल्या माझ्या दोन मित्रांकडे जाऊन आलो. सातवीतनं शाळा सोडून ते शेतकी करत होते. कुणी काही त्या घराबद्दल वाईटसाईट सांगितलं नाही. चांगलं सांगण्यासारखंही त्यांच्याजवळ काही नव्हतं. त्या घरची सगळीजण मोलमजुरी करून खात होती, दोनअडीच एकर रान आहे; ही माहितीच पुन: पुन्हा कानावर येत होती. चावडीत पाटलाकडं जाऊन चौकशी केली तर 'त्या घरावर किंवा रानावर' कुणाचं कर्ज नाही; हेही कळलं. मग आक्कू आत्तीला घेऊन त्यांच्या घराकडं गेलो. गावाच्या मावळतीला एका घराकडं आत्तीनं बोट दाखवलं. ''हे बघ पाव्हण्याचं घर.''

...तळ्याच्या काठाला अनघड दगडं आणि पांढरी माती यांनी गराडा घातल्यासारख्या भिंती. वारा-उजेड आत जायला ना खिडकी, ना भोक. दारातच गिधाडांनी पोखरलेल्या बैलाच्या सांगाड्यागत एक मांडव. त्याच्या पांजरावर उसाच्या वाळक्या पाल्याच्या पेंढ्या कशाबशा टाकलेल्या. उनाला बुजगावणं केल्यागत त्या पेंढ्या. त्यांच्यातनं खाली भरपूर ऊन येत होतं. फाटक्या चिंध्यागत सावली अधनंमधनं त्या उन्हात दिसत होती. खोलपाटणी दोन बैलं नि एक गाय मांडवात बांधलेली. जनावरांच्या पुढ्यात गवताच्या त्या दिसांतही जून उसाचा पाला पडलेला. सगळीकडं अवकळा पसरलेली. त्या घरात मी नि आत्ती आत शिरलो.

दोन जाप्त्याचं घर. आतल्या बाजूला स्वैपाक घर नि बाहेर बसायचा सोपा. पावसाळ्यात त्या सोप्यातच जनावरं बांधत असावीत. कारण दावण नि जनावरांचे रोवलेले खुंटे दिसत होते.

इकडतिकडची बोलणी झाली. थोरला भाऊ, त्याची सुकलेल्या बावचीसारखी बायको, तिची काळी-बेंदरी दोन पोरं. हाडकुळी दिसणारी सासू, कुणीतरी सांगून आल्यावर थोड्या वेळानं आलेला मधला भाऊ नि त्याची बायको. हे सगळं बघून झालं. मधला भाऊ नि त्याची बायको दोघंही धष्टपुष्ट दिसत होते. पोटाला खायला प्यायला भरपूर असलं की राबणारं माणूससुद्धा कसं दणकट दिसतं याचा मला अनुभव आला. मुलग्याला घेऊन आक्कूआत्तीबरोबर रान बघून आलो. संशय होता त्याप्रमाणं सगळं रान तांबूळ होतं. माळ फोडून त्यातलं खडं वेचून ते केलं होतं. जनावरांच्या चाऱ्यापलीकडं त्यात काय पिकेल असं वाटत नव्हतं. आक्कूआत्तीकडं जेवलो नि झटक्यासरशी सायकलीवरनं परतलो. आपली बहीण या गावात द्यायची आहे, या नजरेनं गाव बघितलं नि मन फाटल्यागत झालं.

दादाची धाकटी बहीण इथं असल्या गावातच जन्म काढत होती. आईची एक चुलत बहीण इथंच दिलेली होती. दोन-तीन लांबून लागणारे पाहुणे इथं होते... सगळे मांजरपाट नि लंगोट्या घालणारे पुरुष नि सुकट खारकेगत दिसणाऱ्या

काळपट, जळकट बायका... माझा गणगोतावळा कोण आहे, मी कोणत्या मातीत जन्माला आलो आहे, याची एक आतापर्यंत नव्हती अशी भकास करणारी जाणीव झाली.

घरात आल्यावर आईला सगळं सांगितलं. माझी नाराजीही तीनतीनदा सांगितली.

''घराच्या जाग्याला घर हाय. रानाच्या जाग्याला रान हाय. दोन बैल, एक गाय, येक शेरडू हाय म्हणतोस; खरं न्हवं? त्यावर कुणाचा काय बोजा न्हाई, न्हवं?'' आईनं विचारलं.

''न्हाई. पर आई त्या घराला कश्शाची कश्शाची कळा न्हाई.''

''बऽरं!'' ती जास्त काहीच बोलली नाही.

दुसऱ्या दिवशी सकाळी सकाळी मी बोलणं काढलं.

''मी जाऊ कोल्हापुरला?''

''जा की.''

''धोंडूचं मग काय करतीस?''

''काय करायचं ते बघतो मी आता. तुझं काम हुतं तेवढं झालं. मी आता बरोबर कुणाला तरी घेऊन माझ्या डोळ्याखालनं ते घर घालतो. मग काय करायचं ते बघू.'' आई.

तिच्या मनात काहीतरी घुमत असावं. ती कमी बोलली. मीही तिला काही फासणून विचारलं नाही. मला खात्री होती की आई ते घरदार एकदा बघून आल्यावर लग्नाचा अंतिम विचार करताना मला बोलवील. त्याशिवाय लग्नाचं नक्की करणार नाही.

''तुझ्या डोळ्यांनी तू एकदा बघ. मग काय करायचं ते शेवटाला नक्की ठरवू. त्या वक्ताला मी येतोच. मी आता चलतो.'' मी.

''चल.''

या गोष्टीला महिना होऊन गेला. दुसरी टर्म सुरू झाली होती. गावाकडनं काही पत्र नाही की सांगावाही नाही. माझी खात्री झाली की धोंडूबाईच्या लग्नाचं मोडलं. मनोमन मला फार बरं वाटलं.

मी अभ्यासाकडं जोरात वळलो. आवश्यक ती टिपणं काढण्यासाठी रायमानेची मदत घेऊ लागलो... एक जाणीव तीव्रतेनं झाली की घरच्या अगर स्वत:च्या कोणत्याही परिस्थितीचा विचार न करता फक्त अभ्यास करायचा. त्या विचारानं बैठक ठोकली नि वाचन, लेखन, चिंतन, टिपणं यात पार बुडून गेलो.

अवचित गावाकडचं एक पत्र आलं. सातवीतनं शाळा सोडलेला मित्र वसंत पाटील याच्याकडनं आईनं ते लिहून घेऊन मला पाठवलं होतं. त्यात धोंडूबाईच्या लग्नाची तारीख कळवली हेती. आठएक दिवसांनी सिद्धनेर्लीला लग्न होणार होतं.

धोंडूबाईसाठी आईनं द्याज घेतलं होतं. त्यातनंच लग्नाचा खर्च करणार होती. मुलाला फक्त एक विजार, शर्ट नि गांधी टोपी घ्यायची होती. मुलीचे कपडे मुलाकडच्यांनी काढले होते. लग्न त्यांचं ते सिद्धनेर्लीत करणार. आपण फक्त लग्नाला जायचं. धोंडूबाईच्या गळ्यात आपली जुनी टीकच आई दागिना म्हणून घालणार होती.

पत्र वाचून मी दिंडाखालच्या ढेकळासारखा पार फुटून चुरा झालो. आईला जिंकल्यासारखं झालं होतं. मुलाकडच्या माणसांनी द्याज दिल्याचा तिला आनंद झाला होता. लग्न, कपडे त्यांचे ते करणार. '... आपल्याला सुतळीच्या तोड्याचासुदीक तुसास न्हाई.' या दरिद्री आनंदाच्या भरात ती होती.

मी लग्नाला मुकाटपणे गेलो. गायरा, बैलांच्या मांडवालाच लग्नाचा मांडव केला होता. त्यातनं हिंडलो. धोंडूबाईच्या मुक्या डोळ्यांना खळ नव्हता. रस्त्याच्या धुळीत पत्रावळ्या मांडून सगळ्यांच्या बरोबर धोंडूच्या लग्नाचा आमटीभात खाल्ला.

मांडवातली गाय एका बाजूला पानं झडून गेलेल्या झाडाखाली बांधली होती. लग्नाच्या घाईत तिला चारा टाकावा, पाणी पाजावं याकडं कुणाचंही लक्ष नव्हतं. गर्दीकडं उपाशी पोटानं नि धाबऱ्या डोळ्यांनी बघणाऱ्या त्या मुक्या जनावराकडं बघत मी संध्याकाळी परत कागलला फिरलो.

दुसरे दिवशी वेळ न गमावता आणि उगीच वाद न वाढवता कोल्हापूरला निघून आलो. अभ्यासाचं जडशीळ ओझं जाणवत होतं. सीनिअरच्या या परीक्षेत मला जास्तीत जास्त गुण मिळवून पास होणं गरजेचं होतं. परीक्षा अगदी तोंडावर आली म्हणून सारखं पुस्तक उघडून बसत होतो... तरी पानापानावर धोंडूबाईचाच सतत टिपं गळणारा चेहरा दिसत होता.

◆

सव्वीस

दुसरी टर्म भराभरा संपून गेली. एकोणसाठच्या तीस एप्रिलच्या दरम्यान परीक्षाही संपली. सगळे पेपर्स बरे गेले.

अगदी चिपाड झालो होतो. अभ्यासाच्या दिवसांत झोप उडाल्यासारखी झाली होती. रात्री अंथरुणावर पडलो तरी डोक्यात त्या दिवशी केलेल्या अभ्यासाचा मजकूरच घोंगावत असे. उघडलेली पुस्तकं स्वप्नातही दिसत. मी ती घडाघडा वाचतो आहे, असं वाटे. अंथरुणावर पडून अभ्यास करताना डोळे मिटू लागले की, मी दिवा मालवून झोपी जाई. झोप संपली की पुन्हा दिवा लावून अभ्यासाला बसे. वेळेचं भान नसे. त्यामुळं पुस्तक वाचनाचं पडणारं स्वप्न आहे की वास्तव आहे, हेही कळेनासं होई.

य. रा. पोवार एकदा म्हणाले, ''तुम्ही अलीकडं झोपेत फार बडबडता- संस्कृतमधले श्लोक म्हणत असता.''

त्यांनी असं सांगितल्यावर मी चकित झालो. मला स्वप्नात उघडलेल्या पुस्तकातील मजकूर स्पष्ट दिसत असे. विशेषत: भगवद्गीतेचे मी संदर्भासाठी अनेक संस्कृत श्लोक पाठ करून ठेवले होते. ते सकाळी आंघोळ वगैरेसारखी कामं आटोपताना म्हणत असे.

सिनिअरला दोन वर्षांचे एकदम दहा पेपर्स द्यावे लागत होते. दुसरा पर्याय नव्हता. त्यामुळं शरीराची कोणतीही दयामाया न करता अभ्यास कसून करणं भाग होतं.

आयुष्यातली दोनतीन वर्षं अगोदरच फुकट गेली होती. आता ती पुन्हा घालवणं परवडणारं नव्हतं.

बी.ए. नंतर एम.ए. करायचंच झालं तर मला राजाराम कॉलेजला जावं लागणार होतं. गोखले कॉलेजात एम.ए. चे वर्ग नव्हते. राजाराममला विद्यार्थ्यांची गर्दी खूप. जुनं प्रस्थापित सरकारी कॉलेज. जुन्या राजवाड्यात भरत असे. स्टाफही भरपूर. कुणाचं सोयरसुतक कुणाला नसे. घरगुती वातावरण, आत्मीयता यांचा अभाव. मी इंटरला असताना पुष्कळ वेळा तिथं जाऊन इतिहासाच्या आणि संस्कृतच्या तासाला बसत असे. प्रसिद्ध विनोदी कथालेखक प्रा. सदाशिव आठवले हे इतिहास शिकवीत. डॉ. गो. के भट हे संस्कृत शिकवीत. त्यांची विद्वत्ता आणि रसिकता

ऐकून होतो. त्यांच्या तासाला हजर राहून त्यांच्या शिकवण्याचा आस्वाद घ्यावा, असं वाटे. त्यावेळी हा अनुभव आला होता. साताठ तासांच्या पलीकडं मी त्यांच्या तासांना वर्गातील गडबड्या नि बडबड्या वातावरणामुळं उपस्थित राहू शकलो नव्हतो. त्यामुळं राजाराम कॉलेजमध्ये एम.ए.साठी जावं लागणार, या जाणिवेनं एकाकी वाटू लागलं.

परीक्षा झाल्यावर जगन्नाथला मी ही गोष्ट बोलून दाखवली. तो महिनाभर आजारी पडल्यामुळं परीक्षेला बसू शकला नव्हता.

तो म्हणाला; "तुला जर तसं वाटत असेल तर तूही एक वर्ष गॅप घे. वर्षभरात कुठंतरी नोकरी करून एम.ए.साठी दोन वर्षांची आर्थिक तरतूद करून ठेव. मग दोन वर्षं निवांतपणे एम.ए.चं शिक्षण पूर्ण करता येईल. या दोन वर्षांत अभ्यासही निर्वेध मनानं करता येईल. त्यामुळं उत्तमपैकी मार्क्स मिळवून एम.ए.ला पहिली श्रेणी मिळवणंही सोपं जाईल. मी या वर्षी तेच ठरवलंय. मी ज्या हायस्कूलमध्ये शिकलो त्या विद्यापीठ हायस्कूलमध्ये शिक्षकाच्या नोकरीसाठी अर्ज केलाय. बहुतेक तिथं मला नोकरी मिळेल. तुलाही वाटलंच तर तू तिथं अर्ज कर. तिथं आपण दोघंही प्रयत्न करू. दीक्षित गुरुजींना भेटू. ते संचालकांपैकी एक आहेत. त्यांना सगळं सांगू."

मला जगन्नाथचा नोकरी करण्याचा विचार पटल्यासारखा झाला.

सिनिअर बी.ए.च्या वर्षात मी कबूल करूनही घराकडं काहीच देऊ शकलो नव्हतो. माझ्या आजारपणात आणि त्यानंतर ढासळलेल्या प्रकृतीची सुधारणा करण्यात मिळणारा तुटपुंजा पैसा संपत होता. त्यामुळं वाटू लागलं की थोडे पैसे घराकडंही देता येतील. एम.ए.च्या शिक्षणाचीही तजबीज करता येईल... विद्यापीठ हायस्कूलपासून राजाराम कॉलेज फर्लांगभरसुद्धा नाही. तिथं तासांनाही जाता येईल. ज्युनिअर एम.ए.चं वर्ष आहे. भिंगारे सर शिकवायला येणार आहेत. त्यांच्या ओळखीनं तास अटेन्ड करण्यात सवलतही मागता येईल नि नोकरी करत करत एम.ए.चं पहिलं वर्षही पदरी पाडून घेता येईल. बघू. जसं जमेल तसं करू. तूर्त विद्यापीठ हायस्कूलात अर्ज तरी करून ठेवू; असा विचार केला.

जूनमध्ये रिझल्ट लागल्याबरोबर लगेच अर्ज केला.

दीक्षित गुरुजींना जगन्नाथबरोबर दोन वेळा भेटलो. त्यांचं तपोवन पाहून आलो. त्यांच्या मोठेपणाविषयी जगन्नाथनं मला सांगितलं होतं. पण भेटीत ते कोरडे वाटले. "केवळ एक वर्षासाठी शिक्षकाची नोकरी मिळणार नाही. फक्त शिक्षकपेशाला वाहून घेणाऱ्या, निष्ठावान, ध्येयवादी तरुणांना आम्ही निवडून घेतो." असं म्हणाले.

पण मला ते खरं वाटलं नाही. कारण नंतर जगन्नाथला त्यांनी नोकरी दिली. एक वर्षानं जगन्नाथ ती सोडणार, हे मला माहीत होतं. दीक्षित गुरुजींच्यापासून ही

गोष्ट जगन्नाथ लपवून ठेवणं शक्यही नाही, हेही मला माहीत होतं. मी बी.ए. ऑनर्स होऊन नोकरीत येणार होतो. जगन्नाथ बी.ए. झालेला नव्हता. असं असूनही त्याला नोकरी मिळाली. मला मिळाली नाही. नंतरही माझ्या काही मित्रांना तिथं नोकऱ्या मिळाल्या. ते माझ्या तुलनेत सामान्य होते... हे सगळं बघून माझ्या मनात तीव्रतेनं एक गोष्ट आली की, मी ब्राह्मण असतो तर मला तिथं नक्कीच नोकरी मिळाली असती. दीक्षित गुरुजींच्या बाकीच्या गोष्टी काही खऱ्या वाटत नव्हत्या.

कोल्हापुरात हायस्कूलमध्ये नोकरी मिळाली तर करावी, असं मनानं घेतल्यामुळं जाहिराती आलेल्या दोन ठिकाणी मी अर्ज केले. पण जून संपून गेला तरी तिकडून मुलाखतीसाठी बोलावणीच आली नाहीत. माझ्या सगळ्या गुणांची नि विशेष धडपडीची सर्टिफिकेट्स सोबत जोडली होती. पण प्रतिसाद मिळाला नाही... समाजव्यवहारातील माझी बाजारी किंमत कळली. मी काहीसा खट्टू झालो. घरासाठी याहीवर्षी आपणाला काही करता येणार नाही, या जाणिवेनं मनाला पोखीर लागल्यागत झालं. नोकरी कुठं नाहीच मिळाली तरी आपण शिकवण्या आणि लायब्ररीचं काम करत एम. ए. करायचंच हा निश्चय पक्का झाला.

मळ्यातली कामं करत कागलात दिवस जात होते. वाचन वगैरे काहीएक करत नव्हतो. पुस्तक हाती धरवत नव्हतं; इतका पुस्तकांचा कंटाळा आला होता. मोकळ्या हवेत, भावंडांशी गप्पागोष्टी करत, मजा करत शेतातली कामं करताना आनंद वाटत होता. सुट्टीच्या महिन्यात निसाकसाची कामं जाणूनबुजून करत होतो. त्यामुळं दादाला नि शिवाला दीडदोन महिने काहीशी विश्रांती मिळत होती. त्यांना बारकीसारकी कामं ओढावी लागत होती. दादाचं पोटाचं दुखणं चालूच होतं. त्याचं तो निस्तरत, रखडत कामं करत होता. शिवा निसाकसाची कामं करू लागला होता. आप्पा तिसरीतनं चौथीत गेला होता. हिरा, धोंडू नांदायला गेल्या होत्या.

मळ्याचा मालक कोर्ट कचेऱ्यांत जाऊन मळ्याचा ताबा मिळावा म्हणून धडपडत होता. कूळकायद्यानं आम्हांला संरक्षण मिळावं, सुरक्षित कूळ म्हणून जमीन कसण्यासाठी आमच्याच ताब्यात राहावी म्हणून दादा धडपडत होता. मालकांच्या जमिनींवर कसणाऱ्या बहुतेक सर्व कुळांना कायद्यानं संरक्षण मिळालं होतं, म्हणून कोर्टात केस हरण्याची भीती वाटत नव्हती. पण झगडा करावा लागत होता. मालक ज्या कोर्टात जाईल तिकडं दादाला हेलपाटे मारावे लागत होते.

द्वितीय श्रेणीत बी.ए. पास झालो तरी पास होण्याचा आनंद मनासारखा निखळपणे अनुभवताच आला नाही. आई-दादाला मी कधी एकदा बी.ए. होतोय नि नोकरीला लागतोय, याचे वेध लागलेले आणि काही झालं तरी एम.ए. व्हायचंच, याचे मला वेध लागलेले, त्यामुळं आईदादा मनातून नाराज झाले. मी एम.ए.साठी कोल्हापुरात बस्तान कसं बसवायचं या चिंतेत बुडून गेलो.

यथावकाश पुण्याहून गोखले कॉलेजमध्ये गुणपत्रिका आल्या. मी तपशीलवार रिझल्ट मिळवला. मला उच्च द्वितीय श्रेणी मिळाली होती. सुशीला द्रविडला पहिला वर्ग मिळाला होता. गोखले कॉलेजच्या बी.ए. पास झालेल्या सर्व विषयांच्या विद्यार्थ्यांत ती पहिली आली होती नि मी दुसरा आलो होतो. याचा मला अतिशय आनंद झाला.

घरी आल्यावर ही गोष्ट सर्वांना सांगितली; तरी आईदादा शांतच. फारसा प्रतिसाद नाही. त्यांची नाराजी मला कळली. मी त्यांना वचन दिलं की या वर्षी काही ना काही किडूकमिडूक घराकडं नक्की देणार. त्याची त्यांना शपथेवर खात्री दिली. मळ्यातल्या कामाला लागलो.

जुलै महिन्याच्या पहिल्या आठवड्यात कोल्हापूरला आलो. जसे जमतील तसे दिवस रेटायचे, असा मनाशी निर्णय झालेला.

दरम्यान बऱ्याच घटना कोल्हापुरात घडल्या होत्या. मुख्य म्हणजे मला गोखले कॉलेजनं एक वर्षासाठी महिना चाळीस रुपये फेलोशिप देऊ केली होती. फेलोशिपचं प्राचार्यांच्या सहीचं पत्र माझ्या हातात पडल्यावर मी ताडमाड उंच उडालो. मी माझ्यात मावेनासा होऊन उधळल्यागत झालो.

प्रथम अंबाबाईला जाऊन आलो. मूर्तीत अगर देवळात देव असतो, असं सातवीनंतर कधीच वाटलं नाही. पण घरातल्या देव्हाऱ्यातील अनेक देवांच्या पितळी मुखवट्यांची चकचकीत आरास, त्यांची मांडणी, तिथली सजावट आणि ती शांत, गंभीर वातावरणाची, देवापुढच्या दिव्याच्या मंद प्रकाशात नि भोवतालच्या अंधाराच्या पार्श्वभूमीवर जाणवणारी, सात्त्विकानं भरलेली जागा मनाला मोहवत असे. कोल्हापूरच्या अंबाबाईचं विस्तीर्ण देऊळ आणि आतील अनेक दगडी खांबांची रेखीव गर्दी असलेल्या मंडपातून लांबूनही दिसणारी गाभाऱ्यातील अंबाबाईची ठळक, देखणी, सताड डोळे उघडलेली नि आपल्याकडेच बघते आहे, अशी वाटणारी मूर्ती बघितली की जिवात उदात्त भावना नि विचार निर्माण होत. कृतज्ञतेपोटी हात जोडले जात. हीच ओढ अंबाबाईला जाण्यामागं होती. खरं तर मी समाजातल्या उदात्ततेकडं, कृतज्ञता भरलेल्या मनानं जाऊन आलो, असंच म्हटलं पाहिजे. उत्स्फूर्तपणे त्या उदात्ततेचं मूर्त प्रतीक मी त्या जगन्मातेला केलं.

भाड्याची सायकल घेऊन भवानी मंडप, राजाराम कॉलेज, रंकाळा, शालिनी पॅलेस, पंचगंगेचा घाट, टाऊन हॉल, शाहू महाराजांचा पुतळा, वरुणतीर्थ, रेल्वेस्टेशन, ताराबाई पार्क, टेंबलाई, राजारामपुरी, पॅलेस थिएटर, शिवाजी पुतळा, असा मोकाट सुटलेल्या चित्त्यासारखा भरधाव फिरत राहिलो... या फिरण्याचा अर्थ कळला नाही. विस्तीर्ण आकाशाखाली, उद्यानं, झाडं, इमारती, देवळं, मैदानं, निसर्ग, कारंजे, पुतळे, माणसांची जा-ये, उद्योगधंदे या सर्वांतून फिरत राहावं, या सगळ्यांचे

मनोभावे अज्ञात उपकार मानावेत असं काहीतरी मनात येत होतं. मन सैरभैर झालं होतं. त्या दिवशी एकाच वेळी भजी आणि मिसळ एकदम खाल्ली. ह्या वस्तू माझ्या आवडीच्या. महिनाभरात एकदा तरी एखादी प्लेट भजी किंवा मिसळ खाल्ल्याशिवाय चैन पडत नसे. कोल्हापुरात आल्यावर हा नाद लागलेला. इथं काही हॉटेलातील काही पदार्थ कोल्हापूरभर प्रसिद्ध. भजी मिळण्याचं एक नि मिसळ मिळण्याचं एक अशी दोन हॉटेलं इथं प्रसिद्ध होती. अगोदर पहिल्या हॉटेलात भजी खाऊन दुसऱ्या हॉटेलात जाऊन मिसळ खाल्ली... आजवर तंगलेल्या शरीराची ती मनसोक्त पहिली भोगपूजा होती. वर स्पेशल चहा पिऊन मी ती साग्रसंगीत साजरी केली.

ही वर्षभर मिळणारी फेलोशिप एम.ए.ला जाणाऱ्या नि नोकरी न करणाऱ्या विद्यार्थ्यांसाठीच फक्त होती.

दुसऱ्या दिवशी असाच सायकलीवरून कागलला गेलो. कोल्हापूर ते कागल हा रस्ता मनात काहीही ओझं नसलेल्या मुक्त अवस्थेत अनेक दिवसांत पहिल्यांदाच पाहतो आहे, अनुभवतो आहे, असं वाटत होतं.

...घरात जाऊन देवाघरच्या काळोखात दिसणाऱ्या मिणमिणत्या उजेडात देव्हाऱ्यासमोर जमिनीवर डोकं टेकलं. खरं तर त्या अंधुक उजेडालाच ते डोकं टेकलं होतं. घरी सगळ्यांना भेटलो, बोललो नि भरल्या मनानं परत फिरलो.

सुशीला द्रविड मराठीलाच होती. स्नेहाचे संबंध होते. तिचे थोरले बंधू प्रा. द्रविड हे आम्हांला त्यांच्या घरी संस्कृत विषयातील अवघड स्थळे समजून देत, त्यांची व्याकरणाच्या अंगानं फोड करून देत. त्यामुळं आम्हा संस्कृत घेतलेल्या विद्यार्थ्यांना त्याचा विशेष फायदा झाला. सुशीलाचं संस्कृत त्यामुळं चांगलं झालं होतं. त्याचा फायदा तिला पहिल्या श्रेणीत उत्तीर्ण होण्यासाठी झाला. ही फेलोशिप ती एम.ए. ला आली असती तर तिलाच मिळणार होती, पण तिचं त्या वर्षी परीक्षा संपल्यावर लग्न झालं. त्यामुळं तिला एम.ए.ला येता आलं नाही. म्हणून ही फेलोशिप मला मिळाली. एका दृष्टीनं सुशीलाचे उपकार माझ्यावर झाले. तिचे जसे झाले तसे जगन्नाथचेही झाले. तो यावर्षी परीक्षेला बसला नाही. पुरेसा अभ्यास करून तो परीक्षेला बसला असता तर त्याला निश्चितपणे पहिला वर्ग मिळाला असता नि फेलोशिपही मिळाली असती... मी माझा खडतर खटारा हाकतच बसलो असतो. पण घटना अशा जमून आल्या नि त्यांची परिणती मला फेलोशिप मिळण्यात झाली. तिच्या पहिल्या चाळीस रुपयातनं मी सुशीलेला एक छोटासा चांदीचा कुंकू करंडा घेऊन दिला. ती सासरी जात असताना तिच्या हातावर ठेवला. ती एका अर्थी कृतज्ञतापूर्वक स्नेहभेट होती.

सुनीताताई आणि भाई इंग्लंडहून परत आले होते. दिल्लीला दूरदर्शनवर कामावर रुजू झाल्याचं कळलं होतं. त्यांच्या घरचा दिल्लीतील पत्ता माहीत नव्हता.

तरी मी 'दूरदर्शन केंद्र, दिल्ली' या पत्त्यावर त्यांना पाठवून ही आनंदाची बातमी कळवली. या पूर्वीही ते आल्याचं कळल्यावर मुंबईच्या घरच्या पत्त्यावर त्यांना दोन पत्रं मी बी.ए. झाल्याची व इतर माहिती कळविणारी पाठविली होती. तीही त्यांना मिळाली नसावीत, कारण त्या पत्रांचीही उत्तरं आली नव्हती. म्हणून हे पत्र दिल्लीला पाठवलं. पण त्याचंही उत्तर आलंच नाही... मला चिंता लागून राहिली.

ऑगस्टपासून शिकवण्या सुरू करायच्या होत्या. या वर्षी मी शिकविण्यात आणखी निवड केली. फक्त दोन शिकवण्या ठेवल्या. त्यांचे तीस रुपये मिळू लागले. लायब्ररीचं काम होतंच, त्याचे दहा रुपये. प्रा. गं. वि. कुलकर्णी यांच्या घरची शिकवणी थांबवली. इतर कामांचे चाळीस रुपये आणि फेलोशिपचे चाळीस रुपये; असे महिना ऐंशी रुपये मिळणार होते. पण राजाराम कॉलेजची एम.ए.ची टर्म फी भरावी लागणार होती. तिच्यात सवलत नव्हती. त्यामुळं त्यात थोडे पैसे लागणार होते. फेलोशिपच्या पैशांबरोबर गोखले कॉलेजनं एक छोटं काम दिलं. खालच्या वर्गातील मुलांची मराठी विषयाची ट्युटोरिअल्स घ्यायची आणि ती तपासून द्यायची. त्या अनुषंगानं विद्यार्थ्यांना मार्गदर्शन करायचं. हे काम उगीच नामधारी होतं. ते मी आनंदानं स्वीकारलं. स्टाफचा मेंबर म्हणून मला मान्यता मिळाली. उपप्राचार्यांनी मला रोज उपस्थित राहून मस्टरवर सही करण्याची सूचना दिली. त्यानिमित्तानं रोज सकाळी गोखले कॉलेजला जावं लागे नि दुपारी राजाराम कॉलेजला जावं लागे.

स्टाफमध्ये रोज सही करून थोडा वेळ बसावं लागे. एक गोष्ट ध्यानात आली की आपले कपडे जीर्ण झाले आहेत. ते आपण नवे शिवले पाहिजेत. अधूनमधून त्यांना इस्त्री केली पाहिजे. नीटनेटका पोशाख करून स्टाफ रूममध्ये गेलं पाहिजे. थोडं प्रौढपणानं वागलं पाहिजे; नाहीतर विद्यार्थी ट्युटोरिअल्सच्या वेळी ऐकणार नाहीत. म्हणून दोन शर्ट्स, दोन विजारी शिवून घेतल्या. सांभाळून वापरू लागलो.

कॉलेजच्या स्टाफमध्ये बारीकसा फरक झाला होता. डॉ. अनुराधा पोतदार प्राध्यापकाची नोकरी सोडून पुण्याला नुकत्याच सुरू झालेल्या श्री. शाहू मंदिर महाविद्यालयात रुजू झाल्या होत्या. त्यांच्या जागी डॉ. द. भि. कुलकर्णी हे येऊन दाखल झाले होते. ते 'सत्यकथा-छंद' चे चांगले वाचक आणि चिकित्सक अभ्यासक होते; लेखक, समीक्षकही होते. त्यांच्याशी चर्चा करण्यात नि गप्पा गोष्टी करण्यात बौद्धिक नि वाङ्मयीन आनंद मिळत होता. पण उषाताईंचं घर हा कवितावाचनाचा आणि त्यावरील खाजगी बोलण्याचा एक विसावा वाटत होता, तो संपुष्टात आला.

गेल्या वर्षीच्या म्हणजे मार्च १९५८ च्या महिन्यात वि. स. खांडेकरांचं गोविंदाग्रजांच्या कवितेवर व्याख्यान आयोजित केलं होतं. निमित्त होतं त्या वर्षीचा

वाङ्मय मंडळाचा समारोप. त्यावेळी वि. सं खांडेकरांशी प्रथम परिचय झाला होता. तो परिचय वाढत गेला. वर्षभरात त्यांच्याकडं दोनदा जाऊन आलो होतो. त्यांच्याशी वाङ्मयीन प्रश्नांवर चर्चा केल्या होत्या. काही वाङ्मयीन शंका त्यांना विचारल्या होत्या. त्यांचे विचार ऐकताना धन्यता वाटत होती. मराठीच्या प्राध्यापकांपेक्षा ते खूप वेगळं बोलतात, साहित्य त्यांच्या अंगणातल्या झाडाइतकं जवळचं आहे, याचा मला पदोपदी पडताळा येत होता.

करवीर साहित्य-सभा कोल्हापुरात स्थापन झाली होती. तिचे अध्यक्ष वि. स. खांडेकर होते. १९५८ मध्ये व्यंकटेश माडगूळकरांच्या 'बनगरवाडीला' सरकारी पुरस्कार मिळाला होता. ती कादंबरी गाजत होती. अगोदरच्या वर्षी त्यांच्याच 'गावाकडील गोष्टी'ला मिळाला होता. एकूणच नवकथाकारांच्या कथांवर चर्चा, विचारविनिमय वाङ्मयक्षेत्रात मोठ्या प्रमाणात चालला होता. पण पुण्या-मुंबईच्या बाहेर इतरांच्या साहित्यापेक्षा व्यंकटेश माडगूळकर यांचे साहित्य अधिक लोकप्रिय होतं. ते मोठ्या प्रमाणात वाचलं जात होतं. कारण महाराष्ट्राच्या ग्रामीण भागाला ते शहरी कथाकारांच्या कथांपेक्षा अधिक जवळचं वाटत होतं. सातारा, सांगली, कोल्हापूरसारखी मराठी शहरं प्रामुख्यानं आसपासच्या ग्रामीण विभागांवर पोसली जात होती. ग्रामीण भागाला ती आपल्या मालाच्या उतारपेठा, खरेदी-विक्रीची केंद्रं वाटत होती. अशा शहरांना आसपासचा ग्रामीण भाग जवळून माहीत होता. त्यामुळं कोल्हापूरकरांना व्यंकटेश माडगूळकरांचं साहित्य अपूर्व आणि जवळचं वाटत होतं. याचा परिणाम असा झाला की १९५९ च्या जानेवारी-फेब्रुवारी महिन्यात करवीर साहित्य-सभेत त्यांच्या साहित्यावर कार्यक्रम ठेवला. वि. स. खांडेकरांच्या अध्यक्षतेखाली कार्यक्रम होता. त्या कार्यक्रमात मी माडगूळकरांच्या कथासाहित्यावर बोललो. ते माझ्या आवडीचे कथाकार होते. त्यांच्या कथा वाचताना मी माझ्या गावातून फिरतो आहे, गावातलीच माणसं बघतो आहे, माझीच मनोगतं माडगूळकर लिहित आहेत, असं वाटे. त्यांच्या भाषेत गावाकडचे अनेक शब्द आणि वाक्प्रचार येत. ते मला आपलेसे वाटत. हे सगळं त्यावेळी माझ्या 'चार शब्दात' मी मांडलं. 'माडगूळकरांच्या साहित्याला ही एका ग्रामीण मनाची पावती आहे' असं खांडेकरांना वाटलं.

याच कार्यक्रमात कोल्हापूरचे साहित्यिक व. ह. पिटके यांची ओळख झाली. त्यांनी मजेशीर संदर्भ दिला. "तुमच्याविषयी विजया राजाध्यक्ष माझ्याजवळ बोलल्या होत्या. त्यांना तुमच्या कविता आवडतात, असं त्या म्हणाल्या होत्या."

"असं?" मी आनंदून गेलो. माझ्या कविता कुठंही प्रसिद्ध होत नव्हत्या. तरी सुनीताताईंकडं जाणाऱ्या माझ्या वह्या बा. भ. बोरकर, ग. दि. माडगूळकर, विजया राजाध्यक्ष, कृ. द. दीक्षित यांच्याकडं खाजगीरित्या फिरत होत्या. त्यांचा उल्लेख पिटके यांनी केला, त्याचा आनंद वाटला.

कार्यक्रम संपल्यावर मी खांडेकरांना म्हणालो, ''मी काही ग्रामीण कविता लिहिल्या आहेत. त्या तुम्हाला वाचून दाखविण्याची इच्छा आहे.''

''ठीक आहे. तुम्ही त्या मलाच एकट्याला वाचून दाखविण्यापेक्षा कवी यशवंत, गिरीश यांना वाचून दाखवा. ते माझ्याकडं अधूनमधून येतात. ते येणार असतील तेव्हा मी तुम्हाला कळवतो.''

''मग तर फारच छान होईल.'' मी.

खांडेकरांनी त्याची आठवण ठेवून मला जुलैच्या शेवटच्या आठवड्यात पत्र पाठवलं. ऑगस्ट महिन्यात भाऊंच्या घरी यशवंत, गिरीश, भाऊ यांच्यासमोर बसून मी कविता वाचल्या. मंडळींनी कौतुक केलं. गिरीशांना त्या विशेष आवडल्या.

खांडेकरांनी 'अभिव्यक्तीकडं अधिक लक्ष द्या. केशवसुत, गडकरी, तांबे यांची कविता अधिक अभ्यासा.' म्हणून सुचवलं.

त्याचवेळी मला ते म्हणाले, ''तुम्ही माझ्याकडं लेखनिक म्हणून या. रोज दुपारी चार वाजता आपण बसत जाऊ. तीन एक तास लेखन करत जाऊ. तुम्हांला त्याचा दुहेरी फायदा होईल. मी तुम्हाला महिना पंचवीस रुपये देईन. मुख्य म्हणजे तुमचे लेखन सुधारण्यास याचा विशेष उपयोग होईल. इतर वाङ्मयीन प्रश्नांवरही आपली वेळोवेळी चर्चा होत राहील.''

मला ती सुवर्णसंधी वाटली. पण समोर अडचणीही दिसू लागल्या. संध्याकाळच्या दोन्ही शिकवण्या आणि लायब्ररीचं काम मला सोडावं लागलं असतं. त्याचे मला चाळीस रुपये मिळत होते. आणखीही एक अडचण होती. मी जिथं बोर्डींगमध्ये राहत होतो, तेथून खांडेकरांचं घर लांब होतं. तिकडं जाण्यासाठी मला सायकल वापरावी लागली असती. ती माझ्याजवळ नव्हती. या अडचणी माझ्या मनासमोर उभ्या राहिल्या नि मी भाऊंना म्हणालो, ''मी तुम्हांला दोनच दिवसांत विचार करून सांगतो. माझ्या काही अडचणी आहेत. त्यांचं काय करायचं, त्याचा विचार केला पाहिजे.''

त्या अडचणी खांडेकरांना इतरांच्या समोर सांगायचा मला संकोच वाटला.

खांडेकरही म्हणाले, ''नंतर सांगितलं तरी चालेल.''

मी उठलो. आनंदाचा एक उन्माद झालेल्या अवस्थेत परत फिरलो.

दोन दिवस खूप अस्वस्थ झालो. ही संधी आपणाला गमवावी लागते, याचं वाईट वाटलं होतं. क्षणभर शिकवण्या, लायब्ररी बंद करून याचा फायदा घ्यावा, भाऊंचा सहवास लाभेल, खूप शिकता येईल, थोरामोठ्यांच्या आणखी ओळखी होतील, असं वाटत होतं. पण प्रत्येक महिन्याला पंधरा रुपयांचा तोटा माझ्यासारख्याला परवडणारा नव्हता. म्हणून मी नाइलाजानं त्यांच्याकडं न जाण्याचा निर्णय घेतला.

हायस्कूलपर्यंत माझ्याबरोबर असलेला माझा बाल मित्र एस. एस. भोसले

होता. ज्युनिअर एम.ए.च्या वर्गात राजाराम कॉलेजमध्ये शिकत होता. कॉलेजात तो राजारामला गेला होता नि मी गोखलेला होतो. पुन्हा एम.ए.च्या निमित्तानं एकत्र आलो होतो. जवळीक निर्माण झाली होती. लहानपणापासनं त्यालाही लेखनाची आवड होती. 'खेळगडी', 'बाल सन्मित्र' यात त्याच्या कविता, गद्यलेखन, लहानपणीच 'बाळ भोसले' या नावाखाली प्रसिद्ध होऊन आलं होतं. लहानपणीच वडील वारल्यामुळं त्यालाही अतिशय प्रतिकूल परिस्थितीत मामांच्या मदतीनं शिक्षण घ्यावं लागत होतं. त्याची हुशारी त्याला साथ देत होती.

त्याला या संधीचा फायदा द्यावा, असं वाटलं. तो खांडेकरांच्या घरापासून जवळच्या गल्लीत राहत होता. त्याचाही त्याला फायदा होणार होता. कॉलेजमध्ये गेल्यावर मी त्याला सगळी वस्तुस्थिती सांगितली. त्याला आनंद झाला.

लगेच तो आणि मी खांडेकरांच्या घरी गेलो. भाऊंना त्याची ओळख करून दिली. त्याला असलेल्या गरजेसंबंधी व माझ्या अडचणी संबंधीही मी सविस्तर बोललो. सगळं जमून गेलं आणि एस. एस. भोसले त्यांच्याकडं नेमानं जाऊ लागला. आपली संधी हुकली तरी आपल्या मित्राला तिचा लाभ झाला, याचं मनोमन बरं वाटलं. भाऊंची गरजही भागली.

पंधरा ऑगस्ट साजरा झाला आणि दुसऱ्या दिवशी कॉलेजच्या पत्त्यावर रत्नागिरीच्या गोगटे कॉलेजच्या प्राचार्यांकडून आलेलं एक पाकीट माझ्या हातात शिपायानं आणून दिलं. 'कुणाकडून' आलं ते पाहिलं नि माझ्या काळजात चर्र झालं. एकदम शंका आली की ''पुन्हा फीचं लफडं उपस्थित झालं असणार आणि माझ्याकडून ती आता संपूर्ण वसूल होणार.''

धडधडत्या अंत:करणानं मी ते फोडलं. नि भीत भीत वाचलं तर एक आनंदाची बातमी होती. गोगटे कॉलेजच्या आजी-माजी विद्यार्थ्यांची आणि प्राध्यापकांची एक 'मराठी कवितेची आन्थॉलॉजी' काढली जाणार होती. तिच्यासाठी त्यांनी माझी एक कविता मागितली होती. त्याचा मला आनंद झाला, पण त्याहून दुसराच आनंद विशेष झाला की, आता गोगटे कॉलेजकडून मला दुसऱ्या विषयावर पत्रं येऊ लागली आहेत. म्हणजे 'पहिला विषय' संपला आहे... मी प्राचार्यांचे मनापासून आभार मानले नि त्वरेनं कविता पाठवून दिली.

हळूहळू साहित्याच्या प्रांतात आतवर प्रवेश होऊ लागला होता. वाङ्मयीन क्षेत्रातल्या नवनव्या व्यक्तींच्या ओळखी होत होत्या. व. ह. पिटके यांनी विजया राजाध्यक्षांच्याविषयी सांगितल्यावर मी विजूताईंशी पत्रव्यवहार केला. नियतकालिकांमधून येणाऱ्या त्यांच्या कथा आवर्जून वाचू लागलो. त्यावरच्या प्रतिक्रिया कळवू लागलो. त्या कोल्हापूरच्याच असल्यामुळं त्यांच्याविषयी एक वेगळीच आत्मीयता निर्माण झाली.

रविवारी शिकवण्या, लायब्ररी यांना सुट्टी असे त्यादिवशी संध्याकाळी व. ह. पिटके यांच्याकडं गप्पा मारायला मी जाई. पिटके अधूनमधून 'सत्यकथे'तून कथा लिहीत. रणजित देसाई, शंकर पाटील, बाबा पाटील, विजया राजाध्यक्ष, प्रल्हाद बडेर या कोल्हापूरच्या साहित्यिकांच्या पिढीचे ते लेखक होते. या सगळ्यांची मैत्री होती. त्यांचा एक ग्रूप होता. पण सगळे काही ना काही कारणानं कोल्हापूरच्या बाहेर गेले होते. नोकऱ्या, उद्योग, शेती करत होते. पिटक्यांची नोकरी कोल्हापूर शुगर मिलमध्येच असल्यानं ते कोल्हापुरात होते. माझ्यापेक्षा नऊदहा वर्षांनी ते मोठे. तरी मला बरोबरीनं वागवीत. आमच्या मैत्रीत वयाचा कधी प्रश्न आला नाही. वाङ्मयीन नियतकालिकं होती; त्यांतील साहित्य, साहित्यविषयक लेख आम्ही दोघंही आवडीनं वाचत होतो. त्यावर उलटसुलट चर्चा करत होतो. ही चर्चा करत करत आम्ही रंकाळा तलावावर फिरायला जात होतो. नुकत्याच वाचलेल्या साहित्यावर तपशीलवार चर्चा होत. संदर्भ चटकन आठवत. वाचलेल्या साहित्यातील जागा चटकन संदर्भासाठी देता येत. या चर्चेतून आम्हा दोघांनाही वाङ्मयीन आनंदापेक्षा दुसरं काहीच मिळवायचं नसे. आपल्या खास वाङ्मयीन जाणकारीचं प्रदर्शन, तिने सर्वांवर मिळवलेला विद्वत्तापूर्ण विजय, आपल्या अभिरुचीचे खास वेगळेपण वगैरे काही स्थापन करण्याचा भाग त्या बोलण्यात वासालासुद्धा नसे. आस्वादातला प्रांजळ निर्मळपणा, निखळपणा असे. एकमेकाच्या विचारांतून चुकलेले सौंदर्यस्थळ मिळाल्याचा आनंद होई. नजरेतून चुकलेली एखाद्या दोषस्थळाची जागाही लक्षात येई. त्यामुळं संभाषणाला रंगत येई. काही नवं वाचल्यावर, एकमेकाला वाचण्यासाठी दिलेलं साहित्य वाचल्यावर एकमेकाला भेटण्याची ओढ लागे. यातून माझी वाङ्मयीन जाण अधिकच वाढत होती. आठवड्यातून एखाद्या दिवशी तरी आम्ही भेटून चर्चा करत असू. रंकाळ्यावर जाऊन भोवतीचं विसरून बोलत बसत असू... एक लेखक दुसऱ्या लेखकाच्या लेखनाविषयी बोलताना जी एक निर्मितीच्या अंगानं चर्चा चाले, ती मला विशेष आवडत होती.

ऑगस्ट महिन्याचा शेवटचा आठवडा असावा. पिटक्यांनी मला आपल्या कथांच्या कात्रणांची फाईल वाचायला दिली होती. मी त्यांना माझी 'हिरवं जग' ही कवितांची वही वाचायला दिली होती.

आम्ही एकमेकांच्या साहित्याविषयी चर्चा करत बसलो होतो. त्यावेळी त्यांनी मला सुचवलं की, "तुमच्या कविता चांगल्या आहेत. त्या तुम्ही सरकारी पारितोषिकांसाठी पाठवून द्या.''

"खरं म्हणता? त्यांची तशी योग्यता आहे का?''

"निश्चितच. तुम्हाला काहीतरी सांगून, काहीतरी करायला लावण्याचा मला काय फायदा आहे?''

''संग्रहरूपानं प्रसिद्ध न झालेल्या कविता पाठवता येतात?''

''येतात. तशी तरतूद आहे. गेल्या वर्षी मधुकर केचे यांना नाही का पारितोषिक मिळालं? त्यांनी 'दिंडी गेली पुढे' या कवितासंग्रहाचं स्क्रिप्टच पाठवलं होतं.''

''पण केचेंच्या कविता प्रसिद्ध झाल्या आहेत. 'सत्यकथे'तून येतात. त्या छान असतात.''

''तुमच्याही कविता चांगल्या आहेत. तुम्ही स्वत:कडं कमीपणा घेण्याचं काही कारण नाही.''

''तसं नव्हे; त्यांच्या कविता चांगल्या असल्यामुळं ते सर्वांना माहीत आहेत. त्यामुळंही त्यांना पारितोषिक मिळायला सोपं गेलं असेल.''

''असंच काही नाही. पारितोषिक-समिती केवळ ते साहित्य सर्वांना माहीत आहे म्हणून पारितोषिक देणार नाही. तशी सर्वांना माहीत असलेली पुस्तकं आणि लेखक मंडळी बरीच असतात. त्यांचीही पुस्तकं कमिटीकडं गेलेली असतात. म्हणून काही त्यांना पारितोषिक मिळतातच असं नाही. जे चांगलं आहे, ते वाचून, एकमतानं चांगलं असल्याचा निर्णय झाला तरच ते मिळतं. तेव्हा तुमच्या कविता प्रसिद्ध झाल्या आहेत की नाहीत याचा विचार न करता त्या चांगल्या आहेत की नाहीत, हे प्रथम वाचून ठरवलं जाणार आहे. कमिटीवर चांगली जाणकार मंडळी असतात. तुम्ही पाठवा कविता.''

''मग फेअर करून पाठवतो तर.''

''पाठवा. दोन प्रती पाठवाव्या लागतात आणि मुदत थोडीच आहे. पंधरा सप्टेंबर ही शेवटची तारीख आहे.''

मैत्रीपोटी तर पिटक्यांना माझ्या कविता मी पाठवाव्यात, असं वाटत नाही ना, याची खात्री करून घेतली नि उद्योगाला लागलो. आजवर माझी एकच कविता 'ढवळे' नावाच्या एका नव्या मासिकाच्या पहिल्या आणि शेवटच्या अंकात प्रसिद्ध झाली होती. तीही भाईंनी पाठवली होती, म्हणून प्रसिद्ध झालेली. एरवी कविता संपादकाकडं पाठवत राहणं, हा उद्योग मी कधीच केला नव्हता. मला तो जमण्यासारखाही नव्हता. रेडिओच्या माध्यमातून मिळणारी प्रसिद्धी प्रतिष्ठेची वाटत होती. शिक्षण पूर्ण झाल्यावर मासिकांच्या प्रसिद्धीच्या उद्योगाला लागावं, असं वाटत होतं. म्हणून वह्या पाठवायला फारसा उत्सुक नव्हतो. पण 'कदाचित पारितोषिकही मिळेल' हे मधाचं बोट पिटके यांनी माझ्या ओठाला लावलं. मला पारितोषिकाद्वारा होणारी आर्थिक मदत महत्त्वाची वाटली. त्यामुळं येणाऱ्या सिनिअर एम.ए.च्या वर्षी मला निवांतपणानं आर्थिक विवंचनेतून पूर्ण मुक्त होऊन अभ्यास करता येईल, असं वाटलं. मी आशाळभूतपणे उद्योगाला लागलो.

एल. बी. रायमानेचं हस्ताक्षर चांगलं होतं. त्याच्या हस्ताक्षरात 'हिरवं जग'ची

एक प्रत तयार केली नि एक प्रत खुद्द मी तयार केली. वेळ फारच कमी होता. चाळीस कविता निवडल्या होत्या. बोर्डिंगमध्ये 'सुतार' नावाचा एक चांगला चित्रकार विद्यार्थी कॉमर्सला होता. त्याच्याकडनं 'हिरवं जग' च्या दोन्ही वह्यांवर कवितेशी सुसंगत अशी चित्रमय 'मुखपृष्ठं' तयार करून घेतली. पिटक्यांच्याकडून पाठवण्याचा पत्ता घेऊन रजिस्टर पोस्टानं वह्या पाठवून दिल्या. पंधरा सप्टेंबर ही शेवटची तारीख आणि मी त्या बारा सप्टेंबरला पोस्ट केल्या.

वेळेवर पोचतात की नाही याची शंका होती. ही गोष्ट मी कुणालाच सांगितली नाही. बोर्डिंगमध्ये आम्हा तिघांना आणि बाहेर फक्त पिटक्यांना माहीत होतं. उगीच वह्या पाठवल्याचा बभ्रा झाला नि पारितोषिक मिळालं नाही तर आपण सगळ्यांच्या विनोदाचा विषय होऊ, अशी पोटात भीती होती.

वह्या पाठवून मी माझ्या नेहमीच्या धबडग्यात गुंतून गेलो.

रायमानेचं सिनिअर बी.ए.चं वर्ष होतं. तो जोरात अभ्यासाला लागला. पण त्याचं मन आतून अस्वस्थ होतं. बोर्डिंगमध्ये सीमावादाची चर्चा जोरात सुरू होती. द्वैभाषिक राज्य फार दिवस चालणार नाही, लौकरच ते मोडलं जाईल, याची चाहूल लागली होती. मुंबईसह संयुक्त महाराष्ट्र होणार, याची सर्वांना खात्री होती. पण या संयुक्त महाराष्ट्रात बेळगाव, कारवार कधी येणार, संयुक्त महाराष्ट्राच्या वेळीच येणार की नंतर येणार? की कधीच येणार नाही?– अशी पाल बेळगाव जिल्ह्यातील मराठी समाजाच्या मनात सतत चुकचुकत होती. रायमाने त्यातील एक होता. त्याचं सगळं शिक्षण मराठी माध्यमातून झालेलं. आता तो मराठी घेऊन बी.ए. होणार होता. एम.ए. त्याला इथंच करायचं होतं. पण आंध्र, कर्नाटक आणि द्वैभाषिक सीमा नक्की झाल्यावर सरकारी फर्मान निघालं होतं की, कर्नाटकाच्या बेळगाव जिल्ह्यातील मागासवर्गीय विद्यार्थ्यांना १९६० जूनपासून शैक्षणिक सवलती द्वैभाषिक राज्यात मिळणार नाहीत. त्यांनी आपल्या राज्यामध्ये जाऊन त्या मिळवाव्यात.

सीमावादाचा प्रश्न गेलं वर्षभर सारखा धुमसत होता. सीमेवर अनेक सत्याग्रही सत्याग्रह करत होते. कर्नाटक सरकार ते सत्याग्रह कठोरपणानं मोडून काढत होतं. शेकड्यांनी सत्याग्रही तुरुंगात जात होते. रायमानेला वाटत होतं; यामुळं येत्या साताठ महिन्यांत बेळगाव जिल्हा तरी निदान महाराष्ट्रात यावा. म्हणजे जून एकोणीसशे साठपर्यंत हा प्रश्न सुटावा आणि आपलं एम.ए. पर्यंतचं शिक्षण कोल्हापुरातच पूर्ण व्हावं त्यामुळं सीमाप्रश्नावरील चर्चांत तो हिरिरीनं भाग घेत होता. त्यावरील वर्तमानपत्रातील बातम्या बारकाईनं वाचत होता. माझ्याशी त्या विषयावर अधूनमधून 'वुईशफुल थिंकिंग' करत होता. नेहरूंच्या आडमुठेपणाला शिव्या शाप देत होता.

हे नाहीच झालं तर सर्व मित्रांना सोडून नको असलेल्या बेळगावला त्याला जावं लागणार होतं. आम्हा मित्रांच्या आणि आपल्याशा वाटणाऱ्या कोल्हापूरच्या भविष्यातील

विरहाच्या कल्पनेनं त्याचं संवेदनशील मन व्याकुळ होत होतं. पुढं नोकरीसुद्धा कानडी भाषेच्या कर्नाटक राज्यात मिळेल की नाही, याची काळजी त्याला आत आत कुरतडून टाकत होती. एकूणच त्याचं भवितव्य त्याला अंधारलेलं वाटत होतं. तो हळूच एखाद्या कंटाळलेल्या क्षणी गप्पा मारताना ही रुखरुख बोलून दाखवी.

मला तिच्यावर काही इलाज दिसत नव्हता. आपण सगळेच कोणत्या ना कोणत्या भोवतालच्या परिस्थितीचे बळी असतो. प्रसंगी तिला शरण जावं लागतं. पण बहुधा चिकाटीनं डोकं लढवून तिच्यातून वाट काढत जावं लागतं, ही जाणीवच पक्की होत होती... वाढून ठेवलेल्या परिस्थितीत प्रथम तोंडावर आलेली पहिल्या टर्मची परीक्षा पास होणं जरूर होतं. म्हणून आम्ही दोघंही अभ्यासाकडं वळलो होतो. माझं ज्युनिअर एम.ए.चं वर्ष, तशात पहिल्या टर्मची परीक्षा. बसलो नसतो तरी चालण्यासारखं होतं, पण 'फेलो' होतो. अशी परीक्षा चुकवणं किंवा पेपरच न देणं माझ्या करिअरला शोभून दिसलं नसतं. म्हणून मी परीक्षेला बसायचं ठरवलं.

ठरवलं तरी अभ्यासाच्या पुस्तकाकडं मन ओढ घेत नव्हतं. वर्षारंभी जानेवारी ते एप्रिलअखेर चार महिने बी.ए. साठी जो मरमर अभ्यास केला होता, त्याचा परिणाम अजून मनावर होता. बाकीचं काहीबाही विशेषत: नवसाहित्य वाचताना आनंद वाटत होता. याच विषयावर मित्रांशी गप्पा मारतानाही आनंद वाटे. हा विषय मनाला अधिक जवळचा वाटत चालला होता.

◆

सत्तावीस

जवळ पंचवीसभर रुपये शिल्लक होते. त्यातले काही गावाकडं दिवाळीसाठी घेऊन गेलो होतो. ऑगस्टपासनं आईलाही महिना पंधरावीस रुपये देत होतो. त्यामुळं घरात दिवाळीचा आनंद साजरा झाला.

सुनीतातार्ईंचं बाराचौदा महिन्यांनी सविस्तर पत्र आलं; त्यामुळंही खिरीत तूप सांडल्यागत झालं होतं. एप्रिल-मेमध्ये इंग्लंडहून परत आल्यापासनं ताईंची नि भाईंची खूपच धावपळ सुरू झालेली. दिल्ली दूरदर्शनवरचे प्रमुख अधिकारी म्हणून त्यांची नेमणूक झालेली. भारतात प्रथमच दूरदर्शन चालू करायची जबाबदारी त्यांच्यावर पडलेली. इतरही काही संकल्प योजून ते कामाला लागले होते. सुनीताताईही दिल्लीला गेलेल्या. पत्रव्यवहार आणि वाढलेली नवी कामं यातच त्यांच्या शक्ती संपुष्टात, येत होत्या.

मला याचा नीटसा पत्ता नव्हता. मी आपला माझ्याविषयीच्याच विचारात गर्क होतो. भाईंना पत्रं पाठवत होतो. चार पत्रं पाठवली तरी एकाचंही उत्तर नाही. मला नसत्या शंका येऊ लागल्या... हा काळ भाईंच्या अत्यंत उत्कर्षाचा. नाट्यसृष्टीत ते अतिशय लोकप्रिय नाटककार म्हणून गाजत होते. त्यांची नवी नवी पुस्तकं, लेख यांच्यावर लोकांच्या अधिकाधिक उड्या पडत होत्या. 'किर्लोस्कर' मासिकाच्या दिवाळी अंकापासून त्यांचं 'अपूर्वाई' हे मराठीत एकदम वेगळं आणि नवं वाटणारं प्रवासलेखन क्रमशः सुरू झालं होतं. मला वाटू लागलं; आता मोठमोठे लेखक, वाचक, कामाची माणसं, नाट्यकलावंत, प्रकाशक-संपादक यांचा नुसता गराडा भाईंच्या भोवतीनं पडत असेल. दारात रोज पत्रांचं पोतडं पोस्टमन उलटं करत असणार. त्या गुडघ्याएवढ्या पत्रांच्या ढिगात माझी भलताच किरकिरा सूर लावणारी केविलवाणी पत्रं बाजूला पडणार. मी त्यांत माझ्या रडगाण्याशिवाय दुसरं काहीच लिहू शकत नव्हतो. अशी पत्रं सुनीताताई आणि भाई 'याला जरा सावकाशीनं उत्तर देऊ' म्हणून बाजूलाच ठेवत असणार...

कदाचित त्यांना वर्षभरात आपली गेलेली पत्रं वाचून असंही वाटत असणार की, 'आता आनंद वयानं मोठा झाला आहे. त्याचं सर्व काही सुरळीत चाललं आहे. आता त्याची काळजी करण्याचं कारण नाही.'

बाकीचं सगळं खरं असलं तरी ताईंची नि भाईंची मला अत्यंत मानसिक गरज

होती. माझं भावनाप्रधान आणि काव्यात्म मन सुनीताताई हळुवारपणे समजून घेत होत्या. वात्सल्यानं जपत होत्या. त्यांचा प्रौढ समजूतदारपणा मला सतत धीर देत होता. विवश मनाला ठिकाणावर आणत होता. माझ्या घरी असं मला कुणी समजून घेणारं, जपणारं नव्हतं. कुणाजवळ ती कुवतही नव्हती. माझे आईवडील दरिद्री संसाराच्या भयाण भोवऱ्यात सापडलेले. म्हणून आईदादाला वाटे मीच त्यांना हात देऊन त्या भोवऱ्यातनं काढावं. कारण कमावणाऱ्या कुणब्याच्या पोराइतकं माझं वय झालेलं. मला वाटे; त्यांना वर काढण्यासाठी निदान त्यांनी मला शिकू द्यावं. पण त्यांना धीर नव्हता आणि मला शिकण्यासाठी बालजन्म पुन्हा मिळणार नव्हता.

... मला समजून घेणारी नि माझं सर्वस्व व्यक्त करणारी माझी फक्त कविताच होती. ताई-भाईंनी प्रथम ती समजून घेतली. हे उभयता माझ्या आयुष्यात येण्यापूर्वी जीवनाची निश्चित दिशा मला नव्हती. भोवताली अस्ताव्यस्त पसरलेल्या महापुराच्या पाण्यासारखं जीवन दिसत होतं. कोणत्या दिशेनं धडपडत गेलं म्हणजे किनारा गाठता येईल, हे मला कळत नव्हतं. माझ्या या प्रयत्नांना ताई-भाईंनी मनापासून दिशा दिली. ताईंच्या मातृत्वाचा सर्जनशील गूढ हात माझ्या मनाच्या कोंबावरून हळुवार फिरत होता. त्यामुळं मी त्यांच्या मायेत खूप खोलवर गुंतत गेलो, त्याची त्यांनाही कल्पना होती का नव्हती, कुणास ठाऊक? त्यांच्या या अंतर्बाह्य आधारामुळं जीवनात मी निर्धास्त झालो होतो.

भाईंची सांस्कृतिक नि शैक्षणिक क्षेत्रातील वाङ्मयीन ताकद मोठ्या प्रमाणात जाणवत होती. त्या ताकदीवर मी भाळलो होतो. आपणही ती आपल्या आयुष्यात मिळवावी, अशी वाङ्मयीन महत्त्वाकांक्षा मनात रुजली होती. भाईंचं साहित्यिक यश हे माझं उद्याचं स्वप्न होऊन राहिलं होतं. या रूपवान स्वप्नाच्या संगतीत सतत राहावं असं वाटे.

ताई-भाईंच्या रूपात लाभलेली माझी ही शीतल सावली कुणी चेटकीण हिरावून तर नेणार नाही ना, अशी अधूनमधून शंका येई नि मी अस्वस्थ होऊन जाई. ताईंचं बऱ्याच दिवसांत पत्र न आल्यामुळं काळ्या शंकेची ही पाल माझ्या मनात सारखी चुकचुकत होती. पण प्रत्यक्षात माझी शंका व्यर्थ ठरली. ताईंचं विस्तृत पत्र आल्यावर मनातला हा प्रचंड भुरा ढग पार वितळून गेला नि आकाश चंद्रप्रकाशाचं झालं.

डिसेंबर, नाताळची सुटी. दोनतीन दिवसांनी नवं वर्ष सुरू होणार होतं. मी नि वसंतराव पिटके रंकाळ्यावर फिरायला गेलो होतो.

पिटक्यांनी मला एक बातमी सांगितली.

''शंकर पाटील रेडिओची नोकरी सोडताहेत.''

''का?''

मी सहजपणे विचारलं. मला माहीत होतं की शंकर पाटील नि पिटके जुने मित्र आहेत. त्यांचा परस्परांशी पत्रव्यवहार आहे.

"त्यांना एशिया फाउंडेशनची फेलोशिप मिळाली."

"मधे व्यंकटेश माडगूळकरांना पण ही फेलोशिप मिळाली ना?"

"तीच ही. वर्षभर नोकरीतून रजा घेऊन किंवा नोकरी सोडून लेखन करणाऱ्यास ही फेलोशिप दिली जाते. माडगूळकरांना हे शक्य नसावं, असं दिसतंय. त्यामुळं ही फेलोशिप शंकर पाटलांना देण्यात आली आहे. आता ते नोकरी सोडून ही फेलोशिप स्वीकारणार आहेत."

"छान."

"आता त्यांच्या जागी दुसरं कोण येतंय ते बघू या."

"कोण येतील असं तुम्हांला वाटतंय?" मी.

"काही सांगता येत नाही. याच नोकरीवर पूर्वी द. मा. मिरासदारही होते. पण त्यांनीही ती सोडली आणि शिक्षकीपेशा स्वीकारला... या नोकरीत काहीतरी अवघड असावं, असं दिसतंय. कारण पाटीलही या नोकरीत आपला शिक्षकी पेशा सोडून आले होते."

"असं काय अवघड असणार तिथं? पाटील तर फेलोशिप मिळाली म्हणून नोकरी सोडताहेत, असं तुम्हीच म्हणाला."

"पण पाटलांनी सोडली; माडगूळकरांनी सोडली नाही. फेलोशिप प्रथम त्यांना मिळाली होती. नोकरी सोडावी लागते म्हणून ती फेलोशिप त्यांनी नाकारली. पाटलांनी मात्र फेलोशिप स्वीकारून नोकरी सोडली."

"आता त्या जागी कोण घेतील, असं तुम्हाला वाटतं?"

"कुणीतरी ग्रामीण साहित्यिकच घेतील, त्या नोकरीचं स्वरूपच तसं आहे. ग्रामीण विभागासाठी रेडिओवर जे कार्यक्रम होतात; त्यासाठीच ती जागा आहे. शेतीची, ग्रामीण विभागातील समाजाची ज्यांना माहिती आहे नि जे ग्रामीण लेखन करतात, अशाच लेखकांना ती मिळेल, असं वाटतंय."

मग आम्ही अनेक ग्रामीण लेखकांची चर्चा केली. बाबा पाटील, उद्धव शेळके, मधु मंगेश कर्णिक, द. का. हसबनीस यांच्यापासून ते नुकत्याच लिहू लागलेल्या रा. रं. बोराड्यांपर्यंतच्या नावांची चर्चा केली... फार ना थोडं माझं लेखन नियतकालिकांतून प्रसिद्ध झालं असतं तर बरं झालं असतं, असा एक विचार माझ्या मनात क्षणभर येऊन गेला.

आठदहा दिवसांनी माझ्या हातात एक इन्लँड पडलं. माझ्या पत्त्याच्या बाजूला 'अर्जंट प्लीज' असं इंग्रजीत लिहून ते अधोरेखित केलं होतं. कुणाचं असावं, म्हणून पालटून पाहिलं तर व्यंकटेश माडगूळकरांचं नाव होतं. क्षणभर मला खरं वाटेना. गेल्या दोनतीन वर्षांत त्यांचं पत्र नव्हतं, की माझी श्रुतिका 'गावकरी फडात' ब्रॉडकास्ट झाली नव्हती.

मी उत्सुकतेनं पत्र फोडलं नि वाचलं. ''तुम्ही सध्या काय करीत असता? कुठं नोकरी करता की नाही? शिक्षण पूर्ण झालं का? पदवी घेतली की नाही? घरचं कसं काय चाललं आहे? एक महत्त्वाचं काम आहे; त्यासाठी प्रत्यक्ष भेटू शकाल काय?'' अशा अर्थाचे प्रश्न विचारणारा मजकूर होता.

मला आनंदाच्या उकळ्या फुटल्या. इन्लँडवर 'अर्जंट प्लीज' असं लिहिल्यामुळं मी लगेचच त्यांना हवी असलेली माहिती कळवणारं पत्र 'एक्सप्रेस डिलिव्हरीनं' पाठवलं. त्याच पत्रात चौदा जानेवारीला भेटण्यास येत आहे, असंही लिहून टाकलं. माडगूळकरांच्या पत्राचा ध्वन्यर्थ माझ्या लक्षात आला होता.

पत्र घेऊन संध्याकाळी मी तडक पिटक्यांच्याकडं गेलो. त्यांना ते पत्र दाखवलं.

पिटके पत्र वाचून म्हणाले, ''यादव, अभिनंदन! शंकर पाटलांच्या रिकाम्या झालेल्या जागेवर तुमची नेमणूक करावी, अशी माडगूळकरांची इच्छा दिसते. तुम्ही ताबडतोब जाऊन त्यांना भेटून या.''

''पण वसंतराव, माझं रेडिओचं लेखन सोडलं तर काहीही साहित्य प्रसिद्ध झालं नाही. त्यामुळं नोकरीच्या संदर्भात इतर लेखकांच्या तुलनेत मी खूप कमी पडेन, असं वाटतं.'' माझी शंका.

''इथं मुद्दा तो नाहीच आहे. माडगूळकर हे ग्रामीण विभागाचे प्रमुख आहेत. त्यांना ज्याचं साहित्य आवडेल, किंवा ज्या माणसाजवळ लेखनाची कुवत त्यांना दिसेल त्याला ते त्या विभागात घेऊ शकतात. त्यांना तो अधिकार असतो. तुम्ही त्यांना बेलाशक जाऊन भेटून या. निदान वस्तुस्थिती काय आहे ते कळेल. कदाचित त्यांनी आणखी काही ग्रामीण लेखकांना अशीच पत्रं पाठवून माहितीही मागवून घेतली असेल. इतरांनाही भेटायला बोलावलं असेल. चाचपणी करून ते फायनल डिसिजन घेतील; असंही असण्याची शक्यता आहे. तुम्ही जाऊन तर या. मग काय ते ठरवता येईल.''

पुण्याला जायला अजून चार दिवस अवकाश होता. मी आणखी दोन मित्रांशी चर्चा केली. त्यांनी ठामपणे सांगितलं, ''संधी आली आहे, सोडू नका. रेडिओची नोकरी ही तर अत्यंत दुर्मिळ सुवर्णसंधी आहे.''

कागलला जाऊन आलो. आईदादाला ही गोष्ट सांगितली. त्यांचं पूर्वीपासून असं मत होतं की मी एस.एस.सी. पासनंच नोकरी करावी. त्यांनी आनंदानं होकार दिला. मामानंही होकार भरला.

डॉ. भिंगारे हे पूर्वी आकाशवाणीवर स्टेशन डायरेक्टर होते. पण मतभेदामुळं ती नोकरी सोडून गोखले कॉलेजमध्ये प्राध्यापक म्हणून दाखल झाले होते. त्यांना या नोकरीच्या संदर्भात विचारून घेतलं.

म्हणाले, ''बेलाशक स्वीकार. पण शिक्षण सोडू नको. ते कसं पूर्ण करायचं

ते ठरव. बाहेरूनसुद्धा एम.ए.ला बसता येईल.''

मी सारासार विचार करून रेडिओची नोकरी मिळाली तर स्वीकारायची, असा मनाशी निर्णय घेतला. आपल्या साहित्यिक व्यक्तिमत्त्वाचा विकास पुण्यात होईल, याची खात्री वाटत होती. महत्त्वाची अनेक नियतकालिकं पुण्यात निघत होती. नामांकित प्रकाशनसंस्था तिथं होत्या. अनेक साहित्यिक पुण्यात राहात होते. 'साहित्य-परिषदेसारखी' महाराष्ट्राचं सांस्कृतिक केंद्र असलेली संस्था तिथं होती. मुख्य म्हणजे व्यंकटेश माडगूळकर सारख्या आघाडीच्या ग्रामीण साहित्यिकाचं जवळून मार्गदर्शन लाभेल, जिवलग सहवास मिळेल नि आपलं वाङ्मयीन व्यक्तिमत्त्व चांगल्या रितीनं घडेल, असं वाटलं.

आकाशवाणीचं कार्यालय म्हणजे साहित्यिकांचं मोहळ, तिथं अनेक साहित्यिक कार्यक्रमाच्या निमित्तानं येत असणार, त्यांचा परिचय होईल; असंही वाटत होतं. आकाशवाणीवरून ज्यांचे कार्यक्रम ध्वनिक्षेपित होत त्या साहित्यिकांना समाजात नि वाङ्मयक्षेत्रात मोठी प्रतिष्ठा होती. कोल्हापुरातील इतर अनेक साहित्यिक त्यासाठी धडपडत होते. त्यामुळं आकाशवाणीवरील आपली नोकरी आपल्याला साहित्यक्षेत्रात प्रतिष्ठा देणारी ठरेल, असाही तर्क मनात चाललेला.

नोकरी मिळाली तरी शिक्षण सोडायचं नाही, याचा मनाशी पक्का निर्णय होता. बाहेरून एम.ए.ला न बसता नियमित विद्यार्थी म्हणूनच बसायचं, असंही योजलं होतं. मनात शिक्षणाला अग्रक्रम होता. त्यासाठी मी एक सुरक्षित वाट शोधली होती. बी.ए. झाल्यावर एम.ए. साठी पुण्याला गेलेल्या सुधाकर पाटीलच्या पत्रावरून मला पूर्वीच असं कळलं होतं की पुणे विद्यापीठात एम.ए.चे तास सकाळी आठ ते बारापर्यंत असतात. त्यानंतर विद्यार्थी मोकळेच असतात. आकाशवाणीवरचा 'गावकरी फडाचा' कार्यक्रम रात्री आठला संपतो. त्या अर्थी गावकरी फडाच्या नोकरवर्गाची ड्युटी रात्री आठ-साडेआठपर्यंत तरी असणार. म्हणजे दुपारी ते ऑफिस बारा-एकच्या आसपास सुरू होत असणार. असं जर असेल तर आपणाला सकाळी आठ ते बारा या वेळात मराठीच्या तासांना नक्की हजर राहता येईल. पुण्यातील नामांकित प्राध्यापकांच्या मार्गदर्शनाची संधी घेता येईल. आपण ज्यांची पुस्तकं एम.ए.ला अभ्यासतो त्यांतील अनेक प्राध्यापक पुण्याला आहेत. त्यांच्या सहवासात शिकता येईल. प्रत्यक्ष पुणे विद्यापीठात एम.ए. झालो तर तेही एक प्रतिष्ठेचं होऊ शकेल... एक ना दोन; असे अनेक विचार मनात सैरभैर हिंडू लागले. चार दिवस या विचारांच्या तंद्रीतच गेले.

पुण्याला येऊन पोचलो. सुधाकर पाटीलला चौदा जानेवारीला पुण्याला येतो आहे, असं कळवलं होतं. त्याचं घर शोधत बरोबर त्याच्याकडं जाऊन पोचलो. मोठ्या बहिणीच्या घरी तो राहत होता. तिथंच जेवण घेतलं नि त्याला सविस्तर

माहिती दिली.

त्याला बरोबर घेऊन मी आकाशवाणी केंद्रावर अडीच-पावणेतीनला जाऊन पोचलो. नोकरीविषयीच्या खाजगी गोष्टी होत्या, म्हणून सुधाकर खालीच वेटिंग रुममध्ये बसला आणि मी व्यंकटेश माडगूळकरांना भेटण्यासाठी माडीवर त्यांच्या ऑफिसमध्ये गेलो. अंगात इस्त्रीचा साधा शर्ट आणि पायजमा होता.

शिपायाला विचारून मी आत गेलो. माडगूळकर टेबलावर कागद ठेवून काहीतरी वाचत होते. तोंडात सिगारेट उदबत्तीसारखी जळत होती. तीनसाडेतीन वर्षांपूर्वी त्यांना पाहिलं त्यापेक्षा थोडेसे सुटल्यासारखे वाटत होते. चेहऱ्यावर प्रौढता आल्यासारखी दिसत होती.

''नमस्कार. मी आनंद यादव.''

''नमस्कार. बसा बसा. मी तुमचीच वाट पाहत होतो.''

त्यांनी माझ्याकडं पाहिलं. इकडतिकडच्या गोष्टी दोनतीन मिनिटं झाल्यावर माझी सविस्तर चौकशी केली. पत्रात ती माहिती दिलेली असूनसुद्धा मी पुन्हा एकदा ती ताजेपणानं सांगितली. नोकरीच्या धोरणानंच मी सगळी माहिती पुरवीत होतो.

''इथं एक स्क्रिप्ट-रायटरची जागा आहे. आठवड्यातून दोनदा म्हणजे मंगळवारी आणि शुक्रवारी नभोवाणी शेतकरी मंडळाचे दोन कार्यक्रम ब्रॉडकास्ट करायचे असतात. या कार्यक्रमासाठी वेगवेगळ्या शेतकी खात्यांकडनं आणि शेतकी अधिकाऱ्यांकडनं भाषणं, माहिती, डायलॉग्ज मिळवायचे, ते ब्रॉडकास्ट करायचे. शेतकऱ्यांनी विचारलेल्या शेतीविषयक प्रश्नांची माहिती गोळा करून ती द्यायची, ॲग्रिकल्चर कॉलेज, शेतीविषयक कार्यालयं इथं जाऊन संबंधित माहिती मिळवायची. शिवाय ग्रामीण विभागात इतरही काही किरकोळ कामं असतात. त्यात तुम्हाला मदत करावी लागेल. जमेल का हे काम?''

''जमेल की. न जमायला काय झालं? गेली वीसपंचवीस वर्षं मी शेतीच करतोय.''

''मग कधी जॉईन होता बोला.'' त्यांनी एकदम गळ्याला हात घातला.

''मला एकदोन गोष्टी स्पष्ट करून घ्याव्याशा वाटतात. एक म्हणजे मी एम.ए.चा विद्यार्थी आहे. या वर्षाची म्हणजे जून १९६० पर्यंत माझी काही अडचण नाही. कारण मी सध्या ज्युनिअर एम.ए. मध्ये आहे. आता एकदोन महिन्यांत आमची वार्षिक परीक्षा होईल. ज्युनिअरच्या वर्षी अभ्यासाचं तसं काही प्रेशर नसतं. मी ते निभावून नेईन. पण सिनिअर एम.ए.ला मला इथं पुणे विद्यापीठात नाव घालावं लागणार. इथले एम.ए.चे वर्ग सकाळी आठ ते बारा असतात. ते करून मी रात्री आठ साडेआठ वाजेपर्यंत ऑफिसचे काम करीन. कारण मला माझं शिक्षण अगोदर पूर्ण करणं जरुरीचं आहे.''

"चालेल की. त्यात काही अडचण येईल, असं वाटत नाही. तुमची ड्युटी बारा ते आठ अशी करता येण्यासारखी आहे. फक्त ऑफिशिअल कामात कुठं व्यत्यय येणार नाही, याची तुम्हाला काळजी घ्यावी लागेल.''

"ती मी घेतो. एखाद्या दिवशी मला लौकर येणं भाग असलं तर मी येऊ शकेन.''

"ठीक आहे. मग लौकरात लौकर जॉईन व्हा. घरचा विचार घ्या.''

"तो घेतल्यातच जमा आहे. तुमच्या पत्रावरून मला थोडा अंदाज आला होता. त्यामुळं घरी या विषयावर चर्चा करून मी आलो आहे.''

"ठीक आहे. मग कधी जॉईन होता?''

"निदान चारपाच दिवस तरी लागतील. गावी जाऊन इकडं येण्याच्या दृष्टीनं तयारी करावी लागेल... बाकीच्या गोष्टींचं काय?''

"त्याविषयी आमचे प्रोग्रॅम एक्झिक्युटिव्ह भागवत तुम्हाला सांगतील– अरे सपाटे. त्यांनी हाक मारली.

काळीसावळी, बुटकेली, शर्ट-पायजमा घातलेली, हसऱ्या चेहऱ्याची एक व्यक्ती पाठीमागच्या बाल्कनीतून आत आली.

"हे कृष्णराव सपाटे. विभागात स्टाफ आर्टिस्ट म्हणून आहेत. 'गावकरी फडात' गणपाचं काम करतात.'' माडगूळकर.

"हो. मी त्यांचे अनेक कार्यक्रम ऐकलेत. ते मनोरंजक होतात. आकाशवाणी केंद्रावर हुबेहूब शेतकरीच बोलतोय, असं ऐकणाऱ्याला वाटतं. ते ऐकून माणसंही चकित होतात.'' मी उत्साहानं बोललो.

"सपाटे, हे आनंद यादव. आपल्याकडं स्क्रिप्टरायटर म्हणून लौकरच जॉईन होताहेत. त्यांना भागवतांच्याकडे घेऊन जा आणि कॉन्ट्रॅक्टसंबंधी माहिती द्या, म्हणावं. मी त्यांना पूर्वीच बोललो आहे. त्यांचं झालं की मग या माझ्याकडं.''

मी आणि सपाटे भागवतांच्याकडं गेलो. ते भराभर काहीतरी लिहित होते. गच्च कुरळे केस. बारीक डोळ्यांची हालचाल जलद, काहीसा सपाट वाटणारा मंगोलीयन वळणाचा चेहरा. चौकड्याचा मॅनिला घालून ते बसले होते.

नमस्कार झाला.

ते अतिशय जलद गतीनं धावणाऱ्या भाषेत मला माहिती सांगू लागले. बोलण्यात काहीसा कोरडेपणा होता. एखादा अधिकारी काम मागायला आलेल्या माणसाशी कसा अटींच्या भाषेत बोलतो तसे माझ्याशी बोलत होते. बाकीच्या गोष्टींचं किंवा मी जॉईन होणार आहे, याचं त्यांना काही नव्हतं. रूटीनमधीलच ती एक गोष्ट आहे, अशा सुरात ते सांगत होते.

माझी हडकुळी उंच मूर्ती, साधा पायजमाशर्ट, चेहऱ्यावर खेडवळ मवाळ भाव,

भाषेतील संथ, नम्र सूर, एकूण अशहरी वाटणारं, तेजहीन व्यक्तित्व बघून कदाचित त्यांच्या मनात मजविषयी अनुकूल भावना निर्माण झाली नसावी, असं वाटलं. त्यांना वाटत असावं की स्क्रिप्टरायटरच्या तोलामोलाचा मी माणूस नाही.

मला ते प्रथमच म्हणाले, ''झेपेल का तुम्हाला हे काम? इथलं सगळं ऑफिशिअल वर्क इंग्रजीतून करावं लागतं.''

''मी ते करू शकेन. बी.ए. पर्यंत माझे इंग्रजीचे दोन पेपर्स होते. शिवाय तुमच्यासारखी मंडळी मला मदत करू शकतीलच की.''

''आम्ही प्रथम पहिले पंधरा दिवस एखाद्याची ट्रायल घेतो. त्याला पहिलं कॉन्ट्रॅक्ट पंधरा दिवसांचंच असतं. मग त्या पंधरा दिवसांत काम समाधानकारक वाटलं तर नंतरचं कॉन्ट्रॅक्ट एक महिन्याचं देतो. अशी तीनचार महिने ट्रायल घेऊन तुम्हाला पुढील कॉन्ट्रॅक्ट द्यायचं की नाही, हे ठरवलं जातं. मग तीन महिन्यांचं, सहा महिन्यांचं, अशी वर्षभर कॉन्ट्रॅक्ट्स दिली जातात. मग तुमचा एक फायनल इंटरव्ह्यू होईल नि तुम्हाला वर्षाअखेर एकेक वर्षांचं कॉन्ट्रॅक्ट दिलं जाईल... इथं पडतील ती कामं करावी लागतील. कार्यक्रमात भाग घ्यावा लागेल. ओ. बी. ची कामं करावी लागतील. झेपेल का हे सगळं? विचार करून काय ते सांगा?''

मी थोडा चरकलो. भागवतांकडून बाहेर पडल्यावर व्हरांड्यात कृष्णराव सपाटे यांना विश्वासात घेऊन चर्चा केली. चर्चेतून माझ्या लक्षात एक गोष्ट आली की इथली नोकरी 'रेग्युलर सर्व्हिससारखी' नाही; कॉन्ट्रॅक्ट पद्धतीची आहे. पेक्ससारखे सरकारी अधिकारी सोडले तर प्रोग्राम करणारे प्रोड्यूसर, स्टाफ आर्टिस्ट, अनाउन्सर ही सगळीच मंडळी कॉन्ट्रॅक्टपद्धतीनं नोकरी करतात. माडगूळकरांची नोकरीही अशीच आहे. पण आपण नेमलेली कामं व्यवस्थित केली तर ही नोकरी चालू राहते. सहसा कुणाला काढत नाहीत. हळूहळू पगारात पैसेही वाढत जातात. मला साधारण वर्षभर दीडशे रुपये महिना मिळणार होते.

आम्ही माडगूळकरांच्याकडं गेलो. त्यांना मी माझ्या शंका बोलून दाखवल्या. ''मी इथं कोल्हापूर सोडून येणार. मला कोल्हापुरात एम.ए.साठी महिना चाळीस रुपये फेलोशिप मिळते. ती शिकणाऱ्या पण नोकरी न करणाऱ्या विद्यार्थ्यालाच मिळते. मी आता इकडं आलो की मला ती मिळणार नाही. मी शिकवण्या नि लायब्ररीची कामं करतो. त्याचंही मला थोडं धन मिळतं. तेही मी सोडून देणार. अशा अवस्थेत मी इकडं आल्यावर मला प्रथम फक्त पंधरा दिवसांचंच कॉन्ट्रॅक्ट मिळणार. जर पुढचं कॉन्ट्रॅक्ट भागवतसाहेबांनी दिलं नाही, तर माझी वाताहात होईल. मग मी इकडं येण्याचं कसं काय धाडस करायचं?''

''तुम्ही त्याची काळजी करू नका. आरंभी तसंच कॉन्ट्रॅक्ट देण्याची आणि ट्रायल घेण्याची पद्धत असते. तुम्हाला हे काम अजिबात जमलं नाही, तर पुढचं

कॉन्ट्रॅक्ट मिळणार कसं? तेव्हा तुम्हाला जमेल, असा विश्वास वाटत असेल तरच या. रिस्क घेऊ नका.''

''कामाविषयी मला विश्वास आहे. या कामात काही न जमण्यासारखं अवघड आहे, असं मला वाटत नाही.''

''मग तुम्ही पुढची चिंता करू नका. रिपोर्ट देणं, पुढील कामासाठी शिफारस करणं, हे आमच्या हातात असतं. भागवत फक्त कॉन्ट्रॅक्ट साईन करणार.''

''ठीक आहे. असं असेल तर मी येतो. तत्पूर्वी पु. ल. देशपांडे यांना मला विचारून घ्यावं लागेल. त्यांची अनुमती मिळाली की येतोच. निदान त्यांना या बाबतीत कळवलं तरी पाहिजे.''

''ठीक आहे. सपाटे, यांना सगळ्यांच्या ओळखी करून दे.''

''येतो मी.'' मी.

''या.''

मी सगळ्यांच्या ओळखी करून घेतल्या. कोल्हापूरचे बापू कुंभोजकर त्यात होते. मी कोल्हापूरचा आहे, याचा त्यांना आनंद झाला. 'तुम्ही या' असं त्यांनी आवर्जून सांगितलं. एकेकाळी रंगभूमी गाजवलेले नट नानासाहेब चापेकर त्या स्टाफ आर्टिस्टमध्ये होते. तेच गावकरी फडात 'आबा'ची भूमिका करत होते. त्यांची नि 'गणपा'चा ग्रामीण ढंगाचा आवाज मला आवडत असे.

बोलता बोलता नानासाहेब म्हणाले; ''तुम्ही या. तुमच्या श्रुतिका आम्हा सर्वांना आवडतात. त्यांच्याविषयी श्रोत्यांची पत्रे येतात. तुम्ही आल्यावर नव्या नव्या योजना आपण राबवू.''

''ते करू. पुण्यात मी अगदी नवखा आहे. माझं इथं कुणीच नाही.''

''आम्ही तुम्हाला लागेल ती मदत करू ना. नव्यानं पुण्यात येणाऱ्या व्यक्तीची प्रथम अशीच अवस्था असते. तुम्ही या तर खरे.''

''इथं राहण्याच्या जागेचा प्रश्न फारच बिकट असतो म्हणे.''

''तोही सुटेल. पाण्यात पडल्याशिवाय पोहता येणार नाही. प्रथम काही दिवस लॉजमध्ये राहावं लागेल. मग ओळखी होतात. ओळखी ओळखीनं आपले सगळे प्रश्न सुटत जातात.''

नानासाहेबांना मला धीर दिला. मला त्यांचं बोलणं आश्वासक वाटलं. भागवतांच्या बोलण्यानं डळमळीत झालेलं मन पुन्हा स्थिर झालं. मी पुण्यात यायचा निर्णय तात्पुरता तरी घेतला.

सुधाकर पाटीलला वाट बघून बघून वैताग आला होता. तो आणि मी बाहेर पडलो. त्याला सर्व हकीगत सांगितली. भाईंना दिल्लीला तार करायची असल्याचंही बोललो.

शिवाजीनगर तार-ऑफिसमध्ये जाऊन 'आकाशवाणी पुणे केंद्रात गावकरी फडात स्क्रिप्ट-रायटरच्या नोकरीसाठी मजकडे विचारणा केली आहे. मी ती स्वीकारू का? सल्ला द्यावा.' अशी तार केली. कोल्हापूरच्या पत्त्यावर पत्र मागवलं.

"शंकर पाटलांची भेट झाली असती तर बरं झालं असतं. पण ते रजेवर आहेत." मी सुधाकरला जाता जाता म्हणालो.

"का?"

"त्यांनी खरोखरच फेलोशिप मिळाली म्हणून नोकरी सोडली की त्या नोकरीला कंटाळले होते नि दरम्यान फेलोशिप मिळाली, म्हणून नोकरी सोडली; हे विश्वासात घेऊन विचारता आलं असतं. या नोकरीत इतर काही त्रास असेल तर तोही विचारून घेता आला असता. निर्णय घ्यायला मला अधिक निर्धास्त वाटलं असतं."

"अरे, द. मा. मिरासदार माझे नातेवाईक आहेत. ते या नोकरीत काही दिवस होते. त्यांनाच आपण आज रात्री भेटू या. नोकरीसंबंधी विचारू या."

मी आनंदानं तयार झालो. मिरासदार हे सुधाकरचे नातेवाईक आहेत, याची मला कल्पना नव्हती.

मिरासदारांच्या पोट धरून हसवणाऱ्या ग्रामीण कथा मी वाचल्या होत्या. हातात पडणाऱ्या कोणत्याही मासिकात त्यांची कथा असेल तर ती मी प्रथम वाचत होतो.

रात्री त्यांच्या घरी गेलो. प्रसन्न, हसऱ्या चेहऱ्याचं दिलखुलास व्यक्तिमत्त्व. अतिशय घरगुती बोलणी व्हावीत, तसे ते बोलले. "बेलाशक या. काहीही धोका, अडचण नाही. माडगूळकरांना जेवढा पगार मिळतो त्यापेक्षा पाचपंचवीस कमी किंवा जास्त रुपयांची ती फेलोशिप आहे. म्हणून माडगूळकरांनी नोकरी सोडली नसावी. एकदा नोकरी सोडली तर ती पुन्हा मिळेलच याची खात्री नाही. त्यांना वर्षाची रजा वगैरे मिळाली नसावी म्हणून त्यांनी फेलोशिप सोडली असावी. शंकर पाटलांनी ते धाडस केलंय खरं. त्यांनी नोकरी सोडून फेलोशिप स्वीकारली. त्यांना पगारही दोन सव्वादोनशेच्या आसपास असावा म्हणूनही त्यांना धाडस करणं सोपं गेलेलं दिसतंय. शिवाय ते ग्रॅज्युएट आहेत. त्यांना नंतर कुठंही नोकरी मिळू शकेल. तसं माडगूळकरांचं नाही." मला मिरासदारांनी सगळं समजून सांगितलं.

मी येण्याचा निर्णय पक्का केला.

दुसऱ्या दिवशी दुपारपर्यंत मी कोल्हापुरात येऊन पोचलो. प्रवासात मनानं अनेक कोकीळभराऱ्या मारल्या... माझं साहित्य मला निरनिराळे नजराणे देऊ करत होतं नि मी त्याला माझं घर, मळा नि त्यावरचं माझं निळं आकाश बहाल करत होतो.

◆

अठ्ठावीस

कागलला रात्री जाऊन पोचलो होतो. दादा वस्तीला जायच्या बेतात होता. सोप्यात बसून चिलीम ओढत होता. मी आल्याचं कळताच आईही बाहेर आली. शिवा, हिरा, सुंदरा, लक्ष्मी, आप्पा पटापटा गोळा झाली.

"मला पुण्याच्या रेडिओ केंद्रावर नोकरी लागली!" मी मोठ्यानं उद्‌गारलो.

"बरं झालं बाबा. आमची पंढरी आता पिकंल. भोगलास ते सुफळ हुईल." आई बोलली.

"बरं झालं! कालिजाच्या शिक्षणाचं काय करणार आता? का सोडून देणार?" दादानं विचारलं.

"न्हाई. ते कडंला न्हेणार. नोकरी बघत बघत पुण्याला शिकणार."

"हे ब्येस हुईल." दादा हसतमुखानं बोलला. त्याला नोकरीची खुशी वाटली.

"पुनं हितनं लई लांब की?" शिवाचा काहीसा काळजीचा प्रश्न.

मी त्याची काळजी ओळखली. "एकशेबासष्ठ मैलांवर हाय. कोल्हापुरातल्या सारखं आता मला वरचेवर घराकडं यायला हुणार न्हाई. पर आठवड्यातनं दोन दीस मंगळवारी नि शुक्रवारी रात्री पावणेआठ वाजता माझा आवाज कागलातल्या कुणाच्याबी रेडिओवर ऐकायला मिळंल. मी रेडिओवरनं बोलणार हाय. शेतकीच्या प्रश्नांची उत्तरं देणार हाय. ती ऐकताना सगळ्यांस्नी वाटंल दादा घरातच हाय. मळ्यातल्या कामाचं बोलत बसलाय. म्हंजे कोल्हापुरातल्यापेक्षा जास्त वेळ तुम्हास्नी भेटणार."

"म्हंजे तू तिथं बोललेलं आम्हास्नी हितं कागलात ऐकायला येणार?" लक्ष्मीनं डोळं मोठं करीत विचारलं. कविता-वाचनाच्या कार्यक्रमाच्या वेळी तिला काही कळलं नव्हतं.

"मग? आता बघच तू. सदू घाटग्यानं रेडिओ आणलाय. तिथं जाऊन ऐका नि बघा की माझा आवाज येतो का न्हाई ते."

"पगार किती मिळणार तुला?" दादानं मुद्दामच विचारलं. "ते अजून ठरलेलं नाही. तरी दोन सव्वादोनशे तरी मिळंल."

"सव्वा दोनशे?"

"हां!"

"म्हंजे किती 'इसा' झालं?"

"अकरा इसा झालं. म्हंजे जवळ जवळ बघ, चारपाच गडीमाणसांचा रोजगार मला म्हैन्याला पडणार."

"आरं त्येच्या बायली! म्हंजे सायबाचाच पगार जाला!"

दादा अजून मनानं साहेबाच्या राजवटीत रेंगाळत होता. त्याला विसाच्या पुढं मोजता येत नव्हतं. मोजताना गोंधळ उडे. त्यामुळं 'विसा'च्या पटीत बोलत असे. पैसे मोजतानाही 'इसावर एक', 'इसावर दोन', असाच मोजी. 'पाच इसांचा शंभर, दहा इसांचं दोनशे' हे त्याला कळत होतं.

खूप गप्पा झाल्या. 'दादा आता साहेब हुणार' असं भावंडांना वाटू लागलं. ती उमलल्यागत झाली. हे सगळं मी बी.ए. पर्यंत शिकत गेल्यामुळं झालं, याचा दादाला पडताळा आला. आईला सुखाचं दिवस येतील, असं वाटू लागलं.

संक्रांत अधल्या दिवशीच होऊन गेलेली. मी पिशवीतनं पुण्याचे मोहरदार तिळगूळ आणले होते. संक्रांत पुण्यातच साजरी करावी लागल्यानं खरेदी केले होते. सगळ्यांचं तोंड गोड करावयाची इच्छा होती. संक्रांतीचा फायदा घेतला नि सगळ्यांना तिळगूळ वाटले.

रात्री बराच वेळ दिवसा गप्पा माराव्यात तसे बोलत बसलो. झोप, कंटाळा येत नव्हता... सगळ्यांना लख्ख उजाडल्यासारखं वाटत होतं. घरापुरता सूर्य उगवला होता.

हिरा दिवाळीला म्हणून आलेली. नंतर तिला कुणी बोलवायला सासरचं आलंच नाही. तिच्या नवऱ्याच्या मनात तिला नांदवावं असं दिसत नव्हतं. घरात हिरा सगळ्यांबरोबर राबून खात होती. तरीही आईला वाटत होतं तिचा संसार तेवढा उभा राहावा, तिला मूलबाळ व्हावं. ती मार्गी लागून तिचा बाईचा जन्म सार्थकी लागावा.

धोंडूचं लग्न झालं असल्यानं आता सुंदराच्या लग्नाची पाळी आली होती. तिच्यासाठी अधनंमधनं 'जागा' येत होता. पण कुणी कामगार, कुणी गवंडीकाम करणारा, कुणी सालगडी, तर कुणी दुसऱ्या लग्नाचा; अशी तऱ्हा. म्हणून मी विरोध करत होतो.

घरात सुंदरा सगळ्यांत देखणी. उजळ, गुलाबी रंगाची, रेखीव नाक, काळेभोर डोळे, तांबूस ओठ, तब्येतीनं दणकट. तिला चांगला जागा येईल, अशी मला आशा होती. म्हणून आईनं घाई करू नये, असं वाटलेलं.

मळ्याच्या काळजीनं दादाला अल्सर झालेला. पोटात अधनंमधनं भयानक कळा करत होत्या. ऑपरेशन करण्यासाठी डॉक्टरनं सांगितलं होतं. गोपातात्यानंही अल्सरचं ऑपरशन करून घेतलेलं. पण दादाला ऑपरेशन करून घेण्याची भीती वाटत होती. क्वचित कुणाचं तरी ऑपरेशन होई. तेही मोठ्या पैसेवानांच्या घरी. गोरगरिबाला ते कधी परवडत नव्हतं. गोपातात्यानं बायकोचं दागिनं विकून ऑपरेशन

करून घेतलेलं. आमच्या घरात तसं कधीच नव्हतं.

"आपरीशन नगं. खर्च झेपणार न्हाई. केलं तरी मी कायमचा अधू होऊन बसीन. मला दृष्टान्त पडलाय. दृष्टान्तात मला सांगितलंय. 'दातवण खा' म्हणून. दातवणानं माझा रोग हळूहळू बरा हुईल." दादानं उत्तर दिलं होतं. तो नेमानं दातवण खाऊ लागला होता. त्याच्या श्रद्धेला कुणीही हात घालू शकत नव्हतं.

पुष्कळ वेळा घराला उसन्या पैशांची गरज पडे. इकडतिकडचं उसनवार आणावं लागे... आता आपण घरापासनं दूर जातोय.

या गोष्टीचा विचार मनात आला नि सकाळी उठून मी मधू सणगरकडं गेलो. तो माझा गल्लीतला जुना मित्र. घोंगड्याचा आणि धान्याचा त्याचा व्यापार. ते तिघे भाऊ एकत्र राबत होते. मधू मधला असूनही घरचं कारभारीपण बघत होता. कोल्हापुरात प्रत्येक रविवारी बाजारला येत होता. घोंगडी विकून जात होता. बाजारात जाऊन मी त्याला भेटत होतो. गावाकडं काही निरोप असला तर देत होतो. घराकडनं त्यानं काही आणलं तर नेत होतो.

त्याच्या घरी जाऊन त्याला तिळगूळ दिले. तोंड गोड केलं. रेडिओच्या नोकरीचं सांगितलं. त्याला आनंद झाला.

चहा पिताना मी म्हणालो, "मधू, मी आता पुण्याला जाणार. माझं घर तुझ्या जिवावर सोडणार. माझ्या घरच्या सगळ्या माणसांचा स्वभाव तुला माहीत आहे. तेव्हा आमच्या घराकडं आठवड्यातनं एकदा-दोनदा तरी जात जा. काही भांडणं झाली तर मिटवत जा. आजारपाजार, कोर्टकचेऱ्या असतील तर लक्ष घाल. गरज पडली तर आईला चार पैसे उसने दे. मला कळव. मी ते तुला पाठवीन."

"हिकडची काय काळजी करू नको. फुडची वाट फुडं धर. आम्ही शिक्षण कवाच सोडून धंद्यात पडलो. निदान तू तरी शिकतोस. बरं वाटतंय– आमचा दोस्त आता रेडिओवर जाणार, याचा अभिमान वाटतोय. तू आता मागं हटायचं न्हाई. मी तुझ्या घरचं सगळं बघतो. माझंच घर असं समजून वागतो. तुझ्या जागी मी हितं हाय, असं समज."

मधूवर सगळा भार ठेवून मी उठलो.

नाईक गुरुजींच्याकडं जाऊन आलो.

नवे कपडे घालून दिवसभर सगळ्या वडिलधाऱ्या संबंधितांना, बरोबरीच्या मित्रांना भेटलो. मामा, तात्या, आत्ती या माझ्या गणगोतांना भेटलो.

संध्याकाळी चारच्या सुमाराला मळ्याकडं गेलो. मळा जागच्या जागी खूप वृद्ध झालेल्या पणजोबासारखा शांत. पोरंढोरं त्याच्या अंगाखांद्यावर कामं करत होती. दादा मोटेवर होता.

तासभर मोट मारावंसं वाटलं. बैलांना एकही फटका न मारता दीस बुडेपर्यंत

मोट मारली.

दीस पार मावळला. मोट डोणग्यात ओढली. बैलं सोडायला गेलो तर बाळा बैल मूसऽऽ करून धावूनच आला. एकदम दचकलो.

"अगं बाई गंऽ!" आई ओरडली, हातपाय धुऊन ती घराकडं निघाली होती. "थांब, मालकाला बोलीव. नव्या कापडांस्नी बैल भुजतोय त्यो."

मी दादाला हाक मारली. बैल नव्या, खळण्या कपड्यांना बुजतोय, ते माझ्या ध्यानात नव्हतं नि अंगावर नवे कपडे आहेत, हेही ध्यानात नव्हतं.

दादानं बैलं मांडवात नेऊन बांधली.

मी दादाची जुनी कापड अंगावर घालून दोन्ही बैलांच्या अंगावरनं हात फिरवून पाठीवर थोपटलं. बाळ्या बैलाचं अंग जास्तच घासून काढलं.

"का रे बाळ्या? चिडलास माझ्यावर? गाव, मळा सोडून नोकरीला चाललोय म्हणून राग धरलास का काय?"

.... क्षणभर गहिवरल्यागत झालं.

मी घराकडं जायला निघालो.

विहिरीच्या खालतंवरतं उसाचं नि माळव्याचं गारेगार रान पसरलं होतं. त्याकडं बघत जड पावलं घराच्या दिशेनं उचलत वाट चालू लागलो... पाठीमागं पडणारी वाट आता बरेच दिवसांत भेटणार नाही, याची रुखरुख लागून राहत होती.

गल्लीच्या वळणावर विठोबा दिवाणजी लगालगा कुठंतरी जाताना दिसले. सकाळी त्यांची गाठ घेण्याचा प्रयत्न केला होता. पण घरात, ऑफिसात, गिरणीत कुठंच दिसले नव्हते. म्हणून ते दिसल्याबरोबर त्यांना हाक मारली. नमस्कार केला. रेडिओवर नोकरी लागल्याचा नि उद्याच पुण्याला जात असल्याचं त्यांना सांगितलं. शिक्षण सोडणार नसल्याचंही सांगितलं.

"झकास केलंस, पोरा. आईबाऽचं नाव काढशीलच, पर गावाचंबी नाव काढ. पुणं जितून ये. महात्मा फुल्याची पुस्तकं वाच, शाहू महाराजाचं समाजकार्य समजून घे. शिक्षण सोडू नकोस. चांगला पीएच.डी. हो. त्या खुळ्या रतनूचं ऐकलं न्हाईस, ते बरं केलंस... आणि नुसती विद्या शिकू नको, तिची जोपासना करायला शीक. माझी पोरं बघ त्येच्या भणी! सगळी परिस्थिती राजासारखी असूनबी कुणी शिकत न्हाईत. उंडग्यासारखी नुसती हिकडंतिकडं हिंडून खात्यात. सगळी लड्डु निघाली. काय करू? ....जातो, जरा घाईचं काम हाय."

विठोबा दिवाणजी माझे चाहते होते. लहानपणापासनं त्यांनी शिकायला प्रोत्साहन दिलं होतं. फुले-शाहू महाराजांचे अभिमानी. शिक्षणाबद्दल अतोनात प्रेम. घरात उद्योग मोठा. शेती, गिरणी, ट्रॅक्टर, इंजिनं, वर्कशॉप, गुऱ्हाळं करणं, शेतकऱ्यांची रानं नांगरून देणं, असे विविध धंदे, त्यामुळं घरात पैसा भरपूर येई. विठोबा

आण्णांना बारा मुलं. त्यात पाच मुलगे. बहुतेक मुलींचे जावईही त्यांनी कागलात आणून उद्योगधंद्याला लावलेले. मोठा मुलगा उद्योगशील. बाकीची मुलं किरकोळ कामं देखरेख करत हिंडत. दिवाणजींना वाटे, निदान खालच्या मुलांनी शिकावं. तुकाराम नि आबाजी कुणीच एस.एस.सी.च्या पुढं गेलं नाही, याचं त्यांना दुःख होतं. मी जेव्हा जेव्हा भेटेन तेव्हा ते आपलं दुःख व्यक्त करायचे नि मला 'शीक' म्हणायचे.

मी जिद्दीनं पुढं शिकत चाललो होतो. ऐन पंचविशी सुरू झालेली. पुण्यात नोकरीचा जम बसला तर तिथं मुक्काम पडणार होता. चाकोरी रुळली तर शहरवासी होणार होतो. घरापासून, गावापासून कदाचित कायमचा दूर जाणार होतो. शिक्षणानं मी खेड्याला घनिष्ठपणे जोडणार होतो की शहराला शरण जाऊन पांढरपेशीपणा पत्करणार होतो? मातीला माझ्यात सामावून घेणार होतो की उसळी मारून शहरी हवेल्यात अंतराळी फिरणार होतो?... या प्रश्नांची उत्तरं काळाशी दोस्ती करत माझी मलाच शोधायची होती.

रात्रीची जेवणं झाल्यावर मी नि आई दोघेच बोलत बसलो. पुण्यात माझी कशी व्यवस्था होणार, याची चिंता तिला लागलेली.

"काळजी करण्याचं काय कारण न्हाई, आई. रत्नागिरी-कोल्हापुरात माझी मी व्येवस्था केलीच न्हवं? आता तर नोकरी करणार हाय. हातात पैसा येणार. तिथं सुधाकर पाटील माझा दोस्त हाय. प्रसंग पडला तर पु. ल., सुनीताताई यांचीबी मदत घेईनच. ते माझ्या पाठीशी असल्यामुळं मला कशाचीच काळजी न्हाई. तू निर्धास्त ऱ्हा."

आईला जडभारी वाटत होतं. नोकरी मिळाली असली तरी मी लांब जाणार हे तिला सोसत नव्हतं. ती काही बोलली नाही. चौकटीकडं बघत शांत बसून राहिली.

मी भावंडांकडं वळलो.

घटकाभरानं झोपी गेलो.

आई भल्या पहाटे उठली. तिचं जातं घरघरू लागलं नि मला जाग आली. दूर कुणाचं तरी कोंबडं आरवताना ऐकायला येत होतं. गावात नीरव शांतता पसरलेली. घरात भावंडं गाढ झोपलेली. आईच्या जात्याचीच घरघर तेवढी सगळीकडं भरून राहणारी.

ठाणवीवर दिवा ठेवून खाली मान घालून ती दळायला बसली होती... लयदार घरघर सुरू झालेली. सगळा सोपा घरघरीनं भरू लागला. सोप्यातली वस्तू नि वस्तू बारीक हदरू लागली. मलाही हलू-हदरू लागल्यासारखं वाटलं.

....आईच्या शरीरातही सगळी घरघर शिरू लागली. अंगात देव येण्यापूर्वी माणूस जसं आंघोळ करून देवासमोर डोळे मिटून, खाली मान घालून, हात जोडून,

मन एका ठायी आणून घुमं होऊन बसतं, तशी ती जात्यावर झुकून, डोळे मिटून जातं ओढत होती. जणू अंगात घरघर शिरावी म्हणून दान मागत होती... दळणाच्या आरंभी तिचं हे नेहमीचं असे.

जराशानं तिच्या घरघरीला शब्द फुटू लागले. बारीक घोळदार उंच जाणारा आवाज ती जात्यावर बसल्यावरच फक्त तिच्या कंठातून येई. त्यामुळं ती जात्यावर वेगळीच वाटे.

संथ लयीत घरघरीचा नादावर ती ओवी गाऊ लागली.

– जात्या ईसवराऽ, सांगू तुला किती मनऽ
  तुझ्या पेडात भरडतीऽ माझ्या हुरदीचं दाणंऽऽऽऽ
– जात्या ईसवराऽ, सांगून सांगू कितीऽ
  तुझ्या पिठात पांढरीऽ माझ्या जल्माची रं मातीऽऽऽऽ
– जात्या ईसवराऽ, सांगून सांगू कुणाऽ
  तुझ्या पिठात पांढऱ्याऽ माझ्या जल्माचा रं चुनाऽऽऽ
– सीताबाई, तुलाऽ सांगू तरी दुःखं कशीऽ
  तुझ्या अंगणी लागल्याऽ माझ्या कष्टाच्या गं राशीऽऽऽ

... आईनं घोळून घोळून कडवी म्हटली. आलटून पालटून पुन्हा म्हटली. ह्या चारी ओव्या तिच्या आयुष्याचं धृपद असल्यासारख्या होत्या. दळायला बसली की ती ह्या दळणारंभी हमखास म्हणे. मग सुचेल तसं बाकीचं म्हणत असे. एखादी नवी ओवी म्हटली की एकदोन घास जात्याच्या तोंडात तसेच जात. पुढच्या ओवीची रचना या काळात तिच्या मनात होत असावी. ती झाली की ती हळूच घास घाली. जात्याला तंबोऱ्यासारखी ठळक लयदार घरघर लावी नि पुढची ओवी म्हणे.

... घरात दादाशी भांडली, दादानं तिला मारपीट केली, खूप खूप कढ मनात आले, जात्यावर न बसताच अनेक दिवस गेलेले असले की ती पहाटे दळायला बसे. जात्याला, मनातल्या भावना, कढ, दुःख सांगून मोकळी होई.

दळताना तिचं अंग खूप घामेजून येई. नाकाच्या शेंड्यावर, नाकपुड्यांच्या दोन्ही बाजूंनी तिच्या चेहऱ्यावर घामाचे बिंदू नथीतल्या मोत्यासारखे जमत.

... जातं तिचं ईश्वर होतं. त्याच्याजवळ तिला मनाचा सूर लावून सगळं सांगता येत होतं. जातंही ते मनापासून ऐकून घेत होतं. जणू एकेक घास हे त्याला वाहिलेलं दुःखाचं फूल असे. तिच्या दुःखाभोवती, आतड्याच्या खोलातून आलेल्या कढांभोवती जातं घेर धरून जणू तिच्या जिवाची घागर फुंके. जातंच तेवढं तिला जिवाभावाचा सोबती वाटत असावं. दुसऱ्या कुणाजवळ ती आपली दुःखं सांगणार?

... सीताबाईलाही ती दुःखं सांगत असे. आरंभी आरंभी मला वाटे; हे तिच्या

मैत्रिणीचं किंवा माहेरच्या शेजारणीचं नाव असावं. पण ही सीताबाई म्हणजे आदर्श पुरुष रामचंद्राची वेदनामूर्ती पत्नी, नि सोस सोस सोसणाऱ्या धरतीमातेची ती कृषिकन्या होती, याची नंतर समज आली. या सीतेच्या अथांग अंगणात आईच्या दुःखांच्या गोण्या थप्पीथप्पीनं रचल्याचं चित्र मी मनासमोर रेखाटत असे. त्या थप्प्यांच्या डोंगराएवढ्या मोठ्या मोठ्या अनेक राशी होतील, असं वाटे. स्त्री दुःखांची आदिस्वामिनी फक्त सीताबाईच. जणू ती सर्व स्त्रियांना संसारात एखाद्या श्रीमंत धनिणीप्रमाणं समबुद्धीनं सतत दुःख वाटून देत असावी, अशी माझी कल्पना होई.

दोन चार घास मधे मोकळे गेले नि आईला हुंकार फुटला–

ल्योक चालला परगावाऽ
बाई, पोशाख अंगी नवाऽ
देवाफुडच्या अंगाऱ्याचाऽ
सोन्या लेकीनो, टिळा लावाऽ
ल्योक चालला परगावाऽ
त्येचा पोशाख अंगी नवाऽ
बैल भुजून मारंल ईऽ
धनी, तुम्हीच दावं लावाऽऽऽऽ.

आईच्या या अनपेक्षित ओव्यांनी मी अंथरुणातच शहारून गेलो. घोळून घोळून ती ओव्या म्हणताना मी पांघरुणाखाली मुसमुसू लागलो. काल संध्याकाळचा प्रसंग वेगळंच रूप घेऊन मनासमोर उभा राहिला. आईच्या खोल जिवातली मजविषयीची चिरकाळजी मला जाणवू लागली. कुलदैवतांनाही तिनं ती सुचवली नि अंगाऱ्याचा आशीर्वाद मागितला.

पुन्हा दोन घास मधे तसेच गेले. मग ती हुंकारली.

– बाई, म्हंबई शेरातऽ
कुणी देवदूत फुलंऽ
माझ्या लेकाच्या कळीचंऽ
त्येच्या वंजळीत झालं फूलऽऽ
– बाई, म्हंबई शेरातऽ
कुणी देवावणी बयाऽ
माझ्या लेकाची घातलीऽ
न्हाऊ गंगेत तिनं कायाऽऽ

मी चमकलो. मुकाट पडून राहणं अशक्य झालं. डोळ्यांतून घळाघळा पाणी

वाहू लागलं.

... आईला माहीत होतं की माझं सगळं शिक्षण व्यवस्थित होण्याच्या मुळाशी कोण आहे. त्यांना तिनं आपल्या जिवातली फुलं अशी अचानक वाहिली....

अनावर झालं तरी मी पडून राहिलो... तिचा लागलेला सूर बिघडवू नये, असं वाटू लागलं.

आणखी बरंच काहीबाही गायिली.

वेळ कसा गेला कळलं नाही.

दळण झालं नि तिनं हाक मारली; "आन्दाऽ"

"अंऽऽ!"

"उठतोस न्हवं? बाहीर भगटल्यागत झालंय."

तिचा आवाज ताजा टवटवीत झाला होता. मनाचा निचरा होऊन ते स्वच्छ झालेलं होतं.

मी उठलो. मन आवरून उद्योगाला लागलो. कोल्हापूरला लौकर निघायचं होतं. तरी चहा पिता पिता आईची गंमत करावी म्हणून तिला म्हणालो; "तुझ्या मघाच्या दोनतीन वव्या झकास हुत्या. त्या मी घोकून पक्क्या आठवणीत ठेवल्यात, पु. ल. नि सुनीताताईस्नी त्या कळवू काय?"

"त्या नि कशाला?" ती हसत हसत म्हणाली.

इतकी सहज बोलली की जात्यावरची आई नि ही चुलीपुढची आई मला वेगळी वेगळी वाटू लागली. जणू ती सुचवीत होती की जात्यावरचं जात्यावर विसरायचं नि व्यवहारात 'ती मी न्हवंच' म्हणून वागायचं. 'सुख सांगावं पित्याला नि दुःख सांगावं जात्याला;' असं ती नेहमी म्हणे. मला वाटे पित्याशी यमक जुळतं म्हणूनच केवळ इथं 'जातं' आलंय. पण ते तसं नव्हतं. पुरुषप्रधान संस्कृतीच्या जन्मपेठीत जखडलेली ती स्त्री होती. दगडाला ईश्वर मानून त्यालाच दुःख सांगायचं व्रतही स्वीकारलं होतं.

आईच्या अशा कितीतरी ओव्या वाऱ्यावर गेल्या होत्या. माझ्याकडून त्या टिपून ठेवणं कधीच झालं नाही. पण या दोन-तीन ओव्या मात्र मी त्या पुनः पुन्हा गुणगुणू लागलो.

सकाळी देवाला नमस्कार करून अंगारा लावला नि कोल्हापूरला आलो. बरीच निरवानिरव करायची होती. आलो नि उद्योगाला लागलो.

प्राध्यापकांना भेटून निरोप घेतला.

राजाराम कॉलेजच्या मराठी एम.ए. सेंटरचे प्रमुख प्रा. श्री. शं. खानविलकर होते. त्यांना वस्तुस्थिती सांगणं जरूर होतं. ज्युनिअर एम.ए. ची परीक्षा कॉलेजच घेणार असलं तरी जानेवारीचा पंधरवडा नि फेब्रुवारी सगळा महिना मी गैरहजर

राहणार होतो. मार्चमध्ये अभ्यासक्रम पूर्ण झाल्यावर सुट्टी पडणार होती. परीक्षाही साधारणपणे मार्चच्या नऊदहा तारखांना होऊन जात होत्या. म्हणजे दीडएक महिना अनुपस्थित राहण्याची परवानगी काढावी लागणार होती; नाही तर फॉर्म भरताना अडथळा आला असता. म्हणून प्रा. खानविलकरांना गाठलं. नोकरीची बातमी सांगितली. बाकीच्या प्राध्यापकांना माझ्या रेडिओवरील नोकरीचा आनंद झाला होता. रेडिओवर अधिकारी म्हणून जाणं ही सर्वांना सुवर्णसंधी वाटत होती. अतिशय दुर्मिळ जागेची ती प्राप्ती वाटत होती. सांस्कृतिक प्रबोधनाचं ते एकमेव महत्त्वाचं माध्यम होतं.

पण प्रा. खानविलकर मात्र उखडले. म्हणाले; "तू जा. खुशाल नोकरी कर. पण तुझी इथं अनुपस्थिती लागेल. परिणामी तुला ज्युनिअर एम.ए.च्या परीक्षेला बसता येणार नाही. त्यामुळं तुझी टर्म ग्रँट होऊ शकणार नाही."

त्यांची खूप मनधरणी केली. पण ते ऐकेनात. ते सूचकबोचक बोलू लागले. मग माझ्या लक्षात आलं की त्यांचा माझ्यावर राग आहे... लेक्चरच्या तासाला ते अवांतर गप्पा खूप मारायचे, विषयाला मनापासून कधीच हात घालायचे नाहीत. स्वत:विषयी अवाच्यासव्वा बोलायचे. काटकसरीनं आणि गांभीर्यानं वेळ वापरणाऱ्या माझ्यासारख्याला तो वेळ वाया चालला आहे, असं मनापासून वाटायचं. त्यामुळं मी त्यांच्या तासाला अस्वस्थ होऊन जाई. मित्राकडं बघून क्वचित हसे. हेतू असा की सरांच्या ते लक्षात यावं आणि ते शिकवण्याच्या विषयाकडं वळावेत. अधनंमधनं त्यांच्या 'थापा नि गप्पा' मारण्याच्या प्रवृत्तीची वर्गात चर्चाही केली गेली होती. अनेकांना त्यांच्या या गोष्टी आवडत नसत. पण केंद्रप्रमुख असल्यामुळं सगळ्या विद्यार्थ्यांच्या शेंड्या त्यांच्या हातात होत्या. त्यामुळं कुणी बोलत नसत. तरीही कुणीतरी या गोष्टी त्यांना सांगण्याची गरज होती; म्हणून मी डॉ. भिंगारे यांच्या कानावर या गोष्टी घातल्या. त्यांच्या एकूण शिकविण्याविषयी बोललो. त्यांनी ती त्यांच्या कानावर एकदा घातली होती... एकदा सणक येऊन धीटपणानं मी कधी नव्हे ते 'थापांचा तास' असं त्यांच्या तासाअगोदर येऊन फळ्यावर लिहिलं होतं. एकदोघांनी ते पाहिलंही होतं– हे सगळं कोण करतंय हे त्यांच्या कानावर गेलं असावं. म्हणून त्यांनी अगोदरच 'तुला परीक्षेला बसता येणार नाही' अशी वॉर्निंग मला स्पष्टपणे दिली.

मी ही सगळी वस्तुस्थिती डॉ. भिंगारे यांना सांगितली. भिंगारे सर खमके होते. ते म्हणाले, "तुझा तू रेडिओवर नोकरीला जा. अभ्यास मात्र कर. पेपर्स उत्तम लिहिले पाहिजेस. ज्युनिअरच्या परीक्षेला येऊन बैस. त्या अगोदर मला एक पत्र पाठव. पुढची सगळी व्यवस्था मी करतो. तू काही काळजी करू नकोस. खानविलकर माझं कसं ऐकत नाही, ते बघतो. तू निश्चिंत मनानं जा."

मला धीर आला नि मी नमस्कार करून बाहेर पडलो.

प्रा. एस. एस. कुलकर्णी यांच्या पत्नी सौ. सुधाताई कुलकर्णी या सरांच्या मागोमाग वर्षभरातच अमेरिकेला गेल्या होत्या. त्यामुळं नूतन बालशिक्षण संघाच्या बालवाचनालयाची सूत्रं सौ. मंदाताई टेंबे यांच्याकडं आली होती. त्यांना भेटून वाचनालयाचं कपाट, पुस्तकं, इतर सामान ताब्यात दिलं. त्यातनं मोकळा झालो.

झपाझप सगळ्या मित्रांना भेटून त्यांचा निरोप घेतला. उद्या सकाळी पुणे गाडीनं जाणार असल्याचं सांगितलं. संध्याकाळी चारच्या सुमाराला बोर्डिंगवर येऊन जानेवारी महिन्याचं बोर्डिंगचं भाडं आणि जेवणखर्च देऊन त्याच्या पावत्या घेतल्या.

अपेक्षित सगळी कामं झाली म्हणून एल. बी. रायमानेला बरोबर घेऊन चहा प्यायला गेलो. तसं जाण्याची गरज होती. त्याला माझा मानसिक आधार खूप वाटे. मनानं अतिशय सज्जन, प्रांजळ आणि ध्येयनिष्ठ होता. वागण्यात अतिशय संयम, सुसंस्कृतपणा.

त्याच्या या स्वभावामुळं मला तो अतिशय आवडे. माझी सगळी आर्थिक ठेव त्याच्याकडं असे. वर्गात किंवा ग्रंथ वाचताना मनात निर्माण झालेल्या शंका किंवा मते तो मला सांगे किंवा विचारी. माझ्या नोट्स आणि इतर टिपणं मी त्याला देत असे... या पार्श्वभूमीवर मी जाणार असल्यामुळं त्याला उदासवाणं वाटत होतं. ऐन परीक्षेच्या काळात मी त्याला एकटाच सोडणार, याची मला खंत वाटत होती. म्हणून काही जिवाभावाचं, घराचं त्याच्याशी बोलावं, असं वाटत होतं.

संध्याकाळी सहाच्या सुमाराला व. ह. पिटके यांच्याबरोबर रंकाळ्यावर फिरायला गेलो. रंकाळ्यावर जाईपर्यंत त्यांना पुण्याच्या मुक्कामात काय काय घडलं ते सविस्तर सांगितलं.

रंकाळ्याच्या पूर्वेच्या कठड्यावर येऊन बसलो. पश्चिमेच्या टोकाचा रम्य शालिनी पॅलेस स्वप्नासारखा दूरस्थ, गूढ, धूसर प्रकाशात अस्पष्ट, मोहक दिसत होता. त्याचं त्याच्याहून सुंदर प्रतिबिंब तलावात पडलेलं... माझ्या खोलवरच्या मनातलं काहीतरी संगमरवरी तिथं आकारलंय असं क्षणभर वाटलं.

बोलता बोलता पिटक्यांनी मला प्रश्न विचारला. ''यादव, पूर्वीपासनं तुम्ही म्हणताय की, वाङ्मयाच्या क्षेत्रात मला काहीतरी करून दाखवायचं आहे. आता तर तुम्ही ऐन पंचविशीत आहात. व्यंकटेश माडगूळकर, रणजित देसाई हे तर त्यांच्या ऐन विशीपासनं कथा प्रसिद्ध करू लागले नि पंचविशीत त्यांचे कथासंग्रह प्रसिद्धही झाले. म्हणजे या वयात त्यांच्यासमोर 'आपण काय करणार आहोत' हे स्पष्ट झालेलं होतं. तसं तुमच्या मनासमोर कोणतं चित्र आहे? निदान त्याचा कधी विचार केलाय की नाही?''

''प्रश्न अवघड आहे. पूर्वी तुम्ही हा कधीच विचारला नाही. तसा विचारला असतात तर त्याचा अगोदरच विचार करून ठेवला असता नि आता सांगितलं असतं.''

"हा प्रश्न आत्ताच विचारला, याचं कारणही तसंच आहे. तुम्ही आता पुण्याला जाणार. तुमच्या नोकरीचं ऑफिस हे मराठी साहित्यिकांच्या भेटीचं केंद्र असल्यासारखं आहे. तिथं तुम्ही रमणार; म्हणजे तुम्ही पुणेकर होणार. तिथं भेटणाऱ्या ज्येष्ठ मंडळींच्या संस्काराखाली जाण्यात फायदा आहे आणि एक धोकाही आहे. त्यांच्याशी बोलताना, चर्चा करताना निश्चितपणे त्यांचे संस्कार तुमच्यावर होणार. तो फायदा आहे. पण ते संस्कार फारच जास्त झाले तर तुम्ही त्यांच्या अनुकरणात सापडाल आणि स्वत्व गमावून बसाल. म्हणून म्हणतो तुमचं स्वत्व तुमच्या मनाशी आधीच स्पष्ट झालेलं असावं. तसं ते आहे की नाही, हे विचारण्यासाठी प्रश्न विचारला."

पिटक्यांच्या या बोलण्यानं मी गडबडून गेलो. मी असा विचार कधी केला नव्हता. मला फक्त पुण्याचे फायदे दिसत होते. त्यातला धोका कळला नव्हता. मी त्यांना अडखळत म्हणालो, "तुम्ही म्हणताय त्या धोक्यापासनं मी सावध राहीन."

"नुसतं सावध राहून भागणार नाही. तुमच्या व्यक्तिमत्त्वाचं वेगळेपण, तुमचा जीवनविषयक दृष्टिकोन या गोष्टी तुम्हाला एक साहित्यिक म्हणून शोधाव्या लागतील, नाही तर नुसतेच लिहित राहाल. त्याला काही अर्थ नाही. लेखन वेगळेपणानं उठून दिसण्याची गरज आहे. त्यासाठी तुमच्या आसपास जे लेखन करतात त्यांच्या लेखनाचा डोळसपणानं अभ्यास करण्याची गरज आहे."

"माझ्या वाचनातून तो होत असावा. पण मी आता तो अधिक जाणीवपूर्वक करीन. चांगल्या लेखकाचं साहित्य कसून वाचत जाईन. माझ्या वेगळेपणाविषयी माझ्या जाणिवा तुम्ही म्हणताय तशा अजून जागृत आणि सावध झालेल्या नसल्या तरी काही गोष्टी मनाशी स्पष्ट आहेत. एक तर माझं व्यक्तिमत्त्व हे खास माझंच असणार. त्याची मी अभ्यासपूर्वक जोपासना केली तर माझं साहित्य वेगळं होईल."

"वेगळं म्हणजे नेमकं कुठं, कसं?"

"ते अजून माझ्यासमोर स्पष्ट नाही. हळूहळू आता मी त्यावर विचार करतो; म्हणजे मग ते कुठं, कसं वेगळं होऊ शकेल, याची मनाशी स्पष्टता होईल." मी अटकल्यागत झालो. पुढं काहीच बोलायला सुचेना. म्हणून धाडकन म्हणालो; "पण मी माझा प्रदेश, तिथली माणसं, माझ्या परिसरातील ग्रामीण संस्कृती टिपणार आहे. तिचं जे काही वेगळेपण असेल ते साहित्यात येईलच की... माझी खरी प्रेरणा केवळ वेगळेपण एवढीच नाही. त्याच्याबरोबरच मी जे अनुभवतो आहे, ते मळे, शेतं, माती, माणसं, त्यांच्याविषयींचं माझं चिंतन हेच आज तरी मला महत्त्वाचं वाटतं."

"ते ठीकच आहे. तो वेगळेपणा प्रत्येकाच्या साहित्यात असतोच. तसं पाहायला गेलं तर आपलीच एक कथा आपल्या दुसऱ्या कथेपेक्षा काही प्रमाणात वेगळी असते पण हे वेगळेपण तसं महत्त्वाचं नसतं. आपलं वेगळेपण हे खास महत्त्वाचं

वेगळेपण असलं तरच लेखक साहित्याच्या क्षेत्रात उभा राहू शकतो. मग ते जीवनाचं असो किंवा साहित्यिक गुणधर्माचं असो.''

बराच वेळ मिणमिणत्या बल्बच्या पिवळ्या उजेडात बोलणी चालली होती. गप्पा मारत मारतच परत जायला निघालो.

पिटक्यांचं घर आल्यावर त्यांचा निरोप घेतला. ''आजच्या गप्पा फारच चांगल्या झाल्या. कधी विसरू शकेन असं वाटत नाही आणि तुमच्या प्रश्नाचं उत्तर शोधल्याशिवाय चैनही पडेल असं वाटत नाही. आता मी उद्या पुण्याला जाणार. मी पत्र पाठवत जाईनच. पण तुम्हीही पाठवत चला.''

''जरूर. पुण्यात गेल्यावर तुम्हीही आम्हाला विसरू नका. कोल्हापूरला विसरू नका. विसरलात की तुमच्या पतंगाची दोरी तुटलीच म्हणून समजा.'' ते खळखळून हसले.

''मुळीच विसरणार नाही.'' म्हणून मी हसत हसत त्यांचा हात हातात घेतला.

एरवीही गप्पा होत. पण या बोलण्यामुळं मी ढवळून निघाल्यासारखा झालो... साहित्यनिर्मिती करणं काही साधी गोष्ट नाही. उचलली लेखणी की लावली कागदाला हे काही साहित्य नव्हे. प्रत्येक गोष्टीचा छडा लावला पाहिजे. उलटसुलट आपणच आपली तपासणी केली पाहिजे. तर काही हातून होईल. नाहीतर मजकूर खरडलेल्या कागदांच्या थप्प्या म्हणजे आपलं साहित्य होईल.

मी बोर्डिंगवर परतलो. विचारांचा खेळ मनाशी सुरूच होता. माझ्या वेगळ्या व्यक्तिमत्त्वाचा शोध घेणं मला अटळ वाटू लागलं.

दुसरे दिवशी पुणे गाडी सकाळी पकडायची होती. म्हणून मी लौकर झोपी गेलो... पिटक्यांचं बोलणं मनात जोरजोरात घोंगावू लागलं. रंकाळ्याकाठीच असल्यासारखं वाटू लागलं. मधूनच गावाकडचं घरदार, माणसं, मळा, पिकं, झाडं आठवू लागली. डोक्यात सगळं घुसळल्यासारखं होत होतं. तरीही गप्प पडून राहिलो.

... पहाटे जात्याची मोठी घरघर ऐकू येऊ लागली. इकडं तिकडं पाहिलं. माझ्या गावाच्या उत्तरेला लक्ष्मीमातेचं देऊळ असलेल्या डोंगराच्या कुशीत एका झाडाबुडी मी झोपलो होतो. शेजारी प्रचंड डोंगर मांडी घालून दळायला बसलेला. जातंही तेवढंच प्रचंड. जणू ते गावाच्या पूर्वेच्या विस्तीर्ण माळाचं केलेलं. त्यात काय दळलं जात होतं कळत नव्हतं. पण मोठा गडगडाट ऐकायला येत होता. युगंयुगं दळण चालल्यागत वाटत होतं.

डोंगराच्या शिखराकडं पाहिलं. शिखराच्या माथ्यावर छोट्या देवळाचा मुकुट झालेला. त्याखाली लक्ष्मीमातेचा चंद्रासारखा पिवळाधम्मक उजळ चेहरा डोंगराला फुटलेला. पांढऱ्या ढगांनी क्षितिज सजलेल्या आभाळाखाली ती पहाटेच्या दुधी प्रकाशात दळत होती. आईसारखा सूर काढून ओव्या म्हणत होती. भोवतालची

नि:शब्द झाडी कान देऊन ऐकत उभी–

... सोनं चाललं परगावाऽ
हिर्वा पोशाख अंगी नवाऽ
धनी, त्येच्या कपाळी होऽ
माझ्या मातीचा टिळा लावाऽऽ....

मला हडबडून जाग आली. अंगातून विजेची चमक निघून गेल्यासारखा धक्का बसला. अंथरुणावरच मी उठून बसलो... दोन वर्षांपूर्वी कॉलेजच्या नियतकालिकात प्रसिद्ध झालेली माझी कविता मला एकाएकी आठवली. माझ्या वाहिन्यांतून वाहणारं रक्त तांबडं नसून हिरवं असल्याचा पुन्हा प्रत्यय आला. माझ्या धमन्या-रोहिण्यांची पाळंमुळं गावाच्या माळागाळांतून, डोंगर-दऱ्यांच्या कातळांचे मणके गोवून घेत, मातीच्या काळजाचा ठाव शोधत जाणारी आहेत, याची फिरून एकदा जाणीव झाली. मी ताडकन उठून झाडासारखा उंच भक्कम उभा राहिलो. हिरवा सळसळू लागलो.

.... ओवी आठवून पुन: पुन्हा गुणगुणू लागलो. तिचा एकेक शब्द हिऱ्यामाणकाचा वाटला. त्या देखण्या उजेडात अंत:करण गाभाऱ्यासारखं झळाळून गेलं. पिटक्यांच्या कूट प्रश्नाचं संपन्न उत्तर त्या गावमातेनं मला लावलेल्या मातीच्या टिळ्यानं दिल्यासारखं वाटलं... तो दोन्ही आयांचा वारसा होता. नव्या पोशाखासारखा तो अंगावर घेऊन मी विकासाच्या गावा निघालो होतो.

◆

एकोणतीस

सकाळी लक्ष्मीपुरी स्टँडवर निरोप द्यायला कमलाकर दीक्षित, ज. वा. जोशी, एल. बी. रायमाने आले होते. गोखले कॉलेजमधनं एम.ए. मराठीला बसणारा मी एकटाच होतो. त्यामुळं मला ज्युनिअर एम.ए.च्या अभ्यासाला लागणारी बरीच पुस्तकं मी गोखले कॉलेजातनं घेतली होती. फेलो असल्यामुळं मला ती मिळू शकत होती. पत्र्याची ट्रंक जवळजवळ त्यांनीच भरलेली. बरोबर वळकटी, कपडे नि लेखनाच्या ताज्या वह्या एवढं सामान घेतलेलं.

जोशी-दीक्षित पुण्यातील रेडिओ अधिकाऱ्याचं माझं काल्पनिक चित्र रेखाटत खट्याळपणा करत होते. मी मोठा अधिकारी झाल्यावर जोशी-दीक्षित यांना कसा जुमानणार नाही, ओळखही दाखवणार नाही, याचे काल्पनिक प्रसंग संवादरूपानं रंगवत होते. मी उत्साहानं ऐकत होतो. मनोमन फुलून येत होतो. रायमाने तटस्थ राहून आनंद घेत होते.

गाडीची वेळ झाली.

गाडी सुरू झाल्यावर दीक्षितांनी शेवटचा विनोद केला.

''सायेब, गरीब कोल्हापूरकरास्नी इसरू नका. कधी आलो तर वळख ठिवा. पत्तर पाठवा.''

''व्हय व्हय. कोल्हापूर तेवढं इसरू नका बघा.'' जोशी.

गाडी हालली.

कोल्हापुरातील माझा शेर संपला... भिंगारे, गं. वि. कुलकर्णी यांचा सहवास आता संपल्यातच जमा. एस.एस.के. तर अमेरिकेला अगोदरच निघून गेले. ही तीन दैवतं म्हणजे माझ्या देव्हाऱ्यातील दत्तात्रयाची सुंदर मूर्ती. यांनी आंबट आंब्याची अढी घातली नि मला पिकवण्याचा प्रयत्न केला...

शांतपणे, वैचारिक पद्धतीनं विषयाची मांडणी करणाऱ्या भिंगारेसरांचं शिकवणं माझ्या बुद्धीला तल्लखपणा आणी; तर गं. वि. कुलकर्णी सरांच्या संस्कृत शिकवण्यात बुद्धीच्या तेजापेक्षा भावनेचा गोडवा मला नेहमी अधिक जाणवे. रसाळपणे कवितेचा आस्वाद घेत, काव्य खुलवत शिकवण्याची त्यांची हातोटी मला आत्मसात करावीशी वाटे.

परिचय वाढत गेल्यावर मी प्रा. गं. वि. कुलकर्णी यांच्या घरी विशेष जाऊ

लागलो. ते मोठमोठ्या आध्यात्मिकांचे विचार गुणग्राहकतेनं सांगत. त्या अंगानं जीवनाचं सार सांगत. माणसातील सात्त्विकवृत्तीविषयी त्यांना अधिक आस्था. तर्कापेक्षा प्रेममय अंत:प्रेरणा, श्रद्धा, भावना त्यांना महत्त्वाची वाटे. जीवनातील गूढतेवर त्यांचा विश्वास असे. ...ते बोलत असताना, आपणास काहीतरी खूप कळतं आहे, असं वाटे.

पण ते उत्कट क्षण संपले की वास्तव जीवनाला सामोरं जावं लागे. त्या वास्तवजीवनाचे प्रश्न वेगळे असत. त्यांची उत्तरं वेगळी मिळत. त्यांची अध्यात्माशी सांगड घालता येणं अशक्य होऊन बसे. त्यामुळे रोज ज्याला सामोरं जावं लागतं ते बाहेरचं वास्तव खरं की मनातलं अध्यात्म खरं? दोन्हीचा मेळ कसा घालायचा, हा मला सतत प्रश्न पडे. पुष्कळवेळा तर्क प्रभावी होई. आकर्षक वाटणारं अध्यात्म त्याच्या समोर कोलमडल्यासारखं वाटे.

भिंगारेसरांच्या घरी गेलो की वास्तवाचा प्रखर अनुभव चर्चेतून येई. सर प्रकृतीनं समीक्षक. त्यांची समीक्षाविचारातील तार्किक शिस्त मला विशेष आवडे. तसा विचार करायला आपण शिकलं पाहिजे, असं वाटे. वैचारिक लेखन करताना मी त्यांचं अनुकरणही करी.

एखादी कादंबरी वाचलेली असे. तिच्या वाचनानं जीवनविषयक एखाद्या प्रश्नाला चालना मिळालेली असे. हा प्रश्न आध्यात्मिक पातळीवरून सोडविण्यापेक्षा जीवनाच्या वास्तव पातळीवरून सोडविण्याची निकड वाटे. पुष्कळ वेळा वाङ्मयीन विचार किंवा समीक्षा वाचत असताना काही प्रश्न पडलेले असत. या प्रश्नांची सोडवणूक करून घेण्यासाठी भिंगारे सरांच्याकडंच गेलं पाहिजे, असं वाटे. अशा वेळी सरांच्याकडं जाण्याची ओढ लागे. तिला पर्याय नसे.

भिंगारे आणि कुलकर्णी दोघेही भाषेचे आणि साहित्याचे अभ्यासक, पण जीवनदृष्टीची दोन टोकं होती. दोघांपैकी कोण बरोबर याचा मला नेहमी प्रश्न पडे.

मी मध्यममार्गी एक सोपं उत्तर शोधलं. भिंगारे सर एकटे एकटे असतात. त्यांच्याकडं गप्पा फार कमी होतात. विषय संपला की ते अवांतर जराही बोलायला तयार नसतात. त्यांच्या चेहऱ्यावर एक गूढ उदासीनता, तटस्थता कायम असते. ते आनंदानं कधी उमललेले किंवा फुललेले दिसत नाहीत. कदाचित हा अतितर्कवादाचा तर परिणाम नसेल?.... हा तर्क जीवनातील भावना, नाट्य, काव्य, श्रद्धा यासारख्या चैतन्य निर्माण करणाऱ्या गोष्टींचा रस तर शोषून घेत नसेल? तर्कामुळं जीवनातील थ्रिल नष्ट होत असावं. गूढ, उल्हासी ऊब नाहीशी होऊन थंडपणा येत असावा. आपण एवढं तर्क कठोर नाही होऊ शकणार. नुसतं गद्य नाही जीवनाला उपयोगी पडणार. काव्यही हवंच आणि अध्यात्महीही हवंच. माझ्या आईच्या अंगावरचं जुनेर हे वास्तव आहे. पण पेटीतली पैठणी तिच्या मनातलं स्वप्न आहे. ती आहे, कधी

सटीसहामासी सणासुदीचं नेसायला मिळते म्हणून तर तिला जुनेराचं जन्मवास्तव सोसतं. काव्याचं नि अध्यात्माचंही तसंच आहे...

कुलकर्णी तर कसे आनंदित असतात. त्यांच्याकडं प्रसन्न वाटतं. ते कसे माणूसप्रेमी आहेत. सात्त्विक गप्पांत मनापासून रमतात. काव्यमय वातावरणात, निसर्गात तल्लीन होतात. हवेहवेसे वाटतात. कंटाळा आला की त्यांच्याकडं जावंसं वाटतं. काव्याच्या गप्पारसात डुंबावंसं वाटतं...

पण ते मानतात तसा माणूस सौजन्याचा पुतळा नसतो किंवा अज्ञानामुळं दुबळा झालेलाही नसतो. त्यात हीण हे असतंच; अज्ञानामुळं दुबळेपणापेक्षा त्याचं क्रौर्य, पशुपणच जास्त अनुभवाला येतं. अर्थात भिंगारे मानतात तसंही माणसात नुसतंच क्षुद्रतेचं हीण नसतं; सौजन्याचं सोनंही असतं. आपण सारखा पशुतेवर डोळा ठेवून भागणार नाही. त्यामुळं आपण सतत संशयग्रस्त राहू. आनंद गमावून बसू...

एस. एस. कुलकर्णी सरांच्याकडंही मी आरंभापासून जात असे. मला पडणारे जीवनविषयक प्रश्न विचारी. सर हाडाचे शिक्षक होते. त्यांचे विचार शास्त्रीय वाटत. कदाचित तत्त्वज्ञान, मानसशास्त्र या त्यांच्या विषयांचा तो परिणाम असावा. मुद्देसूदपणे एखादा विचार मांडत असत. त्याची दुसरी बाजूही ते मांडत. आग्रह कशाचा धरत नसत. ''ही वस्तुस्थिती आहे. तुला जे वाटेल ते तू स्वीकार. अनुभव येणं महत्त्वाचं असतं. पिंडधर्मही महत्त्वाचा असतो. सगळीच वस्तुस्थिती आपल्या पिंडधर्मांना मानवत नाही. जी मानवते ती स्वीकारावी. प्रसंगी आव्हानही घ्यावं.'' असं ते म्हणत.

भिंगारे, गं. वि. कुलकर्णी, एस.एस.के. या तिघांशी अनेक विषयांवर चर्चा केल्या, बोललो. पुष्कळसं आत्मसात केलं. वर्गातल्यापेक्षा या तीन प्राध्यापकांच्या घरीच मी अधिक घडलो. आपापल्या परीनं ती तीन समृद्ध व्यक्तिमत्त्वं होती. विशेषत: भिंगारे आणि गं. वि. कुलकर्णी ही जीवनविषयक दृष्टिकोनांची दोन टोकं. एस.एस.के. या दोहोंची मीमांसा मांडणारे. प्रत्येक दृष्टीचं महत्त्व ओळखणारे, मर्यादाही सांगणारे.... या तीन दैवतांच्या भोवतीनं माझी प्रदक्षिणा अधूनमधून सतत चाललेली. तिघांचेही सूर माझ्या एकतारीवर उमटणारे.... आता ही 'एकतारी' त्या तीन डोळस बोटांपासून दूर पुण्याला चालली.

.... निरोप देताना पिटके गंभीरपणानं म्हणाले, 'कोल्हापूरला विसरू नका.' आणि जोशी-दीक्षितही विनोदानं तेच म्हणाले... सगळ्यांचा आतला सूर एक होता... ही उपचाराची भाषा असते का? उपचार तरी का जन्मावा? त्याच्यापाठीमागं खरोखरीची काही भावना असणारच. त्यातनंच हळूहळू उपचार तयार झाला असणार.

... माणूस एक गाव सोडून दुसऱ्या गावाला जातं. ते जुन्या गावाला विसरून नव्या गावात रमत असावं. त्याला जर तिथं कायमचं राहायचं असेल तर त्यानं तिथं रमायला पाहिजे. तिथला समाज, रीतिरिवाज, माणसं आत्मसात केली पाहिजेत.

त्यांच्याशी मैत्री केली पाहिजे. तरच त्याचं जीवन तिथं कंटाळवाणं होणार नाही. तसं झालं तर त्याला तिथं जगणं अशक्य होईल. त्यामुळं कदाचित तो पहिल्या गावी परतही येऊ शकेल... मग हे बरंच आहे की, आपल्या माणसात तो पुन्हा येईल.

... मी असं परत जाणं बरं होईल का? मला माझी कागलची माणसं, कोल्हापूरचे मित्र, वातावरण, आपलासा वाटणारा समाज हवाच आहे... पण रेडिओची नोकरी तिथं नाही. ती फक्त पुण्यातच आहे. शिवाय पुण्याचं वाङ्मयीन, सांस्कृतिक वातावरण दुसरीकडं कुठं नाही. म्हणजे आपल्या वाङ्मयीन व्यक्तिमत्त्वाच्या विकासाला तिथं भरपूर वाव मिळणार आणि तिथं विपुल संस्कारही होणार. तसा वाव आज दुसरीकडं कुठं नाही.

... गाव सोडलं. तरी तिथली माणसं मनानं सोडलीच पाहिजेत, असं कुठं आहे? मी माणसं सोडीन, अशी पिटके, जोशी, दीक्षित यांच्या मनात खोलवर नकळत भीती असली पाहिजे. ती अगदीच अनाठायी नाही. पुष्कळ माणसं गावाबरोबर तिथल्या माणसांनाही सोडतात. ती कृतघ्नता आहे. या दुष्टाव्याची जाणीवही कित्येक वेळा अशा माणसांना होत नसावी... अशी जाणीव राहण्यासाठी थोडं खोलवर जगता यावं लागतं. आपल्यावर कुणीकुणी स्नेह, प्रेम, माया, मदत उधळली हे काळजीपूर्वक समजून घ्यावं लागतं. तिथं मन गुंतवावं लागतं. सामान्य माणसं जिथं अन्न, वस्त्र, निवारा, भोग मिळतात तिथं रमतात नि मागचं सगळं विसरून जातात. कुत्र्या-मांजरासारखं त्यांचं जगणं. ती एका अर्थी केवळ पशू असतात. आपल्यातलं पशुत्व शक्यतो टाळावं नि उत्तम माणूस व्हावं; असं त्यांना निश्चयपूर्वक वाटतच नाही.

.... वाटलं असतं तर त्यांना कळलं असतं की पूर्वी ज्या गावात आणि माणसांत आपण राहिलो त्यांचे अनंत उपकार आपल्यावर आहेत. आपण त्यांच्यामुळं शिकलो, वाढलो, संस्कारित झालो, हे त्यांना कळलं असतं. खरं तर गाव म्हणजे तरी काय? नुसती झाडं, घरं, शेतं यांची का ती एकूण रचना असते? तशी असती तर ती सगळीकडंच भेटते. गाव म्हणजे आपला पिंडधर्म संस्कारित करणारी मूस असते. त्या मुशीमुळं आज आपण जे काही असतो, ते घडलेले असतो. गावमूस आपली दुसरी माय असते. पहिली माय मासाचा गोळा जन्माला घालते नि दुसरी माय मासाचा माणूस करते... आपल्या आईला विसरण्याइतका जगात दुसरा कृतघ्नपणा नसेल.

... कागल गाव माझी दुसरी माय. रत्नागिरीनं मला वर्षभर सांभाळलं. कोल्हापुरानं मला आणखी माणसात आणलं. ऐन घडईचे माझे दिवस कोल्हापुरातले. त्याचा अवयव नि अवयव माझ्या घडईला हातभार लावीत होता... ऐटदार दोन्ही महाविद्यालयं, हिरवागार टाऊन हॉल, रात्रविलासी पॅलेस थिएटर, कुस्त्यांचं मर्दानी मैदान, राजेशाही

भवानीमंडप, पुराणमुग्ध अंबाबाईचं घनदाट खांबांचं दगडी देऊळ, वीरत्वाचं भूषण आणि विचारवंतांचं व्यासपीठ असलेला बिंदू चौक, रंकाळ्याचा चिंतनशील विशाल बाकदार कठडा नि सरस्वतीच्या शुभ्र सृष्टीचं सुंदर नगर-वाचन मंदिर ही ठळक ठिकाणं मला सांभाळत होती. छत्रपती शिवाजी महाराज, राजर्षी शाहू महाराज, शांतपणे घोड्यावर स्वार झालेले प्रिन्स शिवाजी यांच्या पुतळ्यांनीही मनाच्या काही गूढ जागा व्यापल्या आहेत. एवढंच काय सकाळी लौकर उठून कॉलेजला जाताना एका बाजूनं हातात पितळेच्या छोट्या बादल्या घेऊन, लुंग्या लावून, तांबड मातीचे लेप अंगावर तसेच मिरवत, झुलत झुलत जाणारे पैलवान नि दुसऱ्या बाजूनं तशाच झुलत झुलत रस्ताभर गवळट शिंगं पसरून निवांत चालणाऱ्या म्हशी, हे खास कोल्हापूरचं लेणं. त्यांच्याही आठवणी विसरणं शक्य नाही.

... कोल्हापूर म्हणजे विकास पावणाऱ्या माझ्या ऐन तारुण्यातील उत्कट सुखाची ऊबदार वाकळ, पंचगंगेच्या काठच्या माझ्या व्यक्तिमत्त्वाची गाळपेर जमीन.. या कलापुराला मी कसा विसरू?....

कोल्हापूरची स्वतंत्र उद्योगशीलता, तिथली स्वर्गीय चित्रनगरी, खास मराठी कलावंत, नामांकित चित्रकार, वीरांचे पोवाडे गाणारे शाहीर; पन्हाळगड, विशाळगड; तिथला उज्ज्वल इतिहास, महाराणी ताराबाईंचा अभिमानी वारसा, महर्षी शाहूराजांचा दु:खितांना उचलून उराशी धरणारा राजधर्म. सगळ्या महाराष्ट्राला कोल्हापुरानं हा मराठी स्वाभिमान दिला आहे हे सारं कसं विसरू?

.... गाडी पुण्याच्या दिशेनं सुसाट चालली होती. माणसं असूनही मी गाडीत एकटाच होतो. मनात खोल खोल जाऊन पुन्हा वर येत होतो. मागे पडणारा प्रदेश बघत होतो. सपाट हिरवी ऊस रानं, आभाळाकडं मुखं असलेले झाडांचे गुलजार गुच्छ, उताणे पडलेले विचारवंत निळे डोंगर नि त्यांच्याच पोटांत शिळापाषाण, झाडीझुडपे, शेते यांनी भरलेल्या दऱ्या-खलाट्या, आसपासची शेती करण्यासाठी तिथंच वस्ती करून राहिलेली मराठी खेडी, त्यांतली खेडवळ माणसं, त्यांची बैठी घरं नि खोपटं सगळी झपाट्यानं मागं पडत होती. माझ्या पुण्याला जाणाऱ्या गाडीला आपल्यामधून वाट करून देत होती. मी या सगळ्यांचा कृतज्ञ होतो. डोळे मिटून त्रिवार मुजरा करत होतो.

◆

तीस

आकाशवाणी केंद्रानं पहिल्यापासनंच माझ्या व्यक्तिमत्त्वाला एक ऐटदार चौकट दिली. सांस्कृतिक पुण्याचं तरतरीत नाक असलेलं हे टुमदार केन्द्र निवांत झाडांच्या गर्दीत होतं. आत गेल्याशिवाय त्याची ऐट कळत नव्हती. तळमजल्यावर स्टुडिओ आणि पहिल्या मजल्यावर कार्यक्रमांचे सगळे विभाग. अधिकाऱ्यांच्या कार्यालयीन खोल्या, पडदे, फर्निचर, मशिनरी इतर सगळं सामान चकचकीत नि वस्तू ताज्या ताज्या. वातावरणात उत्साह भरलेला.

सगळे प्रोड्युसर्स आणि 'पेक्स' आपापल्या रुबाबात येत. स्टेशन डायरेक्टर सरकारी 'कार' मधून येत. सगळ्यांचे कडक इस्त्रीचे कपडे. बहुतेकांचे इनशर्टस् काही जणांचा सूट, तर बा. भ. बोरकर, गोपीनाथ तळवलकर सदरा-धोतर यात येत. बोरकर शेजारीच राहत. ऑफिसला सहज चक्कर मारायला आल्यासारखे वाटत. फार थोडा वेळ ऑफिसमध्ये दिसत. नभोवाणीमंत्री डॉ. केसकर यांची नि त्यांची खास मैत्री आहे, असं ऐकायला मिळे. लोक त्यांना बिचकून असत. गोपीनाथ तळवलकर रिक्षा करून येत. हसूनखेळून, प्रसन्न गप्पा मारून राहत. लहान-मोठा भेद नसे. समभावानं वागत. बोरकर भाषण-विभागाचे तर तळवलकर मुलांच्या विभागाचे प्रोड्युसर. अनंत फाटक नाट्य-विभाग सांभाळत नि मधुकर गोळवलकर संगीत-विभाग सांभाळत. व्यंकटेश माडगूळकरांच्याकडं ग्रामीण विभाग. महिला-विभागाला आरंभी विद्या बाळ; मग जोत्स्ना देवधर त्या सेक्शनला आल्या.

प्रत्येक विभागाला एक प्रोड्युसर आणि एक 'प्रोग्रॅम एक्झिक्युटीव्ह' म्हणजे पेक्स. ते दोघे वरच्या 'ग्रेड'चे. शासकीय कारकून. टायपिस्ट वगैरे स्टाफ व स्टाफआर्टिस्ट हे त्याहून खालच्या तिसऱ्या ग्रेडचे. प्रत्येक विभागाला गरजेनुसार एक ते तीन स्टाफ-आर्टिस्ट असत. गरजेनुसार टायपिस्ट असे. गरजेनुसार तो एक किंवा दोन विभागाची कामं पाही. गरजेनुसार एखादा कारकून आणि एखादा शिपाई असे.

पंचवार्षिक योजनांत ग्रामीण विभागाला मोठं स्थान. त्यामुळं ग्रामीण विभागाचे कार्यक्रम विशेष असत. 'नभोवाणी शेतकरी मंडळ' हा त्या विभागाचा एक उपविभाग. त्यात शेतीशास्त्रांशी व सरकारी योजनांशी संबंधित अधिकारी. त्या अधिकाऱ्याला एक मदतनीस. त्या उपविभागाचे कार्यक्रम ध्वनिक्षेपित करण्यासाठी व कार्यक्रमातील

संवाद, श्रुतिका, शेतकऱ्यांच्या प्रश्नांची उत्तरे यांचे लेखन करण्यासाठी एक उप-अधिकारी. त्या जागेसाठी माझी नेमणूक. 'स्क्रिप्ट रायटर कम असिस्टंट टू दी प्रोड्यूसर' असं तिचं नामाभिधान. स्टाफ-आर्टिस्टपेक्षा वरची पण प्रोड्यूसर, पेक्स यांच्यापेक्षा खालची अशी ती मधली जागा. प्रोग्रॅम करणारे सगळे अधिकारी म्हणजे प्रोड्यूसर्स आणि आर्टिस्ट हे 'कॉन्ट्रॅक्ट बेसिस'वर नोकरीत असत.

खालच्या ग्रेडचे पुष्कळ नोकरही रुबाबात. एखादा साधा कारकून किंवा आर्टिस्टही प्रोड्यूसर पेक्सच्या रुबाबात राहण्याचा प्रयत्न करी. बरेच अधिकारी नव्यानं आलेल्या स्कूटर्सवरून येत. एखाद-दुसरा अधिकारी आपल्या 'कार' मधून येई. माडगूळकर स्कूटरवरून येत. बहुतेक अधिकारी सुती किंवा वूलनचे कपडे घालत. मधला कपड्यांचा प्रकार नव्हता. क्वचित मॅनेला, बुशशर्ट दिसे.

प्रत्येक प्रोड्यूसर आणि पेक्स आपआपल्या ऐटीत राही. आपणाला एक विशेष पोझिशन आहे, आपण मोठे अधिकारी आहोत, आपल्यामुळं हे आकाशवाणी केंद्र चाललं आहे, अशा साहेबी अर्थाचं तेज प्रत्येकाच्या चेहऱ्यावर झळके. त्यांच्या वागण्यातून ते पसरत राही. त्या राजहंसांचं एक वेगळं विश्व होतं. त्यात इतरांना जागा नव्हती. त्यांच्या दुपारचा खाना अलग असे. त्यांच्या चर्चा अलग. 'व्हेरी व्हेरी इंपॉर्टंट' असल्यासारख्या असत. त्यांच्या गप्पाही उच्चभ्रू प्रकृतीच्या असत.

ते आल्याबरोबर दारात स्टूल टाकून बसलेल्या शिपायानं त्यांना खाकी सलाम करावा, खालच्या लोकांनी तिथं जाऊन त्यांना 'गुड मॉर्निंग सर' म्हणून आपण आल्याची, हजर असल्याची, नमस्कारपूर्वक नोंद द्यावी, अशी त्यांची अपेक्षा असे. पुष्कळ वेळा साहेबच त्यांना कामाच्या निमित्तानं हाक मारून बोलवत नि पहिल्या दर्शनाचा नमस्कार वसूल करत. फोनवर बोलताना ते खुर्चीवर रेलून रुबाबात इंग्रजीत किंवा मराठी मिश्रित इंग्रजीत बोलत. वर काच घातलेल्या प्रचंड टेबलावर ते टेबललँप दिवसाढवळ्या लावत. कारण खिडक्यांना उंची कापडाचे पडदे लावून त्या बंद केलेल्या असत. बाहेरच्यांना व्हरांड्यातून जाता-येता साहेबांचं दर्शन सवंग होऊ नये, अशी व्यवस्था केलेली असे. आवर्जून सिगरेट ओढत. त्यांच्याकडून कार्यालयीन पत्रव्यवहार पाहिला जाई. त्यांच्या ऑफिसचेअर्स शेजारी आरामखुर्च्या आरामात पडलेल्या असत. पुष्कळ वेळा धूम्रवलये सोडत त्यांत हे अधिकारी विसावा घेत.

शिपायाला 'अरे-तुरे' करून अधिकारवाणीनं बोलावलं जाई. कधी त्याला गुरगुरणाऱ्या भाषेत झाडलं जाई. कारकून, आर्टिस्ट यांच्याही वाट्याला बहुतेक 'अरे-तुरे'ची भाषा येई. साहेबांना मात्र सगळेच 'येस सर, येस सर' म्हणत. प्रोड्यूसर-पेक्स यांचा खास एक स्पोर्ट-हॉल आणि एक छोटं कोर्ट होतं. तिथं हे साहेब लोक टेबलटेनिस, रिंगटेनिससारखे साहेबी खेळ 'लंच-अवर' मध्ये खेळत.

या सगळ्या उच्च वातावरणात मी काहीसा खेडवळच वाटत होतो.

पहिल्या दिवशी माझी चांगलीच धांदल उडाली. शेतकऱ्यांच्या प्रश्नांना उत्तरं देणाऱ्या 'शंका-समाधानचं' स्क्रिप्ट मी तयार केलं. संध्याकाळी पाचच्या सुमाराला माडगूळकरांना ते दाखवून मान्य करून घेतलं. साडेपाचला ऑफिस सुटल्यावर माडगूळकर निघून गेले नि जयराम कुलकर्णींनी मला सांगितलं की, "शंका-समाधानचं स्क्रिप्ट तुम्ही वाचायचं."

"मी?" मी अवाक् झालो.

"हां! शंकर पाटीलच ते नेहमी वाचत असत. त्यांच्या जागी आता तुम्ही."

"ते बरोबर आहे. पण मला याचा काहीच अनुभव नाही. आज तर मी नोकरीवर आलोय. लगेच वाचायला मला जमायचं नाही. आजच्या दिवस तुम्ही वाचा. मग मी तुमचं बघून किंवा तुमच्या मार्गदर्शनाखाली नंतरच्या कार्यक्रमाचं वाचीन."

"नाही जमायचं. ड्यूटी म्हणजे ड्यूटी. ज्याची त्यानं केली पाहिजे." असं म्हणून कुलकर्णी आपल्या डायलॉगचं स्क्रिप्ट घेऊन खाली गेले.

मी कृष्णराव सपाटेंना विचारून पाहिलं. त्यांनीही नकार दिला. पद्मा काकनूरकर ते शांतपणे पाहत बसल्या होत्या. त्यांना वाचा म्हणून सांगणं शक्यच नव्हतं. कारण शंकासमाधानासाठी पुरुष-व्यक्तीचा आवाज वापरला जात होता.

मी गडबडून गेलो. एकाएकी हे संकट आलेलं. ही मंडळी मदत करतील. आपल्याकडून प्रथम घटवून घेतील, चुकांच्या दुरुस्त्या करतील. मग माझ्या आवाजाचं ध्वनिक्षेपण केलं जाईल, असं वाटलं होतं. पण ती भाषा कुणी काढलीच नाही. मला 'लाईव्ह प्रोग्रॅमचा' एकदाही अनुभव नव्हता... एखादा शब्द, एखादा उच्चार आपला चुकला तर सगळ्या महाराष्ट्रभर ती चूक पसरणार, सगळ्या महाराष्ट्रभर आपलं हसं होणार... यामुळं आपली नोकरीही जायची. 'लाईव्ह ब्रॉडकास्टला' एकदा बसलं की पुन्हा माघार नाही. मधेच उठता येणार नाही. आपल्याला तर काडीचा आत्मविश्वास नाही.

मी गर्भगळित झालो. सपाटेही खाली निघून गेले. काकनूरकरांना मी गयावया केलं. "पद्माताई, तुम्ही तरी कुलकर्णी किंवा सपाटेसाहेबांना सांगा ना."

"यादव, तुम्ही त्यांना कशाला विनंती करताय एवढ्या किरकोळ गोष्टीसाठी? तुम्हाला कधी ना कधी तरी हे करावं लागणारच आहे. मग मधे कशाला वेळ घालवताय? आत्ताच सुरू करून टाका."

"अहो, मधेच काही चूकबीक झाली तर? मला काही सुधरायचं नाही."

"तसं मनावर काही प्रेशर आणू नका. तुम्हाला उगीच असं वाटतंय की तुमचं 'शंकासमाधान' ऐकायला महाराष्ट्र कान लावून सज्ज होऊन बसलाय. अहो, कोण ऐकतात असले कार्यक्रम? कुण्णी ऐकत नाही. उगीच आपल्यालाच तसं वाटतंय

आणि नभोवाणी शेतकरी मंडळाचा कार्यक्रम तर खास ग्रामीण विभागातील शेतकऱ्यांसाठीच असतो. त्यात काही उच्चाराची, वाक्याची चूकबीक झाली तर कुणी काढणार नाही. तुम्ही दणक्यानं आजच्या आज कार्यक्रम सुरू करा. अजून दीड-दोन तास अवकाश आहे. फार तर स्टुडिओत जाऊन ते स्क्रिप्ट एकदा दोनदा मोठ्यानं वाचून घ्या. टाईमिंग किती होतंय बघा.''

''मला स्टुडिओतली काहीच माहिती नाही.''

''चला ना मी दाखवते.'' त्या उठल्या.

स्टुडिओतली आवश्यक ती सगळी माहिती मला करून दिली. मी दोनतीनदा मोठ्यानं स्क्रिप्ट वाचून काढलं. हातात घड्याळ कधीच नव्हतं. स्टुडिओतल्या घड्याळावर टाईमिंग घेतलं... तरी मनावर ताण होताच. शेवटी मनाचा हिय्या केला नि काही जरी झालं, या दणक्यात कितीही चुका झाल्या तरी वाचायचंच. त्याशिवाय धीटपणा येणार नाही, चुका झाल्या तर सगळी वस्तुस्थिती माडगूळकरांना सांगू. ते त्यातून काही तरी वाट काढतील, असा निश्चय केला.

कार्यक्रम बरोबर साडेसातला सुरू झाला. डायलॉग संपला.

माझ्या शंकासमाधानाचा कार्यक्रम सुरू करण्याची सूचना खूण करून करण्यात आली.... सगळा स्टुडिओ भोवतीनं गरगर फिरू लागला. खालचं वर होऊ लागल्यासारखं वाटू लागलं. डोळ्यांना अंधारी आल्यासारखं झालं. तरीही मी समोरचा कागद डोळे फाडून बघू लागलो. जे दिसेल ते क्रमानं नुसतं वाचत पुढं जाऊ लागलो... काय वाचतोय त्याचा अर्थ माझा मलाच कळेना. किती वेळ झाला, कितवं पान चाललंय हेही मला समजून घेण्याचं भान नव्हतं. मी आपला शब्दाला शब्द लावून वाचत जात होतो.

लिहिलेले शब्द शेवटी संपले नि गप्प झालो. शेजारच्या अनाउन्सरच्या स्टुडिओतील साठ्यांच्याकडं काचेतून बघू लागलो. त्यांनी पुढचं ध्वनिक्षेपण सुरू केलं. आमच्या स्टुडिओतला 'तांबडा दिवा' विझला नि मी प्रचंड दीर्घश्वास सोडला. काहीही न बोलता कुलकर्णी-सपाटे स्टुडिओच्या बाहेर पडले. त्यांना जायची घाई होती. आठ वाजले होते. काकनूरकरांच्याकडं मी पाहिलं. त्या म्हणाल्या, ''स्क्रिप्ट उत्तम वाचलं तुम्ही. उगीचच प्रेशर खाली होता. चला आता घरी.''

मला एकदम सुटका झाल्यागत वाटलं.

रात्रभर झोप आली नाही. ध्वनिक्षेपण होताना दोन-तीन ठिकाणी माझे शब्द अडखळले होते, याची जाणीव मला होती.

दुसऱ्या दिवशी आल्या आल्या कुलकर्णींना विचारलं; ''गावकरी फडाचा कार्यक्रम रात्री आठला संपतो. मग माडगूळकर नि भागवतसाहेब साडेपाचलाच कसे जातात?''

“ते ऑफिसर्स आहेत. तुम्ही-आम्ही कार्यक्रम ब्रॉडकास्ट करायचा असतो.”

“ते झालं. पण ऐनवेळी काही अडचण आली, कुणी काही चुकलंमाकलं तर?”

“तरी ती जबाबदारी तुमची-आमची; त्यांची नाही. कार्यक्रमात काही गडबड होऊ नये म्हणून तात्यासाहेब माडगूळकर आणि भागवतसाहेब दोघेही रेडिओ लावून घरात ऐकत असतात.”

“असं?”

“मग?”

मी मनात खचून गेलो... माझ्या चुका माडगूळकरांनी नि भागवतांनी ऐकल्या तर नसतील? माडगूळकरांचं जाऊ द्या. भागवतसाहेब कडक दिसतात. माझ्या लेखनाचं त्यांना कौतुक नाही. कदाचित त्यांनी मला धारेवर धरलं तर?... तर मग पंधरा दिवसांचं कॉन्ट्रॅक्ट संपलं की पुढचं कॉन्ट्रॅक्ट मिळायचंही नाही. मग पुन्हा परत कोल्हापूरला... कोल्हापूरचे दरवाजे तर आपण बंद करून आलोय. पुन्हा उघडण्याचा आपण प्रयत्न केला तर आपली नामुष्की होईल. आता इथली नोकरी टिकविलीच पाहिजे. अधिक जिद्दी राहून कौशल्यं आत्मसात केली पाहिजेत. पण चुकांचं काय? भागवतसाहेबांनी काल जर रेडिओ ऐकला असेल तर आज आपणाला नक्की बोलावतील. चूक पदरात घालतील. कदाचित नोकरी...अरे बापरे!

मन भरकटत होतं.

माझं टेबलखुर्ची पार शेवटच्या खोलीत होतं. तिथं एकटाच बसलो होतो. उठून नानासाहेब चाफेकर यांच्याकडं जावंसं वाटलं. सगळा व्हरांडा ओलांडून जाताना ग्रामीण विभागाच्या खोलीत आतमध्ये हळूच डोकावून बघितलं तर माडगूळकर नि भागवत साहेब दोघेही दिसले. माडगूळकरांची नजर माझ्यावर ओझरती पडली. फार्म-फोरमचे सरकारी अधिकारी असलेल्या पाटील साहेबांनीही माझ्याकडं पाहिलं. मी चोरासारखा खाली बघून पुढं निघून गेलो. जागेवर नाना नव्हते. पुन्हा मग नाईलाजानं झरझर परत जाऊन जागेवर बसलो.

पाचच मिनिटांत शिपाई आला.

“सायबांनी बोलावलंय.”

माझं पाणी झालं.

“कोणत्या साहेबांनी?”

“माडगूळकर सायबांनी.”

मी तोंडावरनं हात फिरवत, चेहरा प्रसन्न ठेवत, माडगूळकर खूश राहतील असंच बोलायचं ठरवून लटपटत उठलो.

तसाच माडगूळकरांच्या टेबलासमोर जाऊन उभा राहिलो.

"यादव, हे तुमचं पत्र आलंय." माडगूळकर मोजून पाच शब्द बोलले नि त्यांनी माझ्याकडं न बघता एक घडीचा कागद माझ्या हातात दिला. सिगरेट ओढत खाली बघून कागदपत्रे पाहू लागले.

हायसं वाटून मी व्हरांड्यात आलो. एक संकट टळलं होतं. भागवतसाहेबही काही बोलले नाहीत. म्हणजे दोघांनीही मी कालचं 'शंकासमाधान' वाचल्याची दखल घेतलेली नव्हती. ते आपापल्या कामात नेहमीप्रमाणं मग्न झाल्यासारखे दिसले.

व्हरांड्यात आलो नि कागदाची घडी उघडली. आकाशात उडालो. सुनीताताईंचं पत्र होतं. भाईंना मी तार पाठवली होती. त्या तारेचं ते उत्तर होतं. 'नोकरी स्वीकार नि एम.ए. निर्धास्तपणे पार पाड. व्यंकटेश माडगूळकरांचं मार्गदर्शन तुला मिळेल. त्यांना भाईनं स्वतंत्रपणे लिहिलं आहे. माडगूळकर हे काहीसे कमी बोलणारे, अबोल वाटत असले तरी त्यांच्या पोटात प्रेम असतं ते ओळखून तू वागशील याची खात्री आहे.' अशा आशयाचं ते पत्र.

माडगूळकरांनी ते वाचलं होतं. त्यांना भाईंचं पत्र आलं होतं; त्याच पत्रातून सुनीताताईंचं पत्र मला आलं होतं; हे उघडं होतं... मी काहीसा निर्धास्त झालो. सुनीताताई आणि भाई माडगूळकरांना सीनिअर होते. त्यांच्या पत्रामुळं माडगूळकर माझ्याकडं आस्थेनं पाहतील याची खात्री वाटली नि मी निश्चिंत झालो.

दिवस अतिशय आनंदात गेला.

नोकरी परिचयाची झाली. एका दुपारच्या सुट्टीत चहा पिण्याच्या उद्देशानं मी नि पद्मा काकनूरकर शेजारच्या हॉटेलकडे चाललो. माझ्यापेक्षा वयानं त्या मोठ्या. मोकळ्या मनाच्या. सगळ्यांबरोबर हसूनखेळून अनौपचारिक राहणाऱ्या. तशात काही दिवस सेवादलात त्यांनी काढलेले. त्यामुळं आत्मीयता वाटणारी. समान ओळखीचे म्हणून सेवादलातील नाना डेंगळे यांचा संदर्भ आम्हा दोघांना अधिक घरगुतीपणा निर्माण करायला उपयोगी ठरला. नानांच्या बरोबरच्या सेवादलाच्या पथकात मी कोकणात काही दिवस फिरलो होतो.

काकनूरकर बोलता बोलता म्हणाल्या, "तुमच्या श्रुतिकांतून मी पूर्वीपासनं कामं केली आहेत. त्या श्रुतिकांचे विषय, त्यांतली पात्रं, त्यांचे संवाद वाचून असं वाटायचं की 'आनंद यादव' म्हणजे कुणीतरी रानदांडगा, आडव्या हाडाचा, घोगऱ्या आवाजाचा, चरबट अंगापेराचा, मिश्यांचे झुबके असलेला, काळाढुस्स माणूस असावा. पण प्रत्यक्षात तुम्ही तर भलत्याच पांढरपेशी व्यक्तिमत्त्वाचे निघालात."

"तुम्ही जे काही म्हणताय ते माझ्या साहित्यावरून जाणवलं असावं. क्षणभर ते सगळं मी स्वीकारतो. पण ते 'काळाढुस्स' विशेषण तेवढं नाही का तुम्हाला गाळता येणार?"

आम्ही दोघेही 'खो खो खो' हसलो.

"तात्यांचं व्यक्तिमत्त्वही त्यांच्या कथा वाचून माझ्या मनात असंच काहीसं होतं." आतापर्यंत मी माडगूळकरांना इतरांच्याप्रमाणं 'तात्या' असं म्हणू लागलो होतो.

"असंच म्हणजे कसं?"

"म्हणजे एखाद्या धोतर-नेहरुशर्ट, गांधीटोपी घालणाऱ्या शिक्षकासारखं ते होतं. पण तात्या भलतेच झ्याकीतले निघाले. बूट, सूट, इनशर्ट, सिगारेट, दाट काळे नि कुरळे केस, गोरागोमटा गुलजार सातारीवाणाचा चेहरा. ते मध्यमवर्गीय पांढरपेशा लेखकांतही उठून दिसणारं व्यक्तिमत्त्व आहे. आणखी एक गंमतीची गोष्ट तुम्हाला सांगतो. तात्या आपल्या ऑफिसच्या स्पोर्टहॉलमध्ये छोट्या कोर्टवर रिंग वगैरे खेळताना बघून वाटतं की, माणदेशचा हा गावरान गडी असले कसले नाजूक खेळ स्वच्छ हातांनी खेळत बसतोय. त्यांचं स्टाइलिस्ट सिगरेट ओढणं नि कडक इस्त्रीचे कपडे बघून वाटतं; ते आपल्या ग्रामीण देशी संस्कृतीला पारखे होत चाललेत की काय? माझ्या मनातले व्यंकटेश माडगूळकर वेगळ्या वाणाचे होते."

"ते खरंच. पण तात्यांचं मूळ खोड आतून पक्कं माणदेशी आहे. गावाकडचे बारकावे त्यांना इतके माहीत आहेत की आम्ही थक्क होऊन जातो."

"ज्यांचं बालपण गावाकडं गेलंय, त्यांच्या मनात असे बारकावे खूप असतात. गाव सोडून शहरात आल्यावर तर ते खूप खूप आठवत राहतात. शहरात तसं काहीच नसल्यानं मनाची कासाविशी वाढत असते नि ते बारकावे विरोधी पार्श्वभूमीवर तीव्रतेनं आठवू लागतात."

"असेल बुवा. मला त्याचा काही अनुभव नाही."

चहा पिऊन आम्ही परतलो. गप्पा सुरूच होत्या.

काकनूरकर म्हणाल्या, "तुम्ही असे फॅमिली-ड्रेसमध्येच ऑफिसला कसे काय येता?"

मी क्षणभर बुचकळ्यात पडल्यासारखा झालो. दुसऱ्या क्षणी सावरत मी म्हणालो; "त्याचं काय आहे; आजवर कॉलेजमध्येच होतो. त्यामुळं कुठं ऑफिसला वगैरे जाण्याचा प्रसंग येत नव्हता. आता इथं आल्यावर कपडे शिवायला टाकले आहेत. मिळतील आता आठ-दहा दिवसांत. त्यांची वाट पाहतोय झालं."

माझ्या कपड्यांचा साधेपणा आणि ऑफिसच्या संदर्भात तर काहीसा पोशाखातला बावळटपणा त्यांनी माझ्या हळुवारपणे लक्षात आणून दिला. मी काहीसा अस्वस्थ होऊन उत्तम पँट नि ऑफिसचा पोशाख शिवायचं नक्की केलं. बूट किंवा सँडल्स घ्यायचंही ठरवून टाकलं... आपलाही एक 'साहेब' या ऑफिसच्या साच्यात होणार की काय, अशी चुटपुटती शंका मनात येऊन गेली.

रुजू होऊन साताठ दिवस झाले होते. मी वेळेवर येऊन कामाला लागत होतो. नभोवाणी-शेतकरी मंडळाचे अधिकारी पाटीलसाहेब यांच्या लक्षात एक गोष्ट आली. ते माझ्याकडं बाराच्या सुमारास आले. उंचपुरे आणि अंगानं दुहेरी हाडाचं व्यक्तिमत्त्व. कपडे कडक इस्त्रीचे. मोठे अधिकारी वाटावेत असा पोशाखाचा डौल. आल्या आल्या मी त्यांना उभा राहून नमस्कार केला. "नमस्कार.''

"बसा. आनंद यादव तुम्ही ना?''

"होय, सर.''

"तुमच्याविषयी माडगूळकर मला पूर्वीच बोलले होते. ग्रामीण विभागातला एक चांगला मुलगा आहे. स्क्रिप्टरायटर म्हणून आपल्याकडं येतो आहे; म्हणाले. तुमचं लेखन त्यांना आवडतं.''

मी संकोचून ऐकत होतो. 'हं हं' करत होतो.

"तुम्ही आलात हे फार चांगलं झालं. आकाशवाणीवर बहुजन समाजातल्या कुणा व्यक्तीची निवड सहसा होत नाही. तुमची झाली. फार चांगली गोष्ट आहे. सगळ्यांना सांभाळून राहा. विशेषत: माडगूळकरांना सांभाळा. त्यांच्याविषयी आदर ठेवा. त्यांना सगळे लोक तात्यासाहेब म्हणतात.''

"माझ्या मनात त्यांच्याविषयी पूर्वीपासूनच आदर आहे.''

"अस्सं?''

"हो.''

"मला कुठं दोनचार दिवसांत दिसला नाही.''

"म्हणजे?'' मला त्यांचं बोलणं कळलं नाही.

"म्हणजे असं; रोज तुम्ही ऑफिसला येता. आपल्या बॉसला आल्या आल्या येऊन नमस्कार करायचा असतो. ज्युनिअर माणसानं गुडमार्निंग म्हणायचं असतं.– तसं तुम्ही एकदाही केलेलं दिसलं नाही.''

त्यांना काय म्हणायचं आहे, ते मला कळलं. त्यांच्या बोलण्यात बारीकसा उपरोध होता, याचाही प्रकाश पडला, मी अधिकच संकोचलो.

"पण त्यांच्याविषयी माझ्या मनात आदरच आहे. त्यांच्याकडं काम असलं तर मी जेव्हा प्रथम जातो, तेव्हा त्यांना नमस्कार करत असतो.''

"अहो, तो सगळ्यांच्या मनात असतो पण बॉसला कळणार कसा? तो एक रिवाज असतो. बाकीचे पाहा कसे रोज समोर उभे राहून कडक सॅल्यूट करतात.'' त्यांनी व्यक्तींची नावं घेतली.

मी खाली मान घालून संकोचानं हसलो. नंतर चार-पाच दिवस गेल्यावर त्यांनी पुन्हा येऊन मला सांगितलं.

पाटीलसाहेब सज्जन होते. त्यांना वाटत होतं बहुजन समाजातील माणसं वर

यावीत. त्यांनी ब्राह्मण समाजाचे आदर्श गिरवावेत. त्यांच्यासारखं बुद्धीमान व्हावं. मिळालेली चांगली नोकरी त्या समाजातील माणसांत राहून करायची असल्यानं त्यांना सांभाळून राहावं. त्यांच्या हातातली कामं आपण तत्परतेनं उचलून घ्यावीत नि स्वत: करावीत. त्यांना खूश ठेवावं.

त्यांचं म्हणणं बरोबर असलं तरी मी रोज माडगूळकरांच्या ऑफिसमध्ये जाऊन त्यांना 'कडक नमस्कार' करून 'गुड मॉर्निंग सर' म्हणावं, असं मला मनापासून वाटेना. माडगूळकरांच्याविषयी मनात आदर होता. पण या नमस्कारात आपला सूक्ष्मसा अपमान होतोय, कुठंतरी 'आपण नोकरी दिलीत; त्यामुळं मी आपला लाचार आहे; आपण माझे मालक नि आपल्या चरणीचा मी दास आहे.' असं आपण त्या 'कडक नमस्कारातून' सुचवतोय असं वाटू लागलं. माझं मन आणि शरीर त्या ऑफिसात जाऊन नमस्कार करायला धजेना. पाटीलसाहेबांनी सांगितलं तरी मी आल्या आल्या माडगूळकरांच्या ऑफिसात जाऊन नमस्कार करायचं टाळत होतो.

नोकरीत येऊन पंधरा-वीस दिवस झाले. पाटीलसाहेबांनी पुन्हा येऊन सांगितलं. मी थोडा बुचकळ्यात पडलो. मला एक शंका येऊ लागली की पाटीलसाहेब हे जे मला सांगताहेत ते स्वत:च्या मनचं की माडगूळकरांच्या सुचनेवरून? मी रोज येऊन नमस्कार करावा, अशी माडगूळकरांची तर अपेक्षा नसेल?

माडगूळकरांच्या प्रत्यक्ष स्वभावाविषयी मला काही अंदाज नव्हता. ते कमी बोलायचे. ऑफिसातही ते फारसे कुणाकडं जाऊन बसत नसत. पुष्कळ वेळा ते 'आराम चेअर' मध्ये पडून काहीतरी चिंतन करत असल्यासारखे वाटायचे. बहुधा ते त्यांच्या संकल्पित लेखनाविषयी चाललेलं असावं. त्यांच्या कथा, ललितलेख गाजत होते. ते मोजकं पण चांगलं लेखन करत होते. कामासाठी आलेल्या इतरांशी ते कमी बोलत. लौकर आटोपतं घेऊन स्वत:ला नि इतरांनाही मोकळं करत.

आल्यापासनं त्यांचं माझं एकदाही गप्पांच्या स्वरूपाचं बोलणं झालं नाही. वाटत होतं; माझ्या घरच्या माणसांची, शेतीवाडीची चौकशी करतील. काय काय लिहिलंय; काय काय वाचतोय, कुणी कुणी शिकवलंय, यासंबंधी एकदा तरी मनमोकळी चर्चा, विचारणा करतील... माणसाला माणूस म्हणून जवळ करण्याची ती एक आस्थेवाईक घरगुती पायवाट असते. पण असं घडलं नाही. ते वरच्या 'रँक'चे अधिकारी. मी खालच्या पातळीवरचा माणूस.

''काय माडगूळकर, कसं काय चाललंय?' म्हणून विचारत एकदा दोनदा बा. भ. बोरकर आल्याचं पाहिलं होतं. ते बरोबरीच्या पातळीवरचे होते. तसं मी माडगूळकरांना विचारू शकत नव्हतो. आणि त्या पातळीवरच्या गप्पाही मारू शकत नव्हतो.

माझ्याही स्वभाववर्तनात दुसऱ्याला युक्तीनं खुलवण्याची, किंचित नाटकी

वागून हळुवारपणे माणूस आपलासा करून घेण्याची चातुर्यकला नव्हती. मी विदग्ध नव्हतो. वाटत होतं; माडगूळकर एकान्तप्रिय, आत्ममग्न वृत्तीचे दिसतात. आपण त्यांच्या चाकोरीत व्यत्यय कशाला आणायचा? हळूहळू परस्परांचे स्वभाव कळल्यावर काय लागायची ती दिशा पुढे लागेल. तोवर आपण भलं, आपलं काम भलं; असंच वागायचं....

मात्र एक खात्री होती की माडगूळकरांना माझी वाङ्मयीन गुणवत्ता माहीत आहे. मराठी साहित्यात अनेक ग्रामीण लेखकांच्या कथा-कादंबऱ्या, बाकीचं लेखन प्रसिद्ध होऊ लागलंय. त्यांच्या तुलनेत आपण 'कीस झाड की पत्ती' आहोत. केवळ रेडिओवर मी काही श्रुतिका लिहिल्या; तेवढ्यावरनं माडगूळकरांनी आपणाला बोलावून घेतलं आहे. याचा अर्थ आपली वाङ्मयीन गुणवत्ता त्यांनी हेरलेली असणार.

.... तेव्हा अशा परिस्थितीत आपण त्यांना केवळ नमस्कार करत नाही; म्हणून ते आपल्यावर नाराज होऊन नोकरीवरून नक्कीच काढून टाकणार नाहीत. ऑफिसमध्ये मी त्यांचा असिस्टंट असलो तरी प्रत्यक्षात त्यांनी मला तरुण मित्र मानावं; अशी माझी अपेक्षा होती. मनात हे वागवूनच मी ऑफिसात आल्या आल्या त्यांना आज्ञाधारक नमस्कार नाकारत राहिलो.

महिनाभरात माझी टेबलखुर्ची ग्रामीण विभागातील इतर स्टाफ आर्टीस्टच्या चिंचोळ्या बाल्कनीत मांडली. तिथं बसून माझं मी काम करू लागलो. स्क्रिप्ट-लेखनासाठी हवा असणारा निवान्तपणा मात्र तिथं नव्हता. त्यामुळं लेखन करताना त्रास होऊ लागला. आमच्या विभागात प्रोग्रॅम सेक्शनला काम करणारे सपाटे माझ्यापेक्षा पंधरा एक वर्षांनी तरी मोठे होते. ते तात्यांच्या गावाकडचे. तात्यांचे बाळमैतर. नकला वगैरे करणारा हुन्नरी माणूस म्हणून तात्यांनी त्यांना ग्रामीण विभागात घेतलेलं. ते ग्रामीण पात्रांचे संवाद उत्तमरितीनं, नाट्यपूर्णतेनं म्हणत. त्यामुळं त्यांच्याकडं संवादातील, श्रुतिकांतील 'शेतकऱ्याची' भूमिका कायम असे. ते फार शिकलेले नव्हते. पद्मा काकनूरकर सेवादलातील नाटकात काम करीत होत्या. त्यांना ग्रामीण स्त्रीची किंवा नागरी स्त्रीची भूमिका उत्तम जमत असे. त्यामुळं त्या महिला विभागातही कधी कधी श्रुतिकांतून कामं करत. जयराम कुलकर्णी बी.ए.ची पदवी संपादन केलेले होते. बार्शीकडचे राहणारे असावेत. तेही संवाद-श्रुतिकांत, नागरी नि ग्रामीण दोन्ही प्रकारच्या भूमिका करत. पण सपाटेची ग्रामीण भूमिका खास गावरान बाजाची वाटे; तशी कुलकर्णींची वाटत नसे. त्यामुळं कुलकर्णींना ग्रामीण विभागातील शेतकी अधिकारी, शिक्षक, बँक अधिकारी, अशी कामं मिळत. वडिलधारे नानासाहेब चापेकर तर रंगभूमीवरचे ख्यातनाम नट. परिस्थितीमुळं त्यांना रेडिओवर नोकरी करावी लागत होती. ते नेहमी नागरी भूमिका

करत. ग्रामीण विभागात ते सर्वात सिनिअर. साठी ओलांडून कधीच गेलेली. त्यांच्याशी मैत्री करणं मला तरुणाला अशक्य.

म्हणून आल्यापासनं मी कृष्णराव सपाटे आणि जयराम कुलकर्णी यांच्याशी मैत्रीचे संबंध जोडण्याचा प्रयत्न करीत होतो. सपाटे नि जयराम कुलकर्णी त्यातल्यात्यात तरुण. दोघेही आकाशवाणी केंद्रात मुरलेले. सपाटे तर अधिक मुरलेले. दोघांचे स्वभाव बहिर्मुख. अनेकांशी ओळखी होत्या. सर्व केंद्रात, सर्व विभागात दोघेही मोकळेपणानं वावरत. गप्पा मारत बित्तंबातम्या काढत. एकमेकांची थट्टामस्करी करत सर्वत्र विहार करत.

... वाटत होतं. त्यांच्याशी मैत्री केली तर आपल्यालाही त्यांच्याबरोबर इकडंतिकडं हिंडून सर्वांशी ओळख करून घेता येईल. शिवाय ते आपल्या विभागातले आहेत. त्यांच्याशी स्नेहाचे, प्रेमाचे संबंध ठेवून राहिलं पाहिजे. त्यांची आपणाला वरचेवर मदत लागणार आहे. एकमेकांच्या सहकार्याशिवाय विभाग चालणार नाही.

मी सगळ्यांत वयानं लहान. नवखा. पुण्यात माझ्या अन्य कुणाशी ओळखी नव्हत्या. मुळात खेड्यातून आलेला. कोल्हापूरचं गोखले कॉलेजचं वातावरण फारसं मिरवामिरवीचं नसलेलं. परिस्थितीही सुमार. त्यामुळं आतबाहेर प्रांजळ, साधा राहिलेलो. छक्के-पंजे करता येत नव्हते. उखाळ्यापाकाळ्या करत वेळ घालवण्याची कला अंगी बाणली नव्हती. अंतर्मुख होतो. आपलं काम चोखपणे करावं, उरलेल्या वेळात वाचन करावं, कुणी टेबलापाशी आलं तर गप्पा माराव्यात, असं वाटे.

तरीही जाणीवपूर्वक या दोघांशी मैत्री करण्याचा मी प्रयत्न करत होतो. पण यश येत नव्हतं. ते मैत्रीला फारसे उत्सुक दिसत नव्हते. मी त्यांच्याबरोबर असावं, असं त्यांना मनापासून वाटत नव्हतं. त्यांच्या व माझ्या स्वभाव-प्रकृती भिन्न होत्या.

चकाट्या पिटत मोकळा वेळ घालवणं, चहा उकळणं असा त्यांच्यासारखा प्रकार मला करता येत नव्हता... त्यामुळं निराश होऊन मी त्यांच्या मैत्रीचा नाद सोडला. पण संबंध चांगले ठेवण्याचा सतत प्रयत्न करत होतो.

त्यांच्याकडं काही काम असलं, त्यांना काही सांगायचं असलं, त्यांच्याकडून काही माहिती हवी असली, सहकार्य पाहिजे असलं तर मी त्यांना 'सपाटेसाहेब, कुलकर्णीसाहेब' असं आदरार्थी बोलून स्वत:कडं लीनता, नम्रता घेत होतो... याचा परिणाम असा झाला की ते मला दाद देईनासे झाले. त्यामुळं काम करताना माझी मानसिक कुचंबणा होऊ लागली. या मंडळींची मदत हवी असेल तर मी विवंचनेत पडू लागलो.

बापूसाहेब कुंभोजकर 'नभोवाणी शेतकरी मंडळाचा' सगळा पत्रव्यवहार पाहत होते. पत्रं पाठवणं, फॉर्म्स पाठवणं, शेतकरी मंडळाचे विविध प्रश्न, अडचणी सोडवणं इत्यादी कामं ते बघत होते. प्रोग्रॅमकडं ते नव्हते. त्यांच्या लक्षात माझी ही

विवंचना आली.

एक दिवस असाच एकलकोंडा होऊन बसलो असताना दुपारच्या चहाच्या सुट्टीत ते टेबलाजवळ आले.

''चला, चहा घेऊन येऊ.'' म्हणाले.

''चला.'' मी त्यांच्याकडं बघत उठलो.

मला त्यांनी अगोदर सगळं विचारलं. मी त्यांना सगळं मोकळेपणानं सांगितलं. मग त्यांनी मला चार गोष्टी सुनावल्या. ''आनंदराव, तुम्ही इथं नोकरीत आलात खरे, पण तुमची पोझिशन काय, त्यांची पोझिशन काय, हे तुम्ही नीटपणे ओळखलं नाही.''

तोपर्यंत खरोखरच मी 'पोझिशन' या प्रकाराचा काही विचार केला नव्हता. ऑफिसमध्ये 'पोझिशन' नावाची एक चीज असते; हे माझ्या ध्यानीमनीही नव्हतं. मी आपलं माडगूळकर आणि भागवत हे दोन प्रमुख आणि आपण सगळे त्यांचे अनुयायी, असंच मानत होतो. मधे आणखी 'केडर' असते, पोझिशन असते, वरचा-खालचा असा प्रकार असतो याची मला काहीच कल्पना नव्हती. खरं तर तो पोझिशनचा प्रकार मला न मानवणारा होता.

मी त्यांना विचारलं, ''पोझिशन म्हणजे काय?''

''अहो यादव, तुम्ही इथं माडगूळकरांच्या खालोखाल एक अधिकारी आहात. त्यांच्या गैरहजेरीत किंवा ते दीर्घ मुदतीच्या रजेवर गेले तर ग्रामीण विभागाचा कार्यक्रम तुम्हाला पाहायचा असतो, हे लक्षात घ्या. स्टाफ आर्टिस्ट हा दुसरा तिसरा कुणी नसून कारकुनाच्या लेव्हलचा माणूस असतो. तो कुणी अधिकारी नसतो. तुम्ही त्यांना कारण नसताना 'साहेब, साहेब' म्हणण्याची गरज नाही. उलट तुम्हाला ते 'यादव' म्हणूनच हाक मारतात. ही वळचणीची गंगा आढ्यावर गेल्याचा प्रकार आहे. त्यामुळं तुम्ही तुमची पोझिशन गमावून बसला आहात.''

''अहो, ते दोघेही माझ्यापेक्षा वयानं सिनिअर आहेत. आदरानं बोलावण्याचा एक भाग म्हणून त्यांना मी 'साहेब' म्हणतोय.''

''वेडे आहात. मग कारकूनसाहेब, प्यूनसाहेब, शिपाईसाहेब' असंही तुम्हाला म्हणत बसावं लागेल. ऑफिसात वयाचा विचार करावयाचा नसतो. केलात तर गोत्यात याल. कुणीही तुमचं ऐकणार नाही. तुम्हाला दळत बसावं लागेल. इथं अधिकाराचा विचार करावा लागतो. म्हणून 'अधिकारी' नेमलेले असतात. केवळ गंमत म्हणून तुम्हाला इथं नेमलेलं नाही, हे लक्षात घ्या. माणसं जिथल्या तिथं ठेवायला शिका; नाहीतर ती तुम्हालाच महिनाभरात हाकलून देतील.''

बापूसाहेबांच्या बोलण्यानं मी उलटापालटा झालो. काही नवीन कळल्यासारखं झालं. माझी जागा मला कळली. इतरांचीही कळली. त्यांनी या दिलेल्या सल्ल्यानुसार

काही गोष्टीवर अचूक प्रकाश पडला. मी वेगळ्यारितीनं वागायचा निर्णय घेतला.

बापूसाहेबांशी मैत्री वाढू लागली. ते मूळचे कोल्हापूरकडचे. माझ्यापेक्षा वयानं मोठे. कथालेखनात गती होती. गंभीर, विनोदी ग्रामीण कथा लिहित होते. कोल्हापुरी थाटाचा विनोद करत होते. वरून गंभीर वाटले तरी आतून मिष्किल विनोदी बोलणारे, इरसाल म्हणी वापरणारे होते. त्यांनीही आकाशवाणी-केंद्रात बरेच दिवस काढले होते. पण वाट्टेल त्या माणसांशी त्यांनी मैत्री जोडली नव्हती. मैत्रीचा एक दर्जा सांभाळून होते. मला ते बरोबरीचा मित्र मानू लागले. वाङ्मयीन पातळीवर आमच्या चर्चा होऊ लागल्या. मी एम.ए.चा अभ्यास करतोय, याचं त्यांना विशेष कौतुक वाटू लागलं. ते स्वत: बी.ए., बी.एड. होते. रेडिओच्या नोकरीत येताना त्यांनाही वाटलं होतं की इथं आपल्या लेखन-गुणांना वाव मिळेल. त्यांचा विकास करून आपण साहित्यक्षेत्रात नाव मिळवू. पण त्यांच्या गुणांना इथं वाव तर मिळाला नाहीच; उलट नसती कामं करत राहावं लागलं. अधिकाऱ्यांनी नेमून दिलेली कारकुनी कामं मनोभावे करणारा खालचा माणूस अधिकाऱ्यांना मनापासून आवडतो. त्यांच्या ठिकाणी इतर गुण असतील तर ते अधिकाऱ्यांना नको असतात. त्या गुणांचा त्यांना अडथळा वाटू लागतो. जर ती व्यक्ती आपल्या या 'इतर' गुणांचा विकास साधण्याचा प्रयत्न करू लागली तर अधिकारी या हाताखालच्या व्यक्तीवर संतापतात आणि मग त्या व्यक्तीला नोकरी टिकविण्यासाठी, अधिकाऱ्याच्या मर्जीसाठी आपले हे गुण बाजूला ठेवून कारकुनी कामं बडवत बसावं लागतं. बापूसाहेबांचं असंच झालं होतं. त्यामुळं ते आपल्या नोकरीवर नाराज होते. पण त्यांना ती नोकरी सोडून पुन्हा 'शिक्षक' वगैरे व्हायला नको वाटत होतं... मी ज्या जागेवर स्क्रिप्ट-रायटर म्हणून आलो, ती जागा त्यांनी मिळवण्याचा प्रयत्न केला होता, पण त्यांना ती नाकारण्यात आली होती. त्यामुळं ते मनोमन आणखीनच निराश झाले होते... पुढं पुढं आम्हा दोघांच्या चर्चांतून असं निष्पन्न झालं की, बापूसाहेबांनी अभ्यास करून एम.ए.ला बाहेरून बसावं. प्राध्यापकाच्या व्यवसायात पडावं. त्यांनी होकार दिला. मी त्यांना माझ्या नोट्स पुरवण्याचं अभिवचन दिलं.

मी नोकरीवर रुजू झालो, तेव्हा शंकर पाटलांनी जानेवारी अखेरनंतरचा नोकरीचा राजीनामा दिला होता. तत्पूर्वी शिल्लक राहिलेली रजा उपभोगण्यासाठी ते रजेवर गेले होते. ती रजा संपल्यावर शेवटच्या काही दिवसांसाठी कामावर आले.

रजा संपवून कामावर आल्यावर माडगूळकरांनी पाटलांना सांगितलं; ''पाटील, हे आनंद यादव. तुमच्या जागी काम पाहताहेत. तुम्ही ज्या शेतीसंबंधित खात्यांकडं जाऊन माहिती गोळा करून आणत होता, ती सगळी खाती यांना एकदा प्रत्यक्ष दाखवा. तिथल्या अधिकाऱ्यांच्या यांना ओळखी करून द्या.''

''ठीक आहे.'' पाटील म्हणाले.

शेतकऱ्यांच्या विविध प्रश्नांना उत्तरं देण्यासाठी आणि त्यांच्या शंकाचं, समस्यांचं निवारण करण्यासाठी शास्त्रीय आणि अधिकृत माहिती देण्याची गरज होती. विविध प्रकारच्या शेतीकार्यालयात जाऊन, प्रत्यक्ष विचारून तशी माहिती आणण्याची जरूरी होती. 'शंकासमाधान' या सदरातून तिचं ध्वनिक्षेपण करावं लागे. अर्थात माझ्या अगोदर हे काम पाटील पाहत होते. पण मला पुण्याची काहीच माहिती नव्हती. ही कार्यालयंही निरनिराळ्या ठिकाणी विखुरलेली.

आम्ही ऑफिसमधली आवश्यक ती कामं उरकून चारपाच दिवस या खात्यांना भेटी देत हिंडत राहिलो. मोकळी असेल तर आकाशवाणीची क्वचित गाडी मिळे. पुष्कळ वेळा पी.एम.टी.नं जावं लागे. तर पुष्कळ वेळा आम्ही चालतच जात असू. पाटलांना चालण्याची मनापासून आवड होती. गप्पा मारण्याची आवड अधिक होती.

शेतीशी संबंधित सहकार, कोंबडीपालन, मातीपरीक्षा, पशुवैद्यक, पशुसंवर्धन, कृत्रिम बीज धारणा, खते, बी-बियाणे, पिके, कर्जे, दूधडेअरी, पिकावरील रोग, किडी, औषधे, औषध फवारणी, एवढंच नव्हे तर प्रत्येक प्रकारच्या पिकाची तपशीलवार माहिती देणारी अशी कितीतरी सरकारी खाती पुण्यात होती. शेतीशी संबंधित इतकी खाती असू शकतात, त्यांच्या वेगवेगळ्या इमारती असू शकतात आणि त्यात वेगवेगळे अधिकारी, सहाय्यक, कारकून, शिपाई वगैरे अनंत लोक असू शकतात, हे मला प्रथमच कळलं.

... भविष्यात लपलेल्या उद्याच्या ग्रामीण महाराष्ट्राचं चित्र मी पाहू लागलो; महाराष्ट्राची सगळी शेती समृद्ध झालेली. नवीनवी संकरित पिकं आवडाआवडात आलेली, डोंगर-माळरानं हिरवीहिरवीगार होऊन नव्या नवरीसारखी झुलणारी, धरणं, कालवे, वीज यांची जाळी सर्वत्र विणलेली, खेड्यातली माणसं-काणसं, शेतकरी-कामकरी खाऊन पिऊन सुखी आहेत; एवढंच काय हिरवं खाऊन खाऊन गुराढोरांच्या अंगावरही मूठमूठभर मांस चढलंय, फळबागातनं चिमण्यापाखरं हुंदडत चवीनं खाताहेत, हिंडताहेत. सगळ्या महाराष्ट्राचाच एक अखंड बागायतीचा दर्जेदार मळा झाला आहे. सगळ्यांबरोबर माझं घरदारही त्यात सुखानं वावरतं आहे. माझी भावंडं माझ्यासारखीच माणसात पडली आहेत... युगायुगात प्रथमच खेड्याला सुखाचे दिवस येऊन रामाचं राज्य आलं आहे नि सगळीकडं आनंदी आनंद झाला आहे.... उद्या ना परवा हे नक्की येईल, नि गांधीजींच्या आत्म्याला खरीखुरी शांती मिळेल, असं ठामपणानं वाटू लागलं. किती मोठ्या अपेक्षा या शेतीखात्यांनी माझ्या मनात निर्माण केल्या!

पाटलांच्याबरोबर ऊनताण नि तहानभूक विसरून चारपाच दिवस भटकलो. ते दिवस मी कधीच विसरू शकणार नाही.

पाटलांची शरीर ठेवण बारीक चणीची, अटकर, किंचित सावळा रंग, सर्वसाधारण

मराठी माणसाची उंची. हालचालीत जलदपणा, बोलण्यात व्यावहारिकता; मिष्किलपणा, अंग घुसळेपर्यंत मोकळेपणानं हसणं, सिगरेटचा छंद, वागण्यात, बोलण्यात आणि चेहऱ्यावर एक अंगभूत तरतरीतपणा.

त्यांच्या कथा मी पूर्वीपासनं आवडीनं वाचत होतो. कथांतील मुलुख कोल्हापूरकडचा, कागलच्या आसपासचा असल्यामुळं मला त्यांच्या कथांविषयी आपुलकी वाटत होती.

पाटलांच्या स्वभावामुळं नि वर्तनामुळं तेवढ्याच तत्परतेनं मैत्री निर्माण झाली नि जवळीकही जाणवू लागली. त्यांच्या सहवासातल्या पहिल्या दिवसापासनंच मला त्यांच्याविषयी विश्वास वाटू लागला. मी दिलखुलासपणे त्यांच्याशी बोलू लागलो आणि भटकूही लागलो.

त्यांच्या वास्तवशील दृष्टीचा पहिल्या दिवशीच पडताळा आला. बसची वाट बघत आम्ही बसस्टॉपला उभे होतो. पाटील वाङ्मयाविषयी काही बोलत होते. मी मनापासून ऐकत होतो. तोवर समोरच्या उलट दिशेनं जाणाऱ्या बसच्या स्टॉपवरील एक पन्नाशीच्या पुढची स्त्री आमच्यापाशी आली.

"मला बसने जाण्यासाठी थोडे पैसे कमी पडले आहेत, मला दहा पैसे देऊ शकाल का?"

स्त्री बऱ्या घरातली वाटत होती. खांद्यावरून पांढऱ्या पातळाचा पदर घेतलेली. सुसंस्कृत कुटुंबातली, नम्रतेनं मागणारी, अडचणीत आल्यासारखी मानसिक अवस्था झालेली. मी तिच्याकडं पाहिलं नि तिला दहा पैसे तत्परतेनं दिले.

पाटलांनी सगळी घटना पाहिली.

"चटकन तुम्ही दहा पैसे देऊनसुद्धा टाकलेत." ती बाई निघून गेल्यावर पाटील मला बोलले.

"हो! बाई अडचणीत आलेल्या दिसल्या. बऱ्या घरच्या वाटल्या; म्हणून दिले."

मान किंचित उपहासानं हलवीत पाटील म्हणाले, "छान! अहो पुण्यात असले संभावित भिकारी नेहमी भेटत असतात. त्यांच्यापासनं सावध राहा. इथं माणसं काहीही सोंग काढून पैसे मागत असतात. त्यांच्या भूलथापांना चटकन बळी पडत जाऊ नका."

"काय म्हणता? त्या बाईला तुम्ही भिकारी समजलात?"

"मग?"

"अहो, त्यांच्या पोशाखाकडं, चेहऱ्यावरच्या रागरंगाकडं तरी बघून नक्की करा." मी.

"अंऽ? बरं. तुम्हाला ती भिकारी वाटत नाही तर?"

"अहं!"

"मग बसा तर."

आलेल्या बसमध्ये आम्ही चढलो. गर्दीत फुटून उभं राहावं लागलं. त्यामुळं पुढचं काही बोलता येईना.

एका बसस्टॉपपाशी दहा मिनिटांनी आम्ही उतरलो. अपेक्षित दिशेनं एका ऑफिसाकडं चाललो. तर दुसरी त्याच वयाची बाई चटकन आमच्या आडवी आली.

"अहो, मला बसला दहा पैसे कमी पडतात, तुम्ही देता का? फक्त दहाच पैसे कमी पडले आहेत." पाटलांच्या समोर ती उभी राहिली होती. मी आश्चर्यानं थक्क झालो.

पाटील म्हणाले; "बाई, मी असे कुणाला पैसे देत नसतो, पण हे तुम्हाला देतील बघा. यादव, यांनाही द्या बसला दहा पैसे."

"मी अवाक् झालो. पाटलांच्या व्यावहारिक दृष्टीचा असा दुसऱ्याच घटकेला पडताळा यावा, या योगायोगाचं मला आश्चर्य वाटलं.

माझी हवा पंक्चरली. मी पडेल आवाजात म्हणालो;

"माझ्याकडं पैसे नाहीत."

त्या बाईला ओलांडून मी पाटलांबरोबर चालू लागलो.

"का हो! त्यांनाही दहा पैसे कमी पडले होते. द्यायला पाहिजे होते तुम्ही."

"कमाल आहे पाटीलसाहेब, या पुण्याची. इथल्या भिकाऱ्यांनीसुद्धा विद्येच्या माहेरघरात असली विद्या संपादन केली असेल, असं मला वाटलं नव्हतं."

"मुद्दा तो नाही. हे भिकारी इतके चलाख झाले आहेत की ते चेहरा बघून बरोबर एखाद्याला डब घालतात. यांच्यापासनं खिसेकापूइतकंच सावध राहिलं पाहिजे."

नंतरच्या काही दिवसांत पाटलांच्या या म्हणण्याची मला चांगलीच प्रचीती आली... रेडिओ-केन्द्राजवळच शिवाजीनगर एस. टी. स्टॅण्डच्याशेजारी इराण्याचं एक हॉटेल होतं. तिथं मी चहा प्यायला गेलो होतो. एक खेडवळ अडाणी वाटणारी बाई अशीच स्टॅण्डवरून माझ्याकडं आली.

"हे एवढं काय लिवलंय वाचता काय?" तिनं मला कागदाची घडी दिली.

मी ती वाचली. "तुमचं कुणी आजारी आहे का? त्याच्यासाठी डॉक्टरांनी औषधं लिहून दिली आहेत."

"आता मी कुठली हो औशिदं आणू? माझ्याकडं एकबी पैसा न्हाई. सायेब, तुम्ही काय थोडी मदत करता का?"

मला पाटलांची तीव्रतेनं आठवण झाली. पण बाईंना लिहून दिलेलं औषधाचं प्रिस्क्रिप्शन एका डॉक्टरच्या लेटरहेडवर होतं. ते कसं खोटं मानायचं; अशी शंका आली. तरी मी मन घट्ट केलं. थोडा निष्ठूर झाल्यासारखा झालो. "बाई, मी पैसे दिले

असते. पण या वेळी माझ्याजवळ एकही पैसा नाही. पाकीट ऑफिसमध्येच विसरलंय. चहापुरता एक आणा मी घेऊन आलो होतो.''

मी तिला थाप लगावली. ती खोटं बोलते आहे किंवा भीक मागते आहे; याची मला खात्री वाटेनाशी झाली होती.... मी चिठ्ठी देऊन निघून गेलो.

आठ दिवसांनी तीच बाई. तेच प्रिस्क्रिप्शन घेऊन मला भेटली. मी चमकलो. तिचा संताप आला. म्हटलं आता हिला चांगला धडा देऊ. मी प्रिस्क्रिप्शन घेतलं नि त्यावरची तारीख पाहिली. ती सहा महिन्यापूर्वीची होती. मला अधिकच संताप आला. ही तारीख आपण पहिल्याच वेळी कशी काय पाहिली नाही; असं क्षणभर वाटलं. मी चिडून जाऊन त्या बाईला म्हटलं; ''बाई, आता हा आजारी माणूस नक्की मेला असेल. सहा महिन्यापूर्वी हा कागद डॉक्टरांनी लिहून दिला आहे. तू आता खुशाल घराकडं जा. पुन्हा जर का इथं दिसलीस तर मी तुला पोलिसांच्याच ताब्यात देईन. लाज नाही वाटत असं लोकांना फसवत भीक मागायला?''

माझा संताप अनावर झाला होता. ती बाई मुकाट तो कागद घेऊन तरातरा निघून गेली... गुडघ्यापर्यंत आखूड लुगडं. धुऊन त्याला महिना दीड महिना तरी नक्की झाला असावा. आंघोळ करूनही तितकेच दिवस झाले असावेत. हाता-पायांवर मळीचं घामटलेपण चढलेलं दिसत होतं. केसात धूळ मावत नव्हती. चेहऱ्यावर केविलवाणेपणा भरलेला.

दिवसभराची कामं करून रात्री अंथरुणावर पडलो होतो. दुसऱ्या दिवशी सुट्टी होती. सकाळी लौकर उठण्याची घाई नव्हती. अभ्यासाचं काहीतरी काढून वाचावं, असं वाटत होतं.

मी नोट्स काढल्या नि चाळू लागलो. ती बाई नकळत मनासमोर उभी राहिली. पुन्हा तो प्रसंग आठवला.

पण आता मन शांत होतं. ती बाई आता दीनवाणी वाटत होती... लोकांना फसवत माणसं अशी भीक का मागतात? पाटलांनी पैसे द्यायचं नाकारलं. मीही नंतर नाकारलं... ती बाई फसवते, हे पाटलांनी बरोबर ओळखलं होतं. मीही नंतर ओळखायला शिकलो. कुणी आपणाला फसवलं की संताप अनावर होतो. ती बाई भिकारी असूनही फसवू बघत होती...

.... पण फसवून का तिला श्रीमंत व्हायचं होतं? पोटासाठी तर ती दुसऱ्याला फसवण्याचा प्रयत्न करीत होती. चोरीमारी करत नव्हती. सरळ सरळ भीक मागितली तर आपण ती देत नाही, म्हणून सहानुभूती निर्माण करत होती नि पैसे मागत होती.

पोटालाच खाल्लं असतं ते पैसे तिनं... भूक भडकली म्हंजे माणसाचा जीव हैराण होतो. चक्कर येते. माणूस बेशुद्ध पडतं. रस्त्यावर पडलेली केळीची सालं

आपण खाल्ली होती... भूक नि भीक एकदम जन्मणाऱ्या जुळ्या बहिणी आहेत.

मी अस्वस्थ झालो.

सोमवारी ऑफिसला गेलो. स्टॅण्डवर चक्कर टाकली. ती बाई कुठं दिसली नाही.

रोज चहा प्यायला गेल्यावर भिरभिरत्या नजरेनं बघू लागलो. कुठंच दिसली नाही. इच्छा होती की तिला आठबारा आणे द्यावेत. ''पोलिसाला मी बोलणार नाही, तुझं तुला कसं भरायचं तसं पोट भर;'' म्हणून सांगावं, असं वाटत होतं. पण ती संधी तिनं कधीही दिली नाही....

त्या स्टँडवर चहाला येताना मला अनेक दिवस अपराध्यासारखं वाटत होतं.

◆

एकतीस

पुण्यात आल्यावर आठदहा दिवस संतोषभवनमध्ये कॉट-भाडेकरू म्हणून राहिलो. लॉजिंग, बोर्डिंग आणि हॉटेल एकत्र होते. टिळक रोडवर असल्यानं चटकन बस पकडून ऑफिसला जायला येत होतं. एका हॉलमध्ये चारपाच कॉट्स एकमेकीला, लावून टाकलेल्या. एका इसमाचा दुसऱ्याशी तसा परिचय नाही. त्यामुळं एकमेकांची जवळीक नाही. तरीही आम्ही एकाच खोलीत, शेजारी-शेजारी. खोलीचा रंग उडालेला. जुनाट वाटणारी. सगळ्यांमध्ये एक ट्यूब लाईट. एक संडास, एक बाथरुम.

कुणी कुणाशी उत्सुकतेनं बोलायला तयार नाही. प्रत्येक जण उपऱ्यासारखा वागे. नाइलाजानं प्रत्येकजण कॉटबेसिसवर राहायला आलेला. त्याची कॉट हेच त्याचं विश्व. त्याचं सगळं सामान कॉटवर किंवा कॉटच्या खाली. जाताना तो सगळं सामान कॉटखालच्या ट्रंकेत कोंबे. आंघोळीचे मेणचट, ओले कपडे कॉटच्या अंगाखांद्यावर पसरून नोकरीला निघून जाई. ना स्वच्छ वारा, ना स्वच्छ प्रकाश.

सकाळी उठून निर्मळ आंघोळ करावी, मनासारखं आरामात पडून अभ्यासाचं पुस्तक वाचावं, असं मला वाटे. पण तसं एक दिवसही करायला मिळालं नाही. माझी कॉट मध्येच असल्यानं दोन्हीकडं दोन तरुण पहाऱ्याला बसल्यागत वाटत. एकान्त क्षणभरही मिळत नसे. निवान्त झोप लागत नसे... माझी पंचाईत होऊन बसली होती. पण मी कुणाला काही सांगू शकत नव्हतो. अभ्यासावाचून वाया चाललेली सकाळची वेळ अस्वस्थ करून टाकी.

... पाचसात दिवस असेच गेल्यावर मी सरळ सकाळी सकाळी उठून पेशवेपार्कच्या आसपास असलेल्या झाडांखाली जाऊन अभ्यास करू लागलो... फिरायला जाणा-येणारे लोक माझ्याकडं हमखास बघत नि निघून जात... चमत्कारिक वाटत होतं. पण दुसरा मार्ग नव्हता.

सुधाकर पाटील आपले मेहुणे बापूसाहेब धर्माधिकारी यांच्याकडं म्हणजे आपल्या थोरल्या बहिणीकडं राहून अर्थशास्त्रात एम.ए. करत होता. पुणे विद्यापीठात रोज सकाळी लौकर उठून जात होता. तासांना हजर राहून तिथंच जेवण घेई नि दिवसभर अभ्यासाला ग्रंथालयात बसे. अधनंमधनं संध्याकाळी त्याची माझी भेट होत होती.

त्याची थोरली बहीण आक्का, आक्कांची दोन छोटी मुलं आणि सुधाकर असे

चौघे राहात होते. सरकारी नोकरीत असलेले बापूसाहेब बदली होऊन नागपूरला गेलेले. घरात दुसरं कुणी पुरुषमाणूस नाही. आक्कांना सुधाकरची सोबत होई. बापूसाहेब पुण्याला बदली करून घेण्याचा प्रयत्न करीत होते. अधूनमधून पुण्याला येत.

सुधाकरनं बापूसाहेबांना नि आक्कांना विचारून घेतलं नि तो एके दिवशी संध्याकाळी माझ्याकडं आला. "तू आमच्याकडं राहायला चल."

माझी होणारी आबाळ नि कुचंबणा त्याच्या लक्षात आली होती.

"जागा लहान आहे. तुमच्या घरच्या माणसांना अडचण होईल." मी त्याला सुचवलं.

"नाही होत. तू घरच्यासारखाच आहेस. आपण दोघे जूनपर्यंत तिथं राहू. एकत्र अभ्यास करू. तोपर्यंत बापूसाहेबांची बदली पुण्याला होईल. मग सिनिअरच्या वर्षाला विद्यापीठाच्या हॉस्टेलवर दोघंही राहायला जाऊ. कचकून अभ्यास करायला मिळेल. तू चल."

"पण..." मी कुचंबलो.

"पण नाही नि बीण नाही. मी बापूसाहेबांना नि आक्काला विचारलंय. त्यांना तुझ्यामाझ्यात भेद वाटत नाही. आम्हालाही माणसांची काही पारख असते. तू चल."

बिस्तरा रिक्षात घालून मी सुधाकरकडं गेलो. राहायला जाताना अवघड वाटू लागलं. एका ब्राह्मणाच्या घरी राहायला, त्यांच्या कुटुंबाचा एक घटक व्हायला आपण जात आहोत. आपणाला हे झेपेल का? आपण एक शेतकऱ्याचं पोरं. एम.ए. शिकत असलो, आकाशवाणीसारख्या चांगल्या नोकरीत असलो तरी आतला आपला पिंड एका गरीब, अधस्तरीय समाजात वाढलेला. ना घरगुती, ना सांस्कृतिक वळण... अशा वेळी आपण तिथं राहिलो तर आपलं गावठीपण, अनघड वागणं, सगळं उघड पडेल... ब्राह्मणाघरची स्वच्छता, नीटनेटकेपणा, सोवळेपणा, उठाय-बसायचे कौटुंबिक शिष्टाचार, आपल्याकडून नकळत मोडले गेले, तर सुधाकरचा आपल्याविषयीचा स्नेहभाव कमी होईल. 'कसला गावंढळ मित्र केलास?' म्हणून त्याची आक्का, मेव्हणे त्याला नावे ठेवतील– अशी धास्ती आणि काळजी मनात होती.

पण निर्धार केला. आपण हे सगळं काही बघून घेत शिकायचं, लक्षात ठेवून तसंच वर्तन करायचं, असं ठरवून राहायला आलो.

दोन खोल्यांची छोटीशी जागा. एक स्वैपाकघर नि एक उठण्या-बसण्याची खोली. या खोलीत खिडकीशेजारी एक लोखंडी पलंग. पलंगाखाली धान्याचे डबे, पिशव्या, त्याच्या शेजारीच मी माझी ट्रंक ठेवली. पलंगावर मी झोपू लागलो.

सुधाकर, आक्कांची मुलं खाली खोलीभर अंथरुण टाकून झोपत. पाचसात वर्षांचा अनिल. अविनाश अगदी पाचसात महिन्यांचा लहान. मधला अजित तब्येत किरकोळ असल्यामुळं काकूंच्याकडं म्हणजे सुधाकरच्या आईकडं ठेवला होता.

त्या छोट्याशा जागेत आक्का लौकर उठून उद्योगाला लागत. भांड्याला मोलकरीण असली तरी धुणं स्वत: धूत. खालच्या चार कुळांमध्ये एक समाईक नळ. एक सामाईक न्हाणीघर. नळाचं पाणी आक्का स्वत: भरत. घर रोजच्या रोज लोटून घेत. मुलांना आंघोळी घालत. दळण स्वत: निवडत. प्रसंगी मला किंवा सुधाकरला चक्कीवर जावं लागे. लहानग्या अविनाशला आंघोळ घालायला मला मदत करावी लागे. त्याच्या स्नानानंतर थोडा वेळ त्याला पाळण्यात झोपवावं लागे. मधेच उठला तर घराबाहेर नेऊन थोडा वेळ फिरवून आणावं लागे. कारण आक्कांचं घर आवरणं चाले. स्वैपाक करणं चालू असे. सुधाकरला एम.ए.च्या तासासाठी लौकर जावं लागे.

आक्कांच्या आणि न्हाणीघर मोकळं होण्याच्या सोयीनुसार मी माझं आवरून घेत असे. आक्कांच्या रतिबाच्या दुधाबरोबरच माझंही पावशेर दूध आलेलं असे. आक्का ते मला तापवून देत. ते घेतलं की थोडा वेळ अविनाशला सांभाळायचं. आक्कांचं आवरलं की त्याला आक्कांच्या स्वाधीन करून साडेदहाच्या दरम्यान बाहेर पडायचं. संतोषभवनमध्ये जेवण घ्यायचं नि तसंच बसला उभं राहायचं. अकरा साडेअकराच्या दरम्यान आकाशवाणीचं ऑफिस गाठायचं, असा दिनक्रम होता.

स्वारगेटच्या पलीकडं घोरपडी उद्यानाच्या जवळपास पुणे महानगरपालिकेच्या इमारती होत्या. त्यात दोन दोन खोल्यांच्या छोट्या क्वार्टर्स होत्या. जागा हवेशीर आणि निवान्त होती. आसपासही मोकळी जागा भरपूर होती. त्यामुळं जागा लहान असूनही राहायला बरं वाटत होतं.

चारपाच दिवस अवघडलेपण राहिलं, नंतर निघून गेलं. ब्राह्मणाचं घर हेही शेवटी रागलोभादी विकार नि आशानिराशादी भावना असलेलं माणसांचंच घर आहे, हे लक्षात आलं. उपचार, शिष्टाचार हे बाह्य असतात हेही कळून चुकलं. पांढरपेशा असला तरी ब्राह्मण माणूस हाही कष्टाळू असतो. साध्या नोकरीच्या मध्यमवर्गातली स्त्री दिवसभर कष्टत असते. शारीरिक श्रम करत असते. मात्र तिचे श्रम विचारपूर्वक, योजनापूर्वक चाललेले असतात. त्यामुळं ती प्राप्त परिस्थितीतही समाधानी, शांत राहून कष्ट मात्र सतत करते. हळूहळू मुलांना शिकवते. योग्य संस्कार करून अपेक्षित दिशेनं सतत वाढवते. म्हणून ब्राह्मण मुलं सहसा वाममार्गाला लागत नाहीत. शिक्षणात प्रयत्नपूर्वक यश मिळवतात नि जीवनात स्थिर होतात; हे मी त्या घरात नि आसपासच्या ब्राह्मण कुटुंबामधून आतून बघत होतो.

लौकरच या कुटुंबाशी एकरूप होऊन गेलो. प्रसंगी स्टोव्ह पेटवणं, भात

शिजणाऱ्या भांड्यातील 'पाणी' बघणं, ते घालणं, कांदा-कोथिंबीर चिरून देणं, हेही करू लागलो.

... मी 'कोण'? अशी आसपास चौकशी होऊ लागली.

''सुधाकरचा मित्र आहे. तसे आमचे दुरून नातेवाईकच लागतात. आकाशवाणी केन्द्रावर नोकरी करीत आहेत.'' असं आक्का दडपून सांगत.

मला त्यांनी ब्राह्मण करून टाकलं होतं. सुधाकरनंही ती सूचना मला दिली होती. ''आम्ही कुणी मानत नसलो तरी काही भटूर्डी फारच सोवळी नि कर्मठ आहेत. तू चक्क 'देशस्थ ऋग्वेदी ब्राह्मण' म्हणून सांगत जा.'' असं त्यानं मला बजावलं होतं. 'गोत्र' कोणतं सांगायचं याच्याही सूचना देऊन ठेवल्या होत्या. कुणी विचारलं तर मी त्याप्रमाणंच सांगत असे.

पण संकटं वाढतच गेली. एकदोन जणांनी 'स्थळ' म्हणून 'आकाशवाणीवरचा नोकरदार' म्हणून माझी चौकशी करण्यास सुरुवात केली. मी अगदीच गोंधळून गेलो. मला अजून तीनचार वर्षे तरी 'कर्तव्य नाही' असं निक्षून सांगू लागलो.

या घराला माझ्याविषयी पूर्ण विश्वास वाटला. त्यानं मला संपूर्णपणे आपला मानलं. सगळ्या गणगोतांशी मला जोडून दिलं. ब्राह्मण कुटुंबात आपण राहू शकतो याचा आंतरिक विश्वास दिला. लहानग्या अविनाशनं भाचेपणाचा उत्कट लळा लावला.

दुसऱ्या नि चौथ्या शनिवारी आकाशवाणीच्या ऑफिसला सुटी असे. सुधाकरलाही तास नसत. त्यामुळं पुण्यातून सायकलवरनं अधनंमधनं भटकणं हा माझा आणि सुधाकरचा छंद होता. पुणं निवांत, स्वच्छ, शांत वाटे. सुधाकरच्या मदतीनं मी माझे नवे कपडे शिवून घेतले होते. दोन पँटा नि दोन शर्ट. त्यामुळं माझी विजार-कुडतं मागं पडलेली. घरात वागताना मी विजारी वापरू लागलो. रोज दाढी करू लागलो. कपडे इस्त्रीला टाकू लागलो. इनशर्ट करू लागलो. चपलांच्याऐवजी सँडल्स वापरू लागलो... विद्यार्थीपण गौणस्थानी ठेवून आकाशवाणीच्या 'अधिकाऱ्याचे' ऑफिसरपण मुख्यस्थानी ठेवलं नि वागू लागलो. ऑफिसातही आरंभीचा जो अगदीच 'हं' वाटत होतो; तसा वाटेनासा झालो. या बाह्य अवताराबरोबरच 'ग्लॅड टू मीट यू', 'सी यू अगेन', 'गुडमार्निंग', 'गुडनाइट', 'हाउ डू यू डू', 'हॅलो' यासारखे नवे उच्च सामाजिक पोकळ, फसवे शिष्टाचार आत्मसात करून योग्य जागी वापरू लागलो.... माझ्यातला 'गावठीपणा' पुसट होत जाऊ लागला नि पुण्याला शोभेल असा नागरीपणा अंगात भिनू लागला. कोणाही मध्यमवर्गीयाशी मी आता मोकळाढाकळा होऊन वागू लागलो. हा आत्मविश्वास ह्या घरानं नकळत कायाकल्पासारखा दिला.

शनिवार-रविवार भटकण्यातून सुधाकरच्या अनेक मित्रांशी नि नातेवाईकांशी ओळखी झाल्या. द. मा. मिरासदार यांचं घर, प्रा. सरोजिनी कुलकर्णी आणि त्यांचे

बंधू मधुसूदन अकलूजकर यांचं घर त्यामुळं घरगुती अंगानं माझ्या परिचयाचं झालं.

या घरी खूप गप्पा होत होत्या. ताज्या साहित्याचे आणि पुण्यातील साहित्यिकांचे अनेक विषय चर्चिले जात होते. वाङ्मयीन गुणांबरोबरच स्वाभाविक गुणांची, मर्यादांचीही चर्चा होई. विशेषत: द. मा. मिरासदार यांचे धाकटे बंधू अनंत आणि वसंत यांच्याशी जवळीक झाली होती. सरोजताई, मधुसूदन आणि अशोक अकलूजकर यांच्या गाठीभेटी वरचेवर होत होत्या. या सर्वांशी होणाऱ्या गप्पांतून पिकणारं हास्य खळाळतं आणि अखंड होतं.

माझ्या मनात पुण्यातला मोठमोठ्या साहित्यिकांविषयी गाढ आदर होता. ही माणसं सामान्य माणसापेक्षा वेगळी असावीत, असं वाटे. दैवी गुणांनी युक्त अशा लोकविलक्षण व्यक्ती म्हणून मी त्यांच्याकडं आदरानं पाहत असे. पण या गप्पांतून माझ्या मनातील प्रचंड फुगलेल्या नि अंतराळात गेलेल्या फुग्यांना वास्तवाच्या टाचण्या लागत नि ते फुगे फटाफट फुटत... साहित्यिक हीही आपल्यासारखी अनेक स्वभाववैशिष्ट्यांनी आणि मर्यादांनी नटलेली, अनेक खटपटी-लटपटी करणारी जमिनीवरची माणसं आहेत, असं दिसून आलं. ऐसपैस गप्पा, विनोद, बैठका, खाणं करणाऱ्या या देशस्थी वळणाच्या दोन्ही घरांनी मला पुण्यात घरगुती जवळीक दिली. बुद्धिमान विनोद, चर्चा कशा असतात याचे नमुने दिले... या दोन घरामुळं पुणं मला उपरं वाटेनासं झालं.

सरोजताई एस. पी. कॉलेजात मराठीच्या प्राध्यापिका म्हणून रुजू झालेल्या होत्या. वेळ मिळेल तसा मी ज्युनिअर एम.ए.चा अभ्यास करत होतो. सरोजताईंनी मला उपयुक्त अशी अनेक पुस्तकं ग्रंथालयातून मिळवून दिली. या पुस्तकांच्या आधारावर मी एम.ए.चा अभ्यास केला नि फेब्रुवारीच्या शेवटच्या आठवड्यात कोल्हापूरला जाऊन राजाराम कॉलेजात परीक्षा देऊन आलो. उत्तमपैकी गुण मिळवून पासही झालो. कॉलेजचीच परीक्षा असल्यामुळं मनावर तसं कोणतंही ओझं नव्हतं. असाच सरोजताईंकडं एका सकाळी पुस्तकं परत करण्यासाठी सायकलवरून गेलो होतो. सुधाकरही बरोबर होता.

आईंनी दार उघडलं. ''या.''

''सरोजताई आहेत का? पुस्तकं द्यायची आहेत.''

''आहेत ना. दोनच मिनिटांत येईल.''

आम्ही आत गेलो.

मधुसूदन बाहेर आले. नुकतंच चहा घेता घेता त्यांनी स्वैपाकघरात ताजं वर्तमानपत्र वाचलं होतं. चहा घेऊन ते बैठकीच्या खोलीत आले. बाहेर जाण्याची तयारी करत करत म्हणाले; ''आज वाङ्मयीन सरकारी पारितोषिकं जाहीर झाली आहेत. पाहिलीत काय?''

''नाही बुवा. कुणाकुणाला मिळाली?'' माझी जिज्ञासा ताणली.

मधुसूदननी कथा-कादंबऱ्यांची नि लेखकांचीही नावं सांगितली.

''कवितेची कुणाकुणाला मिळाली?'' माझी अधिरता.

तीही त्यांनी सांगितली नि म्हणाले, 'हिरवं जग' या हस्तलिखितालाही एक खास पारितोषिक आहे. कवी कुणी ओळखीचा दिसत नाही. कुणीतरी 'आनंद रतन यादव' असा आहे.

''अरे, हाच तो.'' सुधाकर माझ्याकडं हात करीत मधुसूदनला म्हणाला.

''तुम्ही?... तुम्ही 'यादव' असं नाव लावताय?''

''होय.''

''मग तुम्ही ही बातमी वाचली नव्हती?''

''नाही. एवढ्या सकाळी वर्तमानपत्रं कोण बघतंय? सरोजताईंना सकाळी पुस्तकं द्यायची होती, म्हणून गडबडीनं आलोय. त्यांना सकाळी कॉलेज असतं ना?''

''छान! तुमचं अभिनंदन!... पण मग साहित्यात 'जकाते' हे नाव का नाही लावत?''

''जकाते, हे आमचं पडनाव आहे. जकातीच्या वडिलार्जित धंद्यावरनं ते पडलंय, आमचं आडनाव 'यादवच'.''

''असं होय? हे मला माहीत नव्हतं.''

सुधाकर मला 'जकाते'च म्हणत होता. रेडिओशिवाय माझी एकही साहित्यकृती आजवर कधी मासिकातून, दैनिकातून प्रसिद्ध झाली नव्हती. त्यामुळं माझं 'आनंद यादव' हे साहित्यातलं नाव अगदी जवळच्या मित्रांशिवाय कुणाला माहीत नव्हतं. अकलूजकर-मिरासदार यांच्याकडं मी 'हिरवं जग' प्रसिद्ध होईपर्यंत 'जकाते' म्हणूनच ओळखला जात होतो. तोवर कुणीही माझं साहित्य वाचलं नव्हतं की रेडिओवरनं ऐकलं नव्हतं.

मधुसूदननी सांगितलेली बातमी ऐकून मला अत्यानंद झाला. त्यांनी मला 'दै. सकाळ' आणून दाखवला. माझी खात्री झाली. सरोजताई स्नान आटोपून कॉलेजला जाण्याचा पोशाख करून बाहेर आल्या. तिथंच आनंदोत्सव साजरा केला. सरोजताईंनी उत्तमपैकी चहा केला. तोंड गोड केलं. मधुसूदनना जायची घाई होती. सरोजताईंनाही कॉलेज होतं.

आम्ही आनंदित होऊन बाहेर पडलो. सरोजताईंकडं येताना मी कुणीच नव्हतो. रेडिओवर स्क्रिप्टरायटरची नोकरी करणारा सुधाकरचा मित्र होतो. सुधाकरबरोबर गप्पा मारायला आणि एम.ए.च्या अभ्यासाची पुस्तकं मागायला येणारा एक तरुण विद्यार्थी होतो. पण जाताना मी 'हिरवं जग' या राज्यसरकारचं खास पारितोषिक

मिळालेल्या 'कवितासंग्रहाचा' प्रसिद्ध साहित्यिक झालो. 'येताना'तला नि 'जाताना'तला किती मोठा हा फरक! एके दिवशी सकाळी उठून मिळालेल्या या प्रसिद्धीला मी अनपेक्षितपणे सामोरा गेलो.

पारितोषिक स्पर्धेसाठी मी सहासात महिन्यांपूर्वी हस्तलिखित 'हिरवं जग' ची वही पाठवली होती. सरकारी अनागोंदी, त्यात माझी हस्तलिखित असलेली वही, तशात पुन्हा तारखेची मुदत संपायला फक्त दोनतीन दिवस बाकी असताना पाठवलेली– अशा परिस्थितीत तिची कुणी काळजीपूर्वक नोंद घेईल नि त्याची परिणती अशी होईल, असं स्वप्नातसुद्धा वाटलं नव्हतं... तो एक 'जमलं तर जमलं' म्हणून केलेला उपक्रम होता.

ही बातमी प्रसिद्ध झाल्यावर दुसऱ्या दिवशी ऑफिसमध्ये सुरेश गजेन्द्रगडकर आला होता. त्याची माझी चुटपुटती ओळख कोल्हापूरला एका प्रसंगी झालेली. त्या काळात तो कोल्हापूरला होता. नंतर तो पुण्यात आला होता. आकाशवाणीच्या ऑफिसवर मला भेटायला म्हणून आलेला.

थोडा वेळ गप्पा मारल्यावर म्हणाला, ''अरे, तुझी 'हिरवं जग' ही कवितांची वही श्री. बा. रानड्यांच्या पाहण्यात आली. त्यांना ती इतकी आवडली की सांगता सोय नाही.''

असं म्हणून त्यानं 'हिरवं जग' मधील दोनतीन कवितांचे सारांश मला सांगितले. त्या कविता त्यांना विशेष आवडल्याचं त्यानं सांगितलं. कदाचित तुझ्या या काव्यसंग्रहाला पारितोषिकसुद्धा त्यांच्यांमुळंच मिळालं असेल; ते त्या कमिटीत असावेत, असंही तो म्हणाला. मी आश्चर्य व्यक्त केलं.

श्री. बा. रानड्यांचा माझा काहीच परिचय नव्हता. नुकतेच ते चिल्ड्रेन सेक्शनचे प्रोड्यूसर म्हणून आकाशवाणीवरून निवृत्त झाले होते; त्यांची माहिती मला पुण्यात नोकरीला लागल्यावर कळली होती. मला फक्त ते 'रविकिरण मंडळाचे एक कविसदस्य' म्हणून साहित्यातून माहिती होते.

ऑफिसमधल्या अधिकाऱ्यांना माझी गुणवत्ता वेगळ्या पद्धतीनं पटली. तोवर मी 'माडगूळकरांच्या ओळखीनं आलेला माणूस' म्हणून कुजबुजला जात होतो.

माडगूळकर 'छान झालं. अभिनंदन!' म्हणून उद्‌गारले. मिरासदारांच्या जवळ बोलले, ''माझी निवड अचूक ठरली. मी एक गुणी माणूस रेडिओवर आणला याची सरकारी पावती मिळाली.''

– मिरासदारांनी मला ते नंतरच्या एका भेटीत सांगितलं. सुनीताताईंनी सांगितलेल्या माडगूळकरांच्या 'पोटातल्या प्रेमाचा' मला अनुभव आला... इतर सहकाऱ्यांना माझ्या वाङ्‌मयीन गुणवत्तेचा स्वतंत्र पडताळा मिळाला.

...मराठी साहित्याची पारितोषिकं फारच निवडक लोकांना मिळत होती. लोकप्रिय

साहित्यिक कटाक्षानं बाजूला सारले जात होते. निकष कडक लावले जात असल्यानं पारितोषिकांना प्रतिष्ठा होती. कवितेची पारितोषिकं विंदा करंदीकरांचं 'धृपद', पु. शि. रेग्यांचं 'पुष्कळा', आरती प्रभूंचं 'जोगवा' या पुस्तकांना मिळालेली. चौथं खास पारितोषिक 'हिरवं जग'ला मिळालेलं. या प्रतिष्ठित कवींच्या कक्षेत मी अलगद जाऊन बसलो; असं वाटलं नि क्षणभर गर्व झाला.

आकाशवाणीची सांस्कृतिक प्रतिष्ठेची नोकरी, पहिल्याच साहित्यकृतीला सरकारी पारितोषिक, तेही हस्तलिखिताला– त्यामुळं नियतकालिकांची, दैनिकांची दारं मला एकदम उघडी झाली. 'साभार परती'चा अनुभव नाही की 'सुधारून द्या'ची डागडुजी नाही.

बापूसाहेब कुंभोजकर साहित्याच्या क्षेत्रात अनेक संपादकांशी मैत्री ठेवून होते.

मला म्हणाले, ''यादव, चला तुम्हांला संपादकांच्या गाठीभेटी घालून देतो. 'हिरवं जग' मधल्या कविता जमतील तेवढ्या मासिकातून प्रथम प्रसिद्ध करा. मराठी वाचकाला त्या सुट्या सुट्या वाचायला मिळतील आणि तुमच्या कवितांचा वाचकवर्ग तयार होईल. संग्रह प्रसिद्ध झाल्यावर या वाचकवर्गाचा प्रतिसाद मिळेल.''

मला त्यांनी मासिकांच्या तीन-चार संपादकांच्या ओळखी करून दिल्या, 'हिरवं जग' मधील नव्हे; तर त्या व्यतिरिक्त माझ्या ग्रामीण कविता मी हळूहळू प्रसिद्ध करू लागलो.

महिनाभरात कोल्हापूरचे प्रकाशक चंद्रकांत शेटे पुण्याला माझी भेट घ्यायला आले. म्हणाले, ''मला तुमचा कविता संग्रह प्रसिद्ध करण्यासाठी द्या. तुम्ही कोल्हापूरचे आहात; मीही कोल्हापूरचा आहे. आपण तो संग्रह प्रसिद्ध करू.''

आढेवेढे न घेता मी त्यांना तो संग्रह दिला. सरकारी पत्रं असं आलं होतं; की संग्रह प्रसिद्ध झाल्यावर मी पाच प्रती सरकारला सादर कराव्यात; मग मला बक्षिसाची रक्कम मिळेल. म्हणून मला तो संग्रह लौकरात लौकर प्रसिद्ध करण्याची गरज होती.

सप्टेंबरात हा संग्रह प्रसिद्ध झाला; त्याचा प्रकाशन समारंभ गोखले कॉलेजच्या मित्रांनी विशेषत: कमलाकर दीक्षितांनी पुढाकार घेऊन केला. त्याच वेळी महाविद्यालयात माझा सत्कार ठेवला. कागलच्या माझ्यावर संस्कार करणाऱ्या प्राथमिक शिक्षकांना पुस्तकाची एकेक प्रत पाठवली. एखाद्याचं पुस्तक प्रसिद्ध होणं हीच फार मोठी गोष्ट वाटणाऱ्या शिक्षकांना मला सरकारी पारितोषिक मिळालं आहे; हे ऐकून आकाशाएवढा माझा अभिमान वाटला.

महाविद्यालयातील सत्काराच्या आदल्या दिवशी रात्री मी कागलला गेलो. माझ्या शिक्षकांना भेटलो. न. वा. सौंदलगेकर गुरुजी म्हणाले, ''जकाते, मी तुझ्या सत्कारसमारंभाला येणार आहे. त्या समारंभात मी तुझ्यावर आणि तुझ्या कवितांवर

बोलणार आहे. मला सत्कार समारंभात बोलायची परवानगी मिळेल ना?''

''जरूर मिळेल, गुरुजी. तुमचा मान पहिला. मी आमच्या सरांना तशी विनंती करतो.''

ते स्वखर्चानं कोल्हापूरला आले. कार्यक्रमात त्यांनी माझं बालपण आणि माझे कवितेचे दिवस सांगितले. माझ्या डोळ्यांत अश्रू आले. मराठीचे सगळे प्राध्यापक आणि कमलाकर दीक्षित बोलले... या सगळ्यांच्या संस्काराचा एकत्र परिपाक म्हणजे मी होतो.

'नव्या वळणाची, मुक्त छंदातील, अंतर्बाह्य अस्सल ग्रामीण कविता 'हिरवं जग'च्या रूपानं येते आहे' असा आशय त्या समारंभातील भाषणांचा होता... भाषणं नि कौतुक ऐकून पोट सुखानं भरल्यासारखं झालं.

व. ह. पिटके यांना आपली वाणी खरी ठरल्याचा आनंद झाला. कार्यक्रमानंतर चहा घेता घेता आम्ही बोलत होतो.

थोड्या वेळानं ते म्हणाले; ''यादव, तुमच्या घरचं कुणी कसं आलं नाही? तुमचे आईवडील आले असते तर त्यांना खचितच आनंद झाला असता.''

''हो. पण नाही आले. शेतकरी माणसं ती. त्यांना संकोचल्यासारखं झालं असतं.''

''तरीही त्यांना तुम्ही घेऊन यायला पाहिजे होतं. थोडा वेळ संकोच वाटला असता, पण नंतर निघून गेला असता.''

''तेही बरोबर आहे.'' मी.

क्षणभरानं त्यांना हळूच बाजूला घेऊन म्हणालो; ''सांगू का; त्यांना इथं आणायला मलाच संकोच वाटला. ते इथं आले तर खुर्चीवर किंवा बेंचवर बसले नसते. आग्रहाचा मग देखावा सुरू झाला असता नि सगळ्यांचं लक्ष तिकडंच वेधलं असतं. तरीही ते बसले नसते. कुठंतरी कोपऱ्यात जमिनीवर, नाही तर दोन बेंचाच्यामधल्या जागेत बसले असते. आपल्या या पांढरपेशांच्या सभेत त्यांचा गावठी पोशाख ही एक प्रदर्शनातील वस्तूसारखी सगळ्यांना प्रेक्षणीय वस्तू वाटली असती. लोकांनी त्यांच्याकडं अशा दृष्टीनं पाहावं, हे मलाच आवडलं नसतं. 'कागलातच सुखानं राहू देत' म्हणून मी त्यांना तिथंच ठेवून आलो झालं. शिवाय या कार्यक्रमातलं, माझ्या कवितेविषयी बोललं गेलेलं त्यांना काही कळलंही नसतं. पण तो भाग महत्त्वाचा नाही. महत्त्वाचा भाग मी त्यांना सांगून आलो आहे.''

''कोणता?''

''....की मला सरकारनं कविता लिहिल्याबद्दल बक्षीस दिलं आहे आणि आपल्याला पैसे मिळणार आहेत– हा भाग त्यांना कळला आहे. त्यांना खूप आनंद झाला आहे. त्यासाठी ते माझा घरातच ग्रामीण पद्धतीनं सत्कार करणार आहेत.''

“तो आणि कसा काय असतो, बुवा?”

“अहो, आज रात्री आई गावाकडं पुरणाच्या पोळ्या नि येळवणीची आमटी करणार आहे.”

आम्ही दोघेही खळखळून हसलो.

कार्यक्रम झाल्यावर तिसऱ्या प्रहरी कागलला गेलो. कागलातली संध्याकाळ मजेत गेली. मळ्याकडं जाऊन आलो. आसपासची सगळी शिवारं पिकांनी फोफावलेली. छातीएवढ्या उंचीची हिरवीगार गादी रानभर अंथरल्यागत वाटत होतं. उद्याच्या धनदांडग्या सुगीची मनोमन स्वप्नं रंगवून शेतकऱ्यानं खुशाल तिच्या अंगावर कोलांट्या माराव्यात अशी पिकांची श्रीमंती ऐट. पिकांवर दादा खूश होता. यंदा पाऊस चांगला झाला होता.

रात्री जेवताना खूप गप्पा झाल्या. खोबरं घालून केलेली येळवणीची आमटी पिऊन नि भुरकून तोंडाला चवी येत होत्या. पुरणपोळ्यांबरोबर खारट सांडगे-पापड चवीला जास्तच खुलवीत होते.

दादा जेवण करून रात्री वस्तीला गेल्यावर गप्पांना खरा रंग चढला. माझे आकाशवाणीवरचे शंकासमाधानाचे कार्यक्रम नीटपणे होऊ लागल्यावर मी गावाकडं पत्र लिहिलं होतं. रात्री पावणेआठच्या सुमाराला प्रत्येक मंगळवारी नि शुक्रवारी शेतकऱ्यांच्या शंकांना उत्तरं देणारा माझा आवाज रेडिओवर ऐकायला मिळेल, असं कळवलं होतं.

त्याचा शिवानं गंमतीचा प्रसंग दादाची नि म्हादबा घाटग्याची हुबेहूब नक्कल करत सांगितला.

गावात रेडिओ, ट्रँझिस्टर्स हळूहळू येऊ लागले होते. आमच्या घराशेजारी गावंदरीच्या रानातच घर बांधून राहणाऱ्या म्हादबा घाटग्याकडं ट्रँझिस्टर होता. मुंबईला नोकरीला असलेल्या त्याच्या भावानं त्याला तो हौसेखातर गाणी ऐकण्यासाठी घेऊन दिला होता.

म्हादबाकडं एके दिवशी शिवा नि दादा माझा कार्यक्रम ऐकायला गेले. तोपर्यंत घरच्या सगळ्यांनी माझा रेडिओवरचा आवाज एकदा दोनदा ऐकला होता. फक्त दादानं तेवढा ऐकला नव्हता. त्याला घेऊन शिवा म्हादबाकडं गेलेला.

“काय रत्नाप्पा, काय बेत?”

“आन्दा दादाचं रेडिओवरचं बोलणं ऐकायला आम्ही आलोय.” शिवा म्हणाला.

“या या. आरं, आन्दाचं कार्येकरम मी कायम ऐकतोय. कागलातली माणसंच तिथं गेल्यागत वाटतंय. तू अजून कवाच ऐकलं न्हाईस वाटतं, रत्नाप्पा?”

“कुठलं ऐकाय मिळतंय? मळ्यादळ्यात कामं पडल्यात खंडीनं.”

“असं? मग हाताबुडी आलेलं एवढं दांडगं पोरगं पुण्याला कशाला लावून

दिलाईस?... आता असं कर; वावभर सोटा हातात घेऊन जा पुण्याला नि त्येला फुडं घालून कुडपतच घेऊन ये.'' म्हादबा खवचटपणानं म्हणाला.

''असं कसं? सायेब झालाय त्यो आता?'' खजील होऊन काहीसा हसत दादा बोलला.

''त्येला काय हुतंय? म्हराटी शाळंतनं लाथा घालत, पायताणानं ठोकत आणतच हुतास की.''

''तवाचं न्यारं, आत्ताचं न्यारं.''

''न्यारं कसलं? पोरगंबी तेच नि बाऽबी त्योच हाय न्हवं?''

''असलो तरी, त्या वक्ताला पोरगं बारकं हुतं. वाटायचं; रानात ढोरागत कष्टं करावी लागत्यात; ती चुकवायपायीच पोरगं शाळंचं निमित्त काढून पळतंय. असं पळू लागलं तर शेतातल्या कामाला वजणार कसं? म्हणून जाऊन मानगूट धरून आणत हुतो.''

''.... आंडील पाड्याला वाजवावं तसं कष्टाला जुपत हुतास.''

''नगं तर? शेतकऱ्याच्या पोटाला आलंय ते. त्येला आयतं बसून खायला घालायला परवडाय नगं?... राबून राबून आमचा घरादाराचा जीव चालला हुता रानात. आजचं मराण उद्यावर कसंबसं ढकलत हुतावं. पिढ्यानूपिढ्यांचा कुणबावा घरात. त्येची दोरी बाऽनं आपल्यामागं माझ्या गळ्यात घातली. माझ्या मागं ही दोरी कुणाच्या गळ्यात घालू मी?''

''मर्दा, ही दोरी गळ्याला दावं लावल्यागत तुझ्यामाझ्या संसाराला अडीकलीया. त्यातनं तुझं पोरगं कसंबसं सुटलंय. आता समद्या महाराष्ट्राच्या शेतकऱ्याला शाणपण सांगाय लागलंय. वंगाळ केलं व्हय त्येनं तुझं?''

''मी तसं कुठं म्हटलंय? माझं कल्याणच झालं की. पोरगं असा काय चमत्कार करंल ते माझ्या अडाणी नजरंला त्या वक्ताला कळलं न्हाई. आता त्या चुकीचं वंगाळ वाटून काय उपयोग हाय काय?... आता नुसतं पोराचं ऐकत ऱ्हायाचं बघ.''

शंकासमाधानाचा कार्यक्रम सुरू झाला नि माझा आवाज ऐकू येऊ लागला.

''थांबा आता. दादा काय म्हणतोय ते ऐका.'' शिवानं सगळ्यांना शांत केलं. शेतकऱ्यांच्या प्रश्नांना माझी उत्तरं सुरू झाली.

... मी म्हादबाच्या घरात असल्यागत दादाला वाटू लागलं. क्षण अर्धाक्षण दादाचे डोळे इकडंतिकडं मला शोधण्यासाठी भिरभिरल्यागत झाले. मग त्यानं रेडिओच्या दिशेनं कान टवकारले. मलाच बघत असल्यागत तो रेडिओला एकटक बघू लागला.

कार्यक्रम संपल्यावर घरी जाताना शिवाला म्हणाला; ''आन्दाची गाठ पडल्यागत

झालं बघ.'' मग स्वत:शीच बोलत असल्यागत अंधारात बोलला, ''कुणाऽ एकाऽ रोजगाराच्या पोटचं पोरगं कुठं जाऊन जगाला शाणपण सांगाय लागलंय बघ हे. जळ्ळं हे माझं हात! काय म्हणून मी त्येच्या अंगावर टाकलं असतील!''

शिवा सांगत होता नि एखाद्या चित्रागत होऊन मी ऐकत होतो. शहारून निघत होतो.

◆

बत्तीस

माडगूळकरांना सांगून जूनपासून नोकरीची वेळ दुपारी बारा ते आठ अशी करून घेतली.

संध्याकाळी साडेपाचला ऑफिस संपल्यावर सगळं शांत शांत होई. कार्यक्रमात भाग घेणारे दोन-तीन लोक तेवढे राहत. साडेपाच ते आठ माझा छान अभ्यास होई. ज्यादिवशी माझा नभोवाणी शेतकरी मंडळाचा कार्यक्रम असे त्यावेळी फक्त सात ते आठ, तासभर होत नसे. या काळात अभ्यासाकडं लक्षही उत्तम लागत असे... सगळं सुरळीत चाललं होतं.

ऑफिसचं काम आता अंगवळणी पडून गेलेलं. कुणाची कामं कोणती, याची माहिती झालेली. माझी पोझिशनही मी ओळखलेली. आवश्यक ती कामं सरावानं, सहजपणे हातावेगळी करत होतो. अभ्यासाला मोकळा होत होतो.

जूनमध्ये पुणे विद्यापीठाच्या मराठी विभागात सिनिअर एम.ए.चं वर्ष पार पाडण्यासाठी नाव दाखल केलं. वसतिगृहात प्रवेश मिळवला. सुधाकरनंही सिनिअरच्या वर्षासाठी वसतिगृहच पसंत केलं. आणखी एक गोष्ट घडली. ज. वा. जोशी बी.ए.ची परीक्षा पहिल्या वर्गात उत्तीर्ण होऊन तत्त्वज्ञानात एम.ए. करण्यासाठी पुण्याला आला. त्यानंही वसतिगृहात प्रवेश मिळवला. माझ्या आनंदात भर पडली.

विद्यापीठ झाडांनी भरलेलं. या झाडीत विविध विभागांच्या दोन मजली रम्य, प्रशस्त इमारती. भव्य आणि उच्च दर्जाचं आलिशान ग्रंथालय. अभ्यासाचा मोठा हॉल. या इमारतींना झाडीच्यामधून जाणाऱ्या पायवाटांचं जाळं. ऐसपैस उद्यानं आणि फुलांचे ताटवे. निवांत वाटणारा, स्वप्नांच्या देशात गेल्याचा आभास निर्माण करणारा परिसर. त्यात हिंडताना मन उल्हसित होत होतं. सह्याद्रीच्या काळ्याभोर पाषाणाचं चिरेबंद मुख्य कार्यालय. त्याला राजवाड्याची ऐट लाभलेली.

या उच्च सांस्कृतिक वातावरणात आपल्यासारख्या खेडवळाला नीट शिकता येईल का, प्राध्यापकांना शंका विचारताना आपल्या कोल्हापुरी भाषेचं नि हेलाचं हासं होईल का, ज्युनिअरचं वर्ष पार पाडलेली विद्येच्या माहेरघरची सुविद्य मुलं आपणास जमवून घेतील का, अशा शंका येत होत्या.

वसतिगृहाची खोली ताब्यात मिळाल्यावर एक सुखद धक्का बसला. दोन विद्यार्थ्यांची व्यवस्था असलेल्या खोलीत मला जागा मिळालेली. पण खोल्या

प्रशस्त. प्रत्येकाला लोखंडी पलंग, पुस्तकं ठेवण्याची व्यवस्था, एक एक टेबल-खुर्ची होती. हवेशीर खोली. आंघोळीसाठी गरम पाण्याची व्यवस्था. जवळच मेस, मधे भरपूर मोकळी पटांगणवजा जागा...

... हळूहळू विद्यार्थी येऊ लागले होते. बहुतेक सगळे 'बडे बाप के बेटे' दिसत होते.

... ते सगळं बघून मी प्रथम माझं अंथरुण-पांघरुण बदललं. एक घसघशीत गादी, बऱ्यापैकी चादर, रंगीत बेडशीट्स आणि एक नवी ट्रंक एवढा सरंजाम खरेदी केला. जुनं अंथरुण-पांघरुण पलंगाखाली वळकट बांधून टाकून दिलं नि सप्टेंबरात सत्काराच्या कार्यक्रमाला जाताना घरी घेऊन गेलो.

भरपूर गरम पाण्यात, अंगावरचे सगळे कपडे उतरून, लक्स साबण लावून, बंदिस्त बाथरूममध्ये आंघोळ करायला तिथं प्रथम मिळाली. तोपर्यंत आमच्या आंघोळी कायम थंड पाण्यानं नि उघड्यावरच होत होत्या. मेसमधल्या जेवणाविषयी अनेक मुलांच्या तक्रारी असल्या तरी मला तसलं जेवण आयुष्यात प्रथमच मिळत होतं. आणि पोटभर मिळत होतं. बुधवारी 'चेंज' आणि रविवारी 'फीस्ट' असे बेत असत... ते खाऊन चारपाच महिन्यांत माझी प्रकृती दुप्पट झाली. जुने कपडे थिटे पडू लागले. आतापर्यंत सगळीकडून खरडून काढली तरी अंगावर चमचाभर सुद्धा चरबी मिळाली नसती. तिचा आता पातळसा थर अंगावर चढला.

"आयला! जकाते, किती सुटलास या पुण्यात येऊन! आई शप्पथ! पुढच्या पाच-सहा महिन्यात तू फुटणार साल्या!" म्हणून सुधाकर नावं ठेवू लागला...

शरीर आणि मन सुखावून गेलं होतं. उत्तम वाटणारी नोकरी होती, हवंसं वाटणारं अन्न पोटभर खायला मिळत होतं, निसर्गरम्य वातावरणात शिकत होतो. मऊ अंथरुणावर निश्चिंतपणानं झोप मिळत होती, मनासारखा सिनिअर एम.ए.चा अभ्यास होत होता... आयुष्यभर मनासमोर धरलेलं नि एरवी अति दूरचं वाटणारं द्विपदवीधराचं शिक्षण आता पूर्ण होणार याची खात्री वाटत होती... या सगळ्यांचा परिणाम मनावर आणि शरीरावर तृप्तीच्या सायीसारखा जमत होता.

डॉ. शं. गो. तुळपुळे, डॉ. पु. ग. सहस्त्रबुद्धे, डॉ. वा. भा. पाठक, डॉ. वि. वि. पटवर्धन, प्रा. श्री. के. क्षीरसागर ही मंडळी मराठी शिकवीत होती. प्रा. अ. गं. मंगळूरकर नि डॉ. गद्रे संस्कृत शिकवीत होते.

त्यांच्या शिकवण्याचा मनावर खोल संस्कार झाला, असं नाही. ते उत्तम शिकवीत. पण नवं काही मिळतंय, असं वाटत नव्हतं. अभ्यासक्रम पुरा करण्याचं भान त्यांना विशेष असे. त्यामुळं शिकवण्यात ढोबळपणा येत होता. मला ते झोंबू शकत नव्हतं. पुस्तकांचं वाचन केल्यावर ते माझ्या पदरात पडू शकत होतं... वर्गातल्या शिकवण्यापेक्षा बाहेर प्राध्यापकांशी होणाऱ्या मुक्त चर्चांतून खरं ज्ञान

आणि बारकावे मिळतात, असा माझा अनुभव होता.

मला हे नामांकित प्राध्यापक तास संपल्यावर बाहेर कधीच उपलब्ध झाले नाहीत. डॉ. तुळपुळे सोडले तर बाकीचे सगळे 'काँट्रिब्युटरी टीचर्स' होते. तास संपल्याबरोबर ते फॅकल्टीसमोर वाट पाहत असलेल्या विद्यापीठाच्या टॅक्सीतून भर्रकन् निघून जात. त्यामुळं जवळीक कधी निर्माण झाली नाही.

आणखी एक गोष्ट घडत होती. खुद्द पुण्यातील एम.ए.चे विद्यार्थी पुण्याच्या कोणत्या ना कोणत्या महाविद्यालयाचे होते. त्या महाविद्यालयाचे प्रमुख प्राध्यापक विद्यापीठाच्या मराठी विभागात शिकवायला येत होते. त्यामुळं त्या प्राध्यापकांची जवळीक त्या महाविद्यालयांच्या विद्यार्थ्यांशी होत असे किंवा अगोदरपासनंच झालेली असे. उलट लांबलांबून ग्रामीण विभागांतून शिकायला आलेले विद्यार्थी बेवारशासारखे असत. ते मुळात बुजरे, दिसायला बावळट, कपडे साधे, राहणी काहीशी बाळबोध, चेहऱ्यावर एक प्रकारचा भोळसट अबोलपणा. यामुळं या विद्यार्थ्यांशी प्राध्यापकांना आणि पुण्यातील विद्यार्थ्यांनाही फारशी जवळीक करावी, असं वाटत नसे. पुण्यातील विद्यार्थ्यांचे परस्पर परिचय पूर्वीपासूनचे असत. त्यामुळं त्यांचा महाविद्यालयातला जुनाच ग्रूप विद्यापीठात 'पुढे चालू' राही. बाहेरच्या विद्यार्थ्यांना हे विद्यार्थी आणि प्राध्यापक उच्चभ्रू संस्कृतीचे वाटत. त्यांच्यात सूक्ष्मसा न्यूनगंड निर्माण होई, तर पुणेरी विद्यार्थ्यांत सूक्ष्मसा अहंगंड निर्माण झालेला असे.

बाहेरून पुण्यात आलेले विद्यार्थी बहुधा वसतिगृहात राहत. नकळत त्यांचा एक वसतिगृहाचा ग्रूप होई. रात्रंदिवस वसतिगृहात असल्यानं परिचय दाट होऊन त्यांचं स्नेहात रूपांतर होई.

पुण्याच्या विद्यार्थ्यांना काही विशेष फायदे मिळत. त्यांना ट्युटोरिअल्सला, अधल्यामधल्या परीक्षांना विशेष गुण पडत. प्राध्यापकांकडून त्यांना पुस्तकं वाचायला मिळत. क्वचित पहिल्या वर्गात यायला, प्रथम यायलाही मदत होई.

या सगळ्यांपासून मी अलिप्त होतो. नोकरीत असल्यामुळं 'तास संपले रे संपले' की वसतिगृहाकडं मी निघून जाई. विद्यार्थ्यांबरोबर हिंडणं-फिरणं, कँटीनला, ग्रंथालयात जाणं, सिनेमाला जाणं, गावात जाणं माझ्याकडून होत नव्हतं.

नववाङ्मयावर, मर्ढेकरांच्या वाङ्मयीन दृष्टीवर माझं प्रेम होतं. त्याची टिंगल-टवाळी या प्राध्यापकांच्या तोंडून अधूनमधून येत असल्यामुळं त्यांचा संपर्क नको वाटे. त्यांची वाङ्मयीन दृष्टी जुनाट आणि कालबाह्य वाटे.

एका नामांकित प्राध्यापकांना ट्यूटोरिअल द्यायला मला दोन दिवस उशीर झाला. तिसऱ्या दिवशी तास संपल्याबरोबर ट्यूटोरिअल घेऊन मी त्यांच्या मागोमाग धावत गेलो. ते एक क्षणभर थांबायलाही तयार नव्हते. त्यांना माझ्या उशिराचं कारण कळवळून सांगितलं पण ते ऐकायला तयार नव्हते.

टॅक्सीचं दार उघडून ते टॅक्सीत बसलेही. टॅक्सी त्यांची वाट पाहत होती. अगोदर दोन प्राध्यापक त्यांची वाट पाहत टॅक्सीत बसले.

"सर प्लीज! आता पुन्हा उशीर करणार नाही. ही पहिलीच वेळ आहे. एवढं तपासा." म्हणून मी टॅक्सीत गडबडीनं माझं ट्यूटोरिअल त्यांच्या पुढ्यातील बॅगेवर ठेवलं.

टॅक्सी सुरू झालीच होती. त्यांनी ते ट्यूटोरिअल भर्रकन बाहेर फेकून दिलं. टॅक्सी निघून गेली. वीस-पंचवीस फुटावर पडलेल्या ट्यूटोरिअलच्या कागदांकडं मी ओल्या डोळ्यांनी बघत उभा राहिलो... सरांनी मला समजून घ्यायला पाहिजे होतं. निदान इतर प्राध्यापक असताना माझं ट्यूटोरिअल असं उष्ट्या पत्रावळीसारखं फेकून द्यायला नको पाहिजे होतं...

दुसरा प्रसंग ट्यूटोरिअलचाच. 'दुर्दैवी रंगू' ही वैद्यांची कादंबरी अभ्यासाला होती. ती कादंबरी मनापासून वाचून मी ट्यूटोरिअल लिहिलं होतं. या कादंबरीचा शेवट कादंबरीतील आरंभापासूनच्या घटनांचा कार्यकारणसंबंध लक्षात घेता कसा व्हायला पाहिजे होता; याविषयी मी उत्तरार्धात विशेष भर दिला होता. शेवटी एका छोट्या परिच्छेदात लिहिलं होतं की, 'असा असा शेवट झाला असता तर कादंबरी अधिक प्रभावी ठरली असती.'

पण ट्यूटोरिअल तपासणाऱ्या प्राध्यापकांनी शेवटचा परिच्छेद वाचलाच नाही. अगोदरच्या परिच्छेदावर तांबडी फुली मारून मार्जिनमध्ये लिहिलं होतं की, 'कादंबरीत असे काही नाही. न वाचता ट्यूटोरिअल लिहिले आहे.' खाली सही. नामांकित प्राध्यापक. दुसऱ्याचं लेखी म्हणणंही नीट न वाचता स्वत:चं मत द्यायला अधीर आणि उत्सुक, असे हे प्राध्यापक मराठीतील मोठे समीक्षक होते. त्यांच्या एकूण विद्वत्तेवरचाच माझा विश्वास उडाला...

मी आपला तासांना जाऊन, नोट्स काढून मोकळा होत होतो. स्वतंत्र अभ्यास करायला माझा मी मोकळा होतो. इच्छा फक्त एवढीच होती की अशा प्राध्यापकांच्या हातात आपले वार्षिक परीक्षेचे पेपर्स पडू नयेत. ज्या विद्वान प्रसिद्ध समीक्षक-प्राध्यापकांच्या सहवासासाठी मी उत्सुक होतो, त्यांच्याकडून माझा असा अपेक्षाभंग झाला. कदाचित माझी अतिसंवेदनशील, भावनाप्रधान प्रकृतीही त्याला कारणीभूत झाली असेल. एका वर्षासाठी मी इथं शिकायला आलो असल्यानं विशेष संपर्क वाढला नव्हता, म्हणूनही कदाचित माझा अपेक्षाभंग झाला असेल.

प्रा. रा. श्री. जोगांची पुस्तकं मी वाचली होती. त्यांच्या आदर्श प्राध्यापक वृत्तीविषयी मी ऐकून होतो. पण त्यांचा विषय मी न घेतल्यानं त्यांच्या शिकवण्याचा नि सहवासाचा लाभ मला घेता आला नाही.

या सर्वच प्राध्यापकांविषयी बाहेर सांगताना मात्र मी 'अमुक अमुक प्राध्यापक

आम्हाला शिकवतात. मी त्यांचा विद्यार्थी आहे.' असं अभिमानानं सांगत असे. त्यात माझा स्वार्थ होता. अशी मोठ्या प्राध्यापकांची नावं सांगितल्यानं आपल्या ज्ञानाविषयी लोकांच्या मनात विश्वास निर्माण होईल, असं वाटे.

वसतिगृहात मराठीचे पाच-सहा विद्यार्थी होते. रवीन्द्र सुर्वे माझा रूमपार्टनर पूर्वी एस. पी. कॉलेजला शिकायला होता. हुशार होता. पण अभ्यासात मनापासून लक्ष घालत नव्हता. त्याचं ज्युनिअरचं वर्ष असल्यामुळं तो हे दिवस आनंदी वृत्तीनं इकडंतिकडं हिंडत-फिरत घालवत असावा. तशात प्रेमात पडलेला. मुलीबाळींत रमणारा. कधी रात्री उशिरा झोपायच्या वेळी खोलीवर येई. त्यामुळं त्याची माझी चर्चा फारशी होत नसे. माझं सिनिअरचं वर्ष असल्यानं मी अभ्यासाव्यतिरिक्त चाललेल्या बोलण्यात विशेष रस घेत नसे आणि रवींद्रला तूर्त अभ्यासात रस नसे. सकाळी तो उशिरा उठे. त्यामुळं त्याचा पहिला तास पुष्कळ वेळा बुडत असे. मला लौकर उठून तासाला जाण्याची सवय. नाइलाज होता. त्यामुळं सकाळीही काही बोलणी होत नसत... बोलणी होत नसली तरी कधीमधी तो आपल्या सुंदर छोट्या छोट्या भावपूर्ण कविता मला दाखवत असे. मला त्या संयमी, सूचक, सूक्ष्म छटा पकडण्यात यशस्वी असलेल्या कविता अतिशय आवडत. त्याची त्या कवितेवरील तशीच छोटी काव्यमय चित्रंही आवडत. त्याचा बौद्धिक विनोद, मिस्किलपणा, एखाद्या विषयावर मन:पूर्वक विचार करण्याची वृत्ती मला विशेष आवडे.

... पण तो स्वत: 'प्रेमात' सापडला होता. त्यामुळं त्याला मी माझ्या मनीच्या भावभावना, माझं घरगुती जीवन, आंतरिक धागेदोरे सांगण्याच्या भरीस पडत नव्हतो. उलट त्याच्या प्रेमातील चढउतार, लपंडाव, रुसवेफुगवे मनापासून ऐकून घेत होतो. प्रतिसाद देत होतो. वडिलांचा एकुलता एक मुलगा म्हणून त्याच्या वडिलांचीच काळजी मला अधिक लागून राहिली होती. कारण त्यांचं तो सर्वस्व होता.

उलट द. ता. भोसलेनं माझ्या मनात स्वत:विषयी मानसिक जवळीक निर्माण केली होती. त्यांच्यापाशी मी विशेष रमत होतो. बी.ए.ला मराठीत पहिल्या वर्गात पास झालेला द. ता. भोसले सोलापुराहून इथं एम.ए.लाही पहिला वर्ग मिळविण्याच्या महत्त्वाकांक्षेनं आलेला. सांगोल्यासारख्या दुष्काळी तालुक्यात असलेल्या सरकोली गावच्या थोडीशी जिराईत शेती असलेल्या शेतकऱ्याचा तो पोर. दारिद्र्याच्या अनेक खस्ता खात माझ्यासारखाच धडपडत एम.ए.पर्यंत येऊन पोचला होता. बोलण्यातला ग्रामीण ढंग, निखळ निर्मळ विनोदी वृत्ती, प्रांजळ प्रामाणिक स्वभाव आणि अभ्यासू वृत्ती, नोट्स काढण्याचा कधीही कंटाळा नाही. साहित्याविषयी मनापासून प्रेम. त्याच्या चर्चेत रस. मुख्य म्हणजे आमच्या रात्रीच्या विरंगुळ्याच्या गप्पा गावाकडच्या आठवणींनी रंगत. एकमेकांला जुने अनुभव सांगताना एकमेकांची प्रतिबिंबच आम्ही

एकमेकात पाहत होतो. कुणीतरी आपल्या सारखाच एक जीव या पुणे विद्यापीठात शिक्षण घ्यायला आलेला, तो इथं शिक्षण घेऊ शकतो, या कल्पनेनं दिलासा मिळत होता. आपण एकाकी नाही, या भावनेनं धीर येत होता.

जगन्नाथ जोशीचं नि माझं बोलणंही जवळजवळ थांबल्यासारखं झालेलं. आमचे दोघांचे विषय भिन्न झालेले. त्यामुळं अभ्यासाविषयी काही बोलणं नाही. त्याच्या स्वभावातला चिंतनशील गंभीरपणा विशेष वाढीला लागलेला. त्यामुळं तो एकान्तप्रिय झालेला. पूर्वीपासूनच महत्त्वाकांक्षी वृत्ती. त्यामुळं बी.ए. प्रमाणेच एम.ए.लाही पहिला वर्ग नि जमल्यास प्रथम क्रमांक मिळवण्याची जिद्द त्यानं बांधलेली. त्याचा ध्यास घेऊन अभ्यासाला लागला होता. मीही माझ्या व्यापात गुंतलो होतो. त्यामुळं कामानिमित्त उभ्याउभी जे बोलणं होई तेवढंच.

कामावरून रात्री परत आलो, की जेवण करी. अभ्यासाची ओढ असूनही जेवण केल्यावर वाचन नको वाटे. मग द. ता. भोसलेकडं जाई. त्याच्याशी अभ्यासाविषयीची चर्चा, बोलणी करी.

त्यातून अनेक मुद्दे कळत. कारण अनुषंगानं त्यानं ग्रंथालयात जाऊन भरपूर संदर्भवाचन केलेलं असे. मला ते त्याच्या बोलण्यातून मिळे. त्यातून अनेक मुद्दे कळत. परत येऊन त्यांच्यावर विचार करी. विचार करता करता पेंगळून झोपी जाई.

आठवड्याचे सहाही दिवस कामं करून जीव तंगलेला असे. रोज सकाळी लौकर उठून सगळे विधी साडेसातच्या अगोदर आटोपावे लागत. आठ वाजता तासाला हजर राहावं लागे. आठ ते बारा वाजेपर्यंत तास. बहुधा ते अकरालाच संपत. मग धावत-पळत मेसमध्ये जाऊन कसंबसं जेवण पोटात ढकलावं लागे. लगेच बस गाठणं नि बारापर्यंत ऑफिसात पोचणं. कधी पोचायला साडेबाराही होऊन गेलेले असत. माझी नेमलेली कामं दिवसभरात उरकून टाकी. संध्याकाळी मोकळा होई. तीच विश्रांती समजे. रात्री आठला ऑफिसातून बाहेर पडून बस गाठत असे नि विद्यापीठात जात असे. पुन्हा मेसमध्ये जेवणं नि खोलीवर येऊन जमल्यास अभ्यास करणं किंवा भोसलेशी गप्पा मारणं. पहाटे लौकर उठून दीड-दोन तास नोट्स वाचणं हेही चालू असे.

या पळापळीत रविवार कधी येईल असं होऊन जात होतं. तो आला की संपूर्ण विश्रांती, किंवा बाहेर फिरावं, हिंडावं, असं वाटे. मनाच्या या उर्मीला मी सुधाकरच्या सहवासात वाट मोकळी करून देत होतो. सुधाकर गप्पांत आणि मित्रांत विशेष रमत होता.

रविवारी आम्ही दोघं खास त्याच्या आणि त्याच्यामुळं माझ्याही झालेल्या मित्रांना भेटायला सायकलींवरून बाहेर पडत होतो. मित्रांच्या खोलीवर, होस्टेलवर, आमच्या खेपा होत. कधी कधी एखाद्या हॉटेलची खूणही जमण्यासाठी नक्की

झालेली असे. सुधाकर हा मूळचा अकलूजचा असल्यामुळं मेडिकल कॉलेजचे अकलूजकडचे विद्यार्थी अनिल गांधी, रवीन्द्र व्होरा, रमण गांधी आणि सर्वांचे मित्र निपाणीचे अनिल मेहता यांच्या ग्रूपमध्ये तो विशेष रमत होता. त्याच्याबरोबर त्यांच्याकडं मीही जाई. खळखळून गप्पा मारणारा, जीवनातील ऐन तारुण्यातला आनंद मुक्तपणे वेचणारा, एकमेकांशी जिवाभावानं वागणारा तो ग्रूप होता. प्रत्येकजण आपापल्या स्वभावानुसार गप्पांत भाग घेई नि हास्यविनोदात रंगीत भर घाली. खाणपिणं झाल्यावर ग्रूपचं नेतृत्व करणारे अनिल मेहता पुढच्या रविवारी कुठं नि कसं जमायचं ते सांगत होते आणि आम्ही आपापल्या वाटांनी परतत होतो. होस्टेलवरही अविनाश कोल्हटकर, श्रीकांत भिडे, शशिकांत दैठणकर, प्रकाश कुलकर्णी हे सुधाकरचे खास मित्र होते. तेही असेच हुशार, बुद्धिमान आणि गप्पा-प्रेमी होते. रात्री त्यांच्याशीही गप्पा मारताना शिणवटा निघून जाई.

.... या गप्पात मला सहसा रंगत आणता येत नसे. तरीही मी त्या गप्पांचा मनमुराद आस्वाद घेत होतो. परिस्थितीच्या मानगुटीवरील ओझ्याखाली सदैव सापडलेलं माझं मन तिथं मोकळंढाकळं होऊन बसत होतं. समोरच्या मित्रांची मुक्तपणे बागडणारी टवटवीत मनं ही जणू मला माझीच माझ्यापासून काही कारणांनी दूर दूर गेलेली चैतन्यरूपं वाटत. त्यांच्या दर्शनानं मनावरची जळमटं जात. ते ताजं, स्वच्छ, उल्हसित होऊन जाई. मी खोलीवर परतत असे नि गाढ झोपून जात असे.

◆

तेहतीस

शंकर पाटलांचा परिचय वाढत होता. सोमवार पेठेत ते एका लांबट खोलीत पार्टीशन घालून राहत होते. 'टारफुला' कादंबरी आणि बारापंधरा खेड्यांची रेखाचित्रं लिहिण्याचा त्यांचा संकल्प होता. एशिया फाउंडेशनची स्कॉलरशिप स्वीकारताना त्यांनी हा संकल्प कळविलेला. त्यासाठी त्यांचं वाचन आणि चिंतन चाललेलं.

त्यांच्याकडं अधूनमधून गप्पा मारायला जात होतो. वास्तवातली माणसं साहित्यात यथार्थपणे आणणारं माडगूळकरांचं लेखन मला आवडत होतं.

माडगूळकरांच्या तुलनेत शंकर पाटलांची कथा तेवढी आवडत नव्हती. पाटील तपशिलाचा भरणा जास्त करतात. पुष्कळ कथांचा शेवट अपुरा ठेवतात; असं वाटे.

पण चर्चा करताना पाटलांनी आपल्या कथांच्या अनेक पैलूंची जाणीव करून दिली. नवसाहित्याचा काळ होता. कलात्मक प्रयोगांना प्रतिष्ठा मिळत होती. कथेच्या क्षेत्रात ते महत्त्वाकांक्षी प्रयोग करत होते. त्यांच्या कथेत अवतरणारा तपशील हा रूपकात्मक, प्रतीकात्मक कसा असतो, सुप्त किंवा अर्धसुप्त अंतर्मनाचे पापुद्रे उकलण्याचा प्रयत्न कसा केलेला असतो; नुसतं 'गोष्ट-टाईप' वास्तव रेखाटण्यापेक्षा मनातील ताणांची रेखाटनंच त्यांची कथा कशी करते, 'ताण' महत्त्वाचे असल्यानं प्रसंग, घटनांना कसे गौणत्व येतं, हे त्यांनी मला समजून सांगितलं.

पाटलांची कथा माडगूळकरांच्या कथेपेक्षा वेगळी आहे याची कल्पना आली. माडगूळकर जीवनचित्रणाला सामोरे जातात तर पाटील कलात्मकतेला नि प्रयोगशीलतेला सामोरे जातात हे कळलं. कलात्मकतेचे विशेष बारकावे माहीत नसलेला मी वास्तवाचं यथार्थपणे चित्रण करणाऱ्या माडगूळकरांची तरफदारी करत होतो. 'अस्सल वास्तवाचं चित्रण करण्यात कलात्मक आव्हान काही नसतं;' असं पाटील सांगत. त्यामुळं मला माझ्या वाङ्मयीन अभिरुचीतल्या उणिवा नि एकारलेपणा विशेष जाणवू लागला. अजून आपणाला समजून घ्यायचं आहे, खूप वाचलं पाहिजे, अशी रुखरुख त्यांच्याकडून परतताना लागे.

पाटलांची कल्पक प्रतिभा जीवनातल्या बारीकसारीक प्रसंगांचा कथासर्जनात कसा विचार करते, त्याला नवं रूप कसं देते, नवी भर त्या घटना-प्रसंगात टाकून कलानुभव कसा आकाराला आणते, याचे अनेक पडताळे मला पाटलांशी चर्चा

करताना येत. ते पुष्कळ वेळा एखादी कथा जीवनातल्या अमुक एका प्रसंगावरून कशी सुचली हे विस्तारानं सांगत.

या काळात साहित्याच्या वाचनानं, चिंतनानं, सर्जनानं ते झपाटून गेले होते. कथेतील कलात्मकता, प्रयोगशीलता, अंतर्मनाचे पापुद्रे, विपरित नाट्यमयता यांचा कल्पक विचार निर्मितीच्या वेळी ते कसे करतात, याचे जणू 'रेकॉर्ड' ते मला दाखवीत होते. त्यांची ही कलामग्न कलावंतवृत्ती मला मोहवून टाकत होती. साहित्यानं झपाटलेल्या या माणसाला पुन:पुन्हा भेटावंसं वाटत होतं. खूप शिकायला मिळतंय, असं वाटे. साहित्यिकाच्या अंतर्मनातील भुयारी कारखाना मी अनुभवतोय असा कधी कधी भास होई... मी पाटलांच्या कथा अधिक काळजीपूर्वक वाचू लागलो.

त्यांच्या कथा वाचून मी त्यांना भेटत होतो. 'सत्यकथेचे' ताजे अंक वाचून त्यांच्याकडं जात होतो. त्यांच्या कथेविषयी किंवा ताज्या वाचलेल्या इतरांच्या कथांविषयी निरनिराळे जिज्ञासू प्रश्न मी त्यांना विचारी. त्यांची मार्मिक उत्तरं ते देत. मी त्यांच्या वाङ्मयीन दृष्टीमुळं चकित होई. माझ्या प्रश्नामुळं त्यांच्या चिंतनशील शक्तीला अधिक चालना मिळे. त्यामुळं माझा सहवास त्यांनाही हवासा वाटे. ते उत्साही होत. माझ्याबरोबर फिरायला बाहेर पडत. फिरता फिरता झपाटल्यासारखे अखंड बोलत. मी मुग्ध होऊन ऐकत असे.

माडगूळकरांशी अशा गप्पा होऊ शकत नव्हत्या. तरीही मी त्यांच्याशी अधूनमधून चर्चा करण्याचा प्रयत्न करीत होतो. त्यांच्या लेखनाचं मर्म समजावं असं वाटत होतं. त्यांची एखादी नवीन कथा वाचून त्यांच्याकडं ऑफिसातच जात होतो. एखादं त्यांचं पुस्तक वाचून त्यांच्याशी बोलण्याचा प्रयत्न करी. त्यातले कोणते प्रसंग विशेष आवडले, का आवडले, त्यांना सांगे.

त्यांच्या साहित्याविषयी मी बोलू लागलो की ते खुलत. 'असं का? होय का?' म्हणून प्रतिसाद देत. मग त्याला काही समांतर असं इंग्रजी वाचलेलं सांगत. त्याचं कथानक सांगत. इतर कुठल्या मराठी लेखकाचं काही वाचल्याचं किंवा ते आवडल्याचं कटाक्षानं बोलत नसत. पाटील, मिरासदार, रणजित देसाई यांच्या साहित्याविषयीही कधीच बोलत नसत. त्यांना ते मनापासून आवडत नसावंसं वाटे. विचारलं तर बोलणं टाळत. गंगाधर गाडगीळ, श्री. म. माटे यांच्या कथा आवडत असल्याचं बोलत... स्वतःच्या कथांचं विवेचन फारसं करू शकत नसत. कथेच्या मांडणीविषयी, कलात्मकतेविषयी, तिच्या बारीकसारीक गुणांविषयी त्यांनी बोलावं, असं वाटे. पण ती त्यांची प्रकृती नाही, हे माझ्या पुन: पुन्हा लक्षात येई. म्हणून त्यांच्याशी माझ्या वाङ्मयीन सविस्तर गप्पा कधी झाल्या नाहीत.

मात्र एखाद्या ग्रामीण शब्दाविषयी, जीवनातील एखाद्या ग्रामीण रीतिरिवाजाविषयी

क्वचित विचारत. याबाबतीतही शंकर पाटील विशेष चोखंदळ वाटत. ग्रामीण शब्द, रिवाज, समजुती यांच्याविषयी ते विस्तारानं चर्चा करत. ग्रामीण भाषेच्या विशेषत्त्वात ते खूप रंगून जात नि ग्रामीण आविष्कार कसे वेगळे असतात, याची पुष्कळ उदाहरणं देत.

पुण्यास येताना अपेक्षा अशी होती की, माडगूळकरांच्याकडून खूप शिकता येईल पण विवेचनापेक्षा सर्जनात विशेष रमणाऱ्या, सर्जनाचाच प्रत्यक्ष आनंद घेणाऱ्या त्यांच्या आत्ममग्न स्वभावामुळं माझं शिकणं होऊ शकलं नाही. वयानं आठ एक वर्षांनी मोठे, पाटील-मिरासदार यांच्यापेक्षा वरच्या दर्जाची प्रसिद्धी नि प्रतिष्ठा पावलेले ते साहित्यिक. आपलं हे स्वत्व जपायचं भान त्यांना विशेष असे.

आकाशवाणीवर मोठमोठे गायक, साहित्यिक, तमासगीर, नाटकातले, क्वचित सिनेमातले कलाकार, वैचारिक-सांस्कृतिक क्षेत्रातील विचारवंत, विद्वान माणसं येत. त्यांचा कार्यक्रम असे किंवा त्यांच्या कार्यक्रमाचं रेकॉर्डिंग होई. ते होण्यापूर्वी किंवा झाल्यानंतर सहजासहजी बोलणी, गप्पा, विनोद घडत. या सर्वांना अगदी जवळून, अनौपचारिक स्वरुपात पाहायला नि ऐकायलाही मिळे. ही तृप्ती काही वेगळी होती. सांस्कृतिक क्षेत्रातला पुण्याचा मोठेपणा नि महत्त्व त्यामुळे कळे.

इंदिरा गांधी या काळात गाजावाजा न करता केंद्राला भेट देऊन गेल्या. वेळ मिळाला तर त्या येणार होत्या. असाच मी शंकासमाधानाचं हस्तलिखित तयार करून खालच्या स्टुडिओत 'ड्रामा'च्या साऊंडप्रुफ खोलीमध्ये माझ्या स्क्रिप्टला वेळ किती मिनिटांचा लागणार हे पाहत होतो. एकदा स्क्रिप्ट वाचून घेणं आणि त्याचं टाइमिंग बघणं, हा माझा परिपाठ होता. त्यासाठी मी घड्याळ लावून स्क्रिप्टचं वाचन करत होतो.

इतक्यात आकाशवाणीच्या एका अधिकाऱ्यानं मी बसलेल्या स्टुडिओचं दार उघडलं. मागोमाग स्टेशन डायरेक्टर नि इंदिरा गांधी आतच आले. मी चकित झालो. पटकन उठून त्यांना नमस्कार केला. त्यांचं स्मितहास्य नि जोडलेले हात ते दुसऱ्यांदा माझ्यासाठी होते. अनपेक्षितपणे घडलेल्या या दुसऱ्या प्रसंगानं मी सुखावून गेलो.

पहिला प्रसंग कोल्हापुरात घडलेला. त्यावेळी मी ज्युनिअर बी.ए.ला होतो. भाषणाच्या निमित्तानं त्या कोल्हापूरला आल्या होत्या. त्यावेळी त्या केवळ नेहरू कन्या, युवक काँग्रेसच्या कार्यकर्त्या होत्या.

सकाळचं कॉलेज. मला जायला उशीर झाला होता म्हणून वेगानं समोर बघत कॉलेजला चाललो होतो. गोखले कॉलेज जवळचं, साठमारीच्या अंगानं येणाऱ्या रस्त्याचं वळण मी ओलांडण्याच्या ऐन मन:स्थितीत असतानाच एक लांबलचक कार किंचितही आवाज न करता त्या रस्त्यावरून अचानक आली नि तिनं सर्रकन्

वळण घेतलं. वळणावरच्या झाडामुळं तिकडून गाडी येत आहे, याची मला किंचितही कल्पना आली नाही. सरळ बघून चालणाऱ्या मला गाडी अंगावरच आल्यागत वाटलं नि मी सर्रकन तसाच मागं सरकताना उताणा पडलो. हातातली पुस्तकं नि वह्या विस्कटून पडल्या. रागानं त्या गाडीच्या ड्रायव्हरकडं पाहिलं. गाडीत कोण बसलंय ते पाहिलं तर पंतप्रधान पंडित नेहरूंची साक्षात कन्या. रूपमती प्रियदर्शनी इंदिरा गांधी. मी आश्चर्यानं बघू लागलो. उठायचंही भान नाही... इंदिराजींनी माझ्यातल्या प्रांजळ निष्पापतेची क्षमा मागावी तसे मला दोन्ही हात जोडले. मी गडबडीनं पायजमा झाडत उभा राहिलो नि दोन्ही हातांनी त्यांना घाईनं नमस्कार केला. गाडी हळूच निघून गेली. हा पहिला विलक्षण नाट्यमय प्रसंग.

पारितोषिक मिळालं नि एप्रिलमध्ये श्री. बा. रानडे यांच्या घरी जाऊन मी आपण होऊन त्यांचा परिचय करून घेतला. त्या वृद्ध, प्रेमळ जोडप्यानं माझं स्वागत फार आपुलकीनं केलं. नंतर मी त्यांच्याकडं अधूनमधून जाऊ लागलो. त्यांनी मर्ढेकर आणि माधवराव पटवर्धन यांच्या अनेक आठवणी सांगितल्या. त्यांना प्रत्यक्ष भेटलेली, एवढंच नव्हे तर त्यांना प्रसंगी मार्गदर्शन करणारी, रविकिरण मंडळाची ज्येष्ठ व्यक्ती श्री. बा. रानडे आपल्यासमोर आहे, आपल्याशी प्रेमळपणे बोलत आहे, याचं खूप वाटलं. 'हिरवं जग' मधली माझी कविता त्यांच्या इच्छेनुसार मी त्यांना खास ऐकवली. त्यांची मनापासूनची दाद घेतली.

वि. द. घाटे पलीकडच्या बंगल्यात जवळच राहत होते. कोल्हापूरला असताना उषाताईंच्या घरी त्यांची एकदा दोनदा भेटही झाली होती. त्यांचं साहित्य मी मोठ्या आवडीनं वाचणारा. त्यांची ताजी रसरशीत भाषा मला विशेष आवडे. असं असूनही त्यांच्याकडं जायला नको वाटे. त्यांच्याविषयी एक अनामिक दरारा मनात होता. त्यांचा रुबाबदार खानदानी डौल बघून बिचकायला होत होतं. पण गेल्या मे महिन्यामध्ये उषाताई कोल्हापूरचं गोखले कॉलेज सोडून पुण्यात चालू झालेल्या श्री शाहू मंदिर महाविद्यालयात मराठीच्या प्राध्यापिका म्हणून रुजू झालेल्या. त्यांना भेटण्याच्या निमित्तानं मी त्यांच्या घरी जाऊ लागलो नि घाटे दादांचा परिचय अधिकाधिक होत गेला. माझ्या कवितासंग्रहाला नुकतंच पारितोषिक मिळालेलं. उषाताईंचा विद्यार्थी, ग्रामीण ढंगाची वेगळी कविता लिहिणारा एक शेतकऱ्याचा पोर, स्वकर्तृत्वावर आकाशवाणीत नोकरी करून एम.ए. करतोय; याचं दादांना विशेष वाटत होतं.

एके दिवशी उषाताईंचा 'आकाशवाणीवर' मला फोन आला. ''आनंद, दादांचा तुला निरोप आहे. आज संध्याकाळी आमच्याकडं श्री. पु. भागवत, मंगेश पाडगावकर, माधव आचवल येणार आहेत. त्यांना तू तुझी 'हिरवं जग' मधील कविता वाचून दाखवायची. श्री. बा. रानड्यांना तुझं कविता-वाचन खूप आवडलं आहे. त्यांनी

दादांना तसं सांगितलंय. तू वही घेऊन ये.''

मी या सर्व मंडळींना प्रथमच दादांच्या घरी पाहिलं. श्री. बा. रानडेही आलेले. उषाताई एका बाजूला बसलेल्या. दादा आपल्या डौलात बसलेले. मी आठ-नऊ कविता वाचून दाखविल्या. दादांनी, रानड्यांनी, उषाताईंनी अधूनमधून मनापासून दाद दिली. श्री. पु. भागवतांनीही कविता आवडल्याचं सांगितलं. मग त्यांच्यातच कवितेविषयी परस्पर बोलणी सुरू झाली. मी एका खोपड्यात अंग चोरून बसून ती चर्चा ऐकत होतो.

तो विषय संपण्यापूर्वी दादा श्री. पु. ना. म्हणाले, ''संग्रह उत्तम आहे. मौजतर्फे प्रसिद्ध करून टाका.''

''पाहतो मी पुन्हा एकदा कविता. स्क्रिप्ट माझ्याकडं ठेवून जा. महिनाभरात मी तुम्हांला काय ते कळवतो.'' श्री. पु. गंभीरपणे मला म्हणाले.

त्यांनी माझं स्क्रिप्ट आपल्याकडं ठेवून घेतलं.

मी आनंदून गेलो. मौज प्रकाशनतर्फे आपला संग्रह आता निघणारच, असं वाटू लागलं. त्या कल्पनेत मी महिनाभर होतो.

महिना उलटल्यावर श्री.पुं.ना मी एक स्मरणपत्र लिहिलं. श्री.पुं.चं. पत्र आलं. त्यात त्यांनी लिहिलं होतं, ''तुमची कविता काव्यवाचनाच्या वेळी मला आवडली होती, हे खरं; पण नंतर कविता वाचल्यावर असं जाणवलं की तुमच्या कवितेत काव्यात्मतेपेक्षा नाट्य अधिक आहे. त्याचाच प्रभाव मनावर जास्त पडतो. कविता म्हणून ती उणावल्यासारखी वाटते.''

श्री.पुं.चं पत्र वाचून थोडा चकित झालो. थोडासा दुखावलोही गेलो. लेखनातील माझ्या मन:पूर्वकतेला धक्का बसल्यागत झाला.

''आजवर जे काही मी जुन्या आणि नव्या मराठी कवींच्या कवितांचं वाचन केलं आहे; त्याच्या आधारे 'कविता म्हणजे काय?' हे जे मी समजून घेतलं आहे, त्याच्या आधारेच 'हिरवं जग' मधील माझी कविता आकाराला आलेली आहे.'' अशा आशयाचं एखाद्या आत्मनिष्ठ कवीला शोभणारं व स्क्रिप्ट पाठविल्याबद्दल आभार कळविणारं पत्र मी त्यांना पाठवलं.

त्यानंतर कोल्हापूरचे चंद्रकांत शेटे यांनी आपल्या प्रकाशनातर्फे लगेचच दोनतीन महिन्यांत संग्रह प्रसिद्ध केला.

डॉ. सरोजिनी बाबर यांचा याच काळात परिचय झाला. आकाशवाणीवर लोकगीतांचे कार्यक्रम सादर करण्यासाठी त्या अधूनमधून येत होत्या. त्यांच्या घरी मी जाऊ येऊ लागलो. कृ. भा. बाबरांना माझ्या श्रुतिका आवडत होत्या. अधूनमधून मासिकात एखादी कविता आता प्रसिद्ध होऊ लागली होती. ती त्यांच्या पाहण्यात आली होती. त्यांना ती आवडत होती. घरोबा निर्माण झाला नि त्यांच्या 'समाजशिक्षण

मालेसाठी' मी लिहू लागलो. प्रथम दोन दीर्घ कविताच त्यांना प्रकाशनासाठी दिल्या.

मे महिन्यात नुकतीच महाराष्ट्र राज्याची स्थापना बरचसं महाभारत घडल्यावर झाली. मराठी राजभाषा म्हणून जाहीर झाली. मला उगीचच वाटलं की आता 'मराठी भाषेला' वैभवाचे दिवस येणार. सगळा राज्यकारभार, लोकव्यवहार, न्यायनिवाडा, कायदेकानू, शिक्षण आणि संशोधन सगळं सगळं मराठी भाषेतून चालणार. त्यामुळं आपणालाही सुखाचे दिवस येतील. आपणही एम.ए.साठी 'मराठी' हाच विषय घेतलाय. मराठी बरोबर आपलंही भवितव्य उज्ज्वल होईल.

लौकरच त्याचा पडताळा आला. ऑगस्ट-सप्टेंबरमध्ये कधीतरी वर्तमानपत्रातून महाराष्ट्र सरकारचं एक निवेदन जाहीर झालं. ''पंचवार्षिक योजनेतील विविध उपक्रमांचा विषय असलेल्या कथा, कविता, नाटिका– इत्यादी साहित्य मागविण्यात येत आहे. आलेल्या साहित्यातून पहिल्या तीन क्रमांकांच्या साहित्यकृतींना खालीलप्रमाणे पारितोषिकं देण्यात येतील.'' असं म्हणून निरनिराळ्या साहित्यप्रकारांना ठेवलेल्या पारितोषिकांचे आकडे खाली घालण्यात आले होते.

मी या काळात आकाशवाणीवरील श्रुतिका सोडल्या तर कविता हा साहित्यप्रकारच हाताळत होतो. नुकतंच पारितोषिक मिळाल्यानं कविता करण्यास विशेष जोर आलेला.

महिनाभराची मुदत होती. कोयनेचं धरण नुकतंच पूर्ण झालं होतं. त्याच्यामुळं सगळा महाराष्ट्र प्रकाशमान झाला होता. आता विजेवर चालणाऱ्या उद्योग-धंद्यांची आणि शेतीसाठी लागणाऱ्या पाणीपंपाची भरपूर वाढ होईल. सगळा महाराष्ट्र समृद्धीच्या शिखरावर चढेल, असं लिहिलं-बोललं जात होतं. कोयना नदीवर धरण बांधलेला परिसर नेमका कसा आहे, कोणत्या पद्धतींनी धरण बांधलं, यासंबंधीची माहिती प्रसिद्ध होत होती. त्या माहितीच्या आधारावर मी 'कोयनेच्या काठावर' नावाची दीर्घ कविता लिहिली नि पाठवून दिली.

योगायोग असा की त्या कवितेला पहिलं पारितोषिक मिळालं... 'सत्यकथा' 'मौज'च्या संपादकांना माझी कविता मान्य नसली तरी इतर मासिकांच्या संपादकांना ती हवी होती. त्यातून माझा आत्मविश्वास वाढीला लागला होता... आपलं साहित्य सामान्य दर्जाचं नाही, आपल्या मस्तीत ते आपण लिहीत राहू. मग ते कुणाला आवडो अथवा न आवडो... खुद्द मर्ढेकरांच्या युगप्रवर्तक नवकवितेवर अत्र्यांनी, श्री. के. क्षीरसागरांनी का थोडी झोड उठवली होती? त्यांच्या कवितेवर तर प्रत्यक्षात खटलेच घातले गेले. तरी मर्ढेकरांनी कुणाला भीक घातली नाही. मग आपण तरी कुणाला बिचकून आपली साहित्यनिर्मिती का थांबवायची? सत्यकथेच्या संपादकांना ती आवडो किंवा न आवडो इतर अनेक जाणकारांना ती आवडत आहे. ज्यांनी करंदीकरांच्या 'धृपद'ला, रेग्यांच्या 'पुष्कळा'ला, आरती प्रभूंच्या 'जोगवा'ला पारितोषिकं

दिली. यांनीच 'हिरवं जग'लाही दिलं आहे, त्यांच्या पंगतीत माझी चिमुकली पत्रावळी मांडली आहे.

पुण्यातल्या संध्याकाळच्या कार्यक्रमातील अनेक मोठमोठ्या व्यक्तींची भाषणं ऐकली. स्वातंत्र्यवीर सावरकरांच्यासह अनेक राजकीय नेत्यांच्या वक्तृत्वाची शैली अनुभवली. विचारांची झेप पाहिली. महाराष्ट्र-साहित्य-परिषदेतील अनेक वाङ्मयीन कार्यक्रमही अनुभवले....

या सगळ्यांचा परिणाम मनावर होत होता. वेगवेगळ्या दिशांनी मनाला चालना मिळत होती. एकूण देशाचा, मराठी समाजाचा, मराठी साहित्याचा आवाका लक्षात येत होता. नजरेच्या टप्प्यात अनेक नवनव्या गोष्टी आल्यासारखं वाटत होतं. आकाशवाणीची प्रतिष्ठेची नोकरी वाटत असल्यामुळं तिला शोभेल असंच आपण प्रतिष्ठेनं, प्रौढपणानं, समजूतदारपणानं बोललं पाहिजे, वागलं पाहिजे असं वाटत होतं. तसं वागण्याचा मी प्रयत्न करीत होतो.

माडगूळकरांशिवाय आकाशवाणी केंद्रावर बा. भ. बोरकर, गोपीनाथ तळवलकर, साहित्यिक होते. पण त्यांच्याशी कधी वाङ्मयीन गप्पा मारण्याचा, सविस्तर चर्चा करण्याचा प्रसंग आला नाही. त्या वातावरणात कार्यालयीन कामाविषयीची बोलणी होत. ते स्वाभाविकही होतं.

पण हळूहळू आकाशवाणी केंद्राविषयी मी निष्प्रेम होत गेलो. तिथले शासकीय अधिकारी पेक्स आणि प्रोड्यूसर, कलावंत यांच्यामध्ये हेवेदावे, प्रेमाच्या भानगडी, खालचा-वरचा भेदभाव, वशिलेबाजी, मोठ्यामोठ्यांचं क्षुद्र वर्तन, तरीही आपली ऐट मिरवण्याची वृत्ती, या सगळ्यांचा मनावर परिणाम होत होता. 'आकाशवाणी हे एक फार मोठं सांस्कृतिक केंद्र आहे, आपणास इथं खूप शिकता येण्यासारखं आहे, अशी जी आरंभी भावना होती; ती खोटी ठरली... आपण इथं रमू शकणार नाही असं दिवसेंदिवस जास्तजास्तच वाटू लागलं.

व्यंकटेश माडगूळकर ग्रामीण विभागासाठी चालणारे कार्यक्रम अभ्यासायला म्हणून काही दिवसांनी आकाशवाणीतर्फे ऑस्ट्रेलियाला गेले. नभोवाणी शेतकरी मंडळाच्या कार्यक्रमांची संपूर्ण जबाबदारी माझ्यावर पडली. आगामी तीन तीन महिन्यांचे कार्यक्रम आखून ते माडगूळकरांच्याकडून मंजूर करून घेत होतो. ग्रामीण विभागाचाच तो एक भाग असल्यानं या आखणीची अंतिम जबाबदारी माडगूळकरांकडं होती. आता ती माझ्याकडं आली.

माडगूळकरांच्या अनुपस्थितीत हेवेदावे उफाळून वर आले. मी लिहिलेले कार्यक्रम पुष्कळ वेळा झपाझप वाचून वेळेपेक्षा आधी संपवण्यात येऊ लागले. कार्यक्रम शॉर्ट पडल्याची जबाबदारी माझ्यावर टाकण्यात येऊ लागली. मग भरपूर मजकुरांचे कार्यक्रम लिहू लागलो; तर ऐनवेळी 'वेळ अपुरा पडला म्हणून सगळे

स्क्रिप्ट गेले नाही.' म्हणून अर्ध्यावरच तोडावे लागले, याची जबाबदारीही माझ्यावर टाकण्यात येऊ लागली. ऐन वेळी एखादे पात्र कार्यक्रमासाठी जादा लागे. पण काहीजण 'मी सकाळी साडेदहाला आलोय. मी रात्री आठ वाजेपर्यंत थांबणार नाही.' म्हणून सरळ निघून जाऊ लागले. केलेल्या विनंत्या मान्य होईनाशा झाल्या. एकदा माझ्या टेबलावरचे दुसऱ्या दिवशी ब्रॉडकास्ट करायचे म्हणून आदल्या दिवशी लिहून ठेवलेले स्क्रिप्ट बेपत्ता झाले. त्यामुळं मला दिवसभर तंगून नवं स्क्रिप्ट लिहावं लागलं. वाट्टेल त्या कामासाठी मला वापरून घेण्यात येऊ लागलं.

अतिशय वैतागून गेलो. कुणाला काही सांगण्यासारखी परिस्थिती नव्हती. सांगण्याइतका विश्वास कुणावर नव्हता. तेच कदाचित विरोधकांना सांगतील, असा संशय होता. शिवाय त्यातून काही चांगलं निष्पन्न होईल असंही वाटत नव्हतं. बापूसाहेब कुंभोजकरांच्या जवळ फक्त मन मोकळं करत होतो.

त्यांनी एक गोष्ट सांगितली; "तुम्ही वैतागून राजीनामा द्यावा, असे प्रयत्न चाललेले असावेत. तुमच्यापूर्वी इथं तुमच्या जागेसाठी मी सोडून दोघांनी प्रयत्न केले होते. पण माडगूळकरांनी त्यांची योग्यता ओळखली असल्यामुळं त्यांची डाळ शिजली नाही. त्यांच्या उरावर तुम्हाला आणून बसवलंय. सध्या माडगूळकर इथं नाहीत. त्याचा फायदा उठवला जातोय, असं वाटतंय."

मी चमकलो. मला यातलं आजवर काहीच माहीत नव्हतं.

मला तीन तीन महिन्यांनी नोकरीची नवी कॉन्ट्रॅक्टस् मिळत होती. पगार फारच कमी म्हणजे फक्त दीडशे रुपये होता. स्टाफ आर्टिस्टना माझ्यापेक्षा जास्त होता. मी ज्या जागेवर काम करत होतो त्या जागेवर पूर्वी पाटील काम करत होते. त्यांना सव्वादोनशेच्या आसपास होता. तेच काम मी करत होतो. तेवढीच जबाबदारी पेलत होतो. इतर विभागात माझ्यापेक्षा कमी योग्यता असलेल्या व्यक्तीला ओळखीनं प्रोड्यूसर म्हणून घेतलं होतं, तिला तर तीनशेच्यापेक्षा जास्त पगार आरंभीच दिला जात होता... कॉन्ट्रॅक्ट बेसिसवर काम करणाऱ्या व्यक्तीचा वशिला असेल तर वाढ होऊ शकत होती, हे पाहत होतो. कॉन्ट्रॅक्टचे बाकीचे नियम असले तरी 'किती वाढ द्यावी' या विषयी काहीच नियम नसल्यानं वरच्या अधिकाऱ्याची मर्जी असेल तर भरपूर वाढ मिळे नि मर्जी नसेल तर तिथंच घासत राहावं लागे.

नव्या कॉन्ट्रॅक्टपासून निदान दोनशे रुपये मला मिळावेत, अशी विनंती केली होती पण मला प्रत्यक्षात दीडशे ऐवजी एकशे सत्तर रुपये दिले. म्हणजे फक्त वीस रुपये वाढ.

...या सगळ्यातून माझ्या लक्षात एक गोष्ट आली की या नोकरीत आपल्याला भवितव्य नाही. प्रमोशनही नाही. आपण वेळीच निर्णय घेऊन मोकळं झालं पाहिजे.

असल्या नोकरीवर लक्ष ठेवून इथं काम करत राहिलो तर आपणाला एम.ए.ला

क्लास मिळणार नाही. थर्डक्लास मिळाला तर कुठंही प्राध्यापकाची नोकरी मिळणार नाही. मग ही खर्डेघाशी अटळ आहे. इथं आठ आठ तास मरावं लागणार. कुणाची सहानुभूती नाही. आर्थिक बाबी माडगूळकरांच्या हातात नाहीत. त्यामुळं त्यांच्या सहानुभूतीचा इथं काही उपयोग नाही... उलट त्यांच्याविषयीही इथं बरोबरीच्या लोकांच्या मनात सहानुभूती नाही.

एक संबंधित अधिकारी म्हणाले; ''माडगूळकर वशिल्याने ऑस्ट्रेलियाला गेले आहेत. वास्तविक त्यांची नोकरी कॉन्ट्रॅक्ट बेसिसवरची आहे. मी सरकारी नोकरीतला अधिकारी आहे. मला सरकारनं पाठवायला पाहिजे होतं. कारण मी कायम नोकरीतला आहे. पण ही वशिल्याची तट्टं आहेत.''

म्हणजे आता माडगूळकरांचं आणि यांचं जमणं कठीणच. आपण माडगूळकरांचा माणूस म्हणून चिरडून जाणार, जन्मभर लाचारीच पत्करावी लागेल, असं दिसतंय. ती पत्करूनही पगार वाढेलच असं नाही. शिवाय दुसऱ्या जागेवर बढती होईल, अशी काही व्यवस्था नाही... मिरासदार, पाटील इथून गेले, ते बरोबरच आहे... नकोच ही नोकरी.

...पूर्वी ठरविल्याप्रमाणं आपण प्राध्यापकाच्या व्यवसायातच शिरू. तिथं आपल्या आवडीचा विषय शिकवायलाही मिळेल आणि लेखन करायलाही उसंत मिळेल. पगार कुणाच्याही मर्जीवर नाही. जे स्केल असेल त्याप्रमाणं मिळेल. प्रत्येक वेळा 'पगार वाढवा' म्हणून हात जोडावे लागणार नाहीत की पाय धरावे लागणार नाहीत.

महिना एकशे सत्तर रुपये देणारं तीन महिन्यांचं कॉन्ट्रॅक्ट माझ्यासमोर आलं नि ते बघून एका सणकेसरशी मी दुपारी चार वाजता राजीनामा खरडला. सही न केलेल्या कॉन्ट्रॅक्ट बरोबरच पाठवून दिला. मुक्त होऊन साडेपाच वाजता सगळ्यांबरोबर बाहेर पडलो.

दुसऱ्या दिवशी नभोवाणी शेतकरी मंडळाचा कार्यक्रम होता. गोळा करून आणलेल्या माहितीवर संवाद तयार करून तो ब्रॉडकास्ट करायचा होता. शंकासमाधानचं स्क्रिप्ट लिहायचं होतं. मी सगळं जिथल्या तिथं टाकलं होतं नि वरच्या अधिकाऱ्यांना सांगून बाहेर पडलो होतो.

दुसऱ्या दिवशी मला न्यायला होस्टेलवर गाडी दत्त. संबंधित एकजण माझ्या खोलीवर आले.

''यादव, साहेबांनी तुम्हांला बोलावलंय.''

''मी राजीनामा दिलाय. आता माझे कुणी साहेब नाहीत.''

''तसं नव्हे. राजीनामा दिला तरी तो लगेच मंजूर होत नाही. कायद्यानं एक महिना अगोदर राजीनामा द्यावा लागतो.'' संबंधित व्यक्ती मला शांतपणे समजून सांगत होती.

“आकाशवाणीत कायद्याप्रमाणं काय चाललंय आजवर? सगळं रीतसर चाललं असतं, तर मलाही राजीनामा द्यावा लागला नसता– मी येऊ शकत नाही. साहेबांना सांगा.”

“यादव, माझं ऐका. तुमच्या भल्यासाठी सांगतो. सेंट्रल गव्हर्मेंटची नोकरी आहे. आज ना उद्या तुम्हांला नक्की फायद्याची आहे. तुम्ही असं डोक्यात राख घालून घेऊन निर्णय घेऊ नका.”

“हे पाहा, माझ्या घरची परिस्थिती बिकट आहे, ही गोष्ट खरी. पण माझ्या आईवडिलांनी मला काय ‘सरकारी नोकरी आकाशवाणीत आहे’ म्हणून जन्माला घातलं नाही. दुसरी कुठलीही नोकरी मी करू शकेन. तुम्ही जा.”

“अहो, आज संध्याकाळी शेतकरी मंडळाचा कार्यक्रम आहे. तुम्हाला पुढं घालून घेऊन यायला सांगितलंय.”

“आणि नाही आलो तर काय करतील?”

“तुमचं नाव ब्लॅकलिस्टमध्ये जाईल.”

“घाला म्हणावं. मी शेती करतो घराकडं जाऊन.”

“आजचा कार्यक्रम अपसेट झाला तर कायद्यानं तुमची जबाबदारी आहे. मी आपलं तुम्हाला सगळं सोडवून सांगतो. ऐकणार नसाल, तर मग माझं काहीच म्हणणं नाही.”

“माझा राग तुमच्यावर मुळीच नाही. एखादं माणूस सौजन्यानं वागतं याचा अर्थ ते अगदीच शामळू असतं, असा घेतला जातोय. तुमच्याविषयी माझ्या मनात स्नेहच आहे, पण मला तिथं आता तोंड दाखवायलाही नको वाटतंय. तुम्ही जुनी स्क्रिप्ट्स काढून कार्यक्रम ब्रॉडकास्ट करायला सांगा. मी येऊ शकत नाही.”

संबंधित गृहस्थ निघून गेले.

माझं भडकलेलं डोकं दोनतीन दिवस शांत झालं नव्हतं. नुसता विद्यापीठाच्या परिसरातनं भटकत होतो. एकान्तात जाऊन वेळ काढत होतो. ओसाड, एकाकी, झाडांच्या गर्दीनं वेढलेल्या एकलकोंड्या जागा हेरून काहीतरी वाचत बसत होतो... रानझाडांची सगळी पानं झडून गेलेली. काळेभोर, एकमेकात गच्च गुंतून पडलेले गिचमिड फराटे जिकडं तिकडं दिसत होते.

◆

चौतीस

मन स्थिर झाल्यावर तिसऱ्या दिवशी सुधाकरला नोकरी सोडल्याचं सांगितलं.

''गाढवपणा केलास. तुझ्या परिस्थितीचा, मागचा-पुढचा विचार तू शांत डोक्यानं करायला पाहिजे होतास. लेका, तुला सहजासहजी चांगली नोकरी मिळाली होती. किती मोक्याची जागा होती ती.'' तो माझ्यावर प्रेमापोटी संतापला.

''तिथली माणसं चांगली नाहीत नि ती तिथून हटतील, असं वाटत नाही.''

''न का हटेनात. माडगूळकर तिथं होते ना?''

''माडगूळकर होते. त्यांचा आधारही होता. पण त्यांचे अधिकार कार्यक्रम कोणते करावेत नि कोणते करू नयेत, एवढ्यापुरतेच चालतात. सगळ्या आर्थिक नाड्या दुसऱ्यांच्या हातात आहेत. कार्यक्रम कितीही चांगले केले, कामं कितीही चांगली केली तरी पगार वाढवून द्यायचा की नाही, हे माडगूळकरांच्या हातात नाही. ही मोठी अडचण आहे.''

''शिफारस करणं त्यांच्याच हातात असतं ना?''

''तेवढंच त्यांच्या हातात आहे. पण त्यांनाही छुपे शत्रू आहेत. मी माडगूळकरांचा माणूस. त्यामुळं बजेटची मर्यादा सांगून माझा पगार वाढवला जात नाही. याबाबतीत माडगूळकरही काही बोलू शकत नाहीत. त्यांचाही सर्व बाजूंनी नाइलाज झालाय. त्यांना डिग्री असती, दुसरीकडं या तोडीची नोकरी मिळाली असती, तर तेसुद्धा तिथं राहिले नसते.''

''अरे, काही जरी झालं तरी आकाशवाणी केंद्रात बोरकर, माडगूळकर, तळवलकर अशा लोकांनाच ओळखतात. नभोवाणी मंत्र्यांपर्यंत त्यांच्या ओळखी आहेत. शिवाय दिल्लीला तुला पु.लं.चा आधार आहे.''

''वेडा आहेस. हे मंत्री आज आहेत नि उद्या नाहीत. शिवाय मंत्र्यांचे वशिले लावण्याइतका मी कुणी नाही. मी लहान माणूस. पु.लं.नाही याबाबतीत त्रास देण्याची माझी इच्छा नाही.''

सुधाकरचा मित्र आला नि आमचा वाद तिथंच थांबला.

नोकरी का सोडली ते ज. वा. जोशीनं प्रथम सगळं सविस्तर विचारून घेतलं. बाकीचाही बारीकसारीक तपशील विचारला. तोही मी सविस्तर सांगितला.

तो म्हणाला, ''योग्य तोच निर्णय घेतलास. समजा जरी दोनतीन महिन्यांची

रजा घेऊन अभ्यास केला असतास, तरी तुला तिथं स्कोप नव्हता आणि नाही. 'नो बदली, नो प्रमोशन,' अशी ती टायपिस्टच्या जागेसारखी स्थिर पोस्ट दिसते. कधी ना कधी तरी तुला दुसऱ्या जागेसाठी प्रयत्न हा करावाच लागला असता. मग तो लौकरात लौकर का करू नये? तिथं राहून प्रयत्न करणं कठीण गेलं असतं. सामान्यत: माणूस हा स्वास्थ्यप्रिय असतो. तुला या नोकरीत काही वर्षांनी कदाचित वाटलं असतं, 'हातचं सोडून आता कशाला पळत्याच्या पाठीमागं लागा?' म्हणून आत्ताच नोकरी सोडलीस तेच बरं केलंस. आता एम.ए.ची परीक्षा झाल्याबरोबर तुला चांगल्या नोकरीसाठी अन्यत्र निकरानं प्रयत्न करता येतील.''

जगन्नाथचा विचार मला अधिक पटला. डोकं शांत झालं. एका अर्थी जगन्नाथनंही आपल्या बाबतीत हाच निर्णय घेतला होता. कोल्हापुरातली हायस्कूल शिक्षकाची नोकरी सोडून तो केवळ अभ्यास करण्यासाठी नि एम.ए. ला उत्तम यश मिळवण्यासाठी आला होता. त्यानंतर त्याला जी नोकरी मिळणार होती ती अर्थात अधिक वरच्या पातळीवरची. ती नसती मिळाली तरी हायस्कूल-शिक्षकाची नोकरी कुठंही मिळू शकणार होती.

... माझीही तीच अवस्था आहे. एवढं शिकत आलो, ते काही 'स्क्रिप्ट रायटर' म्हणून जन्मभर राहण्यासाठी? या नोकरीत पुढं काहीच चान्सेस नाहीत. स्वतंत्र कर्तृत्वाला वाव नाही. हा आपल्या खडतर वाटचालीत आलेला एक सुखाचा क्षण होता. हा क्षण वर्षभर लांबला. ह्यात गुरफटलो असतो तर जन्मभर मनासमोर एम.ए. होण्याचं जे ध्येय धरलं होतं, त्यात कमी पडलो असतो... आता एम.ए.साठी कसून प्रयत्न केला पाहिजे. मिळेल तेवढा वेळ दुष्काळातल्या पाण्यासारखा थेंब नि थेंब काळजीपूर्वक वापरला पाहिजे.

मी सुनीताताईंना नि भाईंना सविस्तर लिहिलं. पण सगळा तपशील सांगत बसलो नाही. तसा सांगितला असता तर माझ्याच मनाची क्षुद्रता दिसली असती. एवीतेवी नोकरी सोडली होती. मग पाठीमागचा उकिरडा कशाला उपसत बसा, असं वाटलं.

त्याच पत्रात त्यांना हेही लिहिलं की, ''मी निश्चिंत मनानं एम.ए.चा अभ्यास जोरात करणार आहे. कितीही धडपड केली तरी पहिला वर्ग मला अजूनपर्यंत मिळाला नाही. बऱ्यापैकी दुसऱ्या वर्गात मी सदैव पास झालो आहे. तरीही एम.ए.ला पहिला वर्ग मिळवण्याच्या उद्देशानं मी धडपड करतो आहे. तुम्हा उभयतांचा आशीर्वाद असावा.''

त्यांचं छोटेखानी पत्र आलं. ''....नोकरी सोडलीच आहेस. तिचा आता काहीही विचार करू नको. मन लावून एम.ए.चा अभ्यास कर. मात्र फर्स्ट क्लासशिवाय दुसरा वर्ग चालणार नाही. आम्हा दोघांचे तुला परीक्षेच्या यशासाठी भरपूर

आशीर्वाद आहेत.''

मी निश्चिंत झालो. आतापर्यंतचे शिक्षणाविषयीचे, नोकरीविषयीचे नि इतर महत्त्वाच्या कामाविषयीचेही निर्णय मी सुनीताताईंना नि भाईंना विचारूनच नक्की करत आलो होतो. पण रेडिओच्या नोकरीचा राजीनामा देण्याचा निर्णय माझा मीच घेतला होता. सुनीताताईंना-भाईंना तो आवडेल की नाही याची चिंता वाटत होती. ती आता मिटली.

नोकरी सोडल्याची माहिती घराकडं आताच कळवायची नाही, असा मनाशी पक्का निर्णय घेतला. ती कळवली तर तिकडं हाहाकार माजेल, अशी भीती वाटत होती. परीक्षा झाल्यावर आपण एकदमच जाऊ नि आईदादाला सगळं नीट समजावून सांगू, असं मनाशी ठरवलं.

अभ्यासाला जोरात लागलो. ज्युनिअरच्या वर्षाचा अभ्यास मनाआड झाल्यासारखा वाटत होता. ती सगळी पुस्तकं आणि नोट्स पुन्हा एकदा बघून मनाला उजाळा देण्याची गरज होती. सिनिअरलाही भरपूर पुस्तकं होती.

मुख्य अडचण होती ती संस्कृतच्या दोन्ही पेपरांची. मी महाविद्यालयात प्रथम वर्षाला प्रवेश केला नि 'मराठी माध्यम' महाविद्यालयीन पातळीवर स्वीकारण्यास परवानगी दिली गेली. त्यामुळं मी इंग्रजीविषयाशिवाय बाकीचे सगळे पेपर्स मराठीमध्ये आजवर लिहित होतो. बी.ए.ला संस्कृतचे पेपर्स मराठीमध्येच लिहिले होते. एम.ए.लाही तशी परवानगी मिळेल, असं वाटत होतं. 'परवानगी देण्यासंबंधीचा विचार सुरू आहे.' अशाही बातम्या उठत होत्या. त्यामुळं परवानगी मिळेल, याची खात्री वाटत होती.

फेब्रुवारीमध्ये जाहीर करण्यात आले की संस्कृतचे पेपर्स संस्कृतमध्येच किंवा इंग्रजीमध्येच लिहिले पाहिजेत; ते मराठीत लिहिता येणार नाहीत. पुणे विद्यापीठाच्या या निर्णयाचं हसं झालं. गतानुगतिकतेच्या चाकोरीबाहेर पडायला 'जुनी' मंडळी तयार नव्हती. वास्तविक संस्कृत पेपर इंग्रजीत लिहिण्यापेक्षा मराठीत लिहिणं अधिक सुसंगत होतं. पण निर्णयापुढं काही इलाज नव्हता.

माघाचं काव्य आणि भवभूतीची नाटकं होती. दोन्हीही गौडी शैलीचे साहित्यिक. त्यांना इंग्रजीत वळवून आणायचं म्हणजे एक दिव्य करण्याचा प्रकार होता. मला तर इंग्रजी लिहिण्याचा सराव नव्हता. संस्कृतचं इंग्रजीत भाषांतर करण्याची सवय तर मुळीच नव्हती. त्यामुळं आपल्या संस्कृतच्या पेपराचं भजं होणार, अशी भीती वाटत होती.

या काळात मी संस्कृत भाषा इंग्रजी भाषेत वळवण्याचा सतत लेखी प्रयत्न करू लागलो... तरीही काही खरं नव्हे. आपली धडगत नाही. एक वर्ष ज्यादा काढावं लागणार अशी काळजी वाटू लागली.

मिळेल तेवढा वेळ अभ्यास चालू होता. हयगय नव्हती. अशातच मार्च महिन्यात निरनिराळ्या दैनिकांतून 'प्राध्यापक पाहिजेत' च्या जाहिराती येऊ लागल्या. त्यांच्यावर लक्ष ठेवून जाहिरात येईल त्या ठिकाणी मी अर्ज करत राहिलो.

प्रत्येक अर्जावर कागलचा पत्ता देऊ लागलो. घराकडं कळवलं की, "माझी काही पत्रं कागलच्या पत्त्यावर येतील. ती दुसऱ्या एका पाकिटात घालून माझ्याकडं पाठवून द्यावीत."

गावाकडनं मला एक पाकीट आलं. मला वाटलं. 'आलं वाटतं इंटरव्ह्यूला बोलावणं.' पण पाकीट फोडून पाहिलं. आत सुंदरचं लग्न ठरवल्याची सविस्तर माहिती होती. मी हताश होऊन गेलो. वाटत होतं, सुंदरसाठी एखादं चांगलं स्थळ कुठं मिळतंय का बघावं. निदान तिचं लग्न 'जागं' शोधण्याच्या निमित्तानं एक-दोन वर्षं टोलवता आलं तर टोलवावं. मला नोकरी मिळाल्यावर चार पैसे साठतील. त्यातनं एखादा चांगला जागा थोडा पैसापाणी देऊन मिळवता येईल. ती देखणी पोर आहे. तिचं लग्न जमवायचं झालं तर पटकन जमेल. म्हणून गेल्या वर्षात तिला आलेलं 'जागं' मी नापसंत केलं होतं.

आईच्या ध्यानात ही गोष्ट आली होती, म्हणून तिनं मामाला नि मधू सणगरला बरोबर घेऊन स्वतंत्रपणे हे लग्न जमवलं नि मला पत्रातनं सविस्तर कळवलं. त्यात लग्नाला येण्यासाठी शेवटी विनंती केलेली.

मला ते अशक्य होतं. त्याच वेळी माझी वार्षिक परीक्षा सुरू होणार होती. म्हणून मी परस्पर लग्न उरकून घेण्यास सांगितलं.

चोवीस एप्रिलला तिचं लग्न झालं नि ती गळ्यातल्या मंगळसूत्राची धनीण झाली... आईनं तिसरी पोर उजवल्याचा सुस्कारा सोडला. अजून दोघी शिल्लक होत्या. त्यांची वयंही अजून लहान होती.

सुंदराचा विचार करत न बसता मी मन घट्ट करून अभ्यासाकडं वळलो.

एप्रिलच्या तिसऱ्या आठवड्यात परीक्षा सुरू झाली नि महिन्याच्या शेवटी शेवटी संपली... संस्कृतच्या पेपरात सर्व मुद्दे अगदी थोडक्यात क्रमवार आकडे घालून लिहिले. कोणतंही उत्तर अपुरं ठेवलं नाही की प्रश्न लिहायचा राहिला नाही.

तीन महिन्यांत शरीराचं नुसतं चिपाड होऊन गेलं होतं. अडीच तीन महिने खोलीत कोंडून घेतल्यानं त्वचेचा रंग पिवळसर झाल्यागत वाटत होता. भूक फारच कमी झाली होती. केस वाढले होते.

शेवटचा पेपर लिहून बाहेर पडलो तेव्हा शरीर हुरड्याचं कणीस चोळून फेकून दिलेल्या पिशीगत हलकं फूल झालं होतं. उजवा हात बाहेर पडलो तरी थरथरत होता.

या परीक्षेत हातघाईच्या लढाईसारखा लिहित होतो. मनात असेल नसेल तेवढं

ओतत होतो. ही शेवटची लढाई होती. हिच्यातला विजय हा उत्तम दर्जाचाच असेल तर सगळं आयुष्य सुखात जाणार आहे; नाहीतर जन्मभर नशिबी कारकुनीच येणार, याची जाणीव होती. म्हणून निकरावर येऊन वेगानं उत्तरपत्रिका लिहित होतो. लेखन जास्तीत जास्त करत होतो. पेपर लिहून झाला की पंधराएक मिनिटं उजवा हात किंचित थरथरल्यासारखा होई. लेखनाचे अखंड तीन तास श्रम आणि पेन अकारण दाबून लिहिण्याच्या सवयीमुळं हातावर पडणारा अवाजवी जोर यांचा परिणाम होत असावा... शेवटच्या दिवशी शेवटच्या पेपराला तो जास्तच जाणवला.

थरथरणाऱ्या हाताच्या तळव्याला निरखत, बोटांच्या हालचाली करत वसतिगृहाकडं एकटाच चाललो... तर्जनीच्या शेंड्यावर गडद निळ्या शाईचा गोल ठिपका नेहमीप्रमाणं पडला होता. निफाच्या अगदी जवळ अंगठा आणि तर्जनी यांच्यामध्ये पेनचा गड्डा धरून लिहिण्याची सवय. तर्जनीच्या शेंड्याचं टोक अगदी निफाच्या नाकापाशी जाई. त्यामुळं त्यात सतत शाई जिरत राही. परिणामी तिथं एक मोठा ठिपका तयार होई. गेले दहाबारा दिवस सतत लेखनानं तो ठिपका गडद निळानिळा झालेला.

थरथरणाऱ्या तर्जनीवरचा तो ठिपका डोळे एकवटून बघताना वाटू लागलं की, हा आजवरच्या सर्व पेपरांना दिलेला शेवटचा परिपूर्णतेचा पूर्णविराम आहे. आता परीक्षेचा पेपर म्हणून लिहायचा नाही. खूपखूप पेपर्स लिहिले. एम.ए. पर्यंतच्या शिक्षणाच्या सतरा वर्षांत सगळ्या मिळून निदान एकावन्न तरी परीक्षा दिल्या असतील. एकावन्न परीक्षांचे पेपर्स निदान चारशे तरी झाले असतील. एकाही पेपरात नापास नाही, की चुकवला नाही. सगळ्या पेपरांसाठी निकरानं अभ्यास केला. वाट्टेल तशी परिस्थिती आली तरी अभ्यासाकडं दुर्लक्ष केलं नाही. विचारल्या जाणाऱ्या वाट्टेल त्या प्रश्नांची उत्तरं देत गेलो. त्यात पास होत गेलो... आता थकल्यासारखं झालंय. आता हे प्रत्येक वर्षी होणारं परीक्षेचं अग्निदिव्य नको. आता मला प्रश्न विचारू नयेत. गेल्या पंचवीस वर्षांत तुम्ही विचारलेल्या सर्व प्रश्नांना मी समाधानकारक लेखी उत्तरं दिली आहेत... समाजानं आता मला विश्वासानं उराशी धरावं. माझ्यावर योग्य ती जबाबदारी टाकावी. मी ती नेकीनं उचलेन.

मन नकळत व्याकूळ भावनांनी भरून आलं. ओल्या डोळ्यांनीच त्या उजव्या हाताच्या तळव्याकडं पाहत होतो. अहोरात्र चाललेल्या दीर्घकालीन एकाकी लढाईवरून थकून आलेल्या सैनिकासारखा मला तो वाटला.

त्या हातानं मी डोळे पुसले. मन झटकून बाहेर बघू लागलो.

... परिसरातल्या झाडीवर जिकडं तिकडं नवी कोमल वसंताची पालवी फुटली होती. परीक्षा होईपर्यंत माझ्या ती कधी ध्यानातच आली नाही. मी थोडासा खुललो... काळ्याभोर, एकमेकांत गच्च गुंतून पडलेल्या गिचमिड फराट्यांनाही पालवी फुटू शकते या वास्तवानं सुखावलो.

आता पुण्यात राहायचं काही कारण उरलं नव्हतं. मित्रांचा आणि सर्व संबंधितांचा निरोप घेऊन वसतिगृहाला कृतज्ञतेनं रामराम केला.. त्यानं मला सुखाचे दिवस दिले होते.

एस.टी.त बसलो. पुणं लांब जाईल तसं आकाशवाणीतल्या वर्षभराच्या काळाला मनानं एक प्रदक्षिणा घालू लागलो. तो माझ्या पुण्याच्या वास्तव्याचा गाभा होता... संवाद, श्रुतिका, शंकासमाधान लिहिताना मन विशेष रमत होतं. त्या लेखनात माझ्या घरातली नि गावातली माणसं आपसूक येऊन बोलत होती. संवाद-श्रुतिकांचे लेखन करताना त्यांचे शब्द माझ्या कानांत घुमत. नाट्य-प्रसंगात तीच बोलत राहत. त्यांच्या लकबी, हालचाली, मानसिक प्रतिक्रिया, रागलोभ मी बघू लागे आणि तेच त्यांत येऊ लागत... हे सगळं गावाकडं माझ्या घराच्या सोप्यात किंवा त्या माणसांच्या घराच्या सोप्यात चाललंय असं वाटे. पुष्कळ वेळा ही बैठक गल्लीत, मळ्याच्या धावेवर, खळ्यात, बांधावरच्या झाडाखाली चालल्याचा भास होई. पुष्कळ वेळा या वाद घालणाऱ्या माणसांना आपसूक शहाणा करून सोडून देई, समजुतीनं बोलायला सांगे... या धुंदीत होणारं लेखन संपलं की आपण पुण्याच्या आकाशवाणी केंद्रात आहोत, याची आठवण होई.

शेतकऱ्यांच्या अडचणींना उत्तरं देण्याच्या निमित्तानं आपण शेतीविषयक माहितीच्या योजनांच्या पुस्तिका वाचत होतो... किती नवी नवी माहिती मिळत होती! सरकार शेतीसाठी किती धडपडत आहे! शेतीला आधुनिकता आणण्यासाठी सगळ्या अंगांनी प्रयत्न करत आहे... गावाकडं दादा नि आसपासचे शेतकरी करीत असलेली शेती किती जुनाट झाली आहे ती नव्या पद्धतींचा उपयोग करून सुधारली पाहिजे. तेवढ्याच रानात दुप्पट पिकं येतील... शेतकरी शिकला पाहिजे.

...शेतीविषयक प्रश्नांची उत्तरं मी शंकासमाधानात उत्साहानं देत होतो. क्षणभर शेती सुधारणेची सूत्रं हातात आल्यागत वाटत होतं. पदवीधर शेतकी अधिकारी आकाशवाणीवर मोठमोठी भाषणं शेतीशास्त्राच्या परिभाषेत देतात... केवळ भाषणबाजीमुळं शेती नाही सुधारायची. तिथं शेतीवर जाऊन चिखलात पाय घालून आपल्या हातांनी करून दाखवलं पाहिजे. शेतकऱ्यांच्या भाषेत शेतकऱ्यांशी बोललं पाहिजे. असं केलं तर शेती सुधारायला उशीर नाही लागायचा. नाहीतर आम्ही सांगतो ऑफिसात बसून, तुम्ही करा रानात जाऊन. आमच्या कपड्यांची इस्त्री खराब होता कामा नये, अशी पांढरपेशी वृत्ती ठेवली तर मागचं तसं पुढं राहणार. नुसत्या शेतकीखात्याचा विकास तेवढा होणार; शेती तिथंच राहणार.

किती धुंदीत लेखन केलं आपण! खूप शिकता आलं... गद्य लेखनाकडं आपण वळलं पाहिजे. त्यात हाडामासाची माणसं उभी करता येतात. त्यांना घडवता येतं... गद्यलेखनाच्या द्वारा खूप काही करता येण्यासारखं आहे...

गाडी वळण-वळसे घेत पुण्यापासनं लांब लांब वेगानं जात होती.

कागलात उतरलो तेव्हा दुपार टळून गेली होती. घराकडं गेलो तर घराला कुलूप. मग आत्तीच्या घरात सगळा बिस्तरा ठेवला. तिच्याकडं चहा घेतला.

''मळ्याकडं जाऊन येतो.'' म्हणून उठलो.

दोन्ही बाजूंना हिरवेगार मळे नि मधनं बांधावरनं जाणारी पायवाट... प्रत्येक वेळी गावाला येताना परत जाण्याचे वेध घेऊनच कागलात पाय पडत असे. आता परतीचा काही वेध नव्हता. मुलूखगिरीवरून कायमचं परतल्यागत वाटत होतं. त्यामुळं भोवतालचे मळे उल्हसित झाल्यागत वाटत होते.

...आपूण नोकरी सोडल्याचं आईदादाला कसं सांगायचं? त्येंची समजूत पटंल असं सांगितलं पाहिजे. दादा एकाद्या वक्ती रागालाबी येईल... त्येला वाटंल रागाच्या भरात पोरानं घात केला... आपूण बाकीचं काय सांगत बसायलाच नको. त्येंची मनं दुखवून भागणार न्हाई. काय तरी वेगळं सांगिटलं पाहिजे.

मी विचार करू लागलो.

टिपण साधून गेलो. आईनं चहा केला होता. माळव्याच्या रानात खुरपण करणाऱ्या सगळ्या पोरांना तिनं बोलावलं होतं. दादा मोटेवर नि शिवा पाण्याकडं होता. मी आलेलो बघून दादानं मोट थांबवली नि खोपीत चहा प्यायला आला. शिवा पाण्याकडनं धावत आला.

आईचा चेहरा उमलला. ''कसा आलास?''

''आलो, तुझी आठवण लई व्हायला लागली म्हणून.''

''आगं माझे आई तू? बरा माझ्या आठवणीनं येशील.''

''सगळ्यांच्याच आठवणी हुईत हुत्या गं.''

''ब्येस झालं.''

रात्री जेवताना विषय काढला.

''जरा सांगतो ध्यान देऊन ऐका. – मी नोकरी सोडली.''

''सोडली?'' दादाचा तुकडा हातातच राहिला.

''सोडली. तिचं कारण सांगतो... तीन म्हैन्यांवर माझी परीक्षा आली हुती. माझी ही शेवटची परीक्षा. हिच्यात जर का मी नापास झालो किंवा मार्क्स कमी पडलं तर जलमभर मला चाळणीनं पाणी भरावं लागलं असतं. हापिसातल्या अधिकाऱ्याला मी सांगितलं; ''मला तीन म्हैन्याची रजा द्या.'' तर त्यो काय द्यायला तयार न्हाई. खरं तर तशी रजा मिळत असती. पण त्येनं 'खुळांबा हुईल' म्हणून रजा दिली न्हाई. म्हणून मग मी राजीनामा दिला.''

''पर तुला ही नोकरी बी.ये. पास झाल्यावर मिळाली हुती न्हवं?''

''व्हय.''

“मग कशाला ती फुडची परक्षा द्यायची आता?”

“दादा, ह्या नोकरीत पगार कमी हाय. नुसताच एरंडागत मोठेपणा हाय. जलमभर ह्याच नोकरीत ऱ्हाऊन भागलं नसतं. आता एम.ए. झाल्यावर मला प्रोफेसरची नोकरी मिळंल. बऱ्यापैकी पगार पडंल. म्हणून मी त्या नोकरीला चिकटून बसलो न्हाई.”

“आणि प्रोफेसराची नोकरी न्हाई मिळाली तर?”

“नक्की मिळंल. नवी नवी कॉलेजं खेड्यापाड्यातनं निघायला लागल्यात. हितनं फुडंबी बरीच निघतील, असं वाटतंय. तिथं कुठंबी मिळंल. ते मी बघतो... तुम्ही कुणीच काळजी करू नका.”

“कर जा, काय करायचं ते.” दादा स्वत:शीच रागात बोलून भाकरी खाऊ लागला.

आई गप्प राहिली. तीही मनातनं नाराज झालेली दिसली.

ह्याला भेट, त्याला भेट करण्यात दोनतीन दिवस नुसते फिरून काढले.

संध्याकाळी वसंत पाटीलच्या दुकानात जाऊन बसत होतो. त्यानं पेंटरचं दुकान काढलं होतं. सातवी झाल्यावर काही वर्षं तो कोल्हापूरला एका खाजगी दवाखान्यात कंपाउंडर म्हणून राहून रात्रीच्या शाळेत शिकण्याचा प्रयत्न करत होता. पण खूप ओढाताण होऊ लागली म्हणून त्यानं सगळं सोडून दिलं. कागलात काहीतरी उद्योगधंदा करण्याच्या निमित्तानं आला नि हे दुकान काढलं.

छोट्या दुकानात फोटोफ्रेमची लाकडं, काचा, रंगांचे डबे, बोर्ड तयार केलेल्या फ्रेमी गच्च भरलेल्या. तिथंच जागा करून देऊन तो मला एका स्टुलावर बसायला सांगे. कामं करत करत गप्पा मारी. लग्न करून घेतलं होतं. बायको कुणाच्याही शेतावर मिळेल तिथं रोजगाराला जाई. त्याला एक मुलगीही झाली होती. ती त्याची आजी म्हणजे आईची आई सांभाळत असे.

सातवीपर्यंत वर्गात पहिला क्रमांक न सोडणारा विद्यार्थी म्हणून तो ओळखला जाई. आई वारलेली, गावाकडं वडिलांनी दुसरं लग्न करून घेतलेलं नि नवा संसार थाटलेला. हा जो आजारी आईबरोबर आजीकडं आला होता, ते तिथंच राहिला. तिथंच वाढला. आजीही विधवा. तिलाही मागंपुढं कुणी नव्हतं. तिच्या मुलगीचा हा मुलगा.

तिनं त्याला सातवीपर्यंत शिकविला. पुढं शिकवणं तिला झेपलं नाही; म्हणून त्यानं कोल्हापूरला जाऊन शिक्षणासाठी धडपड केली नि चार वर्षांनी फिरून कागलला आला... मग जगण्यासाठी धडपड सुरू झाली. वर्गांत चित्रं चांगली काढायचा, म्हणून सणगर मास्तरांनी त्याच्याकडनं ड्रॉईंगच्या दोन परीक्षा पास करून घेतल्या होत्या. त्याचं फळ म्हणजे हे दुकान.

चार पैसे, दोन पैसे पोटासाठी मिळवण्याची त्याची केविलवाणी धडपड चाललेली असे.

"खरं म्हणजे वसंता, तू शिक्षणासाठी आणखी धडपड करायला पाहिजे होतीस. तुला चांगले दिवस आले असते."

"करायची तेवढी केली की धडपड. कोल्हापूरला नाईट हायस्कूल हुतं. तिथं रात्रीचं जायला कधी जमायचं नि कधी जमायचं न्हाई."

"का?"

"आता तूच बघ की, दिवसभर एका पेंटरकडं कामं करत हुतो. कामं शिकायची; म्हणून पेंटर पोट चालायपुरताच पगार देत हुता. रात्रीची झोपायची व्यवस्था कुठं न्हाई. म्हणून एका डॉक्टरकडं संध्याकाळी कंपाउंडरकी करत हुतो नि रात्री तिथंच दवाखान्यात झोपत हुतो. पेशंट संपायला कधी रात्रीचं नऊबी वाजायचं नि धाबी वाजायचं. मग काय हायस्कूल बोंबललंच की. म्हटलं निदान धंदेशिक्षण मिळतंय तर तेवढंच घेऊ. ते चार वर्सं घेतलं. त्या चार वर्सांत धाव्वीपर्यंत कसाबसा गेलो."

"मग तेवढी अकरावी न्हाई का करायची? तेवढी केली असतीस तर एस.एस.सी.च्या सर्टिफिकेटवर शिक्षक न्हाईतर कारकून कुठंबी झाला असतास."

"हिकडं कागलात आजीनं हायपाय टेकलं. वय झालं हुतं. तिला कोल्हापुरात न्हेणं मला परवडाय नगं? म्हणून म्हटलं आता धंदेशिक्षण मिळालंय, काय तरी करून आता कागलातच दुकान काढू. म्हातारीलाबी बघता येईल. घर हाय. गावात चार वळखी हाईत. चार घास मिळवून खाता येतील, म्हणून आलो झालं." त्यानं सगळं सुधरून सांगितलं.

मी क्षणभर गप्प बसलो.

"तू मातूर नशीबवान हाईस." मान हलवत तो मला म्हणाला.

"मी?"

"हां."

"नशीबवान?"

"हां हां!"

"भले!... आतापर्यंत वनवास काढला की रे, वसंता."

"तरीबी नशीबवानच हाईस. एम.ए. पर्यंत शिक्षण झालं. आता कायबी अडचण ऱ्हायली न्हाई. कुठंबी चांगली नोकरी मिळंल."

"पण त्यासाठी कष्ट किती काढावं लागलं... आता आण्णा जोशी, गुरुनाथ नाडगोंडे, शिपूरकर यांच्यासारखं आपसूक माझं शिक्षण झालं असतं, तर मी स्वत:ला नशीबवान समजलो असतो."

“ते जोशी-नाडगोंडेचं मला सांगू नगं. ती बामण मंडळी. त्येंचं शिक्षण तसंच हुणार. त्येंची नशिबं येगळी. ती ब्रह्मदेवाचं टाळकं घेऊन आलेली माणसं. ते सोडून दे. मी तुझं-माझं बोलतोय. तू कुणब्याच्या पोटाला आलाईस नि माझा बाऽबी शेतकरीच हाय. तुला कसंबी असलं तरी आईबा हाईत. ते तरणंताठं हुतं म्हणून तू मागं न बघताच फुडं तोंड घेऊन गेलास. शिक्षण पुरं करूनच परत आलास. तेच जर तुझं आईबा म्हातारं असतं नि तुला भणीभावंडं नसती तर तुझं हायपाय बरोब्बर कोळ्याच्या जाळ्यात माशी गुरफटल्यागत अडकलं असतं. मग काय भाद्दरा, तू कागल सोडून गेला असतास.”

“हे मात्र खरं हां. हातपाय डेंगलेलं म्हातारं आईबा सोडून मी नक्कीच गेलो नसतो.”

“गेला नसतास तर बी.ए., एम.ए. कायबी झाला नसतास. मग असाच माझ्यागत पेंटर झाला असतास, न्हाई तर लई लई तर कवनं करणारा शाईर झाला असतास, व्हय का न्हाई?”

“व्हय! लई लई तर मास्तर न्हाईतर कारकून.” मी हसत म्हणालो.

“म्हणून तू नशीबवान!– चल आता; आमच्या घराकडं जाऊन येऊ या. बायकू कामासनं आली असंल. च्या पिऊन येऊ.”

“हितंच घेऊ की मग हॉटेलात च्या. तेवढ्यासाठी घराकडं कशाला जायचं? दुकानाला फळ्या लावा नि पुन्ना परत येऊन उघड.”

“दुकान झाकणार न्हाई. ते उघडंच ऱ्हाणार. त्यातल्या वस्तूला कुणी हात लावत न्हाई. ती बाकी कुणाच्याच उपयोगाची नसती.”

“न्हवं; दुकान उघडं टाकून जाण्यापेक्षा च्या घेऊ या की हितंच. त्यात काय! मी देतो च्या तुला.”

“बाब ती न्हाई. माझ्या बायकूला खरं वाटत न्हवतं की रेडिओवरनं माझा एक जिगरी दोस्त बोलत असतोय. तिला मी सांगायचा, पर तिला ते खरं वाटायचं न्हाई. तवा ती एकदा तुला माझ्याबरोबर बघून घेऊ दे. चल तू, मी सांगतोय म्हणून.”

आम्ही त्याच्या घराकडं गेलो.

किनीट पडली होती. त्याची बायको चुलीत सड घालून फुंकत होती. घरभर सगळा धूर झालेला. पोरगी पणजीच्या मांडीवर किरकिरत होती. पणजी तिला दोन्ही हातांत धरून मागंपुढं हलवत होती. दोन छोट्या खोल्यांचं कच्च्या विटांचं बैठं घर. पहिली खोली सडांनी अर्धीअधिक भरलेली. पावसाळभराच्या जळणाची बायकोनं बेजमी केलेली. त्या धुरातच आम्ही सडांला टेकून बसलो... माझ्या कौतुकाचे पुन्हा चारदोन शब्द झाले.

मला भकास वाटलं... माझे आईवडील म्हातारे असते तर माझा संसार असाच

झाला असता. मी असाच वसंतासारखा चिरगुटात फेकला गेलो असतो– मनासमोर एक भेसूर चित्र उभं राहिलं.

अपुऱ्या दुधाचा चहा घेऊन आम्ही बाहेर पडलो. ''येतो आजी, येतो वहिनी.'' म्हणून मी निरोप घेतला.

बाजारपेठेच्या तिकटीवर आल्यावर मी म्हणालो, ''वसंता, आता मी घराकडं जातो.''

''का?''

''जातो आता. थोडी कामं हाईत. उद्या सांजच्याला आणि येतोच की.''

''बरं.'' तो निघाला.

त्याच्याबरोबर राहण्याची क्षणभर मला भीती वाटल्यागत झालं. मी घराच्या दिशेनं निघालो.

...मी नशीबवानच आहे. वसंतासारखं दुर्दैव माझ्या वाट्याला आलं नाही... गावातले सगळेच मित्र मधनंच शाळा सोडून पोटापाण्याच्या उद्योगाला लागले आहेत. गरिबीमुळं त्यांना शिकता आलं नाही. कुणाला शेतावर माणसं कमी पडतात म्हणून शाळा सोडावी लागली. तर कुणा उपासमारीनं हैराण झालेल्यांना शिपाई, प्यून, पोलिस असल्या नोकऱ्या मिळता क्षणीच त्यांनी शाळा सोडल्या... अतिशय सरळपणानं वागणाऱ्या बाळासाहेब कलावंतला शेंगदाण्याच्या मिलमध्ये दिवाणजी म्हणून कामं करावी लागत आहेत. धडपडणाऱ्या बुराउद्दीन पिरजादेला शेवटी कंडक्टर म्हणून घंटी वाजवत बसावं लागलंय. मधुकर सणगर पिढीजात घोंगडी घेऊन गावोगाव विकत हिंडतो आहे. रंगा भोसले तर हॉटेलात कपबशा धूत बसला आहे. चट्टे लुगडी विणू लागला आहे... सगळे मजुरीत, वडिलार्जित धंद्यात नाही तर सामान्य नोकरीत अडकलेले. चाकोरीच्या चिखलात गळाभर रुतलेले. जिकडं तिकडं जात, धर्म, धंदा, परंपरा ह्यांच्या चाकोऱ्याच चाकोऱ्या. सगळे त्यात सरपटणारे... मी मात्र माझी माती घेऊन बाहेर सटकलो. रत्नागिरी, कोल्हापूर, पुणं भटकलो. तीन शहरांच्या तिरंगी पाण्यात माती मळू शकलो नि कशीबशी मूर्ती घडवून मोकळा झालो. माझ्या गावंढळ मांजरपाटाला रंगीत ध्वजाची कळा आली.

... खरंच मी नशीबवान! मला न कळलेलं माझं सोन्यासारखं नशीब वसंतानं बरोब्बर दाखवून दिलं होतं.

◆

पस्तीस

रिझल्ट लागला. दुसऱ्या श्रेणीत पास झालो. रिझल्टनंतर लगेच पुण्याला जाऊन गुणपत्रकही मिळवलं. ऐनवेळी इंग्रजीत पेपर्स लिहूनही संस्कृतनं दगा दिला नव्हता. तरीही एक रुखरुख लागलीच. संस्कृतचे पेपर्स मराठीत लिहायला परवानगी मिळाली असती तर नक्कीच पहिली श्रेणी मिळाली असती. पण ती क्षणभराची रुखरुख गेली नि प्रचंड हलकं हलकं वाटू लागलं.

पण आता आनंदात बसून भागणार नव्हतं. मी उद्योगाला लागलो. जूनच्या पहिल्या आठवड्यात दौलतला शाळेत घातला. कुणीही विरोध केला नाही. माझ्या कर्तृत्वाचा पिकलेला आंबा दादाच्या नजरेला झाडावर लोंबकळताना दिसत होता. त्यानं आनंदानं दौलतला शाळेत घालायला परवानगी दिली.

म्हणाला, "तुझ्या जिवावर काय शिकवायचं ते दौलतला शिकीव. मी नि शिवज्या मळ्याचं बघतो. बाकीचं घरदार माझ्या हाताबुडी हाईच."

मला दुपारी झाडाबुडी सुखानं झोप लागली... दोन भाऊ तरी मार्गी लागले. शिवा तेवढा अडाणी राहिला. बहिणींना शिक्षणाच्या वाटेवर आणता येणं शक्य नाही. आता सगळ्या मोठ्या झाल्या. वेळ निघून गेली.

... मनासमोर जनावरांच्या दावणीसारखी एक दावण तरळली... हिरा, शिवा, धोंडू, सुंदरा, लक्ष्मी, आनसा ही भावंडं त्या दावणीला बांधलेली. मुकाट कष्टाळू जनावरं. कष्टाच्या अवजारांना कायमची जुंपलेली. मातीतून उगवलेली. मातीत राबणारी. मातीतच वाढून मातीतच विरघळून जाणारी. मातीलाच खतासारखा उपयोग होणारी. पुढची पिढी पिकवायला मदत करणारी... मातीची अखंड कष्टनिर्मिती.

... मी, आप्पा, दौलत या दावणीतनं सुटलोय, सगळं मोकळं करून पळालोय. त्यांच्या गळ्यांना मात्र जुनाट घनसर दावी. न तुटणारी. सुटण्याची धडपड केली तर गळफास आवळणारी... अशी कशी ही मांडणी झालीय?

साताराच्या रयत शिक्षणसंस्थेच्या कार्यालयात अगोदरच मुलाखत झाली होती. मुलाखतीत कबूल केल्याप्रमाणं माझा रिझल्ट आणि गुणपत्रिका देऊन आलो. मुलाखत चांगली झाली होती. बॅरिस्टर पी. जी. पाटील यांनी, 'आकाशवाणीची नोकरी का सोडली? पहिला वर्ग बी.ए.ला का मिळाला नाही? संस्कृत शिकवू शकाल काय? बदली होईल तिथं जाऊ शकाल काय? सध्या काय लिहिता?

अमुक तमुक वाचलं का?'' इत्यादी प्रश्न मुलाखतीत विचारले होते.

मोठ्या उमेदीनं त्यांना उत्तरं दिली होती. अपेक्षा होती की बोलावणं निश्चितपणे येईल.

वाट बघत दिवस चाललेले. मित्रांची पत्रं येत होती. कोणकोण पास झालं ते कळत होतं. पुण्याला गेलो तेव्हाही सगळ्यांचे रिझल्ट बघून आलो होतो. कोल्हापुरासही एकदा दोनदा गेलो तेव्हा तेथील रिझल्ट कळले होते. खाबडे, ढोबळे, कांबळे, वायदंडे, शेटे, पोवार यांच्यासारखे मागासवर्गातील अनेक मित्र पास झाले होते. सरकारी मदतीवर त्यांचं शिक्षण व्यवस्थित पार पडलं होतं. मराठी भाषिक महाराष्ट्र राज्यात त्यांच्या रुपात जोमानं दलित वर्गातली नवी पहिली पिढी बाहेर पडली होती.

कोल्हापुरात असलेल्या अनेक बहुजन जातीजमातींच्या निरनिराळ्या बोर्डिंगातून नि साताराच्या रयत शिक्षणसंस्थेतूनही एक जागरण चाललं होतं. छोट्या शेतकऱ्यांची, कुणब्यांची, मजुरांची, साळ्या-सुतारांची पोरं घरादाराच्या जीवघेण्या धडपडीवर आणि स्वत:च्या कर्तृत्वावर शिकत होती. धिम्या गतीनं त्यांचीही एक पिढी बाहेर पडली होती. गोरगरीब आईबाप त्यांच्यासाठी घराघरातून पोट आवळत होते. पाणी पिऊन उपास साजरे करत होते. मी, एस. एस. भोसले, हणमंत मिरजकर, पांडुरंग डवरी, कुंतीनाथ करके, थोरात, सातारकडचे बी. डी. माने, बी. बी. देशमुख, एस. एस. जंगम, सूर्यकांत जाधव, शेख ही त्यांची उदाहरणं होती. राजर्षी शाहू महाराज, कर्मवीर भाऊराव पाटील, डॉ. बाबासाहेब आंबेडकर यांनी पेरलेल्या ज्वारीला कणसं येत होती, रानोमाळ पोसली जात होती.

... हळूहळू नव्या विचारांची सुगी येईल. विकासाची गोड गुऱ्हाळं घुमतील. गरीब मागतकऱ्यांच्या हातावर थोडा थोडा गुळाचा खडा पडेल...

माझ्याही हातावर गुळाचा खडा नक्की पडेल याची खात्री वाटत होती. त्या उत्साहात मळ्यातली पावसाळ्याअगोदरची कामं आटपून घेत होतो.

एकदोन वळवाचे पाऊस झाले होते.

परड्यातल्या उकिरड्यात न्हाणीचं पाणी सोडलेलं. त्याच्यातला घाणगदाळा पाण्यानं कुजावा नि चांगलं खत व्हावं असा त्यामागचा विचार.

परसाकडला जाऊन परत येत होतो. त्या पाण्यात उकिरड्याकडेलाच एक पिवळा ठोसर मोड उगवलेला दिसला. दोन पानांवर आलेला. वाकून सहज बघितलं. कशाचा आहे हे ओळखूच आलं नाही... आता आडद्रा निघाल्यावर मळ्यात पेरण्या हुतील. असंच मोड येतील. त्येंचं कौतुक करायला आपून कदाचित हितं असणार न्हाई.

रात्री जेवणं झाल्यावर मळ्याच्या गोष्टी निघाल्या. मग झोपलो.

मोडाचं स्वप्नं पडलं. तो मोड वीतभर वर आलेला. भोवतीच्या जगाकडं

तरतरीत नव्या कोवळ्या डोळ्यांनी बघणारा. त्याला पिवळी, पोपटी, पातळ कागदासारखी पानं. पानांवर बारीक समान्तर रेषांची आखणी. रेषांनाही अति बारीक अज्ञात अक्षरांसारख्या वाटणाऱ्या वळणदार शिरांची गर्दी.

... घरातली सगळीजणंच त्याच्याकडं बघत बसलो. पिढ्यान् पिढ्यांचा घरात कुणबावा. घरच्याच मातीत उगवलेला तो मोड. कशाचा, हे कुणालाच सांगता येईना. त्याला जन्माला घालणारी मातीही स्वप्न पडल्यासारखी आचंब्यानं बघणारी... एकमेकाचं शेतकीचं अज्ञान काढून सगळेच खदाखदा हसत होतो...

वरच्या वाशातनं पळणारा उंदीर माझ्या पांघरुणावर बदाकदिशी पडला नि मला जाग आली.

घटकाभरानं पुन्हा डोळे मिटले. पण ते स्वप्न पुन्हा पडलं नाही की पुढं चालू झालं नाही...

कोल्हापूर जिल्ह्यातल्या 'वडगाव'च्या हायस्कूलचं इंटव्ह्यूसाठी बोलावणं आलं... मला गुऱ्हाळाचा वास आला. जाऊन आलो. मी रेडिओवर नोकरी केलेला तरुण आहे, माझ्या कविता संग्रहाला राज्य-पारितोषिक आहे, मी कवी आहे, माझ्या श्रुतिका ध्वनिक्षेपित होतात, कविता मासिकांतून प्रसिद्ध होतात,' याचा मुख्याध्यापकांना आनंद झाला. त्यांनी मला तिथल्या तिथं चौदा जून एकोणीसशे एकसष्टपासून नोकरीवर नेमल्याचं पत्र टाईप करून दिलं. मनोमन आनंद झाला.

गुळाचा खडा हाती पडला, पण मी अधिक गोड साखरेच्या शोधात होतो. यदाकदाचित रयत शिक्षणसंस्थेनं आपल्याला नोकरी दिलीच नाही, तर आपण वडगावच्या हायस्कूलवर जाऊन रुजू व्हावं, एखादी नोकरी हातात ठेवलेली बरी, म्हणून मी होकार दिला.

बारा जून उजाडला, तरी रयत शिक्षणसंस्थेचं पत्र नाही. वीस जूनला महाविद्यालयं नव्या वर्षासाठी सुरू होणार होती. माझी खात्री झाली की आता काही नेमणुकीचं पत्र येत नाही. आपण वडगावला जाण्याची तयारी करू या.

मी त्या उद्योगाला लागलो. निदान उद्या दुपारी निघायला पाहिजे होतं, म्हणून वळकटी, ट्रंक तयार ठेवली.

रात्रभर झोप नव्हती. मन अस्वस्थ होतं. प्राध्यापकाच्या नोकरीऐवजी अध्यापक म्हणून आपणाला काम करावं लागणार याची खंत वाटत होती.

पहाटे पहाटे मनात विचार आला की अजूनही नेमणुकीचं पत्र येऊ शकेल. वडगावला आपण एकवीस जून म्हणजे बरोबर एक आठवड्यांतर येतो आहोत म्हणून कळवलं तर?... काहीतरी निमित्त सांगू या. घरच्या अडचणीमुळं मी एक आठवड्यानंतर 'जॉइन होतोय' म्हणून कळवू या... असंच कळवलं पाहिजे. एकदा जॉईन झाल्यावर आपणाला लगेच नोकरी सोडता येणार नाही. निदान वर्षभर तरी

करावी लागणार. अशा वेळी रयतच्या पत्राची अजून आठ दिवस वाट बघू या. निदान अजून पाचसहा दिवस तरी कॉलेज सुरू व्हायला वेळ आहे. या पाचसहा दिवसांत पत्र आलंच तर आपणाला प्राध्यापकाच्या नोकरीवर जायला मोकळीक राहील.

मी सकाळी उठून तसं वडगावला पत्र लिहिलं नि पोस्टात टाकलं. पोस्टातून परतताना मनात पाल चुकचुकली की आपलं हे पत्र वाचून मुख्याध्यापकाला एखाद्या वेळेस आपला संशयही येईल. 'एम.ए. झाला आहात; हायस्कूलमध्ये राहाल काय?'' असा त्यांनी आपल्याला प्रश्नही विचारला होता. आपण त्यांना काहीतरी थातूरमातूर उत्तरही दिलं होतं. त्यांचा संशय बळावला तर चटकन दुसऱ्या कुणाला तरी नेमूनही घेऊ शकतील. हातचं सोडून आपण पळत्याच्या पाठीमागं लागलोय.

... पण आता पत्र गेलंय खरं. काय व्हायचं ते होऊ दे.

दोन दिवस बेचैनीत गेले. जीव टांगणीला लागल्यागत झाला.. आईदादाला आपण सांगून बसलोय की 'ह्या वर्सी मी दुसरी चांगली नोकरी मिळवतो. तुम्ही त्येची काळजी करू नका.' आणि मग ही रयतची नोकरी नाहीच मिळाली नि ही हातातली नोकरी सुटून गेली तर काय करायचं?

... वर्षभर मळ्यात राबत बसावं लागंल. आईदादा मला फाडून खातील. 'एवढं शिकूनबी अखेरीला मळ्यातल्या राडीतच आलास.' म्हणतील. कुत्र्या निपट करतील. मग जाणार कुठं? ... एकदा शिक्षणासाठी पळून गेलो. लोकांनी 'शिकतोय' म्हणून मदत केली. आता मला कशासाठी मदत करतील? खिशातलं चार पैसे काढून माणूस चटकन मदत करतं, पण नोकरी खिशातनं काढून देता येत नाही. मदतीइतकी ती सोपी नाही. गेल्यावर्षापासनं सगळी भावंडं मला 'सायेब दादा' म्हणताहेत. रेडिओच्या नोकरीनं हे बिरुद आपल्या कपाळाला चिकटवून दिलंय. आता ती नोकरी गेली आणि दुसरीही नाही मिळाली, तर मला भावंडांच्या लेखीही मोल राहणार नाही... थोरलेपणाचा मान आलाय. थोरलेपणाचा नि त्या बिरुदाचा आब काही झालं तरी ठेवला पाहिजे. आपल्याकडं मोठ्या अपेक्षेनं भावंडं बघतात. गेली सतरा वर्षं माझ्या मागं राबतात. त्यांचा तरी निदान अपेक्षाभंग होता कामा नये.

...आपल्या मनीची घालमेल गावातही आपण कुणाजवळ बोलू शकत नाही. सगळे मित्र संसारी झाले आहेत. मनानं आपल्यापासून लांब गेले आहेत. एका अर्थी मागे पडले आहेत. या मित्रांच्या आणि आपल्या शिक्षक-अध्यापकांच्या अपेक्षा इतक्या वाढल्या आहेत की मी जर माझ्या भावना त्यांच्याजवळ व्यक्त करत बसलो तर मला ते भ्याड समजतील. आपलं हसं होईल.

...अजून तीनचार दिवस आहेत. तोवर धीर धरला पाहिजे. एम.ए.ला आल्यापासनं आपण ठरवलंय की सुनीताताईंना संयमानंच पत्रं लिहायची. भावनाविवश होऊन काही लिहायचं नाही... ताई नि भाई इंग्लंडला काही दिवस गेल्यामुळं आपल्या

भावनाविवश लिहिण्यावरही आपोआप नियंत्रण बसलं. इंग्लंडचा त्यांचा पत्ता एके ठिकाणी नव्हताच, तर लिहिणार काय?... झालं ते बरंच झालं. आपणही काही आता लहान नाही. पंचवीस संपून आता सव्विसावं वर्ष लागलंय. आपण धीरानं वागलं पाहिजे. येईल त्या परिस्थितीला धाडसानं तोंड दिलं पाहिजे. आपली नोकरी आपणच शोधली पाहिजे. आलेली नोकरी सोडायची की नाही हे आपणच ठरवलंय. मग त्याची फळं मिळतील ती पदरात घेतली पाहिजेत.

... सुनीताताईंना अशा अवस्थेत पत्र लिहायला नको. नंतर बघू. आज घडीला आपण लिहून लिहून काय लिहिणार? नुसती मनातली उलघाल. मानसिक आंदोलनांची एक नवकथा.. नकोच ते.

मनात पडणारा पाऊस मनातच जिरवण्यासाठी मी मळ्यातली कामं झपाझपा करत होतो. नांगराबरोबर शरीर हेलपाटून काढत होतो. त्याला दमवत होतो. सोन्या-बाळ्या बरोबरीचा तिसरा बैल झालो होतो.

सकाळी धरलेला नांगर दुपारी बाराला सोडून, जेवण केलं. टपाल बघायला म्हणून गावात आलो. घरात दुसरं कुणी नव्हतं. पोस्टात चौकशी करायला गेलो नि एक पत्र हातात पडलं. 'तुमची नेमणूक वीस जून एकोणीसशे एकसष्ठपासून पंढरपूर येथील 'पंढरपूर कॉलेज आर्ट्स, सायन्स आणि कॉमर्स'मध्ये मराठीचा आणि संस्कृतचा प्राध्यापक म्हणून केली आहे. ताबडतोब रुजू व्हावे आणि संस्थेस तसे कळवावे, ही विनंती.' मी शहारलो.

दुसऱ्या क्षणी सात्त्विक संतापलो. डोळ्यात पाणी येतंय, असं वाटलं.. अरे वाद्यांनो, मधे आता नुसते दोनच दिवस आहेत. पाच सात दिवस हे पत्र अगोदर टाकता आलं नसतं? किती छळवाद मांडता!

निष्प्राण आयुष्याला एकाएकी चैतन्य लाभल्यासारखं वाटलं. पैसे घेतले आणि बाजारात जाऊन अर्धा किलो पेढे आणले.

मळ्याकडं तसाच झपाझप चाललो. धूम ठोकण्याची इच्छा होती. पण वाटेवरच्या लोकांना ते बरं दिसणार नाही, असं वाटलं.. आयुष्यातलं एक खडतर दहनपर्व संपलं. आता मी रीतसर माणसांत येऊन पडलो. या पत्रानं आता माझ्या जळक्या आयुष्याला सोन्याची झळझळीत कळा येईल. नवं माणूसपणाचं पर्व सुरू होईल...

मळ्यात भर दुपारी रामजन्माचा उत्सव साजरा केला. सगळ्यांना पेढे वाटले. एक पेढा खंगलेल्या विहिरीच्या पाण्यात टाकला. बांधावर चोच वासून एक कावळा ओरडत होता. श्राद्धाला येणाऱ्या पूर्वजासारखा वाटला. त्याच्याकडं एक पेढा फेकला. एक चुरा करून उसाच्या पिकावर उंदीरभिजीच्या भिजाण्यासारखा पसरून टाकला! मन उमाडल्यागत झालं होतं. कुणाकुणाला पेढे देऊ, असं होऊन गेलं होतं... सगळ्या सगळ्यांना धन्यवाद! सगळ्यांचं उदंड आभार!

... सगळ्या सगळ्या उपकारकर्त्यांना साष्टांग दंडवत प्रणाम!!

वडगावच्या मुख्याध्यापकांना सगळी परिस्थिती लिहून कळवणारं आणि त्यांची मनापासून क्षमा मागणारं सविस्तर पत्र पाठवलं.

एकोणीस जूनला मी पंढरपुरास जायला निघालो. माणूस कुठंतरी खूपखूप लांब गेला, असं सांगायचं झालं तर आमच्याकडं "गेला लांब तिकडं पंढरपूरला" म्हणून सांगत. एखाद्या माणसाला आपल्या संसाराचा, दुर्लक्ष करणाऱ्या पोराबाळांचा प्रौढवयात तिटकारा आला तर तो म्हणे; "लांब कुठं तरी पंढरपुराकडं जाऊन गंगंत जीव द्यावासा वाटतंय बघ."

आईला त्यामुळं पंढरपूर पुण्यापेक्षाही लांब वाटत होतं. पुण्याला कागलमधली अनेक मंडळी जात येत. पुण्याचा उल्लेख माणसाच्या बोलण्यात नेहमी येई. मात्र गावाचं दळणवळण तसं पंढरपुराशी नव्हतं. आईचा उभा जन्म कागलाभोवतालच्या बारापंधरा मैलांच्या परिसरात गेलेला.

"तुझ्या नोकरीला पुणं हुतं ते बरं हुतं बघ. ह्यो पंढरपूर परगणा लईऽऽलांब वाटतोय बाबा!" आईला कोडं पडलं.

"आई, पुण्यापेक्षा पंढरपूर पंचवीस मैल जवळ हाय. आपलं कुणी तिकडं जाईत न्हाई, म्हणून तुला एवढं लांब वाटतंय."

"असलं तरी जीव नकोसा झालेली देवाचं आखिरीचं दर्शेन घ्यायला तिकडं जात्यात... मला अवघड वाटाय लागलंय हे आन्दा, सगळं. तू आपला वडगावची नोकरी का धरत न्हाईस? आपल्या वडप्यातलं गाव हाय ते. जवळच्या जवळ कवाबी उठून जाययायला बरं."

"तुझी पोरं तुला सारखी जवळच लागत्यात. आन्दा आता काय ल्हानगा हाय? इलायतीलासुद्धा एकटा जाऊन येईल. तू त्येची काळजी करू नको. पंढरीचा इठूबा माझी काळजी घेईल."

"ते झालं तुझ्या जल्माचं. आमच्या नि ह्या डुकरांगत जगणाऱ्या पोराबाळांच्या जल्माचं काय? तू शिकून गरूड-ऐरावत झालास. पखवं फुटून उडून चाललास आता. आमचं दगडाधोंड्यात सरपटणारं जगणं काय सुटत न्हाई." आई गहिवरून बोलू लागली. तिला वाटलं, आता माझं कागल गाव कायमचं सुटलं. पुढील कायमच्या विरहाची कल्पना तिला सहन होईना... तिचं आभाळ भरून आलं.

मीच मन घट्ट केलं. काहीतरी विनोद करायचा नि सगळ्यांना हसवायचं म्हणून बडबडू लागलो. "अगं आई, ह्यांतल्या एका डुकराचाच आता सोंड फुटून ऐरावत झालाय. मी लांब चाललोय ते काय नुसत्या माझ्या सुखासाठी? घरादाराला चारापाणी आणायलाच मी बाहेर पडतोय. आतापतोर शेतीस कामंधामं गावातच हुतं. आता ते लांबपतोर पसरल्यात, असं समज. रत्नागिरीला, पुण्याला नव्हतो का

गेलो? चेंडूसारखा उडालो नि परत गोतावळ्यात येऊन पडलो... चेंडू वर गेल्यावर तुझ्या जीवाला वाटतं, 'आता ह्येचं पाखरू हुतंय बरं का; वरच्या वर उडून जातंय वाटतं.' खुळी हाईस तू. 'बरकत येऊ दे' म्हणून आशीर्वाद दे आदूगर.'' असं म्हणून मी तिच्या पाया पडलो.

मग दादाकडं नमस्कारासाठी वळलो.

पत्ता नाही ते दादानं नारळ आणून ठेवला होता. त्याची कल्पना कुणालाच नव्हती. ''ह्यो नारळ नि ऊदकापूर हाय. नोकरीला जायच्या आधी इठुबाच्या देवळात जा. देवाला ऊदकापूर घाल, नारोळ वाढीव, पाया पड. नोकरीत बरकत माग. घरादाराची अलाबला टळू दे, मळ्यादळ्याची कज्जीखेकटी मिटू द्यात, म्हणून मागणं माग नि मगच नोकरीच्या जागी पाय ठेव.''

''बरं!'' मी ते सगळं हातात घेऊन पिशवीत ठेवलं.

नारळ-ऊदकापूर पंढरपुरातही मिळाला असता. पण दादाच्या श्रद्धेचा प्रश्न होता. संकटात, दुष्काळात कज्ज्याखेकट्यात त्याला देवाचाच खरा आधार वाटे. सगळा भार त्याच्यावर ठेवून तो जगत होता. परंपरेनं त्याला तोच वारसा दिलेला... 'तुझं काम करू करू' 'बघू बघू' म्हणणाऱ्या माणसांवरचा त्याचा विश्वास उडाला होता.

मी जायला निघालो.

सगळी भावंडं एका जागी गोळा झाली. वेडीविंद्री, काळी दिसणारी, सुकल्या सुजऱ्या अंगांची, कोरड्या केसांची, फाटक्या कपड्यांची...गरीब शेरडं-मेंढरं. डोळ्यांत पाणी, तोंड रडवेली. तरी माझ्या नीटनेटक्या, स्वच्छ इस्त्रीच्या पोशाखाकडे आदरानं बघणारी. आपलंच एक उजळ रूप पंढरपूरला चाललंय, असं समजणारी... भावंडांच्या त्या वळवळणाऱ्या पुंजक्याचं काय करावं मला क्षणभर कळेना. गलबलल्यागत झालं. आई-दादा त्यांचे दुबळे रखवालदार म्हणून उभे राहिलेले.

मी मनाला भक्कम बांध घातला.

''आई, दादा आता ह्या सगळ्यांस्नी सांभाळा. दौलाचं नाव शाळंत घातलंय. त्येला नि आप्पाला रोजच्या रोज शाळेला लावून द्या. हयगय करू नका. आप्पा आता सहाव्वीत गेलाय. त्येला अभ्यास करू द्या. त्येला सारखी मळ्यातली कामं लावू नका. आता माझं शिक्षण संपलंय. चार पैसे शिलकीला पडतील. यंदा मळ्यात रगडून लागवड घालू या. मुबलक खत घेऊ या. एखाद्या वक्ती माणसं लागली तर रोजगारानं घ्या; खरं पिकांची निगा राखा, तणकाट माजू देऊ नका... जमलं तर फुडच्या वर्सी मालकाची वाट न बघता हीर फोडू नि खोल करू. ज्यादा पाणी लागतंय का बघू. मळा पिकला तरच आपूण जगू. गरज पडंल तसं कळवा. पैसे लावून देतो.''

मी निघालो.

हातातल्या पिशवीत वडिलार्जित परंपरेनं दिलेल्या जीवनश्रद्धा, भावंडांनी दिलेली दारिद्र्याची आभाळ फाडणारी जाणीव नि तुडुंब करुणा. युगंयुगं घरात पुजलेला कुणबावा प्रत्येकाच्या रक्तारक्तात मिसळलेला– अशा शेतकऱ्याच्या पिकावू मातीनं माझा पिंड घडलेला. तरी त्याच्या अंगावर ज्ञानाची श्वेत वस्त्रं नियतीनं चढवली नि एम.ए.ची पदवी उपरण्यासारखी गळ्यात घातली. लेखन-शक्तीचा रंगीबेरंगी पुष्पगुच्छ हाती दिला....

सनातन अडाण्याच्या घरातला असा पहिला तरुण प्राध्यापक नव्या कारकीर्दीच्या पंढरीला निष्ठेनं निघाला होता..

कागल सोडताना वाईट वाटत होतं. तरी मनाला आवर घालून सोप्यात उभा होतो.

"दादा, वळकट घेऊन मी टँडपतोर येतो." शिवा अचानक बोलला.

"चल– बरं; मी निघतो आता." विषय पालटायला मला निमित्त मिळालं.

"आम्हीबी टँडपतोर येतो." भावंडं म्हणाली.

"बाकीची आता कुणी येऊ नका. मळ्याकडं जावा. कामाला लागा. आई, तूबी आता स्वैपाकाला लाग. येतो दादा– शिवा, चल. उशीर हुईल. कोल्हापुरात फुडची गाडी गाठायची हाय."

मी नि शिवा निघालो.

आभाळात मृगाचे ढग भरून आलेले. त्यांच्या काळवंडीनं मनात कालवाकालव होऊ लागली. पाय उचलायला उत्साह वाटेना.

गल्लीच्या वळणावरून हात वर केला नि निरोप घेतला. सगळ्यांच्या नजरेआड झालो.

...नाडीची आखूड चड्डी, मळकं नि कोपरांवर फाटलेलं कुडतं, मेणचट, खप्पड चेहरा, डोईवर हजामत वाढलेली, केसांत माती, खत यांचं टेपण बसलेलं, असं माझं बालपण येऊन मला कवटाळलं... आता नको येऊ बाळा. मी नोकरीला चाललोय. बिलगू नको. तुझ्यात गुंतलो तर मला कुणी प्राध्यापक म्हणणार नाही. पत्करलेली नोकरी नेकीनं केली पाहिजे.

नवा केलेला प्राध्यापकाचा पोशाख घालून चाललो होतो. साध्या घरांमुळं वेड्याबागड्या दिसणाऱ्या गावाला असा माझा पोशाख शोभत नाही, असं वाटलं. तरी मन घट्ट करून चाललो...इथं शोभून दिसत नसला तरी पंढरपुरात दिसेल. आता त्यातून सुटका नाही. गावाला चिकटून राहता येणार नाही. रोपट्याच्या मनात कितीही असलं तरी झाडापासून दूर गेलंच पाहिजे. त्याशिवाय फळं-फुलं लागणार नाहीत. मग झाडालाही त्याचा अभिमान वाटेल.

ब्राह्मण गल्ली आली. गल्लीतल्या वर्गमित्रांच्या आठवणी गजबजून उठल्या...

जळितात जळून गेलेली सगळी घरं, वाडे कायाकल्प व्हावा तसे पूर्वीच्या डौलानं उभे राहिलेले. घराघरातली तरुण मंडळी कुणी शिकायला गेलेली, कुणी शिकून सवरून नोकरीसाठी शहरांत गेलेली. तिथनं आईवडिलांना पैसे पाठवून देतेली.. सगळ्यांची घडी नीट बसली होती. पण गावातनं शिकलेली मनं उडाली होती.

ब्राह्मण गल्ली ओलांडली नि प्राथमिक शाळा दिसू लागली. वीस वर्षांपूर्वी होती, तशीच दिसणारी. रंग मळकट झालेले... तिच्यासमोरून मी जाताना सार्थकतेचं हास्य करणारी, 'तुझं छान झालं!' म्हणणारी.

जवळच असलेलं राममंदिर आलं नि त्याच्यासमोरच्या टेकडाकडं मी बघितलं. पाठीत सण्णकन जुनी कळ आली नि निघून गेली... समोरच्या रस्त्यावर मध्यभागी बेशुद्ध पडलेलं माझं बालपण दिसू लागलं. तसाच राममंदिरावरून आठवणींची वत्सल नजर फिरवत पुढं निघालो.

पायाखालचा रस्ता हळुवार झाला होता. दोन्ही बाजूंची घरं नि दुकानं कौतुकानं बघत होती. '...जकात्याचा आन्दा कसा नटूनथटून चाललाय. केवढं दांडगं झालंय गं बाई हे पोरगं!' त्यांच्या दाराखिडक्यांत आश्चर्य भरलेलं.

गाव संपलं नि एस. टी. स्टँड आलं.

बाहेरून आलेली नि कोल्हापूरला जाणारी एस.टी. घुरघुरत उभी होती. पटकन तिच्यात चढलो. शिवानं वळकटी माझ्या सीटखालीच सारली... आपल्या रापलेल्या ढाबळ्या चेहऱ्यानं माझ्याकडं बघत खिडकीशेजारी येऊन उभा राहिला. त्याच्या पाठीमागं गाव उभं राहिलेलं.

गाडीची घंटी वाजली.

"जपून ऱ्हावा. गेल्याबरोबर पोचल्याचं एक कारीट पाठवा... गौरी गणपतीला या. इसरू नका. वाट बघतो. आणि..." तो आणखी काही भडाभडा सांगणार होता तरी गाडी दूर चालली. त्याच्याकडं बघताना त्याचा चेहरा मला गावाचाच चेहरा वाटू लागला...

...आपल्यात मग्न असलेला पुलाचा ओढा, लाजेकाजेनं माना खाली घालून मुकाटपणे सकाळचे विधी उरकून घेणारे गावकरी, मुलांनी भरलेलं श्री. शाहू हायस्कूल, सकाळच्या उन्हात थरारणारा जयसिंग तलाव, प्रचंड काही हरवून बसलेली कॉलेजची रिकामी इमारत. हे सगळं मागं पडत जाताना दिसत होतं. डोंगरावरचं लक्ष्मीमातेचं देऊळ दिसलं. तिला बसल्या जागी डोळे मिटून गाडीतूनच हात जोडले... हे सगळं आता असंच मागं पडत जाणार.

...कमानीसारख्या झाडांच्या ओळी दोन्ही बाजूंनी असलेला मोटाररस्ता फक्त दिसू लागला... या रस्त्यावर एस. टी. गाडीनं मला घेऊन लेकुरवाळ्या माऊलीगत कितीतरी फेऱ्या मारल्या... मी घरातून पळून गेलो त्यावेळी रस्ता अवघडलेला.

‘…तुला आता कुठं वाऱ्यावर सोडून देऊ?’ म्हणाला. रत्नागिरीला न सांगता निघून गेलो त्यावेळी याला हुंदके अनावर झाले. तरी त्याला माहीत होतं; ‘पोर कुठंही गेलं तरी पुन्हा परत येणार आहे.. तळहातावर हळुवार ठेवलेला लाल गुंजकिडा जसा हातावरच इकडंतिकडं फेऱ्या घालत राहतो; तशा या पोराच्या फेऱ्या. कुठं जाणार नाही. मला खात्री आहे.’ असे त्याचे उद्गार! वाऱ्याशी ॐसारखे सतत घोंगावणारे!

…हे धरतीवरच्या बापा, माझ्या देशाच्या महामार्गा, तुझे हे शुभ शब्द कायम कायम खरे ठरू देत. मी कुठंही असलो तरी मला ते पहाटेच्या प्रार्थनेसारखे आठवू देत.

तंद्रीत कोल्हापूर कधी आलं त्याचा पत्ता लागला नाही. पंचवीस मिनिटांची वाट.

कोल्हापूर-पंढरपूर गाडी.

गाडीत बसून तास झालेला.

ओळखीचा प्रदेश संपून रस्ता सुरू झालेला. मी या वाटेनं कधीच प्रवास केला नव्हता. गाडीनं अखंडपणे वरचा वेग लावलेला. फार दूर चालल्याची जाणीव होत चाललेली.

मन उदास. एकाकी वाटू लागलं. डोळे मिटून गप्प बसलो.

…घरचं चित्र मनासमोर उभं राहू लागलं. कुबडात वाकलेलं म्हातारं घर. आईचा कारुण्यानं भरलेला चेहरा नि दाढी वाढलेला, गरीब गरीब झालेला दादाचा चेहरा, भावंडांचे प्रश्नचिन्हासारखे आऽवासून माझ्याकडं बघणारे चेहरे… असे सगळ्यांचे चेहरे डोळ्यांसमोर तरळू लागले.. मळा गरगरतोय, माझ्याभोवतीच फिरतोय, मी कागलातच आहे, असंही वाटू लागलं.

डोळे उघडले. मी गाडीत होतो नि गाडी सुसाट चालली होती. ड्रायव्हरच्या पाठीमागच्या बेंचावर चारपाच खेडवळ मंडळी खुशाल आपल्या भाकरी सोडून एकमेकाला देतघेत खात बसली होती. कुठं चालली होती कुणास ठाऊक? तोंडात शिळ्या भाकरीचा बुकणा पुन्हा पुन्हा घोळवत गिळण्याचा प्रयत्न करीत होती.. मजुरी करणाऱ्या जिवलग असलेल्या मांगवाड्यातल्या शिर्पाची मला आठवण झाली. लाकडं फोडणाऱ्या नि लग्नातलं अक्षतांचं रंगीत तांदूळ गोळा करून पोराला भात शिजवून घालणाऱ्या, बायको दुसऱ्यासंगं पळून गेलेल्या महाराच्या रावूची आठवण झाली. उभी हयात एकटा राहून नुसती गुरं राखणाऱ्या रामा जाधवाची आठवण झाली. घोंगडी विणत जन्मभर खड्ड्यात बसणाऱ्या सणगराची, रोजगारी मंजामावशीची, पोटासाठी पेंटर झालेल्या वसंताची, मधूनच दिसणाऱ्या फुटक्या आरशातल्या पाचसात वर्षांपूर्वीच्या माझ्या चेहऱ्याची मला आठवण झाली… अनेक चेहरे मागंपुढं होऊन गजबजू लागले.

...गरीब चेहऱ्यांची चाऱ्याच्या शोधात चाललेली गायीगुरं, शेरडं-मेंढरं हीही दिसू लागली. माळरानांवर एकमेकीला भेटत आडव्यातिडव्या जाणाऱ्या सासुरवाशिणी वाटा दिसू लागल्या... मी मनातलं बघतोय की बाहेरचं बघतोय, हेही कळेनासं झालं... हे सगळं मला का घेरतंय? यांचा मी कोण...?

...रस्त्याकडेची खेडीपाडी भराभर मागं सरत होती. त्यांच्यावर शेकडो ढगांनी भरलेलं मृगाचं काळंभोर आभाळ. अज्ञातानं एक न पेलणारं अफाट ओझं त्यांच्या मानेवर ठेवल्यासारखं ते दिसत होतं. ते जास्त जास्तच जड होत होतं नि माझी मान अवघडत चालली होती... प्रवास शेकडो मैल दूरचा, अनोख्या प्रदेशाचा वाटत होता. आता हे ओझं कुठं नि कसं उतरायचं, याचा यक्षप्रश्न मला पडला होता.

◆